मौर्योत्तर व गुप्तकालीन राजस्वपद्धती

(Revenue System in Post Mourya and Gupta Times)

लेखक
डॉ. डी. एन. झा
अनुवादक
डॉ. गो. बं. देगलूरकर

डायमंड पब्लिकेशन्स, पुणे

मौर्योत्तर व गुप्तकालीन राजस्वपद्धती
(Revenue System in Post Mourya and Gupta Times)
लेखक : डॉ. डी. एन. झा, अनुवादक : डॉ. गो. बं. देगलूरकर

ISBN - 81- 89724-08-8
मराठी प्रथम आवृत्ती : २००६

प्रकाशक :
दत्तात्रेय गं. पाष्टे
डायमंड पब्लिकेशन्स,
१६९१, सदाशिव पेठ,
शंकरप्रसाद को. हौ. सो.,
टिळक रोड, पुणे-४११०३०.
फोन : (०२०) २४४५२३८७

अक्षरजुळणी :
का. वि. शिगवण
'अक्षरवेल' सी-१८, प्लॉट नं. ५७२
श्रीगणेश सोसायटी, दत्तवाडी,
पुणे ४११०३०

मुखपृष्ठ :
शाम भालेकर

प्रमुख वितरक :
डायमंड बुक डेपो
६६१, नारायण पेठ, अप्पा बळवंत चौक,
पुणे-४११०३०.
फोन (०२०) २४४८०६७७

या पुस्तकाचे प्रकाशन भारतीय इतिहास अनुसंधान परिषद, नवी दिल्ली, या संस्थेच्या इतिहासविषयक प्रसिद्ध इंग्रजी ग्रंथाच्या भारतीय योजनेअंतर्गत पुरस्कृत. या पुस्तकात व्यक्त झालेली मते सर्वस्वी लेखकांची आहेत. त्यांच्याशी संपादक अथवा प्रकाशक सहमत असतीलच असे नाही.

This book has been sponsored by Indian Council of Historical Research, New Delhi, under its project Translation of well-known English History book in the Indian Languages.

Preface

The Council with the view to providing adequate historical material in different Indian languages for students, teachers, research scholars, etc., had initiated a programme of translating core books of History into regional languages. The basic idea was to reach out to scholars in their mother tongue. The selection of the titles was made after applying two principles, namely (i) to what extent the historian has used the modern historical and scientific methodology; and (ii) to what extent the work was an authentic piece of research.

We are really proud to present the work of Professor Dr. D. N. JHA entitled 'Revenue System in Post Mourya and Gupta Times'.

We are extremely grateful to Professor A. R. Kulkarni who has made this publication possible. I also would like to extend my thanks to the publisher, Shri Pashte Dattatraya G. for making an attempt to publish this important work into Marathi.

D. N. Tripathi
(Chairman)
I. C. H. R.
New Delhi

भाषांतर योजनेविषयी थोडेसे

'भारताचा इतिहास' या विषयाच्या, संशोधन, अध्ययन आणि अध्यापन यांना उत्तेजन देण्याच्या उद्देशाने तत्कालीन शिक्षणमंत्री प्रा. नुरूल हसन यांच्या प्रयत्नामुळे 'भारतीय इतिहास अनुसंधान परिषदेची' स्थापना २७ मार्च १९७२ रोजी झाली. या परिषदेने आपल्या कार्यक्रमपत्रिकेत, भारतातील ज्येष्ठ इतिहासकारांनी इंग्रजीत लिहिलेल्या इतिहासावरील काही मूलभूत ग्रंथांचा परिचय प्रादेशिक भाषांतून इतिहासाच्या अभ्यासकांना प्रादेशिक भाषांत होणे आवश्यक आहे, असा विचार करून भारताच्या इतिहासावर विविध कालखंडातील राजवटींवर लिहिलेल्या ग्रंथांचे भाषांतर करण्याचा धोरणात्मक निर्णय घेतला. त्यानुसार काही प्रसिद्ध निवडक इतिहासग्रंथांची एक प्राथमिक यादी तयार केली. त्यात प्रामुख्याने डी. डी. कोसंबी, सुशोभन सरकार, रजनी पाम दत्त, जदुनाथ सरकार, रामशरण शर्मा, एस्. गोपाल, एच्. सी. रायचौधरी, डब्ल्यू. एच. मूरलँड, डी. सी. सरकार, रोमिला थापर, एन. ए. सिद्दिकी इत्यादी सिद्धहस्त इतिहासकारांच्या ग्रंथांची निवड करून, भारतातील प्रमुख विद्यापीठांच्या सहकार्याने ही योजना कार्यान्वित करण्याचे ठरविले.

या योजनेनुसार परिषदेचे पहिले अध्यक्ष प्रा. रामशरण शर्मा आणि मानद सचिव श्रीमती दोरायस्वामी यांनी, मराठी भाषांतराचे काम पुणे विद्यापीठाकडे सोपविले. भारतीय इतिहास अनुसंधान परिषदेचा महाराष्ट्राचा प्रतिनिधी, सदस्य आणि पुणे विद्यापीठाचा इतिहास विभागप्रमुख या दुहेरी नात्याने ही कामगिरी माझ्याकडे आली. तज्ज्ञांच्या सहकार्याने ग्रंथाची आणि अनुवादकांची निवड करण्यात आली आणि तीनचार वर्षांच्या कालावधीत काही भाषांतरे मान्यवर व्यक्तींकडून तयार करून घेण्यात आली.

परंतु या कामास मराठी प्रकाशकांकडून योग्य तो प्रतिसाद न मिळाल्याने ज्या हेतूने हे अत्यंत जिकिरीचे आणि कष्टाचे काम करून घेण्यात आले होते, तो हेतू सफल झाला नाही.

तथापि, भारतीय इतिहास अनुसंधान परिषदेचे सचिव डॉ. प्रभातकुमार शुक्ला आणि प्रकाशन विभागप्रमुख श्रीमती इंदिरा गुप्ता यांनी रेंगाळत पडलेल्या या योजनेचे पुनरुज्जीवन करण्याचे ठरविले. पुण्यातील **डायमंड पब्लिकेशन्स**

या प्रकाशन संस्थेच्या **श्री. दत्तात्रय गं. पाष्टे** यांनी विशेष पुढाकार घेऊन आम्हांला मदत करण्याचे ठरविले आणि पुस्तकांच्या प्रकाशनाची मोठी जबाबदारी स्वीकारली. पुण्यातील इतर मान्यवर प्रकाशकांनीही मदतीचा हात पुढे केला आणि या सर्वांच्या सहकार्यामुळे पंधरा महत्त्वाचे इंग्रजी भाषेतील ग्रंथ मराठीत लवकरच उपलब्ध होणार आहेत आणि मराठी माध्यमातून अध्ययन, अध्यापन करणाऱ्या महाविद्यालयीन विद्यार्थी, प्राध्यापक यांची एक महत्त्वाची गरज पूर्ण होईल अशी उमेद आहे.

पुणे
२६ जानेवारी, २००६

अ. रा. कुलकर्णी
सुप्रतिष्ठ प्राध्यापक
पुणे विद्यापीठ

प्रकाशकीय निवेदन

सदर ग्रंथ वाचकांच्या हाती देत असताना **'डायमंड पब्लिकेशन्स'**ला विशेष आनंद होत आहे. इंडियन कौन्सिल ऑफ हिस्टॉरिकल रिसर्च आणि **डायमंड पब्लिकेशन्स** यांच्या संयुक्त विद्यमाने मराठीत प्रथमच एवढ्या मोठ्या प्रमाणावर हा प्रकल्प अस्तित्वात येऊ शकला. अत्यंत चांगले संदर्भग्रंथ अभ्यासकांच्या हाती उपलब्ध करून देण्याची संधी आम्हाला मिळाली, याबद्दल कृतज्ञता आणि आनंदसुद्धा!

इतिहास विषयाचे प्रमाणभूत संदर्भग्रंथ मराठीत आणणे हे एक आव्हानच होते, परंतु सर्वांच्या सहकार्याने आम्ही हा ११ पुस्तकांचा प्रकल्प पूर्णत्वास नेतो आहोत, ही गोष्ट मराठी सारस्वताला ललामभूत आहे. 'याचसाठी केला होता अट्टाहास...' अशीच आमची याविषयी भावना आहे.

या निमित्ताने अधिकाधिक अनुवाद मराठीत आणण्याचा प्रयत्न आम्ही करीत आहोत.

सदर प्रकल्प भारतीय इतिहास अनुसंधान परिषदेच्या प्रकाशन विभागाचे अध्यक्ष श्री. डी. एन. त्रिपाठी, सेक्रेटरी डॉ. प्रभातकुमार शुक्ला, डेप्युटी डायरेक्टर इंदिरा गुप्ता यांच्या सहकार्यानेच अस्तित्वात येऊ शकला. या कामी इतिहासतज्ज्ञ प्रा. अ. रा. कुलकर्णी (माजी कुलगुरू टि. म. वि., सुप्रतिष्ठ प्राध्यापक इतिहास विभाग, पुणे विद्यापीठ) यांचे मार्गदर्शन मोलाचे ठरले व त्यांच्याच पुढाकाराने हे काम घडून आले. डॉ. राजा दीक्षित यांचीही मदत मोलाची ठरली. त्यांचेही विशेषत्वाने आभार. आमचे समन्वयक श्री. अनिल किणीकर व या संपूर्ण प्रकल्पाचे संपादक प्रा. गणेश द. राऊत यांनी आपलेपणाने अतिशय परिश्रमपूर्वक जबाबदारी सांभाळली. या प्रकल्पासाठी त्यांनी बहुमोल वेळ दिला. तसेच प्रेसोग्राफचे श्रीयुत प्रविण जोशी यांनी सर्व ग्रंथाचे कार्य अतिशय तत्परतेने व वेळेत पूर्ण करून दिले. त्याबद्दल या सर्वांचे मन:पूर्वक आभार.

—डायमंड पब्लिकेशन्स

ऋणनिर्देश

हा ग्रंथ म्हणजे पाटणा विद्यापीठात १९६४ मध्ये आचार्य या उपाधीसाठी दिलेला प्राय: प्रबंधच होय. प्राध्यापक आर. एस. शर्मा, इतिहास विभाग प्रमुख, पाटणा विद्यापीठ यांनी या ग्रंथाचे हस्तलिखित तपासून योग्य त्या मौलिक सूचना करण्याचे कष्ट घेतले. अनमान न करता स्वत:चे पांडित्य व वेळ त्यांनी माझ्यासाठी खर्ची घातले. त्यांच्या प्रकांड पांडित्याचा या ग्रंथासाठी खूपच उपयोग झाला. पाटणा येथील पाटणा महाविद्यालयातील इतिहास विभागाचे प्रमुख डॉ. योगेन्द्र मिश्र यांनी माझ्या या कार्याच्या प्रगतीकडे आस्थेवाईकपणे लक्ष दिले आणि अनेकपरीने मला साहाय्यही केले. कै. डी. डी. कोसांबी, पुणे यांनी हस्तलिखित चाणाक्ष नजरेने अक्षरश: पिंजून काढले पण ते प्रकाशित झालेले पाहण्यास ते उरले नाहीत. त्यांच्याबद्दलची कृतज्ञता व्यक्त करणे माझ्या शक्तीच्या बाहेरचे आहे.

कोणतेही पुस्तक चांगले वा वाईट लिहिणे नेहमी कठीणच असते, माझ्या मित्रांचे मी प्रसंगी अशिष्ट हेकेखोरपणे साहाय्य घेतले नसते, तर माझ्याबाबतीत ही बाब आणखीनच अवघड झाली असती. याला बळी पडलेल्यांमध्ये महत्त्वाचे आहेत डॉ. सौ. एस. जयस्वाल, श्री. बजदुलाल चटर्जी, श्री. गोविंदलाल व्यास, पंडित राजेश्वर झा, डॉ. बंबहादूर मिश्र, डॉ. अभयकांत चौधरी, श्री. ललितेश्वर प्रसाद, श्री. वासुदेव नारायण आणि श्री. पी. एन. सहाय, श्री. बी. के. चरणदेव यांनी सूची तयार केल्याबद्दल त्यांचेही मी आभार मानतो.

डायमंड पब्लिकेशन्सचे चालक श्री. पाष्टे यांनी या पुस्तकाच्या प्रकाशनाची जबाबदारी स्वीकारली व त्वरेने याची छपाई केल्याबद्दल त्यांचे आभार मानतो.

पाटना १९६७ **- डी. एन.जे.**

-: संक्षेप :-

ऐ. ब्रा.	-	ऐतरेय ब्राह्मण
अमर	-	अमरसिंहाचे नामलिंगानुशासनम्
ए.ओ.	-	आर्चिव ओरिएन्तालनि
आपस्तम्ब	-	आपस्तम्ब धर्मसूत्र
अ. शा.	-	अर्थशास्त्र
आ.स.रि.	-	ॲन्युअल रिपोर्टस् ऑफ दि आर्किऑलॉजिकल सर्व्हे ऑफ इंडिया
आ.स.वे.इं.	-	ॲन्युअल रिपोर्टर्स् ऑफ दि आर्किऑलॉजिकल सर्व्हे ऑफ वेस्टर्न इंडिया
बृहस्पति	-	बृहस्पति स्मृति
बु.स्कू.ओ.स्ट.	-	बुलेटिन ऑफ दि स्कूल ऑफ ओरिएन्टल ॲण्ड आफ्रिकन स्टडीज
बौधायन	-	बौधायन गृह्यसूत्र
कॉ.इं.इं.	-	कॉर्पस इन्स्क्रिप्शनम इन्डिकेरम
दिव्य	-	दिव्यावदान
सं.	-	संपादित
ए.इं.	-	एपिग्राफिआ इन्डिका
गा.ओ.सी.	-	गायकवाड ओरिएन्टल सीरीज
हिस्टरी धर्म	-	पी.व्ही. काणे, 'हिस्टरी ऑफ धर्मशास्त्र'
हा.ओ.सी.	-	हार्वर्ड ओरिएन्टल सीरीज
हिं.रे.सि.	-	यू. एन. घोषाल 'कॉन्ट्रिब्युशन्स टू दि हिस्टरी ऑफ हिन्दु रेव्हेन्यू सिस्टीम.'
इं.अ.	-	इंडियन अँटिक्वरी
इं.क.	-	इंडियन कल्चर
इंडियन हिस्टोरिओग्राफी	-	यू.एन. घोषाल, 'दि बिगिनिंग्ज ऑफ इंडियन हिस्टोरिओग्राफी अँड अदर एसेज.

इं.हि.क्वा.	-	इंडियन हिस्टॉरिकल क्वार्टर्ली
ज.ए.	-	जर्नेल एशियाटिक
ज.ए.सो.बे.	-	जर्नल ऑफ दि एशियाटिक सोसायटी ऑफ बेंगॉल.
जात	-	जातक
ज.बॉ.रॉ.ए.सो.	-	जर्नल ऑफ दि बाँबे ऑफ दि रॉयल एशियाटिक सोसायटी
ज.बि.ओ.रि.सो.	-	जर्नल ऑफ दि बिहार ॲन्ड ओरिसा रिसर्च सोसायटी
ज.बि.रि.सो.	-	जर्नल ऑफ दि बिहार रिसर्च सोसायटी
ज.इ.सो.हि.ओ.	-	जर्नल ऑफ दि इकानॉमिक अँड सोशल हिस्टरी ऑफ दि ओरिएन्ट
ज.न्यू.सो.इं.	-	जर्नल ऑफ दि न्यूमिस्मॅटिक सोसायटी ऑफ इंडिया
ज.ओ.रि.म.	-	जर्नल ऑफ ओरिएन्टल रिसर्च, मद्रास
ज.पा.टे.सो.	-	जर्नल ऑफ पाली टेक्स्ट सोसायटी
ज.रॉ.ए.ओ.	-	जर्नल ऑफ दि रॉयल एशियाटिक सोसायटी ऑफ ग्रेट ब्रिटन अँड आयर्लंड
ज.यु.बॉ.	-	जर्नल ऑफ दि युनिव्हर्सिटी ऑफ बाँबे
कामन्दक	-	कामन्दकीय नीतिसार
कात्यायन	-	कात्यायन स्मृतिसारोद्धार
कुमार	-	कुमारसम्भव
लूडर्स लिस्ट	-	ल्यूडर्स लिस्ट ऑफ ब्राह्मी इन्स्क्रिप्शन्स
महा.	-	महाभारत
मालविका	-	मालविकाग्निमित्रम्
मनु.	-	मानवधर्मशास्त्र (मनुस्मृति)
मिलिंद	-	मिलिंदपन्हो
नारद	-	नारदस्मृति
न्यू.सी.	-	न्यू. सीरीज
ख.	-	खंड (पार्ट)
पा.टे.सो.	-	पाली टेक्स्ट सोसायटी
रघु	-	रघुवंश
ऋतु	-	ऋतुसंहार
शाकु.	-	अभिज्ञानशाकुन्तलम्

शत.ब्रा.	-	शतपथ ब्राह्मण
से.बु.ई.	-	सेक्रेड बुक्स ऑफ दि ईस्ट
सि.इं.	-	डी.सी. सरकार, सिलेक्ट इन्स्क्रिप्शन्स बेअरिंग ऑन इंडियन हिस्टरी अँड सिव्हिलायझेशन
शा.प.	-	शान्तिपर्व
भाषा.	-	भाषांतरित, भाषांतर
वसिष्ठ	-	वसिष्ठ धर्मशास्त्र
विष्णु.	-	वैष्णव धर्मशास्त्र (विष्णुस्मृती)
याज्ञ.	-	याज्ञवल्क्यस्मृति
झी.ड्यू.मॉ.गो.	-	झाइटशिफ्टडेर डाऊशेन मोर्गेनलांडिशेन गेसेलशॉप्ट Zeitschrift der Deutschen Morgenl and ischen Gesellschaft.

अनुक्रमणिका

प्रकरण पहिले

प्रास्ताविक

प्राचीन भारतातील राजस्व पद्धतीचा गंभीरपणे अभ्यास करणारे श्री. यू.एन.घोषाल हे पहिले विद्वान होत. इ. १९२९ साली कोलकत्यास प्रसिद्ध झालेले त्यांचे 'दि कॉन्ट्रिब्यूशन्स टू दि हिस्ट्री ऑफ हिंदू रेव्हेन्यू सिस्टिम' हे प्रसिद्ध पुस्तक या संशोधन क्षेत्रातील पहिलावहिला पदक्षेप. या पुस्तकात वैदिक काळापासून ते इ. १२०० पर्यंतच्या फार मोठ्या कालखंडाचा परामर्ष घेतलेला असल्यामुळे त्यात मौर्योत्तर व गुप्तकाळातील परिस्थितीचा पुरेसा आणि सविस्तरपणे विचार करणे प्राय: अशक्यच झालेले आहे. अर्थशास्त्रातील माहिती हाताशी उपलब्ध असल्यामुळे वस्तुत: या पुस्तकातील अधिकांश पृष्ठे मौर्य काळाच्या विचारातच खर्ची पडलेली आहेत, तर शक्काल व गुप्तकाल यांचा फडशा अवघ्या २६ पृष्ठात पाडलेला आहे. अतीन्द्रनाथ बोस यांनीही आपल्या 'सोशल अॅण्ड रूरल इकॉनॉमी ऑफ नॉर्थ इंडिया, ६०० बी.सी.टू.अे.डी. २००[१]' या ग्रंथातील एक प्रकरण भूराजस्व व अनुषंगिक करवसुली. यांच्या विवेचनासाठी खर्ची घातलेली असले, तरी त्यासाठी मात्र त्यांनी मौर्यपूर्व साधनावर व अर्थशास्त्रासारख्या साधनावरच प्रामुख्याने सर्व भर दिलेला असल्यामुळे इ. स. सुमारे २०० पर्यंतच्या काळापर्यंतच त्याचे विवेचन संपते. इ. १९५७ साली प्रसिद्ध झालेल्या एस. के. मैती यांच्या 'दि इकॉनॉमिक लाईफ ऑफ नॉर्दर्न इंडिया इन दि गुप्त पीरिअड' या ग्रंथातील प्रस्तुत विषयासंबंधीचे विवेचन विरस करणारे तर आहेच पण त्यातील काही साधनसामग्रीचे तर ऐतिहासिक संदर्भात नीट आकलनच झालेले नाही, असे दिसून येईल. एखाद्या लहानशा कालखंडातील राजस्व पद्धतीचा पहिला यथायोग्य अभ्यास एम. एच. गोपाल यांनी केला. त्यांचा "मौर्यन पब्लिक फिनैन्स" हा ग्रंथ इ. १९३५ साली प्रसिद्ध झाला. श्री. गोपाल यांनी अर्थशास्त्रात अर्वाचीन संकल्पना व संस्था यांचे अस्तित्व पाहिले. तो मोह टाळून पण गोपाल यांच्या विवेचन पद्धतीचा मागोवा घेतच

(१) हा ग्रंथ दोन खंडात कोलकत्याहून १९४२ ते ४५ चे दरम्यान प्रसिद्ध झाला.

प्रस्तुत ग्रंथ लिहिण्याचा प्रयत्न आम्ही केलेला आहे. आमच्या अभ्यासाला आम्ही इ. पू. १८५ त झालेल्या मौर्यांच्या नाशापासून ते गुप्त साम्राज्याचे इ. ५५० मध्ये झालेल्या विघटनापर्यंतच्या काळाची मर्यादा घालून घेतली आहे.

प्रस्तुत अभ्यासासाठी प्रामुख्याने स्मृतिग्रंथ व साहित्यिक लिखाण आणि अभिलेख हीच साधने विचारात घेतलेली आहेत. आपल्या कालखंडातील धर्मशास्त्रापैकी मनू, विष्णु, नारद, याज्ञवल्क्य, बृहस्पति आणि कात्यायन इत्यादी स्मृतिग्रंथ महत्त्वाचे आहेत.(२) या स्मृतिकारांच्या लिखाणातील काही दुर्बोध उताऱ्यांचा त्यावरील भावांच्या साहाय्याने अर्थ लावला जातो, पण हे टीकाकार बऱ्याच नंतरच्या काळातील असल्यामुळे आम्ही या टीकाकारांनी लावलेल्या अर्थाचा सावधपणेच स्वीकार केलेला आहे. स्मृति या विधी तत्त्वांच्या स्वरूपाच्या असल्यामुळे गोष्टी व्यवहारात प्रत्यक्ष कशा आहेत याचे वर्णन करण्यापेक्षा त्या कशा असायला हव्यात यांचेच वर्णन प्राय: त्या करतात. असे असूनही समकालीन इतर साधनांचे अनुषंगाने पडताळून पाहिले असता त्या जवळजवळ विश्वसनीय माहिती पुरविणारी साधने ठरतात. जातक आणि इरि धार्मिक वाङ्मय तसेच वैदिक धर्मानुयायांनी या काळात रचलेले साहित्य आणि त्याहीपेक्षा अभिलेख या सर्वांनी फार मोठ्या प्रमाणावर स्मृति ग्रंथात रंगविलेले आदर्शात्मक चित्रण सुधारण्यास मदत केली आहे.

जवळ जवळ पाचशे पाच जातक कथांतून समकालीन राजस्व पद्धतीच्या काही अंगांविषयी अत्यंत महत्त्वाची अशी माहिती वारंवार आलेली आहे. उपलब्ध जातक ग्रंथ म्हणजे मुळातील धर्मग्रंथ नसून तो त्यावरील टिपणणीच्या (भाष्याच्या) स्वरूपातील ग्रंथ आहे. पचुपन्न व थ्यु = प्रत्युत्पन्न वस्तू (वर्तमानातील कथा), अतीत वथ्थु (भूतकालीन कथा) बुद्धाच्या पूर्व जन्मापैकी एखाद्या जन्माचे वर्णन करणारी कथा, गाथा ज्या बहुधा अतीत वथ्थुशी संबंधित असतात; पण काही वेळा पचुपन्न वथ्थुशीही संबंधित आहेत अशा, त्या गाथांतील शब्दाशब्दाचे अर्थ विवरण करणारे वैथ्थाकरण (लघु भाष्य) आणि समोधान (संबंध) ज्यात भूतकालीन कथात असलेल्या वर्तमान कथातील व्यक्तींची सांगड बुद्ध घालून देतो, असे भाग प्रत्येक जातकात असतात व बुद्ध तो भाग गद्यांत वर्णन करतो. बौद्ध वाङ्मयाचाच भाग असलेल्या या गाथांचा काळ फार प्राचीन आहे असे मानता

(२) या स्मृतिकारांच्या बाबतीत काणे यांनी केलेला कालनिर्णय आम्ही स्वीकारलेला आहे. पाहा - हिस्ट्री ऑफ धर्मशास्त्र लिटरेचर, खं. २, भाग १, पृष्ठे ११-१२, मध्ये दिलेली कालसूची.

येते. पचुपन्न वथ्थु वा अतीत वथ्थु[३] यांसारख्या गद्य वाङ्मयाच्या भाषेपेक्षा गाथांची भाषा अधिक आणि असल्यामुळे तर या विधानास पुष्टीच मिळते. जातकांचा गद्य भाग आपल्या उपयोगाच्या दृष्टीने अधिक महत्त्वाचा आहे. टीकात्मक स्वरूप असलेले गद्य निवेदन बुद्धघोषाचे (इ.चे. ५ वे शतक) आहे, अशी माहिती गद्यवंशात[४] आलेली आहे. यावर व्हिस डेव्हिडस[५] आणि बर्लिगेम[६] यांनी उपस्थित केलेल्या शंका रास्त पुराव्यावरच आधारलेल्या आहेत, असे वाटते.

उलट काही विद्वानांच्या मते उपलब्ध असलेल्या जातककथांतून बुद्धाच्या किंवा त्याही अगोदरच्या काळाच्या नागरी संस्कृतीचे त्याचप्रमाणे कथावाङ्मयाचे दर्शन घडते असे वाटते.[७] हा दृष्टिकोन अर्थातच वादातीत असा मानता येत नाही. बुद्धजातक कथाच मुळी इ.पू. दुसऱ्या - पहिल्या शतकापासून जास्त प्रचारात आल्या याला पुरातत्त्वीय पुराव्याची ग्वाही आहे. बारहट व सांची येथील स्तूपाभोवतीच्या वेदिकावरील शिल्पातून जातकातील जे प्रसंग कोरलेले आहेत, त्यात निवेदिलेल्या कथांमध्ये फक्त गद्यातून सांगितलेल्या कथाही आहेत. बारहट येथील शिल्पावर[८] काही जातकांची शीर्षके कोरलेली आहेत त्यावरून हे सिद्ध होते. या अमोल वास्तूंच्याद्वारे हे सिद्ध होते की अशी अनेक कथानके जी उपलब्ध जातक भाष्यामध्येही आढळतात, ती इ. पू. दुसऱ्या (कदाचित तिसऱ्या) शतकातील आहेत. पारिभाषिक शब्दात यांना जातक म्हणतात आणि बोधीसत्त्व कथा[९] म्हणून या मानल्या जात. यावरून असे अनुमान करता येते की, जी जातके ख्रिस्तपूर्व तिसऱ्या, दुसऱ्या शतकात खूपच लोकप्रिय होती, त्यांची

---

(३) विंटरनिट्स : अे हिस्ट्री ऑफ इंडियन लिटरेचर, २, पृ. ११९ (४)जे.पी.टी.एस. १८८६, पृ. ५९ (५) टी. डब्ल्यू, व्हिस डेव्हिडस् 'बुद्धिस्ट बर्थ स्टोरीज' खं. १, प्रस्त, पृ. ६३ (६) इ. डब्ल्यू. बर्लिंगेम, बुद्धिष्ट लिंजेंडस, एच.ओ.एस.खं. २८, पृष्ठे ४९, ५९, व पुढे. (७) ब्युहलर, ऑन दि ओरिजनल ऑफ दि इंडियन ब्राह्मी अल्फाबेटस, स्टासबर्ग, १८९८, फिक, दि सोशल ऑर्गनायझेशन इ नॉर्थ - ईस्ट इंडिया इन बुद्धाज टाईम, कोलकाता, १९२० मिसेस व्हिस 'डेव्हिडस, नोटस ऑन अर्लि इकॉनॉमिक कंडिशन इन नॉर्थ इंडिया' जे. आर. ए. एस. १९१०, पृष्ठे ५९ च्या पुढे. आर. एल. मेहता, प्रिबुद्धिस्ट इंडिया, मुंबई, १९३९. (८) आतापर्यंत जी ओळखता आली अशी २७ वा २९ जातकांची यादी व्हिस डेव्हिडसने दिलेली आहे. बुद्धिस्ट इंडिया, पृ. २०९, आणि हुल्टस्, जे. आर. ए. एस. पृ. ४०६ (९) विंटरनिटझ्, उपरोक्त, पृ. १२१

त्याहून आधी माहिती असावी.[१०] पण याचा अर्थ असा नाही की, सर्वच जातक साहित्य बुद्धाच्या काळचे आहे. विंटरनिटसचे मत असे आहे की बऱ्याच पद्यात्मक रचनेचा काळ ख्रि. पू. तिसऱ्या शतकापलीकडे जाऊ शकत नाही, हे मनाला पटते पण सिद्ध झालेले नाही. आणि बराचसा गद्यात्मक भाग हा निश्चितपणे ख्रिस्तावधीतील आहे.[११] ही जातके भरभराटलेल्या व्यापार व वाणिज्यांचे वातावरण वारंवार चित्रित करतात, त्यावरून ही जातके मौर्योत्तर कालातील असणे अधिक संभवनीय वाटते. जातकांच्या अभ्यासावरून असे दृष्टोत्पत्तीस येते की विक्री योग्य अशा प्रत्येक लहानसहान वस्तूंचे अगदी मेलेल्या उंदरासारख्या क्षुल्लक पण्यवस्तूपासून ते उत्सवातील एक दिवसापर्यंतचा उल्लेख तसेच सगळ्या प्रकारचे शुल्क, निवृत्तिवेतन, ठराविक कर्ज, संग्रहित संपत्ती आणि उत्पन्न इत्यादींचे उल्लेख एका विशिष्ट मूल्याच्या नाण्यांत किंवा त्याच्या अंशभागात केलेले आहेत. खरे तर विपुल नाण्यांचा भरपूर उपयोग करणाऱ्या व उपभोग घेणाऱ्या समाजाचे जे दर्शन जातक साहित्यातून घडते, ते भरभराटीच्या व्यापाराचे[१२]प्रतीक मानायला हरकत नाही. त्यामुळे असे रास्तपणे सूचित केले गेले आहे की, जातकांनी व्यापाराकरिता सोयी उपलब्ध करून देणाऱ्या कदाचित सातवाहन काळाच्या[१३] समाजस्थितीचे वर्णन केले आहे. उत्तरेकडील काळ्या झिलईच्या खापराच्या *(ख्रि. पू. सुमारे ६००-२५० काळाची)* म्हणून मानल्या गेलेल्या असंख्य लोखंडी वस्तूंबरोबर चांदीची आणि तांब्याची आहत नाणी नागरी जीवनाला निश्चितपणे प्रारंभ झाल्याचे, व्यापार उदिमाची खूप प्राचीन काळी[१४] सुरुवात झाल्याचे स्पष्ट दाखवितात.

तरी जातक साहित्य हस्तिनापूर आणि मथुरेतील कटरा येथील उत्खननातून प्रकट झालेल्या नागरी जीवनाच्या ओबडधोबड सुरुवातीपेक्षा कितीतरी प्रगत

---

(१०) वार्मिंगटन (कॉमर्स बिटवीन दि रोमन एम्पायर अँड इंडिया. पृ. ७७) निदर्शनास आणतो की, इ. पू. पहिल्या शतकात होऊन गेलेल्या बाब्रियस आणि फाएड्स यांच्या दंतकथेतून जातकाचे उल्लेख आढळतात. (११) विंटरनिटझ्, उपरोक्त, पृष्ठे १२१-१२२ पहा : फिझरच्या म्हणण्याप्रमाणे जातकांचा तिसरा, चौथा व पाचवा खंड म्हणजे पहिल्या व दुसऱ्या खंडातील बहुतांश साध्यासोप्या कथांच्या नंतरच्या काळाचे भाग होत. त्यांचे सध्याचे स्वरूप मूळचे नाही. (१२) अधिकाऱ्यांना दिल्या जाणाऱ्या वेतनाचे संबंधात आपण असे पाहिले आहे की, ते पैशात दिले जात असल्याचे उल्लेख जातकात आहेत. (१३) कोसांबी, ॲन इन्ट्रोडक्शन टू दि स्टडी ऑफ इंडियन हिस्ट्री, पृष्ठे २५९-६० (१४) शर्मा, शुद्राज, इन एन्शन्ट इंडिया, पृ. ८५

अशा अर्थव्यवस्थेची कल्पना देते. म्हणून जातकांत दिसणारे आर्थिक जीवनाचे चित्रण काही प्रमाणात तरी सातवाहनकाळची किंवा मौर्योत्तरकाळची स्थिती- जेव्हा भारत आणि रोमन साम्राज्य यांच्यातील व्यापार मोठ्या प्रमाणात वाढला होता तेव्हाची प्रतिबिंबित करते असे मानावे लागते. राजकीय घटनांच्या बाबतीतल्या अनुश्रुतींचाच फक्त विचार करायचा झाल्यास त्या मौर्यपूर्व काळातील आहेत असे समजण्यास प्रत्यवाय नाही. परंतु सामाजिक आणि आर्थिक जीवन विचारात घेतले, तर असे लक्षात येईल की, जातकांच्यावर ज्या काळात शेवटचा हात फिरविला गेला त्या काळचे प्रतिबिंब ह्यात आढळते, हीच गोष्ट सर्वसाधारणपणे महाभारताचे बाबतीतही आढळून येईल आणि म्हणूनच जातकामध्ये निश्चितपणे खूपच प्राचीन परंपरा समाविष्ट असल्यामुळे आम्ही त्यांचा पूरक पुरावा म्हणूनच उपयोग केलेला आहे.

मिलिंदपन्हो, दिव्यावदान, महावस्तू, अवदानशतक आणि ललिता विस्तर इत्यादी बहुतांश मौर्योत्तर कालाचे मानले गेले आहेत अशा अन्य बौद्ध ग्रंथांचे कालासंबंधी मात्र फारसा वाद नाही. हे ग्रंथ जरी समकालीन राजस्व पद्धतीसंबंधी फारशी माहिती देत नसले, तरी काही वेळा अन्य साधनांचा त्यांच्या ऐतिहासिक पार्श्वभूमीवरून अर्थ लावण्याच्या कामी आपल्याला साहाय्यभूत होतात.

मौर्योत्तर काळाच्या काही काव्यांचाही आपल्याला उल्लेख करता येईल. प्रामुख्याने ग्रामीण शृंगाराच्या विविध छटांचे वर्णन करणाऱ्या आणि सामान्यपणे सातवाहन राजा हाल याच्या म्हणून समजल्या जाणाऱ्या सातशे प्राव्हत गाथांचा संग्रह हा एक असा ग्रंथ आहे. राजस्व पद्धतीवर जरी तो फारसा प्रकाश टाकीत नसला, तरी ग्रामणीच्या अधिकारात कसकसा बदल होत गेला, हे कळण्यास आपल्याला त्याची मदत होते. कनिष्काचा(१५) समकालीन अश्वघोष याचे बुद्धचरित आणि सौंदरानंदकाव्य हे दोन्ही काव्यग्रंथ असून, दरबारी अलंकार काव्याच्या वर्गात मोडणारेच आहेत. पैकी बुद्धचरित हे बुद्धाच्या प्रत्यक्ष जीवनावर आधारलेले महाकाव्य आहे तर सौंदरानंद हे प्रामुख्याने बुद्ध जीवनाशीच संबंधित असलेल्या परंतु बुद्ध चरित्रात ज्यांना मुळीच स्थान नाही किंवा अगदी थोडे लक्ष ज्यांच्याकडे दिले गेले आहे, असे प्रसंग व कथा विस्ताराने वर्णन करणारे आहे. या ग्रंथात काही ठिकाणी फर आणि बाल यांचा उल्लेख आहे, त्यांचा विचार आम्ही योग्य ठिकाणी केलेला आहे.

---

(१५) विंटरनिटझ्, उपरोक्त, पृ. २५७, टीप - १

प्रस्तुत संदर्भात आपल्याला उपयोगी पडेल, असे तुलनेने मोठ्या संख्येने असलेले गुप्तकाळातील साहित्य उपलब्ध आहे. त्यातील सगळ्यात महत्त्वाचे आहे ते कालिदासाचे. त्याच्या मालविकाग्निमित्र, विक्रमोर्वशीय, अभिज्ञान शाकुंतल, ऋतुसंहार, मेघदूत, रघुवंश आणि कुमारसंभव यांच्याविषयी नव्याने काही सांगण्याची आवश्यकताच नाही. हे ग्रंथ प्रामुख्याने सुबत्ता आणि समृद्धीच्या स्थितीचेच वर्णन करतात आणि लोकांच्या आर्थिक जीवनाच्या माहितीसाठी उपयुक्त ठरतील असे उल्लेखही त्यात आहेत. विशाखादत्ताचे मुद्राराक्षस आणि शूद्रकांचे मृच्छकटिक आपल्या विषयाच्या माहितीत आणखी भर घालतात.

वर उल्लेखिलेल्या साधनांचे शिवाय आम्ही अन्य कितीतरी शास्त्रीय ग्रंथांतून वारंवार माहिती मिळविलेली आहे. ख्रि. पू. दुसऱ्या शतकातील पतंजलीचे महाभाष्य हे पाणिनीच्या अष्टाध्यायावरील भाष्य आणि म्हणूनच राजस्वासंबंधीच्या इतिहासाच्या पुनर्रचनेला ते फारसे उपयोगी पडेल, अशी अपेक्षा जरी करता येत नाही, तरी काही ठिकाणी आम्ही त्याचा उपयोग केलेला आहे. गुप्तकाळात मोडणारे वात्स्यायनाचे कामसूत्र प्रामुख्याने हिंदू कामजीवनाची चर्चा करते, तरी हिंदूंच्या समाजजीवनाच्या बऱ्याच अंगांनाही ते स्पर्श करते आणि शासनाच्या राजस्वाचे एक महत्त्वाचे साधन ठरणाऱ्या वेठबिगारीचे पद्धतीवर थोडा प्रकाश टाकते. वराहमिहिराची *(इ. ५०५ ते ५८७)* बृहत्संहिता म्हणजे ज्योतिषावरील एक अत्यंत शास्त्रीय ग्रंथ पण तरी त्यात समकालीन करपद्धतीच्या परिणामासंबंधी थोडी उपयुक्त माहिती आढळते. या प्रकारातील सगळ्यात महत्त्वाचा जो अमरकोश या लोकप्रिय नावाने ओळखला जातो तो 'नामलिंगानुशासन' हा ग्रंथ होय. हा शब्दकोश गुह्यकाळात केव्हातरी रचलेला आहे. राजस्वासंबंधीच्या काही संज्ञांचा अर्थ लावण्याच्या संदर्भात आम्ही याचा चांगला उपयोग करून घेतलेला आहे.

परदेशियांचे प्रवासवृत्तही आपले लक्ष वेधून घेण्याच्या योग्यतेचे आहे. मेगॅस्थिनिससारखा एखादा राजदूत या काळात राजकीय कामगिरीसाठी आल्याचे माहिती नाही पण दुसऱ्या चंद्रगुप्ताचे कारकिर्दीत आलेल्या आणि मध्य प्रदेशात इ. ४०५ ते ४११ पर्यंत भेट दिलेल्या फाहियान या चिनी प्रवाशाचा वृत्तान्त या अभ्यासाचे दृष्टीने थोडा महत्त्वाचा आहे. तो धार्मिक यात्रेसाठी भारतात आल्यामुळे त्याने देशाच्या सर्वसामान्य स्थितीबद्दल काही सांगितलेले नाही. आणि त्याने जे काही थोडेफार सांगितले आहे, त्यातील काही भाग चुकीचा आहे. उदाहरणार्थ, बौद्धधर्माला महत्त्वाचे स्थान होते हे त्याचे विधान विश्वासार्ह वाटत नाही. नाणी आणि अभिलेखांचा पुरावा सांगतो की, राज्यकर्ते बौद्ध नव्हते. बौद्धधर्माच्या

भरभराटीचा सुवर्णक्षण[१६] उलटूनही बराच काळ लोटला होता. विविध विहारात अध्ययन करण्यातच फाहियानने बहुधा बराचसा काळ व्यतीत केलेला असावा आणि देशातील दैनंदिन जीवनासंबंधी काही माहिती करून घेतली नसावी हे त्याच्या चुकीच्या निरीक्षणावरून स्पष्ट होते. गुप्तकाळात मद्यपान होत नसे अशा प्रकारचे विधान निश्चितपणे मिथ्या निवेदनाचा प्रकार आहे. तेव्हा फाहियानचा वृत्तान्त अन्य भारतीय साधनांशी पडताळून पाहिल्याशिवाय खरा म्हणून स्वीकारता येत नाही. हर्षवर्धनाच्या काळी या देशाला भेट देणाऱ्या युवान चांगच्या वृत्तान्तालासुद्धा हे विधान तितकेच लागू पडते.

प्रस्तुत ग्रंथासाठी सर्वाधिक भर काही अपवाद सोडले, तर ज्यांचे स्थळकाळ जवळजवळ निश्चितच झालेले आहे, अशा अभिलेखांवर दिलेला आहे. तरीसुद्धा, उत्तर भारतातील मौर्योत्तर व गुप्तकालीन उपलब्ध अभिलेखातील माहिती आपल्यापुढे निर्माण होणाऱ्या प्रश्नांची उत्तरे देण्यास पुरेशी नाही. मौर्योत्तर काळातील वायव्य भारतातील खरोष्ठीतील शक-कुषाणाचे वृत्तान्त आपल्या फारशा उपयोगाचे नाहीत.

त्याचप्रमाणे कुषाणांच्या काळच्या मथुरेच्या प्रदेशातील अभिलेखातून भूमिदानाचे उल्लेख नसल्यामुळे त्या काळच्या राजस्वाच्या इतिहासाच्या पुनर्रचनेसाठी ते ठोसपणे उपयोगी पडत नाहीत. राजस्व अधिकारी व विभाग आणि राजस्वाची साधने यांचा उल्लेख असलेली भूमिदानपत्रे अगदी उत्तर हिंदुस्थानापर्यंत पसरलेल्या सातवाहनांचे राज्यात पहिल्यांदा मिळतात. जेथे दक्षिण व उत्तर भारत परस्परांत मिसळतात तो सातवाहनांचा शासन भाग होता आणि म्हणून उत्तर भारतात अस्तित्वात असलेली राजस्वाची स्थिती लक्षणीय प्रमाणात सातवाहनांच्या भूमिदानपत्रातून बहुधा प्रतिबिंबित होते.

पुढे गुप्तकाळात पूर्वभारतातून अनेक भूमिदानपत्रे आपणास मिळतात तरी वाकाटकांच्या, परिव्राजक महाराजांच्या आणि मैत्रकांच्या राज्यातील त्यांची संख्या अधिक आहे. वाकाटकांचे राज्य मध्यभारताच्या, पश्चिम-दख्खनच्या आणि थोड्या गुजरातच्या भागावर असल्यामुळे विंध्याच्या पलीकडेपर्यंत विस्तारले होते आणि परिव्राजक महाराजांनी मध्यभारताच्या काही भागावर राज्य केले होते. वलभीच्या मैत्रकांनी संपूर्ण सौराष्ट्र प्रदेशावर आणि खुद्द गुजरातच्या काही भागावर राज्य केले. तेव्हा, आपण फक्त निव्वळ उत्तर भारताशी संबंधित अभिलेखच विचारात घेतले असे नसून दख्ख नच्या उत्तरेकडील अभिलेखांचाही विचार

---

(१६) मैती, उपरोक्त, पृ. ६

केला आहे. आपल्या साधनांत या अभिलेखांच्या समावेशामुळे राजस्वाचा सलग इतिहास मांडणे शक्य झाले आणि राजकोषीय संगठनात असलेल्या काही स्थानिक फेरबदलाचे अधिमूल्यन आपण करू शकलो.

आपल्या अभ्यासाची बहुतेक साधने जरी आधीच्या विद्वानांनी हाताळली असली, तरी आम्ही त्यांच्यावरील भाष्य आणि परस्परसंबंध मौर्योत्तर व गुप्तकालीन राजस्व पद्धतीचे स्पष्ट आणि यथार्थ चित्र मांडले जाईल अशा पद्धतीने दाखवण्याचा प्रयत्न केला आहे. या काळाच्या राजकोषीय संगठनातील प्रमुख वैशिष्ठ्ये दाखविण्याचा प्रयत्न केलेला आहे.

राज्याच्या राजस्वाच्या साधनांची आणि त्यांच्या शासनासंबंधीच्या यंत्रणेची शक्य तेथे आधिच्यांशी सांगड आणि त्यांचेपासूनचा वेगळेपणा दाखविण्याचा आमचा उद्देश आहे.

✤

प्रकरण दुसरे

जमिनीची मालकी आणि करासंबंधी राजाचा अधिकार

प्राचीन भारतातील राज्याच्या कराविषयीच्या धोरणाच्या आकलनासाठी जमिनीच्या संबंधात राजाचे स्थान काय होते हे विचारात घेणे आवश्यक ठरते. दुसऱ्या शब्दांत सांगायचे, तर जमीन ग्रामपंचायतीच्या मालकीची की व्यक्तीच्या खासगी मालकीची की राजाच्या स्वत:च्या मालकीची होती हे पहावे लागेल.

कॅपबेल[१] आणि मेन[२] यांच्या मते गावातील पारंपरिक जाती जमिनीवर संयुक्तपणे मालकीहक्क बजावीत असत. फ्लीटने द्वितीय धरसेनच्या[३] मालिय ताम्रपटाचा अर्थ एका विशिष्ट प्रकारचे सहकारी स्वामित्व सुचवील अशा पद्धतीने लावलेला आहे. ह्या दानपत्रात शिवकपद्रक येथील शंभर पदावर्तजमिनीची मालकी बोतक[४] या व्यक्तीची आहे अशी नोंद आहे. एच. एच. विल्सनच्या[५] मताप्रमाणे पदर *(म्हणजेच पद्र)* म्हणजे संयुक्त मालकीची जमीन, किंवा खेड्याजवळची पडित जमीन. या आधारावरच फ्लीटने पद्रकाचा अर्थ सांगून मालकीची जमीन असा घेतला आहे. पण पद्रकाचा हा अर्थ फारसा पटणारा नाही असे वाटते. पण पद्र हा अनुप्रत्ययच मुळी पद या मूळ धातूपासून सिद्ध झालेला आहे. त्याचा अर्थ खेडे किंवा खेड्यातील रस्त्याला लागून असलेली वसतीची जागा, पृथ्वी वा विषय[६] असा होतो. सांकलिया[७] यांनी असे दाखवून दिले आहे की, इ. १८१ च्या एका[८] क्षयण अभिलेखामध्ये रसोपद्रग्राम असा उल्लेख आढळतो. ते पुढे असे म्हणतात की नंतरच्या काळातील तैकुटक, कटचुरी, वलभीचे मैत्रक,

---

(१) कॅपबेल, मॉडर्न इंडिया (लंडन १८५२) पृ. ९२ (२) एच. एस. मेन, व्हिलेज कम्युनिटिज इन इस्ट ॲण्ड वेस्ट (लंडन, १८९०) पृ. ९१-९४. (३) कॉ. इं. इं. तीन, नं. ३८, पृ. १७० आणि टीप, ३ (४) कित्ता, दोन २२-२६ (५) एच. एच. विल्सन, ग्लॉसरी, पृ. २८६ (६) मोनिअर विल्यम्स्, संस्कृत-इंग्लिश डिक्शनरी, एस. व्ही. पद्र. (७) सांकलिया, स्टडीज इन दि हिस्टॉरिकल अँड कल्चरल जाग्रफी अँड एथनॉलॉजी ऑफ गुजरात, पृ. ५१ पाह. के. एम. गुप्त 'हॅन्ड सिस्टिम इन अकार्डन्स विथ एपिग्राफिक इव्हिडन्स' आय. ए. ५१, पृ. ७३ (८) सिले. इन्स्क्रिप्शन्स, पृ. १७०, एक ४.

इत्यादींच्या अनेक अभिलेखात ग्राम याबरोबरच पद्र आढळते. त्यामुळे पद्र हे ग्रामसूचक नसून ते ग्रामाचा एक भाग झाले आहे. विशेषनामाला पद्र हा अनुप्रत्यय लावला, तर गावाच्या क्रोशीतील किंवा गावातील एखादा वसतीचा भाग किंवा गावाकडे जाणाऱ्या रस्त्यावरील भाग असा त्याचा अर्थ होतो. म्हणून आमच्या मते द्वितीय धरसेनाच्या मालिय ताम्रपत्रातील शिवक याला जोडलेल्या पद्रक या प्रत्ययामुळे संयुक्त मालकीहक्क सूचित केला जात नाही. शिवाय त्या दानपत्रातच शिवपद्रकातील जमीन ही बोतक याच्या मालकीची असल्याचा उल्लेख आहे. जर पद्रक म्हणजे संयुक्त मालकीची जमीन असा अर्थ होत असेल, तर दानपत्रात उल्लेख केल्याप्रमाणे जमिनीची मालकी एखाद्या व्यक्तीची कशी होईल?

शिवाय पूर्वबंगालातील[९] रूढीनुसार धार्मिक व्यवहारासाठी होत असलेल्या जमिनीच्या हस्तांतरणावरून रर्जिटरने गुप्तकाळात कुठल्यातरी प्रकारची संयुक्त मालकी होती असे दाखवण्याचा प्रयत्न केला आहे. या दानपत्रातून एक लक्षणीय गोष्ट कळते ती अशी की जिल्ह्यातील प्रमुख व्यक्तीच्या तसेच सामान्यजनांच्या *(प्रकृतय)*[१०] संमतीनंतरच जमीन विकत घेता येत असे. बसक प्रतिपादतो, 'जमीन राजाच्या मालकीची असते असे आपण गृहीत धरले, तर प्रांत वा जिल्ह्याच्या लोकप्रतिनिधींच्या महत्तर व व्यवहारीनच्या[११] आणि काही वेळा सामान्यजनांच्यासुद्धा संमतीशिवाय किंवा मान्यतेशिवाय तिचे हस्तांतरण का होऊ नये?'[१२] ह्या प्रश्नांना असे उत्तर दिले जाऊ शकते की, ह्या जमिनी राज्याच्या मालकीच्या नसून, त्या सगळ्या गावाच्या किंवा ग्रामपंचायतीच्या मालकीच्या असत आणि म्हणून त्यांच्या संमतीशिवाय किंवा मान्यतेशिवाय त्यांचे हस्तांतरण घडत नसे. बसकच्या दृष्टिकोनाला मजुमदारांचाही[१३] दुजोरा आहे. मात्र, बसकचे प्रतिपादन मान्य होण्यासारखे नाही, कारण जमिनीच्या हस्तांतरणाची घटना व नवीन मालकाच्या नावाची नोंद या गोष्टींचा संपूर्ण गावाशी संबंध असतो आणि म्हणूनच प्रमुख व्यक्तींच्या द्वारे संपूर्ण गावाची संमती महत्त्वाची समजली जात असे. त्याशिवाय, शेजारी व वृद्धजन यांचे सीमेसंबंधीच्या वादातील महत्त्व स्मृतींनी मानलेले आहे. मनूचा आदेश असा की शेतांच्या, विहिरींच्या, तलावांच्या, बागांच्या *(मळ्यांच्या)* आणि घरांच्या

(९) आय. ए. ३९, पृ. २१४ (१०) दि कॉपरप्लेट इन्स्क्रिप्शन ऑफ धर्मादित्य, आय. ए. ३९, पृ. १९५ (११) व्यवहारीन् या शब्दाचे भाषांतर व्यापारी असे करतात, ते चुकीचे आहे. (१२) अे.एम.एस.आय.व्ही. तीन, भाग २, पृष्ठे ४८६-४८७ (१३) मजुमदार, कॉर्पोरेट लाईफ इन एन्शंट इंडिया (कोलकाता, १९२२) पृ. १८६

सीमेसंबंधीचे निर्णय शेजाऱ्यांचे[१४] साक्षीवर अवलंबून असावेत. याज्ञवल्क्य स्मृतीतही एके ठिकाणी[१५] अशाच अर्थाचे विधान आलेले आहे. त्याचप्रमाणे स्थावर मालमत्तेसंबंधीच्या सर्व किंवा सीमेसंबंधीच्या सर्व भांडणाचे निर्णय, शेजाऱ्यांनी त्याच गावातील व खेड्यातील रहिवाशांनी, त्याच जमातीतील इतर लोकांनी आणि खेड्यातील वयस्क लोकांनी द्यावेत, असे नारद म्हणतो.[१६] बृहस्पतीसुद्धा[१७] सीमेसंबंधीच्या वादाच्या निवाड्यासाठी शेजाऱ्याचे महत्त्व मान्य करतो. मात्र साक्षीदार आणि सीमारेषा ह्याच चुकीच्या असतील तर दोन्ही पक्षाला मान्य[१८] असलेला एखादा मनुष्य सीमा निश्चित करू शकतो, असे त्याचे म्हणणे आहे. कात्यायन म्हणतो की जेव्हा दोन माणसांत शेती, घरे, तलाव, विहिरी, मळे आणि संबंध यांच्यासंबंधात वाद उद्‌भवतो तेव्हा सीमेवर राहणाऱ्या शेजाऱ्यांची साक्ष म्हणजे या सगळ्या वादातील निर्णायक घटक समजला जावा.[१९] तो पुढे म्हणतो की साक्षी उपलब्ध होत नसतील तर, सामन्त *(शेजारचे खेडूत)*, मौल *(आधी सामंत असलेले पण नंतर दुसऱ्या देशांत गेलेले)* वृद्ध आणि उद्‌धृत हे निर्णय घेऊ शकतात.[२०] शेजारी व वयस्क नागरिक यांचे स्थान महत्त्वाचे मानले जाण्याचे कारण म्हणजे त्यांना कदाचित वादग्रस्त जमिनीच्या मालकीहक्कासंबंधीची, सीमेबद्दलची चांगली माहिती असते हे होय. त्यामुळे ग्रामवृद्ध व सामान्यजन यांचा जमिनीच्या विक्रीसंबंधीच्या व्यवहारात सल्ला घेतला गेल्याचा उपरोक्त दानपत्रातील उल्लेख अवाजवी नाही. आणि आमच्या मते उपरोक्त अभिलेखातील हस्तांतरणाचा उल्लेख जातीची मालकी सुचवीत नाही.

तथापि, ज्यामध्ये भूमीच्या संयुक्त स्वामित्वासंबंधी पुरावे आढळतात, असे काही अभिलेख आहेत. नाशिक विभागातील मौर्योत्तर काळातील एक अभिलेख[२१] आहे. त्यात 'नाशिक्का' नी एका गावाची देणगी दिल्याची नोंद आहे. 'नासिक्क' शब्दाचा अनुवाद 'नासिकचे लोक' असा करता येतो. 'नासिक्क' म्हणून उल्लेखिलेल्या देणगीदारांच्या समूहाकडून ज्या अर्थी गावाची देणगी दिली गेली आहे, त्या अर्थी ते

---

(१४) मनु. आठ, २६२ (१५) याज. दोन, १५४ (१६) नारद, अकरा २ (१७) बृहस्पति, एकोणीस २६ (१८) कित्ता (१९) कात्यायन, श्लोक ७३४ (२०) कित्ता, श्लोक ७३७ (२१) लूडर्स यादी क्र. ११४२, तुलनेसाठी पाहा : स्वामिराजाचा नगरधनी पट्टक (ए. इं. २८ क्र. १, ११.४-८) माहुतांच्या एका निगमाने भूमिदान केल्याचा उल्लेख यात आहे. पण निगम किंवा सरकारी समाजाने बजाविलेला स्वामित्वाचा अधिकार, हा वरच्या उदाहरणातल्यासारखाच असणे आवश्यक आहे, असे नाही.

लोक त्या गावावर संयुक्त स्वामित्व बजावीत असण्याची शक्यता आहे. दुसऱ्या एका अभिलेखानुसार 'आम्रकार्दव' नावाच्या देणगीदाराने 'पाचजणांच्या मंडळीसमोर प्रणिपात करून *(पश्चमण्डल्या प्रणिपत्य)* 'ईश्वरवासच' नावाच्या गावाचे दान केले.[२२] प्रणिपात करून त्याने पाचजणांची संमती प्राप्त करण्याची इच्छा केली असे दिसते. फ्लीटच्या मते एखाद्या विवादाचा निर्णय देण्यासाठी साक्षीसाठी किंवा एखाद्या महत्त्वाच्या कृत्याला मंजुरी देण्यासाठी आधुनिक काळात गावातील पाच *(किंवा त्यापेक्षा जास्त)* लोकांची जी न्यायसभा आमंत्रित केली जाते व जिला पंचाईत किंवा पंच म्हटले जाते, तीच ह्या काळातील 'पंचमंडळी' होय. पूर्वीच्या सामूहिक स्वामित्वाच्या (Communal ownership) प्रथेतून अवशिष्ट अशी ही पद्धती दिसते.[२३] असे समजावयास हरकत नाही. जमिनीच्या देवघेवीच्या व्यवहारात वडीलधाऱ्यांची संमती घेतली जात असल्याचा उल्लेख पूर्वबंगाल राज लेखात आहे.[२४] ही प्रथा म्हणजे प्राचीन काळच्या जमातीत अस्तित्वात असलेल्या सार्वजनिक *(सामान्य)* स्वामित्वाचे (Communal ownership) उर्वरित रूपच होते असे म्हणता येईल, पण कोठल्याही परिस्थितीत आपणास प्रस्तुत असलेल्या कालखंडामध्ये तो केवळ एक उपचारच राहिला होता.

स्मृति किंवा धर्मशास्त्र यावरील ग्रंथांमध्ये सार्वजनिक स्वामित्वासंबंधी प्रत्यक्ष पुरावा उपलब्ध नाही. पण त्यात व्यक्तिगत शेती किंवा धारकता *(एक व्यक्ती शेतीची मालक असणे)* व भूमीची वहिवाट *(भूमीपासून प्राप्त संपदेचा उपभोग व्यक्तीने घेणे)* ह्यासंबंधीचे उल्लेख वारंवार येतात. जमिनीच्या खासगी मालकीच्या प्रारंभाचे मूळ जमिनीचा पहिला ताबा घेण्याच्या कल्पनेमध्ये सामावलेले आहे.[२५] मनूच्या पुढील प्रसिद्ध वचनात हेच सांगितलेले आहे, 'ज्याने शेतीची सर्वात आधी निंदणी *(साफसफाई)* केली, तो त्या शेताचा मालक होय आणि ज्याने हरिणाला प्रथम जखमी केले, त्याचे हरीण होय'[२६] ज्या वेळी जमिनीचा तुटवडा नव्हता, त्या काळच्या विकासाच्या अवस्थेचा संदर्भ बहुधा मनूच्या सूत्रात असावा. अर्थात जमिनीचा तुटवडा पडावा इतका लोकसंख्येचा भार जमिनीवर पडलेला नव्हता. अशा प्रकारची परिस्थिती देशाच्या काही विशिष्ट भागांमध्ये अस्तित्वात होती, हे अनुमान 'मिलिन्दपन्हो'[२७] मधील एका वाक्यांशावरून करता येते. त्यात उल्लेख आहे की, 'असा मनुष्य जो

---

(२२) सांची शिलालेख द्वितीय चन्द्रगुप्त, वर्ष १९३ वे का. इं. इं. तीन, नं. ५, १.६ (२३) कित्ता पृ. ३२ टीप - ५ (२४) मागे पाहा. (२५) मनु - नऊ ४४ (२६) कित्ता (२७) मिलिन्द, पृ. २९

जंगल, झाडेझुडुपे साफ करतो व जमीन लागवडीसाठी योग्य व्हावी म्हणून पुढील उपाय करतो.' स्पष्टच आहे की देशाच्या ज्या भागांत जमिनीचा तुटवडा नव्हता त्या ठिकाणी कोणत्याही प्रकारचे वैधानिक प्रमाणपत्र नसताना *(Legal Title ती व्यक्ती त्या जमिनीची मालक असण्याबद्दल लिखित कायदेशीर प्रमाणपत्र)* सुद्धा कोणत्याही प्रकारचा अडथळा न येता भूमीचा उपभोग घेता येणे शक्य होत असावे. पण अशा प्रकरणामध्ये कब्जा वा अधिकार हा स्थायी अधिकाराच्या कल्पनेपेक्षा मूलतः भिन्न होता. (२८)

देशाच्या ज्या भागामध्ये परिस्थिती किंचित सुधारल्यामुळे जमिनीची मागणी वाढली होती, त्या ठिकाणी मनूचा 'हरीण व भूमी' यांचा दृष्टान्त अमान्य ठरला. सर्वात आधी घेतलेला ताबा ही आता कायदेशीर कब्जाची कसोटी मानली जाईनाशी झाली. म्हणून स्मृतिकारांनी भूमीच्या वैध प्राप्तीची दुसरी पद्धती सुचविली. कोणत्याही प्रकारचा विरोध किंवा अडथळा न येता ज्याने तीस वर्षांच्या अवधीपर्यंत जमिनीवर ताबा कायम ठेवला, त्याला त्याच्या त्या संपत्तीपासून वंचित करता येणार नाही, असे बृहस्पतीचे मत आहे. (२९) त्या जमिनीच्या पूर्वीच्या मालकाने जर ह्या कालखंडात जमिनीच्या बाबतीत काही हालचाल केली नाही, तर तो स्वाभाविकपणेच ती जमीन गमावीत असे. हाच स्मृतिकार पुढे असेही म्हणतो की तीन पिढ्यांपर्यंत संपत्तीचा उपभोग घेतला जाऊन चौथ्याही पिढीच्या ताब्यात ती संपत्ती आली, तर मग तो कायदेशीर कब्जा ठरत असे व त्यासाठी प्रमाणपत्राची आवश्यकता नव्हती. (३०) नारदाचाही याच आशयाचा एक उतारा देता येईल.(३१)

भूमीवर दीर्घकाल वहिवाटीचा अधिकार असणे ही जरी स्वामित्वाची कसोटी मानली गेली तरी स्वतः विधिपंडितांनीसुद्धा त्यात न्यून आहे त्या गोष्टीवर बराच भर दिला आणि वैध प्रमाणपत्राशिवाय स्वामित्व प्राप्त होऊ शकत नाही, असा निर्देश दिला. याज्ञवल्क्य (३२) म्हणतो ती स्पष्ट प्रमाणपत्र *(आगमेन विशुद्धेन)* असले तरच त्यामुळे केल्या गेलेल्या भूमीच्या वहिवाटीला *(भोग)* वैधता प्राप्त होते. प्रमाणपत्रा *(मालकीपत्रा)* शिवाय केली गेलेली वहिवाट अवैध आहे. बृहस्पतीचाही दृष्टिकोन (३३) ह्यासारखाच आहे. नारद (३४) अशी पुरवणी जोडतो की कोणत्याही प्रकारच्या वैध

---

(२८) व्हिनीग्रॅडॉफ, हिस्टॉरिकल जुरिसप्रूडन्स-एक-पृ. ३२८ (२९) बृहस्पति, सात, २७-२८ (३०) कित्ता, - ५४, ६० (३१) नारद - एक - ९६ (३२) याज्ञ. - दोन २८ (३३) बृहस्पति, सात - २४-२६, ३० (३४) नारद, - एक ८६-८७

प्रमाणपत्राशिवाय वा कायदेशीर प्रमाणपत्र पत्राशिवाय जो जमिनीवर मालकी सांगू पाहतो, त्याला चोरच समजावे. आणि चोराला देण्यात येणारी शिक्षा त्या प्रदेशाच्या शासकाने अशा व्यक्तीला ठोठवावी. जरी नारद आणि बृहस्पतीने वरील मत व्यक्त केले आहे, तरी दोघेही आपल्याच मताचा प्रतिवाद करतात असे मैतीने [३५] निदर्शनास आणून दिले आहे. कारण दोघेही भूमीच्या दीर्घकालीन वहिवाटीला स्वामित्वाचा पुरावा मानतात.[३६] पण मैती ज्याला प्रतिवाद मानतो, तो वस्तुतः प्रतिवाद नाही कारण त्याचे स्पष्टीकरण अगदी सहज देता येते. देशातील जे भाग विकसित नव्हते, त्या ठिकाणी भूमीचा साधा दीर्घकालीन अधिकार ही स्वामित्वाची कसोटी म्हणून प्रचलित असावी, अशी बहुधा स्मृतिकारांची धारणा असावी. पण त्याच काळात ज्या ठिकाणी समाज तुलनेने अधिक प्रगत होता, त्या ठिकाणी वैध प्रमाणपत्र आवश्यक मानले जात होते.

संपत्ती प्राप्त करण्याच्या ज्या विभिन्न पद्धती स्मृतिकारांनी सुचविल्या आहेत, त्यावरून प्राचीन भारतीयांना भूमीची वैयक्तिक धारकता *(व्यक्ती जमिनीची मालक असते)* माहीत होती असे सिद्ध होते. आपण ज्या काळाचे अध्ययन करीत आहोत, त्यापूर्वीच्या काळात गौतम होऊन गेला. त्याने [३७] असा निर्देश दिला आहे की वडिलोपार्जित वारसा, कथ *(खरेदी)*, हिस्सेवाटणी, स्वीकृती व उपपत्ती *(न्यायालयात सिद्ध होणे)* इतक्या मार्गांनी मनुष्य *(संपत्तीय)* स्वामी होतो. त्याचप्रमाणे मनूसुद्धा [३८] संपत्ती प्राप्त करण्याचे सात वैध मार्ग सांगतो. ते असे, वडिलोपार्जित वारसा, उपपत्ती किंवा मित्रकृत देणगी, खरेदी, जिंकून घेणे, व्याजाने कर्जाऊ देणे, सेवावृत्तीतून आणि सद्‌गृहस्थांकडून भेट म्हणून स्वीकारणे. नारद असे प्रतिपादतो की वडिलोपार्जित वारशाने मिळालेली संपत्ती, स्नेहवश दिले गेलेले उपहार [३९] आणि पत्नीच्या बरोबर आंदण म्हणून *(हुंड्याच्या रूपाने)* मिळालेल्या वस्तू म्हणतात, 'काही तज्ज्ञांच्या दृष्टीसमोर वस्तूंचे स्वामित्व आहे. तर अन्य तज्ज्ञ या वस्तूंच्या स्वामित्वावरून स्वामित्वाची सर्वसाधारण कल्पना करतात. तथापि, दोन्ही प्रकारातून हाच अर्थ सूचित होतो की, स्वामित्वाची आवश्यक पात्रता *(जसे-विक्री, देणगी आणि मृत्युपत्रान्वये दान)* आणि संपत्तीचा कब्जा ह्या दोन गोष्टींची सांगड घातली जावी.

---

(३५) मैती - उपरोक्त पृ. १२ (३६) मागे पाहा. (३७) गौतम - दोन - १ (३८) मनु - दहा ११५ (३९) नारद - एक ५१-५४

ह्या ठिकाणी विधिपंडितांनी संपत्तीच्या प्राप्तीचा एक सामान्य प्रकार सांगितला आहे. जमिनीचा त्यात विशेषत्वाने उल्लेख नाही. त्यावरून कोणी असा युक्तिवाद करेल की, वर उल्लेखिलेल्या उपायांनी जर भूमी प्राप्त केली गेली, तर त्यासंबंधीची मान्यता विवाद्य ठरेल; पण ज्या काळाची अर्थव्यवस्था मुख्यत्वे करून कृषीवर आधारित होती, त्या काळाच्या बाबतीत संपत्ती ह्या सामान्य शब्दाद्वारे स्मृतिकारांना भू-संपत्ती हा अर्थ अभिप्रेत असला पाहिजे. शिवाय बृहस्पतीने [४१] स्पष्टपणे सांगितले आहे की, अचल *(स्थावर)* संपत्ती सात प्रकारांनी प्राप्त केली जाऊ शकते. विद्या किंवा विछदता, खरेदी, गहाण ठेवणे, पराक्रम, विवाह, वडिलोपार्जित वारसा आणि निपुत्रिक नातेवाइकांच्या संपत्तीचा उत्तराधिकारी होणे. बृहस्पतीने *(दस्तऐवजांचे)* (Documents) सात विभागांमध्ये वर्गीकरण केले आहे. त्यामधील दोन संबंध *(दस्तऐवजांचा)* भू-संपत्तीची देणगी व विक्री ह्यांच्याशी आहे, हीसुद्धा एक तितकीच महत्त्वाची गोष्ट आहे. [४२] ह्यावरून असे दिसून येते की, जमिनीची वैयक्तिक मालकी ही गोष्ट चांगलीच प्रचारात होती आणि भूमिधारकाला आपल्या भूमीचा स्वेच्छेने उपभोग घेण्याचा सर्वसाधारण अधिकार होता. [४३]

आता अभिलेखांमधील पुराव्याकडे वळूया. कारण त्या विशिष्ट कालखंडात प्रचलित असलेल्या पद्धतींचे विश्वासार्ह प्रतिबिंब त्यामध्ये आढळते, असे मानावयास हरकत नाही. मुगुदास [४४] नावाच्या कोण्या मनुष्याने एका शेताची देणगी दिल्याची नोंद नाशिकच्या एका अभिलेखात आहे. त्याच ठिकाणच्या आणखी एका अभिलेखात [४५] उषवदात नावाच्या व्यक्तीने जमिनीची देणगी दिल्याचा उल्लेख आहे. त्याने ती जमीन एका ब्राह्मणाकडून विकत घेतली होती. जमिनीच्या खासगी हस्तान्तरणाची आणि खासगी व्यक्तींच्या ताब्यात असलेल्या शेतजमिनीच्या लहान तुकड्यांच्या देणगीची महत्त्वपूर्ण उदाहरणे जुन्नरच्या अभिलेखामध्ये [४६]

---

(४०) घोषाल-दि ॲग्रिरियन सिस्टिम इन अेन्शंट इंडिया, पृ. ८७ (४१) बृहस्पति - सात २३ (४२) कित्ता - आठ ६-७ (४३) तुलनेसाठी पाहा - बुद्धघोषाच्या मते ज्या संपत्तीच्या बाबतीत दुसऱ्या व्यक्तीला तिच्या इच्छेप्रमाणे काहीही करण्याची स्थिती येऊन ठेपली आहे आणि त्या व्यवहारामुळे त्या व्यक्तीला शिक्षाही होत नाही व ती दोषीही मानली जात नाही, अशा वेळी ती संपत्ती (आधीच्या व्यक्तीची न राहता दुसऱ्या व्यक्तीची होते. पाहा - दि एक्स्पोझिटर) अठ्ठासालिलीनीचा भाग-तीन कृतअनुवाद पृ. १२९ (४४) लूडर्स, लिस्ट नं. ११३० (४५) ए. इं. आठ नं. ८ (१०), १.४ (४६) लूडर्स लिस्ट नं. ११६३, ६७ कोणत्या एका पलप नावाच्या व्यक्तीने पुवनद ग्रामातील १५ निवर्तने मोजमाप असलेले एक शेत देणगी म्हणून दिल्याचा उल्लेख यातील एका अभिलेखात आहे. (आ.स.वे. इं. वार - पृ. ९६, नं. २०)

आढळतात. पण भूमिदानाचे हे विलेख धार्मिक कारणे सोडून इतर लौकिक व्यवहाराच्या संबंधात नाहीत. किंवा लौकिक कारणासाठी विक्री वा हस्तांतरण केल्याचा त्या कालखंडातील एकही विलेख आज अस्तित्वात राहिलेला दिसत नाही. धार्मिक कारणाव्यतिरिक्त इतर कारणाने केलेल्या जमिनीच्या विक्रीची किंवा दिलेल्या देणगीची नोंद मिळत नाही, ह्याची दोन कारणे संभवतात. एक तर स्वत:च्या जमिनीची विल्हेवाट लावण्याचा हक्क प्रत्येकाला आहे, ही गोष्ट विधिपंडितांनी जरी तत्त्वत: मान्य केली होती, तरी प्रत्यक्ष व्यवहारात तो अधिकार धार्मिक अनुदान व देणग्यांपुरताच मर्यादित होता, किंवा धर्माव्यतिरिक्त इतर लौकिक व्यवहारासंबंधी केलेली विक्रीपत्रे किंवा हस्तांतरणाचे विलेख काळाच्या तडाख्यातून बचावले नाहीत कारण बहुधा ते भूर्जपत्र वा कापड ह्यासारख्या कालांतराने नष्ट होणाऱ्या सामग्रीवर लिहिले गेले असावेत. [४७]

तरीसुद्धा ह्या सर्वांवरून खाजगी मालकी [४८] पूर्ण रूपाने अस्तित्वात होती असा निष्कर्ष काढता येणार नाही. कारण खागजी मालकीचा विस्तार मर्यादित केलेला होता, असे दिसते. राज्याच्या अधिकारामध्ये अपरिमित वृद्धी झाल्यामुळे भूमिधारकांच्या आपल्या भूमीवरील अधिकारावर फार मोठी मर्यादा पडली होती, असे म्हणता येते. मौर्यांच्या काळातच भारतीय उपखंडातील फार मोठ्या भागात लोकांना राजसत्तेच्या अधिकाराचा अमर्यादपणा तीव्रतेने जाणवू लागला होता, आणि जरी मौर्योत्तर काळात थोडेफार राजकीय विकेंद्रीकरण होण्यास प्रारंभ झाला होता, तरी राजपद ह्या संस्थेला *(राजा ह्या पदवीला दैवत्त्व प्राप्त होऊ लागले होते. राजाला परमेश्वरी अंश मानण्यात येऊ लागले होते. (२१ ब्राह्मी) लूडर्स सूचीप्रमाणे (व ३ खरोष्ठीप्रमाणे (कोनाच्या सूचीप्रमाणे) ह्या अभिलेखातील* [४९] उल्लेखावरून असे अनुमान काढता येणे शक्य आहे की मौर्योत्तर काळात कुषाण राजांनी स्वत:स 'देवपुत्र' ही उपाधी लावून घेतली होती. जवळजवळ समकालीन असलेल्या 'सुवर्ण प्रभासोत्तमसूत्र' ह्या महायान बौद्ध ग्रंथात वरील उपाधीचा उपयोग करण्याचे सैद्धान्तिक सामर्थ्य प्राप्त होते. त्याला अनुसरून राजामध्ये राजभाव निर्माण करण्यासाठी ३३ देवता अंशदान करीत असत. [५०] जरी धर्मशास्त्र किंवा स्मृतिग्रंथ राजासाठी 'देवपुत्र' *(देवाचा पुत्र)* ह्या

---

(४७) संदर्भासाठी पाहा - हिस्ट्री ऑफ धर्मशास्त्र. खंड तीन, पृ. ३०८ (४८) खासगी मालकीच्या पक्ष मांडणाऱ्या आणखी युक्तिवादासाठी पाहा - जयस्वाल, हिंदु पोलिटी (बंगलोर १९५५) पृ. ३२९ जयस्वालांच्या युक्तिवादावरील टीकेखाली पाहा - घोषाल इंडियन हिस्टोरिओग्राफी पृ. १५८ - १६६ (४९) आर. एल. शर्मा - पोलिटिकल आयडियाज अँड इन्स्टिट्यूशन्स, पृ. १७४ (५०) ज. ए, १९३४ पृ. ३-४

संज्ञेचा उपयोग करीत नाहीत, तरीही मनू म्हणतो की प्रत्येकी आठ देवांच्या वैशिष्ट्यांनी राजा युक्त असतो. (५१) त्याला जोडूनच मनू असेही विधान करतो की, लहान मुलगा जरी असला, तरी त्याचा अनादर करू नये. कारण तो म्हणजे मनुष्यरूपात कार्य करीत असलेली श्रेष्ठ देवताच आहे. (५२) सर्वात पहिला राजा *(आद्य नृप)* हा परमेश्वराचा वंशज होता, असे मानणाऱ्या शांतिपर्वातही वरच्यासारखीच कल्पना व्यक्त केलेली आहे. (५३) ह्याप्रमाणे मौर्योत्तर काळात केवळ कुषाण राजांनीच स्वत:ला 'देवपुत्र' ही उपाधी लावून घेतली होती असे नव्हे, तर त्या काळातील तत्त्वज्ञांनीही राजपदाच्या देवत्वाच्या कल्पनेला हातभार लावला. परिणामस्वरूप जमिनीच्या खासगी मालकीहक्काला प्रतिबंध पडला असावा.

राजाचा भूमीवर अधिकार होता, हे गुप्तांच्या अनेक अभिलेखांवरून सिद्ध होते. त्या अभिलेखांमध्ये जमिनीचे तुकडे, एवढेच नव्हे, तर संपूर्ण गावसुद्धा दान दिल्याची नोंद आहे. दान दिलेल्या ह्या जमिनी नेहमी पूर्णत: करमुक्त केल्या जात असत. अन्यथा ते कर राजाच्या खजिन्यात जमा होत असत. (५४) असा एक युक्तिवाद केला जातो की, जमिनीच्या ह्या देणग्या म्हणजे केवळ तेवढ्या जमिनीचे हस्तान्तरण आणि ती जमीन प्राप्त करणाऱ्या राजाला दिल्या जाणाऱ्या राजस्वापासून सूट मिळत असावी, एवढाच ह्याचा अर्थ असू शकतो. ह्या सर्व व्यवहारात जमिनीचा मालकीहक्क बदलत नसावा. (५५) जमिनीच्या अनेक देणग्यांच्या बाबतीत हे खरे असू शकेल; पण वलभी विभागातील कमीतकमी ५-६ अभिलेखांमध्ये जमिनीचा प्रत्यक्ष मालक बदलल्याचाही उल्लेख आहे. इ.स. ५२५-५२६ च्या ध्रुवसेनाच्या (५६) पलिटाना पट्टकांमध्ये असे सांगितले आहे की, पूर्वी ईश्वर नावाच्या गृहस्वामीच्या मालकीच्या असलेल्या भूमीपैकी १४० पादावर्त *(मोजमाप)* भूमी दुसऱ्या माणसाला दिलेली आहे. ह्याच शासकाच्या आणखी काही दस्तऐवजांमध्ये जमिनीची अशाच प्रकारची देवघेव झाल्याची प्रमाणे मिळतात. (५७) त्याच भागातील दुसऱ्या एका अभिलेखात (५८) असा उल्लेख आहे की, गोक्ष नावाच्या कोण्या एका व्यक्तीच्या अधिकारात असलेल्या भूमीपैकी १३० पादावर्त भूमी राजाने दुसऱ्या व्यक्तीला दान

---

(५१) मनु. -सात - ७ (५२) कित्ता - सात - ८ (५३) शां. पं. - अध्याय - ५९ (५४) संदर्भासाठी पाहा - मैती - उपरोक्त पृ. १६-१७ (५५) लल्लनजी गोपाल 'ओनरशिप ऑफ ॲग्रिकल्चरल लँड इन अेन्शन्ट इंडिया', ज. इ. सो. हि. ओ. चार - पृ. १५१ (५६) ए. इं. अकरा - नं. ९ (१), ११, १६-१९ (५७) कित्ता, नं. ९ (२.३.४) (५८) धारसेन २ चे पलितान पट्टक गुप्त वर्ष - २५२ कित्ता नं. ५, ११, २४-२८

दिली. यावरून असे दिसून येते की, राजा व्यक्तिगत भूमिधारकांकडून भूमी घेऊन ती दुसऱ्याला देऊ शकत असे, प्रत्यक्ष देत असे आणि अशा प्रकारे भूमीचे नावे स्वामित्व प्रस्थापित करीत असे आणि अशा रीतीने तो व्यक्तिगत भूमिधारकाच्या आपल्या भूमीवरील अधिकारावर अतिक्रमण करून त्याचा अधिकार निष्प्रभ ठरवीत असे. ह्याचा अर्थ असा असावा की व्यक्ती आपल्या व्यक्तिगत भूमीवर केवळ मर्यादित मालकीहक्कच बजावू शकत असे. कारण त्याच्या भूमीचा अंतिम अधिपती राजा असे. आणि संभवतः ह्याच अधिकारामुळे तो लोकांकडून कर वसूल करीत असे.

तथापि, एक गोष्ट आवर्जून सांगणे आवश्यक आहे. त्या कालखंडातील बहुतेक लिखाणात प्रायः असाच दृष्टिकोन आहे की कर म्हणजे राजाने प्रजेच्या संरक्षणाच्या सेवेसाठी घेतलेले वेतन होय. बौधायन धर्मसूत्रात [५९] असे म्हटले आहे की, प्रजेच्या संरक्षणाच्या सेवेचे शुल्क म्हणून राजस्व प्राप्त करणारा एक शासकीय अधिकारी म्हणजे राजा होय. वसिष्ठांचे मत आहे की, सर्व प्राणिमात्रांचे संरक्षण करणे हे राजाचे विशेष कर्तव्य होय. [६०] अन्यत्र तो म्हणतो की, प्रजेवर शासन करणारा राजा न्यायतः धान्याचा १/६ भाग अर्थातच *(त्याचे शासन करण्यासंबंधीचे)* वेतन म्हणून घेईल. [६१] मनूसुद्धा म्हणतो की, आपल्या प्रजेकडून निरनिराळ्या प्रकारचे राजकीय कर वसूल केल्यावरसुद्धा जो राजा प्रजेचे संरक्षण करीत नाही, तो तत्काळ नरकाला जातो. [६२] जमिनीत गाडलेले धन (Treasure Trove) व खाणीतील उत्पादनाचा अर्धा भाग ह्यावरील राजाच्या हक्काचे समर्थन करण्याचा प्रसंग ज्या वेळी येतो, त्या वेळी राजा हा भूमीचा स्वामी आहे, ह्या मनुस्मृतीतील सिद्धान्ताला राजाच्या प्रजारक्षणाच्या कर्तव्याचाच आधार द्यावा लागतो. [६३] महाभारतात तर स्पष्टपणेच सांगितले आहे की, राजाने शांतता व न्याय ह्यांचे पालन करावे आणि 'षड्भागा' चा वेतन म्हणून स्वीकार करावा. ह्याशिवाय जो राजा संरक्षण करण्यात किंवा योग्य प्रकारे प्रशासन करण्यात अयशस्वी ठरतो, तो षड्भागाला अन्यायाने लुटणारा चोर समजला जातो. ह्यावरून महाभारतात अन्यायी राजांना 'बलिषड्भागतस्कर' हे विशेषण वारंवार का लावले जात होते, ह्याचे स्पष्टीकरण मिळते. त्याचप्रमाणे स्मृतिकार नारद [६४] सुद्धा सांगतो की, राजाचे राजस्व म्हणजे त्याला प्रजेच्या

---

(५९) बौधायन, एक. १०.१८.१ (६०) वसिष्ठ - एकोणीस - १ (६१) वसिष्ठ - एक - ४२ (६२) मनु- आठ २०७, संरक्षणासंबंधीच्या राजाच्या कर्तव्यावर मनु फारच जोर देतो. (पाहा - मनु सात. २, ३५) (६३) मनु- आठ ३९, हि.रे.सि.पृ. १८

संरक्षणाबद्दल मिळणारे वेतन होय. प्रजेच्या संरक्षणाविषयीची ही धारणा इतक्या काटेकोरपणे पाहिली गेली आहे की, एखाद्याची चोरीला गेलेली संपत्ती परत मिळवून देण्यात जर राजा अयशस्वी ठरला, तर त्याला तेवढीच नुकसानभरपाई करण्यास भाग पाडावे, असे प्रतिपादन स्मृतिग्रंथ वारंवार करतात. (६५)

अदमासे इ. च्या तिसऱ्या शतकातील 'दिव्यावदान' नावाच्या ग्रंथात बौद्धांची ह्या बाबतीतील विचारसरणी प्रतिबिंबित होते. ती ह्या बाबतीत ब्राह्मण *(हिंदू)* मताशी जुळणारी आहे. त्यातील एक कथा अशी आहे : दोन चांगले मंत्री आपल्या राजाला अशा रीतीने बोध करतात, 'महाराज, राज्ये ही फुले व फळणाऱ्या वृक्षाप्रमाणे असतात. ज्याप्रमाणे योग्य जोपासना केली गेली, तर फुलणारी वाढती रोपे व फळणारे वृक्ष योग्य ऋतूत फळे व फुले देतात, त्याप्रमाणे योग्य प्रकारे रक्षण केले गेले, तर राज्ये कर आणि राजस्व देतात.' (६६) मौर्योत्तर कालातील 'महावस्तु' नावाच्या ग्रंथातही असेच मत सांगितले आहे. (६७) ह्या सर्वांमधून एकच मूलभूत कल्पना व्यक्त होते. ती अशी की राज्य किंवा राजा यांनी आपली जी सेवा समर्पित केली. त्याच्या बदल्यात कर वसूल केले जात असत. (६८) आर्यदेवाच्या 'चतु:शतिका' ग्रंथातही असेच विचार व्यक्त केलेले आहेत की, राजा हा प्रजेचा सेवक आहे. (६९)

तथापि, राजा हा प्रजेचा सेवक असून, प्रजा त्याला करांच्या रूपाने वेतन

---

(६४) नारद - अठरा - ४८ तुलनेसाठी पाहा. याज्ञ (एक-३३५) म्हणतो की प्रजेचे न्यायाने संरक्षण करून राजा प्रजेच्या पुण्याचा १/६ भाग ग्रहण करतो. तो पुढे अशी पुस्ती जोडतो की, प्रजेचे संरक्षण न करता जर त्याने कर घेतले, तर प्रजेच्या अर्ध्या पापांचा तो भागीदार होतो. (एक-३३७) (६५) तुलनेसाठी पाहा - गौतम - चार - ४७, विष्णु - तीन - ६७, मनु - आठ - ४०, याज्ञ.- दोन - ३६ (६६) दिव्य. पृ. ५६२-६३ (६७) महावस्तु, एक. पृ. ३५८-५९ (६८) कराधार व संरक्षण यांमधील संबंधाचा सिद्धान्त हिंदु राजनैतिक तत्त्वांमध्ये फार महत्त्वाचा मानला जातो. पी. एन. बॅनर्जींचा असा दावा आहे की, राजा हा प्रजेचा सेवक आहे. ही अवधारणा प्राचीन भारतीय विचारसरणीचे एक मुलभूत तत्त्व होते. (पब्लिक ॲडमिनिस्ट्रेशन इन इंडिया, पृ. ७२-७३) त्याचप्रमाणे डी. आर. भांडारकरांचे असे मत आहे की, हिंदु कल्पनेप्रमाणे राजा कधीही अमर्याद सत्ता गाजवीत नसे, तो केवळ वरच्या उच्चतर श्रेणीचा एक लोकसेवक समजला जात असे. (कारमिकेल लेक्चर्स, खंड १, पृ. १२२, २३) तुलनेसाठी पाहा. बी. के. सरकार, पोलिटिकल इन्स्टिट्यूशन्स ॲड थिअरीज ऑफ दि हिंदूज पृ. १८३ (६९) चतु:शतिका, पृ. ४६१, बन्दोपाध्याय, डेव्हलपमेंट ऑफ दि हिंदु पोलिटी ॲंड पोलिटिकल थिअरीज, पु. पृ. २१० कडून उद्धृत.

देते, ह्या धारणेचा खुद्द स्मृतिकारांकडून त्याचप्रमाणे गुप्तकाळातील सामान्य साहित्यातून वारंवार प्रतिवाद केला जातो. पूर्वीच सांगितल्याप्रमाणे कराधान वेतन सिद्धान्ताचा मनू चांगलाच समर्थक आहे. पण एका ठिकाणी तोच निःसंदिग्ध शब्दांमध्ये सांगतो की, राजाला कोष व खनिजसंपत्तीतील आपला हिस्सा घेण्याचा अधिकार आहे. कारण तो सर्वांचा अधिपती आहे. (७०) गुप्तकाळात होऊन गेलेला कात्यायन हेच मत आणखी स्पष्टपणे सांगतो. तो म्हणतो की, राजा सर्वांचा स्वामी असल्यामुळे तो करांवर आपला अधिकार सांगतो. (७१) राजा हा भूमीचा सर्वोच्च अधिपती आहे ही कल्पना गुप्तांच्या काळात लोकांच्या मनात चांगलीच रुजली होती असे दिसते. कारण ज्याप्रमाणे इंद्र सर्वांचा भोग घेतो, त्याप्रमाणे राजा पृथ्वीचा उपभोग घेतो असे वर्णन कालिदासाने केले आहे. (७२) 'भुज' ह्या धातूचा अर्थ तसा व्यापक आहे. पण येथील संदर्भात तो शब्द एका नेमक्या निश्चित अर्थाने आला आहे. जो उपभोग आपल्या देशात सर्वात उत्तम प्रकारचा मानला जातो, त्या विशिष्ट प्रकारचा उपभोग असा स्पष्ट अर्थ ह्यातून ध्वनित होता. (७३) शिवाय राजाला 'भूवल्लभ' *(पृथ्वीचा प्रियतम)* म्हटले जाते. आणि ज्या वेळी त्याला 'देशवराधिप' म्हणून संबोधिले जाते, त्यावेळी त्या देशाच्या भूमीने त्याला स्वयंवरात आपला पती म्हणून वरले आहे, असेच समजावे लागते. (७४) दुसऱ्या शब्दात सांगावयाचे म्हणजे राजाचा पृथ्वीशी लैंगिक किंवा दाम्पत्यसंबंध मानला गेला आहे. अशा प्रकारच्या संबंधाचे एक साधे सरळ उदाहरण कालिदासाच्या रघुवंशात मिळते. त्यात अज नववधूप्रमाणे असलेल्या पृथ्वीचा उपभोग घेत असल्याचा उल्लेख आहे. (७५) हर्षचरितातसुद्धा पृथ्वी राजाच्या अंकावर सुखाने बसली असल्याचे वर्णन आहे. (७६) कथा-सरित्सागर हा एक नंतरचा ग्रंथ आहे. त्यातसुद्धा अशा प्रकारच्या कथा आहेत ज्यात पृथ्वी स्वतःला एका विशिष्ट राजाची पत्नी म्हणून घोषित करते. (७७) नंतरच्या अभिलेखांमध्येसुद्धा पृथ्वी व राजा यातील असा गृहीत धरलेला स्त्री-पुरुष संबंध प्रमाणित केला जातो.

---

(७०) मनु. आठ - ३९ (७१) कात्यायन - श्लोक १६-१७ (७२) दिवं मरूत्वानिव भोक्ष्यते भुंव दिगन्तविश्नान्तरथो ही तत्सुतः। अतो ड भिलाषे प्रथमं तथाविधे मनो बबन्धान्यरसान् विलंघ्य सा ॥ रघु. - तीन - ४ (७३) डेस्ट्रे 'भू-भरण, भू-पालन, भू-भोजन बु.स्कू.ओ.आ.स्ट. बावीस पृ. ११२ (७४) Loc.cit. (७५) रघु. आठ - ७, तुलनेसाठी पाहा - कित्ता आठ - ३ (७६) हर्षचरित - सहा 'सत्संगे भुवा....' (७७) पेन्झर (संपादक) ओशन ऑफ स्टोरी (टॉनीचे कथा-सरित्सागरचे इंग्रजी भाषान्तर चार. १७५-६, सहा. १९४)

उदाहरणार्थ इ. स. ९०४ चा एक दक्षिण भारतीय अभिलेख आहे. त्यात असे सांगितले आहे की, *(आपल्यापेक्षा मोठ्या भावाचा राजप्रतिनिधी म्हणून राज्यकारभार पाहत असताना)* भावजयीशी ज्याप्रमाणे आदराचा व्यवहार असावा, त्याप्रमाणे विजयादित्याचा पृथ्वीशी व्यवहार होता. [७८] उघडच आहे की, राजपत्नीच्या रूपात असलेल्या पृथ्वीचे पोषण वा सांभाळ राजाकडून केला जातो आणि ती राजाकडून उपभोगिली जाते. वेतनाच्या मोबदल्यात आपला अधिकार म्हणून पती आपल्या पत्नीचा उपभोग घेतो, [७९] अशी कल्पना करणे मात्र डेरेटच्या दृष्टीने अस्वाभाविक ठरते. अशा प्रकारे भूमीचा सर्वोच्च अधिपती असणारा राजा आपल्याच प्रजेकडून वेतन म्हणून कर घेतो, हा विचार अवास्तव वाटतो. संरक्षणाच्या मोबदल्यात वेतन म्हणून राजाने प्रजेकडून कर घेण्याची कल्पनासुद्धा राजस्वपद्धतीच्या प्रत्यक्ष कामकाजात उपयोगात आणली जात असेल, असेही दिसत नाही. एखादा राजा आपल्या प्रजेचे संरक्षण करण्यात व शासन करण्यात अयशस्वी ठरला, तर त्याने आपल्या प्रजेपासून कर घेण्याचा अधिकार सोडला, असे एकही उदाहरण इतिहासात आढळून येत नाही. तरीसुद्धा स्मृतिकारांनी राजस्व म्हणजे राजाचे वेतन आहे ह्या कल्पनेवर भर दिला. शिवाय वरील रूपकांमधून सुचविलेल्या राजा व पृथ्वी ह्यांच्या संबंधाविषयी त्यांनी मौन बाळगले याचे कारण काय असावे ? शास्त्रांचा मुख्य उपदेश असा होता की, 'देवत्व' असो वा नसो, राजाने स्वत:ला अतिमानव न समजता आपल्या आश्रित प्रजेवरच आपली सर्व कर्तव्ये केंद्रित करावी. राजाला आपल्या राजपदामुळे जे सौख्य उपलब्ध होऊ शकते, त्यातच मग्न राहू नये. शास्त्राचा हा जो उपदेश लोकांच्याही मनात चांगला रुजला होता, त्याला राजाच्या आचरणाने बाधा निर्माण होत होती. आणि लोक राजाच्या ह्या खास वैशिष्ट्याशी चांगलेच परिचित होते. त्याची तीव्रता कमी करण्याचा जास्तीतजास्त प्रयत्न स्मृतिकारांनी केला. म्हणून त्यांनी कराधान - वेतन सिद्धान्तावर विशेष जोर दिला. [८०] तथापि, राजा भूमीचा स्वामी आहे, ह्या मुद्द्यावर राजकीय कराधानाचे समर्थन करणारा एकही पुरेसा सबल पंथ धर्मशास्त्रावरून किंवा गुप्तकालीन लेखपत्रांवरून अस्तित्वात असल्याचे दिसत नाही, हेही तितकेच खरे आहे.

✤

---

(७८) एपिग्राफिआ कर्नाटिका, बारा. नज्ज. २६९ पृ. २२५, २६ यांसारख्याच आणखी संदर्भांसाठी पाहा - डेरेट, उपरोक्त पृ. ११२-११३. (७९) डेरेट - उपरोक्त पृ. ११२ (८०) कित्ता - पृ. ११६

प्रकरण तिसरे

कराधानाचे सिद्धान्त

राजा हा भूमीचा सर्वश्रेष्ठ अधिपती असल्यामुळे त्याला मिळणाऱ्या अनेक लाभांना कराधानाच्या काही विशेष प्रकारच्या सिद्धान्तांमुळे प्रभावीपणा प्राप्त झाला होता. प्राचीन भारतातील उपलब्ध साधनसामग्रीमध्ये हे सिद्धान्त अंगभूत झाले आहेत. मात्र, राजाची प्रतिष्ठा सर्वश्रेष्ठ असली, तरी कर हे वाटेल तसे निरंकुश नसावेत, असे धर्मशास्त्र व स्मृतिग्रंथ अगदी स्पष्टपणे सांगतात. करआकारणीविषयीची कोणत्याही प्रकारची अनिश्चितता राज्य व करदाता या दोघांनाही त्रासदायक होते, ह्याची स्मृतिकारांना जाणीव होती असे दिसते. आपणास उपलब्ध साधनात भूराजस्व व इतर भरणा ह्यांची रक्कम नेहमी ठरवून का दिलेली असते, ह्याचे स्पष्टीकरण वर उल्लेखिलेल्या जाणिवेत आहे. कौटिल्याचे [१] म्हणणे असे की विक्रीच्या जिनसावरील कर नेहमीसाठी निश्चित करून दिले पाहिजेत. मनू म्हणतो की करांची वसुली 'शास्त्राला' [२] अनुसरूनच केली पाहिजे. महाभारतात एक वचन असे आहे की, जो राजा शास्त्रदृष्ट म्हणजे शास्त्राला अनुसरून कर ग्रहण करीत नाही, तो स्वत:वरच अन्याय करतो. [३] 'शास्त्र' या संज्ञेतून निश्चित दर आणि तत्संबद्ध इतर प्रासंगिक करभाग सूचित होतो. त्याला निश्चितताही प्राप्त झालेली असते. ही गोष्ट ॲडम स्मिथच्या कराधानाच्या दुसऱ्या सिद्धान्ताशी मिळतीजुळती आहे. तो सिद्धान्त असा की कर हे निश्चित केले जाणे आवश्यक आहेत. ते वाटेल तसे नकोत. याशिवाय कर भरण्याची वेळ, त्याचे प्रमाण इत्यादी गोष्टी करदाता आणि इतर सगळ्यांना स्पष्टपणे माहीत असाव्यात.

प्राचीन भारतीयांच्या कर सिद्धान्ताचा एक महत्त्वाचा पैलू असा दिसतो की, राज्याच्या गरजा आणि लोकांची कर देण्याची क्षमता ह्या दोहोंमध्ये संगती आणि एकवाक्यता असली पाहिजे. शान्तिपर्व [४] आणि मनुस्मृति [५] या दोहोंमध्ये जवळजवळ सारख्याच शब्दांमध्ये एक नियम सांगितलेला आहे, तो असा की

---

(१) अ. शा., दोन - १२, तुलनेसाठी पाहा - शुक्र - चार २, २१४, कौटिल्यानेसुद्धा भू-राजस्व व संबद्ध अधिभार याचे दर निर्दिष्ट केले आहेत. (पुढे पाहा) (२) मनु.-सात-८० (३) शां. प. - बहात्तर - १५ (४) कित्ता - अठ्ठ्याऐंशी. १५ (५) मनु.- सात- १२७

लावल्या गेलेल्या करांचा लाभ स्वत: राजा व उत्पादक या दोघांनाही व्हावा, शान्तिपर्वातीलच [६] एका उताऱ्यात या नियमाचा नकारात्मक पक्षही सांगितलेला आहे. त्यानुसार राजाने कधीही लोभामुळे स्वत:च्या त्याचप्रमाणे दुसऱ्यांच्या मूळ आधारावर आघात करू नये, जेणेकरून लोक त्याचा तिरस्कार करतील अशी कृत्ये त्याने टाळावीत. मनू त्यात भर घालून म्हणतो की, आपले सत्त्व नष्ट करून राजा स्वत:ला त्याचप्रमाणे दुसऱ्यांनाही कष्ट देतो. [७] वर दिलेल्या गोष्टींची तर्कशुद्ध परिणती काय होईल हे मनूने एका ठिकाणी सांगितले आहे. [८] तो म्हणतो की, जरी राजा आर्थिक अडचणीत असला, तरी त्याने *(प्रजेपासून)* जे घेणे योग्य नाही ते घेऊ नये. आणि धनसंपन्न असला, तरी त्याने आपले जे न्याय्य घेणे *(ग्रहण)* आहे, ते सोडू नये. मग ते कितीही क्षुल्लक किंवा कमी असो. ह्या सर्वांमध्ये एक गोष्ट गृहीत धरलेली आहे, ती ही की राज्याचे राजस्व अखेरीस व्यक्तींकडून निर्माण केलेल्या संपत्तीच्या उत्पादनावरच अवलंबून असते. आणि हे उत्पादन कमी होण्यास जर एखादी गोष्ट कारणीभूत झाली, तर त्याची प्रतिक्रिया राजस्वावर होणार हे निश्चित आहे. [९]

आपणास प्राप्त साधनामध्ये एकीकडे कराधान व दुसरीकडे लोकांची कर भरण्याची क्षमता ह्यांचे निदर्शन अगदी साध्या चिरपरिचित उपमा रूपकांनी केले आहे. कौटिल्य [१०] सांगतो की, राजाने आपल्या बागेतून पिकलेली फळे तोडावीत. कच्ची फळे तोडू नयेत. कारण त्यामुळे प्रकोप निर्माण होईल. ह्यात त्याचाच नाश ओढवेल. शान्तिपर्वात [११] भीष्म एका ठिकाणी म्हणतात की, दुधासाठी गाईचे स्तन कापणाऱ्याला जसे दूध मिळत नाही तसेच राज्यातील लोकांना जर अनुचित मार्गांनी कष्ट दिले गेले, तर राजाला कधीही लाभ होत नाही. ज्याप्रमाणे प्रेमळपणाने गायीशी वागणाऱ्या व तिची सेवा करणाऱ्या मनुष्यालाच तिचे दूध मिळते त्याचप्रमाणे उचित मार्गांनी राष्ट्रावर शासन करणाऱ्या राजालाच त्यापासून लाभ प्राप्त होतो. ज्याप्रमाणे माता स्वत: तृप्त राहिली, तरच बालकाला यथेष्ट दूध प्यावयास देते, त्याप्रमाणे राजाकडून योग्य प्रकारे रक्षिलेली पृथ्वी राजाला धनधान्य देते. शान्तिपर्वात इतरत्र ह्यांसारख्याच विचारांची पुनरुक्ती आहे. उदाहरणार्थ, एका ठिकाणी असे म्हटले आहे

---

(६) शां. प. - अठ्ठ्याऐंशी - १६ (७) मनु. - सात - १३९ (८) कित्ता; सात - १७१ - १७२ (९) हिं. र. सिं, पृ. १२० (१०) अ. शा., पाच - २ (११) शां. प. - बहात्तर - १६ - १९

की, भरपूर दूध पिऊन पोसलेले वासरू बलवान होते व श्रम सहन करण्यास समर्थ होते. पण गायीचे दूध जर प्रमाणाबाहेर काढले गेले, तर *(योग्य प्रकारे पोषण न झाल्याने)* वासरू कोणतेही काम करू शकत नाही. त्याचप्रमाणे राष्ट्राचे अधिक दोहन व शोषण केले, तर त्या राष्ट्रातील लोक कोणतेही महान कार्य पार पाडण्यात अयशस्वी ठरतात. [१२] तसेच कामन्दकाच्या [१३] म्हणण्याप्रमाणे कर वसूल करण्याच्या कामात राजाने एखाद्या चांगल्या गवळ्याप्रमाणे किंवा माळ्याप्रमाणे वागावे. पंचतंत्रात हेच मत व्यक्त केलेले आहे. ज्याप्रमाणे माळी फुले व फळे तोडतो; पण झाडांना इजा होऊ देत नाही, फुलांना कोणत्याही प्रकारचा धक्का न लागू देता भुंगा मध पितो, त्याचप्रमाणे राजाने प्रजेकडून करसंग्रह करावा. पण त्यामुळे प्रजेला कोणत्याही प्रकारचे कष्ट होऊ नयेत. कारण जो बकरीला ठार मारतो, त्याला जास्तीतजास्त एका वेळचे जेवणच मिळू शकते; पण जो तिचे चांगले पालन-पोषण करतो, त्याला अनेक वर्षांपर्यंत तिचे दूध मिळते. [१४]

वर सांगितलेल्या समर्पक उपमादृष्टान्तामधून हाच आशय सूचित झालेला दिसून येतो की, जरी कराधान राजाच्या किंवा राज्याच्या आवश्यक गरजा भागविण्याचे साधन असले, तरी कराधानातून लोकांना त्यांचा निर्वाह करण्यापुरते धन वगळले गेले पाहिजे. त्यामुळे लोकांच्या उपजीविकेची साधने नष्ट होऊ नयेत. सिसमोंडीच्या कराधानाच्या तिसऱ्या सिद्धान्ताशी याची तुलना केली गेली आहे. तो असा - "करदात्यांना जगण्यास आवश्यक असलेल्या धनाला कराधानाने स्पर्श करू नये." [१५]

वर उल्लेखिलेल्या सिद्धान्ताशी संयमाच्या तत्त्वाचा (Principle of moderation) अगदी निकट संबंध आहे. तत्कालीन साधनांमध्ये ह्या तत्त्वावर खूपच भर दिलेला आहे. मनूचे [१६] मत असे आहे की ज्याप्रमाणे जळू, वासरू व भुंगा आपले अन्न थोड्या थोड्या प्रमाणात सावकाश ग्रहण करतात, त्याच पद्धतीने राजाने सावकाश थोडे थोडे कर घेतले पाहिजेत. शान्तिपर्वात [१७] हेच पुनः सांगितले आहे. जसा भ्रमर वृक्षांपासून *(सावकाश)* मध गोळा करतो किंवा जळू मृदुपणाने रक्त शोषते तशा रीतीने राष्ट्रावर कर लावले पाहिजेत. ज्याप्रमाणे वाघीण आपल्या पिलांना उचलून नेत असताना त्यांना आपल्या दातांनी स्पर्श करते, पकडते; पण दंश करीत नाही. आपले दात पिलांना रुतू देत नाही,

---

(१२) कित्ता - अठ्ठयाऐंशी १८ - २० (१३) कामन्दक - पाच - ८४ (१४) पंचतंत्र - एक - २४२. - २४३ (१५) बास्टेबल - पब्लिक फायनान्स - पृ. ४१६ (१६) मनु. - सात १२९ (१७) शां. प. - एकोणनव्वद - ४.

त्याप्रमाणे राजाचे आपल्या प्रजेशी वर्तन असावयास पाहिजे. ज्याप्रमाणे एखादा तीक्ष्ण दाताचा उंदीर झोपलेल्या प्राण्यांच्या पायांना चावला तरी त्यांना जाणीव होऊ देत नाही, त्याप्रमाणे राजाने मृदू उपायांनी राष्ट्रापासून कर घ्यावेत. ज्याप्रमाणे क्रमाक्रमाने सावकाश वजन वाढवून एखादा मनुष्य तरुण गोऱ्ह्याला भार वाहावयास लावतो, त्याप्रमाणे राजाने आपल्या प्रजेच्या करांमध्ये सावकाश भर घालावी. ह्या सगळ्या अतिपरिचित उपमादृष्टान्ताचा सारभूत आदेश हाच आहे की कर हे सावकाश, अगदी लक्षात न येईल अशा बेताने लावले गेले पाहिजेत. एका दमात खूप कर लादले जाऊ नयेत. सिसमोंडीच्या कराधानाच्या चौथ्या सिद्धान्ताची थोडीबहुत कल्पना यात जाणवते. तो सिद्धान्त असा की, 'ज्या संपत्तीवर कर प्रहार करू पाहतात, त्याच संपत्तीला त्यांनी उडवून लावू नये, नष्ट करू नये.' [१८] ह्या नियमात असे गृहीत धरले गेले आहे की, लोकांच्या कर देण्याच्या क्षमतेचा पुरेसा विचार (कर लावताना) केला पाहिजे.

तथापि, जरी कराधानाच्या बाबतीतली हिंदु (भारतीय) विचारसरणी व आधुनिक सिद्धान्त ह्यांमध्ये आपातत: समानता दिसत असली, तरी त्यांचे काळजीपूर्वक परीक्षण करणे क्रमप्राप्त आहे. प्राचीन भारतीय कराधानाच्या सिद्धान्ताचा एक महत्त्वाचा भाग हा आहे की, राजाने केलेल्या प्रजेच्या संरक्षणाचे वेतन म्हणजे कर होत, ही मूळ धारणा होती. [१९] घोषाल [२०] आणि इतरांचे असे मत आहे की प्राचीन हिंदु ग्रंथातून प्रतिपादलेली कराधान व संरक्षण ह्यांचा परस्पर सापेक्ष संबंध ही कराधानाच्या तथाकथित 'शुल्कसिद्धान्ताची' (Fee Theory of Taxation) एक विलक्षण आश्चर्यजनक पूर्वधारणा आहे. सतराव्या व अठराव्या शतकातील ग्रोटिअस, प्युफेन्ड्रॉफ, हॉब्ज, लॉक आणि रूसो इ. पाश्चात्त्य राजनैतिक तत्त्वज्ञांनी हा सिद्धान्त फार मोठ्या प्रमाणात स्वीकारला होता. पुढे ॲडम स्मिथने ह्या सिद्धान्ताला निश्चित रूप दिले. तो म्हणतो, "प्रत्येक राज्यातील प्रजेने शासनाला आधार देण्यासाठी यथासंभव अंशदान केलेच पाहिजे. हे अंशदान ते लोक शासनाच्या संरक्षणामुळे उपभोगीत असलेल्या राजस्वाच्या प्रमाणात असले पाहिजे. एखाद्या मोठ्या वतनावर राहणाऱ्या सहस्वामित्व असणाऱ्या कृषकांच्या खर्चाची व्यवस्था ज्याप्रमाणे असते, त्याप्रमाणे एखाद्या मोठ्या राष्ट्रात व्यक्तींमागे खर्चाची व्यवस्था केली जाते. म्हणून त्या सर्व व्यक्तींना राज्यातील आपापल्या हितसंबंधांच्या प्रमाणात अंशदान करणे आवश्यक आहे." [२१] ह्या

---

(१८) हिं. रे. सिं - पृ. २३ वर उद्धृत. (१९) मागे पाहा. (२०) हिं. रे. सि. पृ. २७३

सूत्रावरून हे स्पष्ट आहे की राज्याने केलेल्या संरक्षणाच्या सेवेबद्दलचे मूल्य म्हणजे कराधान होय. ही कल्पना कराधानाच्या संविद सिद्धान्ताची (Contract theory) आवश्यक अशी पूरक कल्पना आहे. दुसऱ्या शब्दात सांगावयाचे म्हणजे कराधानाचा आधुनिक शुल्क सिद्धान्त (Fee theory) किंवा लाभ सिद्धान्त (benefit theory) ह्यांचा मूळ आधार राज्याच्या उद्‌गमाचा संविद सिद्धान्त होय असे दिसते. भारतीय स्मृतिकार असे दाखविण्याचा प्रयत्न करतात की सिद्धान्ततः कर हे राजाने प्रजेच्या केलेल्या संरक्षणाच्या सेवेचे वेतन होय. ॲडम स्मिथच्या सिद्धान्ताच्या आराखड्याशी ह्याचे थोडे बहुत साम्य स्पष्ट आहे.

आधीच्या बहुतेक युरोपीय लेखकांनी संरक्षणाच्या परिभाषेत अनुपाती कराधानाच्या (proportional taxation) पक्षामध्ये आपला निष्कर्ष काढला. एक दोन वक्तव्ये वगळली तर ॲडम स्मिथच ह्या सिद्धान्ताचा प्रमुख उद्‌गाता आहे. सामान्यतः असे समजले जात होते की, संरक्षणाच्या आवश्यकतेचे मोजमाप / मिळकत व संपत्ती ह्यावर प्रमाणानुसार किंवा काही बाबतीत खर्चाच्या प्रमाणानुसार केले जावे.[२२] पण संपत्तीची अभिवृद्धी, मिळकत किंवा व्यय ह्यांचा विचार राजस्व निर्धारणाच्या बाबतीत महत्त्वपूर्ण होता, असे सुचविणारे एकही विधान उपलब्ध प्राचीन साधनांमध्ये आढळत नाही. जमिनीच्या उत्पादनाचा १/६, , वा भाग असे वेगवेगळे दर स्मृतिग्रंथात निर्दिष्ट केलेले आढळतात; पण ह्या दराच्या बाजूने बरेच प्रबल मत दिसते.[२३] त्यामुळे जितका भाग घेण्याचा राजाला अधिकार होता, त्याचा अनुपात कमीअधिक प्रमाणात स्थिरच होता. तथापि आपल्या साधनांमध्ये निर्दिष्ट केलेल्या दरामध्ये जो काही फरक दिसून येतो, तो बहुधा जमिनीचा कस ध्यानात घेऊन केलेला असावा. व्यक्तीच्या कमीजास्त होणाऱ्या उत्पन्नाशी जुळेल म्हणून नसावा. किंवा असेही कोठे दिसून येत नाही की, कराधानाच्या अनुपाती सिद्धान्ताचे अनुसरण वाणिज्य करांच्या निर्धारित किंवा वसुलीत केले जात होते. कारण धर्मशास्त्रग्रंथात वाणिज्य करांसाठी निर्धारित केलेले दर जवळजवळ स्थिर आहेत.[२४] अशा रीतीने खर्चाच्या वृद्धीमुळे कर वाढले किंवा कमी आल्याने कर कमी झाले असे

---

(२१) ॲडम स्मिथ - दि वेल्थ ऑफ नेशन्स ई. कॅनन. (संपादक) न्यूयॉर्क (१९०४), दोन - पृ. - ३१० (२२) म्यूसग्रेव्ह - दि थिअरी ऑफ पब्लिक फायनान्स्, मॅकग्रोहिल प्रेस, १९६१ पृ. ६५. (२३) पुढे पाहा. (२४) ह्या दराच्या विवरणासाठी प्रकरण चौथे पाहावे.

दाखवण्यास काहीही प्रमाण उपलब्ध नाही. वेगळ्या शब्दात सांगावयाचे म्हणजे कराधानाच्या आधुनिक शुल्क सिद्धान्ताचा (Fee Theory) स्वाभाविक उपसिद्धान्त असणारी अनुपाताची कल्पना प्राचीन भारतीयांना माहीत नव्हती असे दिसते.

वर उद्‌धृत केलेल्या विधानातून ॲडम स्मिथ आपल्यासमोर अशी कल्पना प्रस्तुत करतो की, करदात्याच्या कर देण्याच्या क्षमतेला अनुसरून त्याच्यावर कर लावले गेले पाहिजेत. आधुनिक अर्थशास्त्रात हा सिद्धान्त कर देय क्षमता सिद्धान्त (ability to pay theory) या नावाने प्रसिद्ध आहे. एलिझाबेथकालीन निर्धनांचा कायदा (Poor Law) व अमेरिकन वसाहतीच्या प्रारंभीच्या काळातले कायदे, यात 'करदेय क्षमता' ह्या संज्ञेचा उपयोग संपत्तीच्या संदर्भात केला जाई. औद्योगिक समाजाच्या प्रगतीमुळे व मौद्रिक अर्थशास्त्राच्या (Monatory economy) विकासामुळे करदेय क्षमता सूचीमध्ये क्रमशः संपत्तीच्या ऐवजी मिळकतीवर भर देण्यात येऊ लागला. ॲडम स्मिथच्या विधानात ह्या तथ्याची स्पष्ट स्वीकृती आहे. [२५] तरीही तो असा निर्देश देतो की, जीवननिर्वाहाच्या वास्तविक उत्पन्नाचे घटक असणारे वेतन व आवश्यकता *(आवश्यकतांपुरते द्रव्य)* ह्यांना करमुक्त ठेवावे आणि अशा प्रकारे जीवन-निर्वाहाचे वास्तविक उत्पन्न व करयोग्य उत्पन्न ह्या दोहोंमध्ये तो भेद करतो. कराधानाचे दर निश्चित करणाऱ्या प्राचीन भारतीय धर्मशास्त्र व स्मृतिग्रंथामध्ये असे सूचित केले आहे की, भूराजस्व म्हणून भूमीच्या उत्पादनाचा एक विशिष्ट अंश *(सामान्यत:)* सरकारी खजिन्यात जमा होत असे. विधिपंडितांनी असा प्रयत्न केला असावा आणि अन्यत्र निदर्शनास आणल्याप्रमाणे त्यांनी वस्तुतः तसा प्रयत्न केलाही की करांचा भार *(मिळकतीपेक्षा)* लाभावर स्थानान्तरित केला जावा; पण अगदी काटेकोरपणे बोलावयाचे तर व्यक्तीच्या करपात्र आणि करमुक्त उत्पन्नामधील काही भेद त्यांना येथे अभिप्रेत आहे, असे नाही. ह्या गोष्टींवरून असे दिसून येते की, कराधानाची प्राचीन भारतीय विचारसरणी आणि सार्वजनिक वित्तव्यवस्थेचे (Public Finance) आधुनिक सिद्धान्त ह्यांमध्ये दिसून येणारे साम्य केवळ वरवरचे आहे. कारण त्या दोहोंचा मूळ आशय फार भिन्न आहे.

मात्र, तत्त्वत: आर्थिक अत्याचारांपासून लोकांना संरक्षणाची ग्वाही मिळावी अशीच स्मृतिकारांची ह्या बाबतीतील आधारभूत विचारसरणी दिसते. आर्थिक दडपणाचा

---

(२५) मूसग्रेव्ह, पृष्ठ ९४

त्यांनी स्पष्ट शब्दात निषेध केला आहे. कौटिल्य[२६] म्हणतो की, प्रजेकडून जे गोळा करणे योग्य नाही, त्याची वसुली केल्यास प्रजा दरिद्री बनते. तो पुढे असे विधान करतो की, प्रजा दरिद्री झाली, तर ती लोभी होते. लोभीपणामुळे लोकांमध्ये असंतोष निर्माण होतो. त्यामुळे ते स्वेच्छेने राजाच्या शत्रुपक्षाला जाऊन मिळतात किंवा आपल्याच राजाचा नाश करतात.[२७] मनूचे असे मत आहे की, शुद्धीकरणाच्या *(पवित्रीकरणाच्या)* सर्व विधींमध्ये संपत्ती प्राप्त करण्याच्या बाबतीतली शुद्धता ही सर्वश्रेष्ठ होय. अन्यत्र तो म्हणतो की जो राजा आपल्या प्रजेवर अविवेकीपणे अत्याचार करतो, तो लवकरच आपले राज्य व प्राण ह्यांपासून वंचित होतो. [२८] तो अशीही पुस्ती जोडतो की, ज्याप्रमाणे प्राणिमात्रांचे देह जीर्ण-शीर्ण व क्षीण झाल्याने नष्ट होतात, त्याप्रमाणेच आपल्या राज्यातील लोकांवर अत्याचार केल्यास राजांचे जीवित नष्ट होते. [२९] अत्याचारांचा निषेध केला जात असे हे शान्तिपर्वातील [३०] एका श्लोकावरूनही लक्षात येते. त्या श्लोकाचा अर्थ असा की, ज्या राजाची प्रजा सदैव चिंताग्रस्त असते किंवा करांच्या अतिभाराने वाकलेली असते किंवा सर्व प्रकारच्या आपत्तींमध्ये अखंड बुडालेली असते त्या राजाचा शत्रूकडून पराभव होतो. राजाने अन्याय्य आचरण करून किंवा अतिलोभ करून आपला कोश भरून घेऊ नये, असाही उपदेश राजाला केला आहे. [३१] शान्तिपर्वातच [३२] एका ठिकाणी युधिष्ठिराला असा आदेश दिलेला आहे की, त्याने प्रजेकडून जेवढे ग्राह्य *(येणे)* आहे, त्यापेक्षा जास्त वसूल करणाऱ्या अधिकाऱ्यांना शिक्षा करावी आणि बडतर्फ करावे. आणि ग्राह्य तेवढेच वसूल करणाऱ्या अधिकाऱ्यांची नियुक्ती करावी. याज्ञवल्क्याचा [३३] ह्या संबंधातील दृष्टिकोण इतकाच स्पष्ट आहे. तो म्हणतो की, जो राजा आपल्या राज्यातील लोकांकडून अन्याय्य उपायांनी बळजबरीने धन घेऊन आपला कोश वाढवण्याचा प्रयत्न करतो, तो त्याची ती संपत्ती पाहता पाहता गमावून बसतो आणि आपल्या बांधवांसह नाश पावतो. कात्यायनाने लोकांवरील आर्थिक अत्याचारांचा निषेध केला आहे. तो म्हणतो, की जो राजा निर्लोभीपणाने वागतो,

---

(२६) अ. शां. - सात - ५, अन्यत्र कौटिल्य राज्यकोश फुगवण्यासाठी काही अत्यंत अन्यायी उपायांचा अवलंब करण्याची शिफारस करतो. त्या तथ्यांच्या संदर्भात ही गोष्ट विशेषकरून उल्लेखनीय व विलक्षण आहे. (२७) मनु. पाच - १०६ (२८) कित्ता - सात - १११ (२९) कित्ता -, ११२ (३०) शां. प. - एकशेसदतीस - १०५ (३१) कित्ता - एकाहत्तर - १३ (३२) कित्ता - एकोणनव्वद - २२ (३३) याज्ञ. - एक ३४०.

त्याला पुत्रप्राप्तीचे सुख मिळते, त्याचे राष्ट्र व कोश उत्तम व उचित राहतात. [३४] नंतरच्या श्लोकात ह्या वक्तव्याचा नकारात्मक पक्ष दिला गेला आहे. तो असा की, जो राजा आपल्या राष्ट्राकडून अन्यायाने कर, दंड, धान्याचा वाटा आणि जकात घेतो, तो पापभागी होतो. [३५] ह्याप्रमाणे असे दिसून येते की, तात्त्विकदृष्ट्या तरी राजाला कर देण्याच्या बाबतीत करदात्याच्या स्थितीची व्याख्या करदात्याला अनुकूल अशीच होती.

वर ज्या सिद्धान्तांची चर्चा केली आहे, ते नेहमी केवळ निरर्थक सिद्धान्तच राहिले नाहीत. *(तर प्रत्यक्ष व्यवहारात त्यांचा उपयोग केलेला आहे.)* ह्याचे अनुमान अनेक मौर्योत्तर व गुप्तकालीन अभिलेखांवरून करता येणे शक्य आहे. ह्या अभिलेखांवरून असे दिसते की, सामान्यत: राजेलोक स्वत:च स्मृतिकारांचे आदेश पाळत असत. साहजिकच लोकांवर अत्याचार करणे टाळत असत. इ. च्या पहिल्या शतकामधील 'नाशिक लेणी' अभिलेखांपैकी एका अभिलेखात गौतमीपुत्र शातकर्णीच्या संबंधात म्हटले आहे, की तो 'धर्माला अनुकूल नसलेले कर घेतही नसे व लादतही नसे'' *(धर्मोपजित विनियोगकरस (स्थ?)* [३६] इ. च्या दुसऱ्या शतकात महाक्षत्र रूद्रदाम् नावाचा एक प्रसिद्ध राजा उदयास आला. त्याच्या जुनागढ पाषाण अभिलेखांकावरून असे प्रमाणित होते की, गावातील किंवा देशातील लोकांवर *(पौरज (जा)* न पदं जनं कर; *(कर)* वेठबिगार *(विष्टि)* आणि स्वखुशीच्या देणग्या यापैकी कशाच्याहीद्वारे अत्याचार न करता, केवळ स्वत:च्या कोशातून फार मोठी रक्कम खर्च करून त्याने सुदर्शन तलावाचा बांध बांधला. [३७] गुप्तकाळातील परिव्राजक महाराज संक्षोभ ह्याचा इ. ५१८-१९ चा एक अभिलेख आहे. त्यात राज्याचे शासन योग्यप्रकारे करण्याची आकांक्षा असलेला असा ह्याचा पिता महाराज हस्तिन हा होता असे वर्णन आहे. [३८] द्वितीय धारसेनच्या इ. ५७१-७२च्या मलिय ताम्रपत्रात वलभीच्या मैत्रक वंशातील द्रोणसिंह नावाच्या राजाविषयी असे म्हटले आहे की, मनू आणि इतर ऋषींनी घालून दिलेले नियम व उद्घोषित शास्त्रमर्यादा हेच त्याचे कायदे होत. [३९] मैत्रक वंशातील गृहसेन नावाच्या प्रसिद्ध राजाविषयी त्याच अभिलेखात असे वर्णन आहे की, 'राजन' ही पदवी त्याला अगदी साजेल अशी योग्यच

---

(३४) कात्यायन - श्लोक १८ (३५) कित्ता - श्लोक १९ (३६) ए. इं. आठ, नं. ८ (२), १.५ (३७) कित्ता - नं. ६,१.१५ - १६ (३८) कॉ. इं इ: तीन - नं. २५, ११, ८-९ (३९) कित्ता नं ११.४-६

होती. कारण स्मृतिविरहित नियमानुसार संरक्षण करून त्याने प्रजाजनांच्या हृदयांना आनंद दिला होता. *(प्रजानुरंजन केले होते.)* [४०] ह्याच वंशातील लेखापत्रांमध्ये अशाच प्रकारचे आणखी काही संदर्भ आढळतात. त्यावरून असे ध्यानात येते की, मैत्रक वंशातील राजे बहुधा धर्मशास्त्रांनी घालून दिलेल्या नियमांचे पालन करीत असत.

वर उल्लेखिलेल्या अभिलेखातील 'स्मृतिविहित नियमांचे पालन करणारे' म्हणून केलेले राजांचे वर्णन हे त्यांच्या आत्मस्तुतीशिवाय दुसरे काहीही नसावे. वस्तुतः आपल्याला ज्ञात असलेल्या कोणत्याही समकालीन अभिलेखात त्या-त्या प्रदेशाच्या राजाविषयी कोणतेही वाईट उद्‌गार काढलेले नाहीत. त्यामुळे 'धार्मिक, धर्मप्रवण,' शास्त्रांचे पालन करणारा' अशी विशेषणे लावण्याचा उद्देश व कारण बहुधा प्रशंसा किंवा परंपरागत रूढी असणे असंभव नाही. उलटपक्षी जर विधिपंडितांनी घालून दिलेल्या नियमांचे पालन जर प्रत्यक्ष व्यवहारात केले असते, तर ह्या नियमांचा परिणाम काही बाबतीत अत्यंत भारभूत होणाऱ्या करांच्या उपाययोजनेमध्ये झाला असता. उदाहरणार्थ, मनूने कर घेणाऱ्या राजाची तुलना पाणी शोषून घेणाऱ्या *(व पुनः तेच पाणी पावसाच्या रूपाने परत करणाऱ्या)* सूर्याशी केली आहे. [४१] कालिदासाचीही यासारखीच एक कल्पना आहे. "ज्याप्रमाणे सहस्त्रगुणांनी *(हजारपटींनी)* परत करण्यासाठी सूर्य पाणी शोषून घेतो. त्याप्रमाणे प्रजेचे कल्याण करण्यासाठी राजा त्यांच्यापासून कर घेत असे." अशा प्रकारे त्याने दिलीप राजाचे वर्णन केले आहे. [४२] ह्यातून असाही अर्थ निघतो की, राजाला आपल्या इच्छेप्रमाणे आपल्या प्रजेकडून द्रव्य घेण्याचा अधिकार आहे, कारण तो त्या द्रव्याच्या प्रमाणात लाभांश प्रजेला परत करण्यास समर्थ आहे. एखाद्या राजाने वर सांगितलेल्या कल्पनेचा वाईट उद्दिष्टांसाठी उपयोग केला आहे, अशा प्रकारचे एकही ऐतिहासिक उदाहरण आपणास जरी आढळून येत नाही, तरीही स्मृतिविहित नियमांचा चुकीचा अर्थ लावण्याची किंवा दुरुपयोग होण्याची शक्यता सर्वस्वी नाकारता येत नाही. शिवाय नारदाचे असे मत आहे की, ज्याप्रमाणे शुद्ध व अशुद्ध पाणी समुद्रात एकत्र मिळाल्यावर एकसारखेच होते, त्याप्रमाणे *(कोणत्याही मार्गाने)* मिळविलेली संपत्ती राजाच्या हातात पडल्यावर शुद्ध होते. [४३] दुसऱ्या शब्दात सांगावयाचे म्हणजे नारदाच्या ह्या केवळ एका वक्तव्याचे जर एखाद्या शासनकर्त्याने पालन केले, तर ज्यांची आपण वर चर्चा केली आहे

---

(४०) कित्ता - १.१२.१.१२ (४१) मनु. - नऊ - ३०४ - ३०५ तुलनेसाठी पाहा - कामान्दक, पाच - १४ (४२) रघु. - एक - १८ (४३) नारद. - अठरा - ४५.

आणि अनेक आधुनिक विद्वानांनी ज्यांना वाखाणले आहे, ते कराधानाचे सर्व मानवतावादी उदार व प्रबुद्ध सिद्धान्त राजाच्या त्या आचरणाने उद्ध्वस्त होतील. (४४) त्यातल्या त्यात आणखी वाईट गोष्ट अशी की अशा प्रकारच्या वक्तव्यांमधून एखादा लोभी राजा स्वत:ला अनुकूल असा अर्थ काढून आपल्या अत्याचारी उपाययोजनांना शास्त्रांकडून संमती मिळवू शकत असे आणि तरीही धर्मशास्त्राला अनुसरून राज्यशासन केल्याचा दावा करू शकत असे.

असे घडण्याच्या संभाव्यतेची गोष्ट दूरच राहो, आपणास उपलब्ध असलेल्या साधनांमध्ये प्रजेवर प्रत्यक्षात आर्थिक अत्याचार झाल्याची उदाहरणे नेहमी सांगितलेली आहेत. युगपुराणात म्हटले आहे की, शक धनलोभी राहतील. (४५) एका जातकामधील उल्लेखावरून सिद्ध होते की, करसंग्राहक कर गोळा करणारे अधिकारी *(निग्गहक)* (४६) म्हणजे बहुधा अतिउत्साही मंडळी होती. आणि आपला गळेपडूपणा व लोचट मागण्यांमुळे ते तिरस्काराचा विषय झाले होते. (४७) भूरिदत्ते जातकात असे वर्णन आहे की, आपल्या राजाकडून थोडीशी प्रेरणा मिळताच ते करसंग्राहक बेडर लुटारूंसारखे शेतकऱ्यांची संपत्ती लुबाडत असत. (४८) एका जातकात तर असाही उल्लेख आहे की, करदात्यांनी स्वत:साठी शिजवलेले अन्न सुद्धा हे अधिकारी मटकावून टाकीत आणि कातडीसाठी लहानशा वासरालासुद्धा ठार मारीत असत. (४९) एका राजाने आपल्या पिळवणुकीने देशातील सगळे सुवर्ण शोषून *(लोकांकडून जबरदस्तीने स्वत:साठी)* घेतल्याचे वर्णन दूत जातकात आहे. (५०) महापिंगल जातकात वाराणसीचा राजा महापिंगल आपल्या प्रजेला चरकातील उसाप्रमाणे पिळून काढत असल्याचा उल्लेख आहे. (५१) एका जातकात तर राजाच्या क्रूर बळजबरीचे उद्वेगजनक चित्रण आहे की, प्रत्यक्ष सूडबुद्धीसुद्धा अशा प्रसंगी मूक व्हावी. त्यातील वर्णन असे आहे की, प्रजेवर जास्तीतजास्त कर लादून आणि लोकांना चरकातील उसाप्रमाणे पिळून काढून राजे धन गोळा करीत असत. आणि कर देण्यास असमर्थ ठरलेले लोक खेड्यातून, गावातून पळून जात असत आणि राज्याच्या सीमेवर आश्रय घेत असत. (५२) दुसऱ्या जातक कथेतही अशा प्रकारचे चित्रण आढळते. कपिल देशाचे लोक जुलमी कारभारामुळे आपले राज्य

---

(४४) हिं. रे. सि. पृ. २७२; गांगली - इं. हि. क्वा. - दोन पृ. १२९ (४५) अर्थलुब्धाश्च ते सर्व भविष्यन्ति महाबला । युगपुराण; पृ. ३७.१.१३५ (४६) जातक - सात - पृ. २१२ (४७) कित्ता - चार - पृ. ३६२ (४८) कित्ता - सहा - पृ. २१२ (४९) कित्ता - पाच, पृ. १०६ (५०) कित्ता - पाच, पृ. १०६ (५१) कित्ता - दोन - पृ. २४० (५२) कित्ता - एक - पृ. ३९९

सोडून गेले, असे वर्णन त्यात आहे. लोक आपल्या कुटुंबांसह अरण्यात निघून जात असत. बाकीचे काही रात्रभर घरांमध्येच राहत असत; पण दिवस उजाडताच आपल्या घरांना काटेरी झाडेझुडुपे लावून अरण्यात पळून जात असत, असे त्यात म्हटले आहे. [५३] एवढ्या मोठ्या प्रमाणावर आर्थिक अत्याचार होण्याच्या घटना नेहमीच्या नसतील, हे जरी खरे असले, तरी असे घडणे सर्वथा अशक्य नव्हते, हेही खरे. ह्या गोष्टींचे अनुमान दिव्यावदानातील एका कथेवरून करता येते. त्यात दोन दुष्ट मंत्री आपल्या राजाला अशा प्रकारे सल्ला देतात, 'महाराज, मोहऱ्या सुकविल्याशिवाय, कुटल्याशिवाय, चोळल्याशिवाय, दळल्याशिवाय त्यांमधून तेल मिळत नाही. राज्याच्या बाबतीत तसेच आहे.' [५४] उघडच आहे की, अशा प्रकारच्या युक्तिवादातून भयंकर अर्थ ध्वनित होत असे. परिणामत: लोकांवर सर्व प्रकारचा अत्याचार राजाकडून होत असे. शिवाय अशा प्रकारची कल्पना निरर्थकही नसावी. कारण वराहमिहिरानेसुद्धा राजा व त्याचे अधिकारी यांच्याकडून प्रजेवर अत्याचार होण्याचा संभव व्यक्त केला आहे. [५५]

कौटिलीय अर्थशास्त्रातील एका उताऱ्यातसुद्धा अत्याधुनिक करांमुळे एखादा प्रदेश निर्जन होण्याच्या शक्यतेचा संकेत दिला आहे. [५६] अशाच आपत्तीची सूचना देत असताना शान्तिपर्वाने असा इशारा दिला आहे की, अत्याचारामुळे राज्यातील शेतकरी राज्य सोडून जाणार नाहीत, ह्याची काळजी राज्याने घेतली पाहिजे. [५७] दुर्भिक्ष्य आणि अत्याधुनिक कारभार त्यामुळे अशा प्रकारची परिस्थिती निर्माण होण्याच्या शक्यतेचा विचार विष्णु पुराणातही केलेला आहे. [५८] आपण अध्ययन करीत असलेल्या काळात करांच्या ओझ्यामुळे लोकांनी स्थानान्तरण केल्याची ऐतिहासिक उदाहरणे जवळजवळ नाहीतच. समुद्रगुप्ताच्या दोन बनावट (spurious) ताम्रपत्रांमध्ये अशा संभाव्यतेचे वर्णन आहे की, करांच्या भारामुळे अत्यंत पीडित झालेले ग्रामवासीय करांपासून मुक्त अशा गावांमध्ये निघून जातील. [५९]

राजप्रतिनिधी आणि सैनिक ह्यांनी गावात तळ ठोकणे हेसुद्धा अत्याचाराचे एक महत्त्वाचे उगमस्थान होते असे दिसते. काही सातवाहन भूमिदानपत्रांत अशा

---

(५३) कित्ता - पाच पृ. (५४) दिव्य - पृ. ५६२-६३ (५५) स्वृनृपतिपरचक्रपीडितो मनुजाः। बृहत्संहिता, तीन - १५, अपसव्ये नरपतितस्करावंतृदै : प्रजानाशः । कित्ता - पाच - ४४. (५६) अ. शा. सात - ५ (५७) शां. प. - एकशेसव्वीस - ९ (५८) दुर्भिक्षकर पीडाभिरतीवोपदुजा जन : । गोधूमान्नय वान्नाढयान्देन्यास्थान्ति दुःखिताः ॥ विष्णु पुराण - सहा - १.३८. (५९) कॉ. इं. इं. तीन नं. ६०; ए. इं, पंचवीस - नं. ९

प्रकारच्या भूमीचे दान झाल्याची नोंद आहे की, जी भूमी राजाधिकाऱ्यांच्या प्रवेशांपासून मुक्त होती किंबहुना त्या ठिकाणी अधिकारी कोणत्याही प्रकारचा त्रास, गडबड गोंधळ करू शकत नसत. [६०] वाकाटक राजा दुसरा विन्ध्यशक्ति याच्या वाशिम पट्टकात ह्या विशेषाधिकाराचा 'अभडप्पावेस' [६१] ह्या शब्दामध्ये उल्लेख केला गेला आहे. ह्याचा अर्थ मिराशींनी सैनिकांना प्रवेश करण्यास *(निषिद्ध) (भड-भट, अर्थात सैनिक)* असा केला आहे. [६२] वाकाटकांच्या अनेक भूमिदानपत्रात 'अभटच्छात्र-प्रावेश्य' [६३] असा शब्दप्रयोग येतो. 'स्थायी सैनिक व छत्रधारकांना प्रवेश करण्यास बंद *(निषिद्ध)* ' [६४] असे त्याचे स्पष्टीकरण केलेले आहे. इकडे मध्य व पश्चिम भारतातील त्याच कालातील काही वंशांच्या अभिलेखांमध्ये 'अचाटभटप्रावेश्य' [६५] असा सामासिक शब्द आढळतो. ह्या ठिकाणचा 'चाट' शब्द म्हणजेच वाकाटकांच्या लेखपत्रांमधील 'छात्र' शब्द असू शकेल. भगवानलाल इंद्रजी 'पाटभट' शब्दाचा अर्थ 'चाटान् प्रति भटान्' अर्थात 'लुटारूविरुद्ध नेमलेले सैनिक' [६६] असा करतात. पण वर उल्लेखल्या गेलेल्या शब्दप्रयोगाच्या पर्यायी रूपामध्ये चाट शब्दाची द्वितीया विभक्तीच्या कारकसंबंधाने संबंधित नाही. बुल्हरच्या मते चाटभट म्हणजे अस्थायी व स्थायी सैनिक होत.[६७] फ्लीट ह्याच्याशी सहमत आहे.[६८]

काही लेखकांनी 'चाट' शब्दाचा 'स्तुतिपाठक' असा अर्थ लावण्याचा प्रयत्न केला आहे. त्याची व्युत्पत्ती संस्कृतातील 'चाट' शब्द अर्थात स्तुती यावरून दिली आहे.[६९] तथापि प्राणनाथ ह्यांना असे वाटते की, 'चाट' म्हणजेच 'चर' *(चार ?)* असावेत.[७०] 'चर' शब्दाचा अर्थ अर्थशास्त्रात एकतर हेर किंवा पोलिस शिपाई *(आरक्षक)* असा आहे.[७१] शान्तिपर्वातील एका उताऱ्यावरूनसुद्धा

---

(६०) सि. इं. पृ. - १९२, १.४ (६१) ए. इं. - सव्वीस, नं २० १.२२ (६२) कित्ता - पृ. १५५ (६३) कित्ता - बावीस-नं. २७, १.२०-तेवीस-नं. १४, ११.३०.३१; चोवीस-नं. १०, १.२१; नं. ३७ (ब) १.२०; सव्वीस-नं. २१, १.२५; सत्तावीस नं. १६, ११.२८-२९ का. इं. इं. - तीन नं. ५५, १.२६ इत्यादी. (६४) ए.इं.-बावीस-पृ. १७५ (६५) कित्ता - सोळा नं. ५, १६; एकोणीस नं. २१, ११.९-१०; एकवीस - नं. २०, १.८; कॉ. इं. इं. तीन-नं २२, १.१६; १.८; नं. २८, ११.९-१० इ. (६६) इं. अं. - नऊ. पृ. १७५, टि - ४१ (६७) कित्ता - पाच पृ. १५ व टिपण्णी (६८) कॉ. इं. इं. तीन - पृ. ९८ टि. २ (६९) ए. इं. अकरा - पृ. १७६ (७०) इकॉनॉमिक कंडिशन ऑफ एन्शन्ट इंडिया - पृ. ६५ (७१) अ. शां. - दोन - ३५

चर हे आरक्षकांचे कार्य करीत असत असे अनुमान करता येते. त्यात असे म्हटले आहे की, *(राजाने)* चारांना बाजार, उपवने, सभास्थान, रस्ते, उद्याने इ. ठिकाणी नेमले पाहिजे. कारण ते सार्वजनिक सुरक्षिततेसाठी जबाबदार असतात.[७२] उलटपक्षी 'भट' शब्दाचा अर्थ सैनिक असा केला जातो. अमरकोशाने[७३] 'भट' शब्द 'सैन्य' शब्दाच्या समानार्थात उपयोगात आणला आहे. व्याघ्रसेनाच्या सुरत पट्टकांमध्येसुद्धा ही गोष्ट स्पष्ट केली आहे की चाट आणि भट काही प्रमाणात आरक्षक व काही प्रमाणात सैन्याचे कार्य करीत असत. आणि दरोडेखोरांना व मोठ्या अपराधाबद्दल दोषी असणाऱ्या व्यक्तींना पकडण्यासाठी त्यांची नियुक्ती होत असे.[७४] पण भूमिदानपत्रांमध्ये असलेल्या त्यांच्या उल्लेखावरून असाही अर्थ होऊ शकतो की, एकतर ते ज्या गावांमधून जात असत किंवा ज्या गावांमध्ये थांबत असत त्या गावातील लोकांना अंशदान म्हणून ह्या अधिकाऱ्यांसाठी काही पैसा वा वस्तूंचा पुरवठा करावा लागत असे. नाहीतर त्यांचा संबंध राजस्व गोळा करण्याच्या कामाशी होता. मात्र, दोन्ही बाबतीत एवढे निश्चित आहे की, त्यांना बहुधा अशी सवयच होती की ते आपल्या स्वार्थासाठी व फायद्यासाठी लोकांवर जबरदस्तीने जास्त रक्कम आकारीत असत व बेकायदेशीर कर वसूल करीत असत.

चाट आणि भट यांचा क्रूरपणा, लोभीपणा हेच ते नेहमी सर्वत्र अप्रिय होण्याचे कारण असावे. याज्ञवल्क्याने[७५] त्यांचा उल्लेख चोर आणि नोंद ठेवणारे अधिकारी-अभिलेखापाल (कायस्थ) ह्यांच्या बरोबरीने केला आहे. शब्दकल्पद्रुमाने एका अज्ञात स्मृतितील वाक्यांश उद्‌धृत केला आहे. त्याचा अर्थ असा की चाटांना जे काही दिले गेले, ते विष्कल ठरते.[७६] बाणभट्टाचेही असे म्हणणे आहे की, ग्रामीण जन चाट आणि भट यांचा त्यांच्या क्रूरपणामुळे तिरस्कार करीत असत. शेतातून भरपूर धान्य लुटून आणल्यावर ते सरदारांचे गुलाम व नोकर यांजबरोबर गप्पा व थट्टामस्करी करीत असल्याचे वर्णनही बाणाने एका ठिकाणी केले आहे. [७७] अन्यत्र तो वर्णन करतो की, त्यांच्याकडून मिळालेल्या क्रूर व दुष्ट वागणुकीमुळे गरीब लोक कुरकुरत असत व असंतुष्ट होत असत. [७८] त्याचप्रमाणे मृच्छकटिकातसुद्धा नायकाचा मित्र प्राकृत भाषेत असे उद्‌गार काढतो

---

(७२) शां. प. - एकोणसत्तर - ११=१३. (७३) अमर; - दोन - ८.६२ (७४) ए. इं. - अकरा नं. - २१, ११.१.११ (७५) याज्ञ. - एक - ३३५ (७६) चाटचारणदासेषु दन्त भवति निष्कलम् ।। शब्द कल्पद्रुम - पृ. २९०९. (७७) हर्षचरित - 'निर्णयसागर प्रेस, १९३७ (पृ. २०५) (७८) कित्ता - पृ. २११

की, 'जेथे' चाट आणि इतर दरबारी निवास करतात, तेथे अत्यंत साहसी व दुर्जनसुद्धा जावयास धजत नाहीत [७९] त्यामुळे ह्या अधिकाऱ्यांपासून दान दिले गेलेल्या ब्राह्मणांचे रक्षण व्हावे, म्हणून राजलेखातील एक विशेष कलम दानपत्रात नमूद केले जाई. त्यामुळे दान केल्या गेलेल्या प्रदेशात अशा अधिकाऱ्यांचा प्रदेश निषिद्ध मानला जाई हे अगदी स्वाभाविक आहे.

सारांश, आपणास उपलब्ध साधनांमध्ये वर्णिल्या गेलेल्या कराधानाचे सिद्धान्त निदान तात्त्विकदृष्ट्या तरी अगदी दृढ प्रमाणांनी युक्त व निर्दोष आहेत असे दिसते. शिवाय ज्या काळात ते तयार केले त्या काळात अर्थव्यवस्थेच्या विचारसरणीची बरीच प्रगत अवस्था त्यातून दृष्टीस पडते. पण ह्या सिद्धान्तांचे सर्वच बाबतीत कठोरपणाने पालन केले जात असे, असेही आपण समजू नये. आम्ही आधीच सांगितल्याप्रमाणे काही बाबतीत नियमभंग होत असत हेही दाखवणारी उदाहरणे आहेत.

✤

---

(७९) मृच्छकटिक (बॉम्बे संस्कृत सीरीज, खंड एक अंक ५, पृ. २२३) (८०) ज्यांचा कर गोळा करण्याशी संबंध होता, अशा रोमच्या 'पब्लिकानिस' चे (Publicanils) या ठिकाणी स्मरण होते. प्रांताधिकारी (Provincids) आणि करसंग्राहक या दोहोंच्या हितसंबंधांच्या तडजोड होऊ न शकणाऱ्या संघर्षाचे अस्तित्व सिसेरोनेसुद्धा स्पष्टपणे मान्य केले आहे. ह्या अधिकाऱ्यांची वागणूक स्वार्थी व निर्दयपणाची होती अशीही कबुली त्याने दिली आहे. इ. स. पूर्व पहिल्या शतकात रोमवासीयांमध्ये सर्वत्र अशी चिरपरिचित भावना होती की पब्लिकानिस ही एक नसती कटकट आहे. आणि त्यांचा प्रतिकार करणे हे प्रत्येक प्रामाणिक प्रशासकाचे कर्तव्य आहे. (रोस्टो. झेप - दि स्पेशल अँड इकॉनॉमिक हिस्टरी ऑफ दि हेलेनिस्टिक वर्ल्ड - दोन - पृ. ९६५).

प्रकरण चौथे

भूराजस्व

आपणास उपलब्ध साधनामध्ये जरी कराधानाचे काही प्रशंसनीय सिद्धान्त प्रतिपादलेले असले, तरी त्यात करनिर्धारणाचे नियम व पद्धती याबद्दल बहुधा मौन बाळगलेले आहे. अर्थशास्त्राचा[१] काळ आपणास प्रस्तुत असलेल्या काळाच्या पूर्वीचा आहे. पण तोच एक असा ग्रंथ आहे की, ज्यात 'समाहर्ता' *(कर संग्राहकप्रमुख Collector General)* व त्याच्या हाताखालील कर्मचारी अधिकारी गण ह्यांच्या कर्तव्याच्या माहितीच्या अनुषंगाने भूराजस्व निर्धारणाविषयी पुरेशी आधारभूत सामग्री उपलब्ध करून दिलेली आहे. उदाहरणार्थ 'गोप' *(५ किंवा १० ग्रामांचा प्रभारी अधिकारी)* या अधिकाऱ्याच्या कर्तव्यापैकी एक कर्तव्य असे सांगितले आहे की, त्याने निरनिराळ्या प्रकारची नोंदणी पुस्तके (Registers) तयार करावीत. ही नोंदणी पुस्तके सीमा, गावातील शेते, लागवडीखाली न येऊ शकणाऱ्या जमिनी आणि हस्तान्तरण ह्यासंबंधी असावीत. शिवाय असेही सांगितलेले आहे की, ज्यात लोक राहतात अशा निवासस्थानांची गणना करून त्याची यादी संकलित करणे हेही त्याचेच काम असे. त्या घरांवर कर लावावा की ती करमुक्त ठेवावीत याचा विशेष उल्लेख त्यात असे. त्या निवासस्थानांवर निरनिराळ्या विषयांच्या अनुरोधाने लावलेल्या करांचाही निर्देश त्याला करावा लागे. ते विषय असे - रोकड रकमेत केलेला भरणा, पारिश्रमिक न दिलेले श्रम आणि जकात आणि दंड[२]. अर्थशास्त्राने[३] असेही सुचविले आहे की, समाहर्त्यांकडून नियुक्त केलेले

(१) अ. शा. दोन - ३५ (२) कित्ता - रोमन साम्राज्यातसुद्धा नियतकालिक जनगणनेद्वारा जीवित निवासीजनांची यादी पुरविली जात असे. त्यात त्यांच्या संपत्तीचा अंदाजही असे. जेणेकरून त्यांच्या वर्गवारीची व्यवस्था केली जाऊन त्यांच्यावरील कर निर्धारित केला जावा. ह्या जनगणनायादीत जमिनींचा निरनिराळ्या श्रेणींमध्ये भेद केला जात असे. जसे लागवडीखाली असलेली शेते, द्राक्षे व ऑलिव्हचे मळे, वन आणि कुरणे. याशिवाय या यादीमध्ये घरे व इतर इमारतींचाही समावेश केला जात असे. याबरोबरच इतर जंगम संपत्ती, घरातील साजसजावटीचे सामान (Furniture), गुलाम आणि रोकड बचतीचा सुद्धा यात समावेश केला जात असे. कारण कराचा भार (आरोपण) हे भूमीवरच असे. भूस्वामीवर नव्हे. (व्हिक्टर शॅपोट " दि रोमन वर्ल्ड" पृ. ९५-९६) (३) कित्ता.

निरीक्षकांचे एक प्रतिनिधिमंडळ काही निवडक गावांमध्ये जाईल. निवासस्थानावर निर्धारित केलेले राजस्व आणि त्यांना दिलेली सूट अशा निरनिराळ्या विषयांवर तयार केलेला प्रतिनिधिमंडळाचा अहवाल समाहर्त्याला तपासावा लागत असे. मौर्यकालात भूराजस्व आणि त्याच्या संबद्ध इतर अधिभार हे बहुधा ग्रामवासीयांच्या व्यक्तिगत क्षेत्रावर किंवा धारणावर (Individual holdings) निर्धारित केले जात असत, हे ओघाने आलेच.

मौर्यकालात भूराजस्व सामान्यत: व्यक्तिगत धारकतेवर आकारले जात असे, हे दिसते. पण पूर्ण गावात केलेले सामूहिक निर्धारणसुद्धा अपरिचित नव्हते. 'राष्ट्र' *(देशाचे भाग)* ह्या विषयामध्ये कौटिल्याने 'पिण्डकर' चा उल्लेख केला आहे.[४] अर्थशास्त्राचा टीकाकार भट्टस्वामिन् ह्याने या संज्ञेचे असे स्पष्टीकरण दिले आहे की, पूर्ण गावाकडून घेतल्या जाणाऱ्या करांचा यात समावेश असे. यावरून असे स्पष्ट होते की, सगळ्या गावावर एकदम एकत्र निर्धारित केल्या गेलेल्या करांसाठी ही संज्ञा येते. साहजिकच व्यक्तीने धारण केलेल्या भूमीवर निर्धारित मुख्य कर सामूहिक करांपेक्षा भिन्न आहेत असे ही संज्ञा सुचविते.

आपणास उपलब्ध साधनसामग्रीमध्ये मौर्योत्तर काळात आणि गुप्तकाळात 'पिण्डकर' या किंवा यासारख्या पाच आशयाच्या कोणत्याही इतर संज्ञेचा उल्लेख नाही. यावरून असे सूचित होते की, पूर्ण गावावर कोणतीही सामूहिक करआकारणी त्या वेळी नव्हती. पण आपणास प्रस्तुत असलेल्या काळात व्यक्तिगत धारकतेवर राजस्व आकारण्याची जुनी पद्धतच चालू राहिली असे दिसते, सातवाहन दानपत्रात काही निर्दिष्ट गावातील जमिनीच्या काही तुकड्यांचे दान केल्याची नोंद आहे.[५] त्यावरून वरील अनुमान करता येते. या उदाहरणामध्ये दान दिलेल्या शेतांचा उपभोग व्यक्तीकडून केला जावयाचा होता. यावरून व्यक्तिगत धारकतेवर भूराजस्वाचे निर्धारण काही विशिष्ट प्रमाणात होत असते, असे दिसते.

जमिनीच्या व्यक्तिगत धारकतेवर कर निर्धारित केले जात असत हे आधीच्या काळातल्यापेक्षा गुप्तकाळातील भूमिदान पत्रामध्ये अधिक स्पष्टपणाने दाखविलेले आहे. सध्याच्या इंदोर विभागातील दोन प्राचीन राजलेख आहेत.[६] पैकी एक महाराज स्वामिदास *(इ.चे. सुमारे ६८६-८७)* व दुसरा महाराज भुलुण्ड *(इ. सुमारे ४२६-२७)* ह्याचा आहे. यामध्ये ब्राह्मणांना भूमीच्या देणग्या दिल्याची

---

(४) अ. शा. दोन-१५ (५) लूडर्स लिस्ट नं. ११६२, ११६३, ११६४, ११६६, ११६७ इ. (६) ए. इं., पंधरा - नं. १६ (१ आणि २)

नोंद आहे. त्यात व्यक्तीच्या मालकीची शेते दान दिल्याची नोंद आहे. त्यावरून गावकऱ्यांवर वैयक्तिक करआकारणी होत असे, असे दिसते. त्याचप्रमाणे परिव्राजक शासक इस्तिन्चा[७] एक अभिलेख आहे. हा अदिनांकित आहे. हा राजा मध्य भारतातील बघेलखंड या विभागावर शासन करीत असे. याच्यावरील अभिलेखात धवसन्दिका नावाच्या गावाचा अधोभाग दान दिल्याची नोंद आहे. परिव्राजक महाराजांच्या आणखी दोन अभिलेखांमध्ये एका गावाचा काही भाग किंवा दोन वेगवेगळ्या गावांचा काही भाग दान विषय असल्याचा उल्लेख आहे.[८] शिवाय मैत्रक राजाच्या अनेक लेख्यपत्रांमध्ये राजाने दान केलेल्या शेतांचा *(त्यावरील राजदेय शुल्कासह)* किंवा विहिरींचाही उल्लेख आहे. ही शेते व विहिरी निर्दिष्ट गावाच्या चरम सीमेला होत्या आणि अनेक बाबतीत शेतकऱ्यांची क्षेत्रे *(प्रत्याय)* तयारी करीत होत्या. या शेतकऱ्यांच्या नावाचा उल्लेखसुद्धा केलेला आहे. ध्रुवसेनाच्या गोरस ताम्रपत्रामध्ये *(इ. ६४३)* बहुमुल नावाच्या गावातील १०० पादावर्त आकाराच्या शेताचे दान केले आहे. ह्या शेताचे तीन भाग होते. त्या लेख्यपत्रात सांगितलेले आहे की देवीच्या शेताच्या उत्तरेस हे शेत होते. त्याच ताम्रपत्रात १०० पादावर्त आकाराचे दुसरे एक शेत दान दिल्याचा उल्लेख आहे. त्या शेताच्या पश्चिमेला स्थविराचे 'ब्रह्मदेय' शेत आहे असे त्याचे वर्णन आलेले आहे. आणि कुटुम्बी कुहुण्डकाचे क्षेत्र उत्तरेला आहे.[९] या सर्वांमधून हेच सूचित होईल की, संबंधित गावावर सामूहिक करआकारणी केली जात नव्हती, तर व्यक्तिगत धारकतेच्या आधारावर ती केली जाई.

जमिनीच्या व्यक्तिगत क्षेत्रावर तिच्या क्षेत्रफळाच्या आधारावर करआकारणी होत असे की नाही या प्रश्नाचे समाधानकारक उत्तर देता येणे शक्य नाही. 'काम जातकात'[१०] असे सांगितलेले आहे की, ज्या वेळी राजाचे अधिकारी *(राजकाम्मिक)* शेतांची मोजणी करण्यासाठी गावात आले, त्या वेळी 'सेट्ठी'ने राजपुत्राला 'बोली' मध्ये सूट देण्याविषयी राजाला लिहिण्यास विनविले. हा राजपुत्र आपल्या लहान भावाप्रीत्यर्थ आपला राज्यावरचा अधिकार सोडून देऊन सेट्ठीच्या परिवाराबरोबर राहण्यास आला होता. घोषालांनी[११] असे निदर्शनास आणून दिले आहे की, या प्रकरणात जमिनीचा 'बलि' निर्धारणाशी साक्षात संबंध आहे. यावरून असे दिसते

(७) ''ग्रामार्द्धौ, कॉ. इं. इ. - तीन - नं. २९, १.८ (८) इं. अॅ. - पृ. ८.२८ (९) डिस्कळकर, ''सम अनपब्लिश्ड कॉयर प्लेट्स ऑफ दि रूलर्स ऑफ वलभी'' ज. बॉ. ब्रॅ. रॉ. ए. सो, - एक (न्यू. सी.) पृ. ५१-५२; यासारख्याच संदर्भासाठी पाहा : इं. अॅ. एक - पृ. १६; सात - पृ. ७०, आठ - पृ. ३०१. (१०) जातक - चार - पृ. १०९ (११) घोषाल - ''अॅग्रेरियन सिस्टम इन एन्शन्ट इंडिया,'' पृ. २५

की, त्या काळी व्यक्तिगत धारकतेवर करआकारणी होत असे आणि त्यासाठी ठराविक एकांक क्षेत्रासाठी (Known Unit area) असलेल्या शासकीय मागणीचे एक विशिष्ट मापक (Standard) किंवा सरासरी दर अस्तित्वात होता. कुरूधम्म जातकात [१२] एका रज्जुक अम्माच्चाला (Surveyer भूमापक अधिकारी) एक मोठे धर्मसंकट पडल्याचा उल्लेख आहे. त्याला असे वाटते की, ज्या दोराने जमिनीचे मोजमाप केले जाते त्याची काठी शेताच्या अगदी सीमारेषेवर असलेल्या खेकड्याच्या एका बिळाच्या इकडच्या किंवा तिकडच्या बाजूला जर रोवली, तर राजाची हानी होईल. यातून असे सूचित होते की, जमिनीच्या मोजणीनंतरच राजाचा हिस्सा निश्चित केला जात असे. जमिनीवरील कराची आकारणी करीत असताना जमिनीचे मोजमाप महत्त्वाचे असते, या गोष्टीला अर्थशास्त्राने अप्रत्यक्षपणे पुष्टी दिली आहे. हा कर शेतांचे पूर्ण क्षेत्रफळ, त्यातील लागवडीखाली असलेले व पडित जमिनीचे खंड, यांची गणना करून, त्यांना क्रमांक देऊन व त्यासंबंधीची निश्चित माहिती मिळवून मग त्यावरून ठरविले जात असे.[१३] शिवाय जमिनीचे मोजमाप करण्याची निश्चित मापेसुद्धा कौटिल्याने सांगितली आहेत.

मौर्योत्तर काळातीलसुद्धा रेखाबद्ध मोजणीच्या काही मापांचा उल्लेख मिळतो. जमिनीच्या क्षेत्रफळाला अनुसरून करआकारणी व्हावी, असा प्रत्यक्ष उल्लेख मात्र त्यात नाही. अर्थशास्त्रात मात्र रेखाबद्ध मोजमापांची एक चांगलीच सविस्तर यादी आहे. आपणास प्रस्तुत असलेल्या काळातील साधनांमध्ये यापैकी बहुतेकांचा उल्लेख केलेला आहे.[१४] पतअलीने अरत्नि[१५] व वितस्ति[१६] यांचा उल्लेख अक्ष[१७], पाद[१८], प्रादेश[१९] व दिष्टि[२०] या दुसऱ्या एकांकामध्ये केला

---

(१२) जातक - दोन पृ. ३७६; "क्षेत्रफळ" नावाच्या विशेष अधिकाऱ्यांच्याकडून कृषियोग्य भूमीचे पद्धतशीर सर्वेक्षण केले जात असल्याचा उल्लेख पाणिनीनेसुद्धा केला आहे. बौद्ध स्त्रोतांमध्ये "रज्जुगहक अमाच्च" या अधिकारपदाशी मिळतेजुळतेच "क्षेत्रकर" हे पद आहे. (पाहा - आर. एस. शर्मा "स्टेजेस इन एन्शट् इंडियन इकॉनॉमी", "एन्क्वायरी" = नं. पृ. २२) (१३) अ. शा. - दोन- ३५. (१४) कित्ता - दोन - २० (१५) महाभाष्य - एक, १.१४ पृ. २५, १.५ (१६) कित्ता - पांच - २.३६, पृ. ३७८, १.१३ (१७) कित्ता - एक - २.४५, पृ. २२०.१.२ (१८) कित्ता - १.२३ (१९) कित्ता - एक, ४.८४ पृ. ३४६ (२०) मिक लाईफ ऑफ नॉर्दन इंडिया, पृ. ३५.४३; बोस - "स्पेशल अँड रूरल इकॉनॉमी, "दोन - पृ. २७८ - २७. प्राण नाथ - उपरोक्त पृ. ७९.८०.

आहे. अभिलेखामधील पुरावा पहायचा झाल्यास असे दिसते की सातवाहन काळातील अनेक भूमिदानपत्रांमध्ये दिलेल्या शेतांच्या क्षेत्रफळाचा उल्लेख 'निवर्तन'(२१) या मापामध्ये आहे. अर्थशास्त्रातही हे माप आढळतेच.(२२) या पूर्वीच्या साधनात ज्यांचा उल्लेखही नाही, अशी काही परिमाणे गुप्तकालातील साधनसामग्रीत आढळतात. गुप्त साम्राज्याच्या पूर्व भागात 'अढवाप', 'द्रोणवाप' आणि 'कुल्यवाप' ह्या एकांकांनी ओळखली जाणारी भूमापनाची पद्धती रूढ होती असे दिसते. वाकाटक व मैत्रकांच्या लेख्यपत्रामध्ये 'पादावर्त' नावाच्या मापाचा वारंवार उल्लेख येतो. त्याचा संबंध शेताच्या व विळ्याच्या क्षेत्रफळाशी असतो.(२३) वाकाटक भूमिदानपत्रात 'भूमि' नावाचे जमिनीचे दुसरे एक माप असल्याचाही उल्लेख आहे.(२४) देशाच्या निरनिराळ्या विभागामध्ये भूमापनाच्या पद्धती फारच भिन्न भिन्न होत्या. त्यामुळे शासकीय अधिकारी ज्याच्या आधाराने भूमापन करीत, अशी काही स्थानीय मापके असावीत, हे स्पष्ट आहे. जरी मापनाच्या एकांकाचा उल्लेख असला, तरी वर दिलेल्या सगळ्या लेखपत्रांमध्ये जमिनीच्या क्षेत्रफळावर करआकारणी केली जात असल्याचा एकही संदर्भ आपणास मिळत नाही. मात्र, वाकाटकांचे एकुलते एक लेख्यपत्र असे आहे, त्यात त्याचा लेखक म्हणून ''रजुक(२५)चा उल्लेख केला आहे. साधारणतया जसे मानले जाते, त्याप्रमाणे ''रजुक'' म्हणजे जर भूव्यवस्था अधिकारी (Settlement officer) असेल, तर मग मात्र जमिनीच्या क्षेत्रफळाच्या आधारावर करआकारणी होत असल्याची शक्यता सर्वस्वी नजरेआड करता येत नाही.

आपल्या साधनामध्ये ज्या भूमिकराच्या दरांचा निर्देश केलेला आहे, त्याचे अध्ययन केल्यास असे आढळून येते की, भूराजस्वाचे निर्धारण करीत असताना नेहमीच भूमीच्या श्रेणीचा विचार महत्त्वाचा मानला जात असावा. बहुधा मौर्यपूर्व काळात होऊन गेलेल्या गौतमाने(२६) तीन वेगवेगळ्या प्रकारच्या दरांचा निर्देश केला आहे. ते असे : , १/८, . त्यावरील टीकाकार हरदत्ताने हे दर जमिनीच्या वेगवेगळ्या प्रकारांना लागू पडतात, असा अर्थ घेतला आहे.(२७) कौटिल्याने 'बड्भाग' नावाच्या एका उत्पन्नाचा उल्लेख केला आहे. त्याचा संबंध बहुधा भूराजस्वाकडे

---

(२१) ए. इं. - आठ नं. ८ (४), १.३, नं. ८ (५), १.९ लँडर्स लिस्ट नं. ११६२ इ. (२२) अ. शा. दोन २० (२३) संदर्भासाठी पाहा - मैती - उपरोक्त पृ. ३१-३८. (२४) द्वितीय प्रवरसेनाचे चम्मक ताम्रपत्र; कॉ. इं. इं. - तीन मं. ५५, १.१८. (२५) ए. इं. - चोवीस नं. १०, १.३४. चर्चेसाठी पुढे पाहा. (२६) गौतम - दहा - २४ (२७) गौतम - दहा - २४ वरील हरदत्ताची टीका.

असावा.[२८] अर्थशास्त्रात अन्यत्र 'धान्यषड्भाग' म्हणजे राजाकडून घेतला जाणारा पिकांचा भाग, असाही एक शब्दप्रयोग आला आहे. मात्र, त्याचा अर्थ असा नाही की, कौटिल्य सर्वच बाबतीत १/६ हा एकच दर स्वीकारतो. दुसऱ्या ठिकाणी[२९] कौटिल्य स्वत:च असे सांगतो की, गोपाने उंचावरची व खोलगट भागातील सखल जमीन यांचा वेगवेगळा उल्लेख केला पाहिजे. असाधारण राजस्वाचे नियम निर्दिष्ट करीत असताना त्याने असा विचार प्रकट केला आहे की, पावसाच्या पाण्यावर अवलंबून सुपीक जमिनीवरील, असडच्या धान्याचे पिकाचा १/३ किंवा १/४ भाग हा दर निर्धारित केला जावा; पण मध्यम आणि निम्न प्रतीच्या भूमीवर ह्यापेक्षा कमी दर निश्चित केला आहे, हे उघड आहे.[३०] आपणास प्रस्तुत असलेल्या काळातील स्मृतिकारांमध्ये मनूने[३१] असा निर्देश दिला आहे की, पिकाचा , १/८ किंवा भाग राजा घेऊ शकतो. ''विरमित्रोदयात'' हा अंश उद्धृत करताना असा अभिप्राय व्यक्त केला गेला आहे की, भूमीच्या सुपीकपणावर, कमीअधिक म्हणजे तिच्या लागवडीस कमीजास्त श्रम वा मजुरी लागते. त्याच्या आधारावर हा पर्याय निश्चित केला आहे.[३२] बृहस्पतीने खिल भूमीसाठी[३३], , पावसाच्या पाण्याखाली येणाऱ्या भूमीसाठी आणि वसंत ऋतूत होणाऱ्या पिकांसाठी असे दर क्रमश: निर्दिष्ट केले आहेत. 'खिल' भूमी म्हणजे कृषियोग्य पण पडिव जमीन[३४] असावी. कारण त्यावरील लागवडीला नित्यापेक्षा जास्त लागत *(खर्च)* आवश्यक असावी. त्याचप्रमाणे पावसाच्या पाण्यावर अवलंबून राहिल्याने शेतातून भरपूर पीक येईलच, त्याची खात्री नसते. आणि वसंत ऋतूत येणाऱ्या पिकांच्या बाबतीत तेवढा धोका पत्करावा लागत नाही. ह्या गोष्टी विचारात घेऊनच बहुधा बृहस्पतीने भूमिकराचे वेगवेगळे दर निर्दिष्ट केले, जे गौतमाने सांगितलेल्या दरासारखेच आहेत.

भूमीच्या विभिन्न प्रकारच्या कसावरून त्याला अनुरूप अशा प्रकारे भूमिकराचा दर निर्धारित केला जात असावा, हे जरी खरे असले, तरी बहुतेक सर्व तज्ज्ञांनी १/६ ह्या दराचाच उल्लेख केला आहे. भूमिकराच्या तीन वेगवेगळ्या दरांचे समर्थन

---

(२८) अ. शा. दोन - १५ ''भाग आणि षड्भाग'' (यांमधील साम्य) जाणण्यासाठी खाली पाहा. (२९) कित्ता - दोन - ३५ (३०) कित्ता - पाच - २ (३१) धान्यानामष्टमो भाग: षष्ठो द्वादशा एव वा । मनु. सात - १३० (३२) पाहा - जी एन. झा; ''नोट्स ऑन मनुस्मृति; भाग २, पृ. ४६६. (३३) बृहस्पति - एक ४३. (३४) मैती - उपरोक्त, पृ. २४

मनू करतो, हे पूर्वीच सांगितले आहे. पण एका ठिकाणी तो असे म्हणतो की, जो राजा प्रजेला संरक्षण देत नाही; पण उत्पादनाचा $\frac{१}{६}$ भाग मात्र घेतो, तो आपल्या प्रजेची सर्व पापे स्वत:वर ओढवून घेतो.(३५) विष्णू(३६) आणि नारद(३७) दोघेही $\frac{१}{६}$ हा भूराजस्वाचा सामान्य दर असे सांगतात. शांतिपर्वात वारंवार असे सांगितले आहे की, उत्पादनाचा $\frac{१}{६}$ भाग घेण्याचा अधिकार राजाला आहे. $\frac{१}{६}$ हा दर लोकांच्या कल्पनेत इतका खोलवर रुजलेला होता की, राजाला नेहमी ''षड्भागिन्(३९) ही पदवी दिली जाते. कालिदासाच्या वाङ्मयातही अशीच विचारसरणी आढळून येते. तो असे म्हणतो की लोकांपासून घेण्यासाठी म्हणून भूमीच्या उत्पादनाच्या $\frac{१}{६}$ भागावर राजा आपला अधिकार सांगू शकतो. असेही सांगितले आहे की, अरण्यात राहणारे तपस्वीजन आपल्या तपस्येचा $\frac{१}{६}$ भाग राजाला देतात. (४०) आणि गोळा केलेल्या तांदुळाचा $\frac{१}{६}$ भाग राजाधिकाऱ्यांनी घेऊन जावा म्हणून नदी तटावर ठेवणाऱ्या तपस्वीजनांचाही त्याने उल्लेख केला आहे. यावरून असे दिसते की $\frac{१}{६}$ हा दर बहुधा सामान्यत: अस्तित्वात असावा. मात्र, त्यात फेरबदल करण्याची परवानगी असावी.(४३)

$\frac{१}{६}$ हा दर तत्त्वत: जरी मान्य केलेला दिसला, तरी मेगॅस्थेनिसच्या वृत्तावरून असे दिसते की, कौटिल्याचे आदेश असूनसुद्धा मौर्य काळात भूमिकर बराच जास्त होता. डिडोरसने उद्धृत केलेल्या मेगॅस्थेनिसच्या विधानाचा घोषालांनी असा अर्थ घेतला आहे की, उत्पादनाचा $\frac{१}{४}$ भाग शेतकरी सामान्यत: मौर्य राजाला देत असत. (४४) वेगळ्या शब्दांमध्ये सांगावयाचे म्हणजे ग्रीक राजदूताच्या ह्या प्रमाणापासून हे सूचित होईल की, त्याच्या काळात भारतात असलेला भूराजस्वाचा सामान्य दर हा, एऱ्हवी राज्यात संकटकालीन स्थिती उत्पन्न झाल्यास भारतीय विधिपंडितांनी निर्दिष्ट केलेल्या दराच्या बरोबरीचा होता.

तुलनात्मक दृष्टीने मौर्यकालात भूराजस्वाचा दर अधिक होता हे अशोकाच्या

---

(३५) मनु. - सात ३०८ (३६) विष्णु - तीन - २४ (३७) नारद - अठरा - ४८. (३८?) मागे पाहा. (३९) अ. शा. - १५; विष्णु - तीन - २२; वर उद्धृत नारद; शां. प. एकोणसत्तर - २४, बहात्तर. (४०) रघु. - दोन - ६६ (४१) शा. कुं. दोन - १३ (४२) कित्ता (निर्णयसागर प्रेस) पृ. ७६ (४३) ही एक विलक्षण गोष्ट आहे की, भूमीच्या बाबतीतले राजलेख गावकऱ्यांकडून वसूल केल्या जावयाच्या भूमिकराचा दर प्रत्यक्षपणे कोठेही निर्दिष्ट करीत नाहीत. अर्थात तरीही ''अष्टभागिक'' व ''धर्मषड्भाग'' या संज्ञांवरून अप्रत्यक्ष कल्पना येते. (४४) हिं. रे. सि. पृ. १६८

रूमिन्देई स्तंभलेखातील उल्लेखावरूनही सिद्ध होते. ह्या अभिलेखात अशी नोंद आहे की, लुम्बिनी हे बुद्धाचे जन्मस्थान असल्यामुळे तेथील लोकांवर 'भागा' पैकी फक्त   *(अठ्ठभागीय)* देण्याचे उत्तरदायित्व आहे. शिवाय त्यांना 'बलि' पासून सूट मिळालेली आहे. म्हणूनच घोषाल म्हणतात की, आपल्या धर्माच्या सर्वात पवित्र स्थानासाठी अशोकाने दिलेली ही सवलत लक्षात घेता मौर्य काळात भूराजस्वामध्ये पूर्ण सूट दिली जात नव्हती हे सिद्ध होते. शिवाय असेही कळते की करआकारणीचा दर इतका जास्त असे की, फारच कृपा *(अनुग्रह)* करायची, तर तो जास्तीतजास्त   होऊ शके.[४५] असे दिसते की सिद्धान्ततः जरी कौटिल्याने   हा भूमिकराचा दर निर्दिष्ट केला होता, तरी प्रत्यक्ष व्यवहारात त्याचा अनुपात बराच जास्त होता. आणि जर सांगितलेला ग्रीक पुरावा स्वीकारला, तर हा अनुपात १/४ पेक्षा कमी नव्हताच. तथापि, मौर्योत्तर व गुप्तकाळात सिद्धान्त आणि प्रत्यक्ष व्यवहार ह्यामध्ये अशीच विसंगती होती की काय हे सांगता येत याही. शिवाय समकालीन अभिलेखामध्ये भूमिकराच्या दरांचा ओझरताही उल्लेख नाही हेही आश्चर्यच होय; पण अनेक गुप्त अभिलेखांमध्ये 'धर्मषड्-भाग' हा शब्दप्रयोग आढळून येतो. त्यावरून असे सूचित होऊ शकते की   हा दर त्या वेळी प्रचारात असावा. मौर्यकाळापेक्षा गुप्तकाळात राजाला द्यावयाचा धान्याचा हिस्सा कमी होता असाही याचा आशय असावा.

भूमिकर हा कृषकाच्या एकूण उत्पन्नावर घेतला जात असे की, नफ्यावर घेतला जात असे हासुद्धा याच्याशी निगडित आणि चांगलाच विवादास्पद प्रश्न आहे. व्यापाऱ्यावरील करांचा भार निव्वळ नफ्यावर लावण्याचा प्रयत्न करावा, असे आपल्या साधनांमध्ये निःसंदिग्धपणे सांगितलेले आहे.[४६] पण शेतकऱ्यांच्या नफ्यावर भूमिकर आकारला जाई, असे स्मृतिकारांनी कोठेही स्पष्टपणे सांगितलेले नाही. मनूच्या वर उद्‌धृत केलेल्या वाक्यांशाचे स्पष्टीकरण देताना कुल्लुकाने त्याचा अर्थ असा लावला आहे की, जे काही भांडवल घातलेले असेल त्याच्या वृद्धीवरून राजाच्या हिश्शाचा अंदाज ठरवावा. मेधातिथि आणि गोविंद ह्यांच्याशी सहमत आहेत. नंदन तर स्पष्टपणे सांगतो, 'प्रत्येकच बाबतीत खर्च वजा जाता शिल्लक नफ्यावर *(राजाचा)* हिस्सा आधारित असतो' पण हे सर्व टीकाकार नंतरच्या काळात होऊन गेले आहेत. त्यामुळे स्मृतिच्या उताऱ्यांचा त्यांनी लावलेला हा अर्थ, आपण अभ्यासतो आहोत त्या कालखंडाला लागू पडेलच असे नाही. समकालीन साधनांमध्ये फक्त शान्तिपर्वच[४७] उत्पन्न व खर्च यांची कसोटी राजाचा

---

(४५) कित्ता - पृ. १७१ (४६) मागे पाहा

हिस्सा निश्चित करताना स्थूलपणाने स्वीकारते. प्रस्तुत कालखंडातील अन्य साधनांमध्ये भूमिकर हा कृषकाच्या नफ्यावर आकारला जात असे, असे कुठेही सूचित झालेले नाही, ही आश्चर्याची गोष्ट आहे. कर हे भांडवलावर लावले न जाता नफ्यावर लावले जाण्याची प्रथा असावी, अशी शक्यता आहे. मात्र, भूमिकराच्या बाबतीत या सिद्धान्ताचे *(प्रथेचे)* कितपत पालन होत असे ही विस्ताराने विचार करण्यासारखी गोष्ट आहे.

कृषी उत्पादनातील राजाचा परंपरागत हिस्सा हा भूराजस्वाचा मुख्य विषय असावा असे दिसते. हा कधी कधी 'भाग' ह्या नावाने ओळखला जात असे. भूमीवरील विशिष्ट कर म्हणून 'भाग' हा शब्द अर्थशास्त्रात प्रथम आढळतो.[४८] एका ठिकाणी तर 'राष्ट्र' हे शीर्षक असलेल्या विषयामध्ये 'बलि', 'कर' इ. बरोबर एक स्वतंत्र संज्ञा म्हणून त्याचा उल्लेख केला गेला आहे. आणि त्याच सामान्य शीर्षकाखाली दुसऱ्या एका ठिकाणी[४९] 'षड्भाग' चा उल्लेख तेथे 'बिल' कर इ. बरोबर आला आहे. त्यामुळे 'भाग' शब्दाचा निश्चित अर्थ सामान्यतः राजाचा उत्पादनातील परंपरागत हिस्सा असाच आहे. हा हिस्सा नित्यासाठी व सर्वत्र नसला, तरी सामान्यतः १⁄६ च्या बरोबरीचा होता.[५०] अमरकोशाचा १२ व्या शतकातील टीकाकार क्षीरस्वामीसुद्धा[५१] 'भाग' म्हणजे उत्पादनातील राजाचा १⁄६ हिस्सा असे अर्थशास्त्राचे मत 'भाग' शब्दाची व्याख्या देताना उद्धृत करतो.

मौर्योत्तर आणि गुप्तकालात 'भाग' हाच भूमीवरील प्रमुख कर असावा असे दिसते. रुद्रदामनच्या जुनागढ अभिलेखात 'बलि, शुल्क' व 'भाग' ह्यांद्वारा राजकोश भरला गेला होता आणि 'कर', 'विष्टि' व 'प्रणय' ह्यांच्याद्वारा लोकांवर अत्याचार न करता सुदर्शन बांध बांधला असे म्हटले आहे. नंतरच्या तीन करांचा उल्लेख ज्या अर्थी ते जुलमी आहेत, असा केला आहे आणि त्या अर्थी 'भाग' चा उल्लेख अशा प्रकारे केला गेला नाही. त्या अर्थी बहुधा भूराजस्वाचा मुख्य विषय 'भंग' असावा आणि तो राजाचा धान्यातील सामान्य हिस्सा ह्या अर्थाने आला असावा. गुप्तकालातील ज्या अभिलेखांमध्ये ब्राह्मणांना दिलेल्या भूमिदानाची नोंद केली गेली आहे, त्यात दान घेणाऱ्या अन्य कराधिग्रह्याबरोबर 'भाग भांगकर'[५२]

---

(४७) शां. प. - एकशेवीस ९ (४८) अ. शा. - दोन - ६ (४९) कित्ता - दोन - १५ (५०) यू. एन. घोषाल - ''सम हिंदु फिस्कल टर्म्स डिस्कस्ड्'', प्रोसिडिंग्ज ऑफ फोर्थ ओरिएंटल कॉन्फरन्स - दोन. पृ. २०५ (५१) राजग्राह्यः षड्भागादिः क्षीरस्वामीची टीका अमर - दोन, ८.२८

ह्यापासूनही सूट दिली जात असे, असा उल्लेख वारंवार केला जातो. फ्लीट [५३] 'भागभोग' ही संज्ञा हा एकच शब्दप्रयोग आहे, असे समजतो. आणि 'कर किंवा हिश्शाचा उपभोग' असा त्याचा अर्थ करतो; पण कधीकधी हे दोन शब्द उलट्या क्रमाने उपयोगात आणले जाऊन 'भोगभाग'[५४] असे लिहिले गेले आहेत. फ्लीटने पहिल्या संज्ञेचा अर्थ ज्या पद्धतीने लावला, त्याच पद्धतीने आपण ह्याही संज्ञेचा अन्वय लावला, तर त्याचा अर्थ 'उपभोगाचा हिस्सा' असा होईल; पण खरे सांगावयाचे म्हणजे 'भोग' व 'भाग' ह्या दोन स्वतंत्र शब्दांचे मिळून बनलेले एक सामासिक पद म्हणजे ही संज्ञा होय. आणि त्यामुळे त्यातून दोन वेगवेगळ्या करांचा निर्देश केला जातो. त्यामुळे अभिलेखांमधील 'भाग' शब्दाचे[५५] उत्पादनातील राजाचा हिस्सा, असे जे स्पष्टीकरण सरकारांनी केले आहे ते सत्याला अधिक जवळचे असावे.

राजकोशाशी संबंध असणारा 'बलि' हा एक आणखी शब्दप्रयोग आधीच्या भारतीय साधनामध्ये आढळून येतो. राजाच्या राजस्वासाठी आलेली ही सर्वात जुनी भारतीय संज्ञा आहे. ऋग्वेदामध्ये प्रजा व जिंकलेले राजे ह्यांनी राजाला जे 'देय' *(द्यावयाचे द्रव्य)* असते, त्यासाठी 'बलि' शब्द आला आहे.[५६] तथापि मॅकडोनेल व कीथ [५७] ह्या दोघांनीही असे सुचविले की, अगदी प्रारंभापासूनच प्रजेच्या इच्छेवर सर्वस्वी अवलंबून नसलेले कर असेच 'बलि'चे स्वरूप आहे. प्राचीन वैदिक कालातील जुन्या रानटी जमातीच्या पद्धतीचे राज्यसुद्धा केवळ ऐच्छिक अंशदानावर टिकू शकले असेल हे शक्य कोटीतील वाटत नाही. काहीही असले, तरी ब्राह्मणकालात प्रजांनी भरावयाचे आवश्यक अंशदान ह्याच रूपात ''बलि'' ओळखले जात असावे, असे दिसते.[५८] आणि जरी कधीकाळी ते ऐच्छिक असले, तरी नंतरच्या काळात ते केवळ नावापुरतेच ऐच्छिक राहिले असावे. येथे आम्ही आणखी एक गोष्ट सांगू इच्छितो की, प्राचीन ॲसीरियामध्येसुद्धा खूप काळापर्यंत नियमित करांसाठी ''देणगी'' ही संज्ञा उपयोगात आणली जात होती. आणि वस्तुस्थिती अशी होती की, हा भरणा

---

(५२) कॉ. इं. इं. - तीन, नं. २६, १; ९ नं. २७, १.११ नं. २८, १.१७ इ. (५३) कित्ता - पृ. २५४, टि ४, पृ. १२० टि. १ (५४) कित्ता - नं. ३९, १.६८, नं. ४०, १.१२, नं. ४१, १.१४ इ. (५५) सि. इं. पृ. ३७२, टि. ७, ए. (१७) इं. पंधरा - पृ. २९३; मजुमदार - ''हिस्टरी ऑफ बेंगाल, एक - पृ. २७७ (५६) तुलनेसाठी पाहा. हिं. रे. सि. पृ. ४-५ (५७) वेदिक इन्डेक्स, दोन - ६२ (५८) एल. ब्रा. - सात - २९.

करण्यासाठी प्रजेला भाग पाडले जात होते.[५९] प्राचीन भारतातही काही काळपर्यंत राजस्व परिभाषा आणि त्याचा प्रत्यक्षातील अर्थ ह्या दोहोंमध्ये विरोध प्रचलित होता, हे असंभव नाही.[६०] राजस्वासंबंधीच्या संज्ञांच्या उत्तरोत्तर विकासाबरोबर आणि कराधानाच्या नवीन विषयांच्या निर्मितीबरोबर ''बलि'' शब्दाचा आशय अधिकच गुंतागुंतीचा झालेला दिसतो. अर्थशास्त्रात ''बलि'' शब्दाचा उपयोग राजाच्या उत्पादनातील नित्याच्या सामान्य हिश्श्यापेक्षा अतिरिक्त असा एक क्षुल्लक उपकर ह्याच स्वरूपाचा निश्चितपणे आहे.[६१] पण जातकामध्ये[६२] माचच्या संज्ञेचा अर्थ नेहमी जास्तीचे आणि अन्यायकारक उपकर असाच आहे.

'बलि' म्हणजे आपत्कालीन कर आणि त्यापासून चार मुख्यमंत्री मुक्त असल्याचे मिलिंदपन्होमध्ये सांगितले आहे.[६३] मात्र जातकामध्ये असा अर्थ सांगितलेला नाही. मौर्योत्तर काळात 'बलि' या संज्ञेच्या आशयात काही बदल झाला असावा, असे यावरून सूचित होते. ज्यात 'बलि' शब्दाचा उल्लेख कर या अर्थाने आला आहे, असा आपणास प्रस्तुत असलेल्या काळातील फक्त जुनागढ येथील इ. १५० चा रुद्रदामन्चा अभिलेख आहे. पण मिलिंदपन्होमध्ये जो अर्थ अभिप्रेत आहे, तो जुनागढ अभिलेखाच्या अर्थामध्ये नाही. बरे, मिलिंदपन्होतील 'बलि' शब्दाचा आपत्कालीन कर आकारणी म्हणून केलेला उल्लेख एक स्थानीय नोंद आहे, असेही मानता येत नाही. कारण जेथे मिलिंदपन्होची रचना झाली, ते क्षेत्र व जेथे रुद्रदामन्चा अभिलेख उपलब्ध झाला, तो जुनागढचा विभाग, हे दोन्ही परस्परांच्या अगदी निकट आहेत. दुसरे असे की, इतर कोणत्याही साधनांमध्ये 'बलि' शब्दाचा अर्थ आपत्कालीन लाभकर असा घेतला गेलेला नाही. त्यामुळे असे वाटते की, मिलिंदपन्होत बलि शब्दाचा आपत्कालीन कर असा जो अर्थ लावला गेला आहे, तो तसा चुकून लावला गेला असावा.

अभिलेखांमधील ''बलि'' शब्दाचा अर्थ नेहमी एक धार्मिक कर म्हणून घेतला गेलेला आहे. म्हणूनच अशोकाच्या रूमिन्देई स्तंभलेखात उल्लेखिलेल्या ''बलि'' ह्या संज्ञेचा अर्थ थॉमसने[६५] कोणत्या तरी प्रकारचा धार्मिक उपकर असा

---

(५९) ओम्स्टड् ''हिस्टरी ऑफ ॲसीरिया'' पृ. ५१६ (६०) आर. एस. शर्मा ''पोलिटिकल आयडियाज अँड इन्स्टिट्यूशन्स् पृ. १३२ (६१) घोषाल - ''सम हिंदु फिस्कल टर्म्स डिस्कस्ड्'' उपरोक्त पृ. २०३ (६२) जातक - स. क. पृ. १९९, ३३९; दोन - पृ. २४०; तीन - पृ. ९; पां. पृ. ९८ (६३) मिलिंद - पृ. १४६ (६४) ए. इं. आठ, नं. ६, १, १४.

लावलेला आहे. दोन महत्त्वाचे याज्ञिक विधि ''चरू'' व ''सत्र'' ह्यांबरोबर ''बलि'' शब्द गुप्तकालीन भूमिदान पत्रांमध्ये आढळतो. ह्याच आधारावर मैतीने(६६) त्याचा अर्थ धार्मिक कर असा केला आहे. ज्या ठिकाणी ''बलि'' शब्द कर ह्या अर्थाने आला आहे, त्या रुद्रदामनूच्या अभिलेखात 'भाग' ह्या इतर राजकोशीय संज्ञांबरोबर त्याची नोंद केलेली आहे. तथापि, गुप्तकालातील अभिलेखांमध्ये मात्र नि:संदिग्धपणे ''बलि'' शब्दाचा व्यवहार चरू, सत्र, वैश्वदेव व अग्निहोत्र या चार याज्ञिक विधींबरोबर पाचवा विधी म्हणून केला आहे. त्यामुळे या संदर्भात ''बलि'' शब्दाचा अर्थ कोणताही कर असा होऊच शकत नाही. त्यातल्या त्यात आणखी महत्त्वाची गोष्ट अशी की, गुप्तकालात व त्यानंतरच्या कालात दान घेणाऱ्यांना सामान्यपणे ज्यापासून सूट मिळत असे, त्या करांच्या यादीमध्ये ''बलि'' कोठेही नाही.

बहुधा धर्मशास्त्रीय आणि साहित्यिक लिखाणामध्ये मात्र ''बलि''चा उल्लेख कर म्हणूनच आहे. पण ह्यांमध्ये ''भाग''च्या पारिभाषिक अर्थाकडे नेहमीच दुर्लक्ष केलेले आहे. भूमिकराच्या दराच्या संबंधात विष्णु(६७) व मनू(६८) ''बलि''चा उल्लेख करतात, ''भाग''चा नव्हे. महाभारतातील (६९) राजधर्म प्रकरणातसुद्धा हीच गोष्ट आहे. अश्वघोषानेसुद्धा (७०) नियमित भूमिकर'' याच अर्थाने ''बलि'' शब्दाचा उपयोग केला आहे. बहुधा गुप्तकालातच होऊन गेलेल्या बृहस्पतीनेसुद्धा (७१) ह्याच अर्थाने ''बलि'' शब्द वापरला आहे. गुप्तकालातील एक कृती ''महावंश'' ह्यामध्ये असे म्हटले आहे की, ''बलि'' हे कराधिग्रहण अत्यंत आवश्यक आहे. ह्यावरून असे ध्वनित होऊ शकते की, ''बलि'' हा बहुधा आधारभूत भूमिकर असावा. (७२) इ. च्या पाचव्या शतकाच्या आसपासच्या अमरकोशात (७३) ही संज्ञा ''शुल्क'' आणि ''कर'' यांच्या समानार्थाने सामान्य कर ह्या अर्थाने उपयोगात आणली आहे. ह्या सर्वावरून असे दिसते की, धर्मशास्त्रे व साधारण साहित्य यांमधील ''बलि'' व अभिलेखामधील ''भाग'' हे समान आहेत.

---

(६५) थॉमस - ज. रा. ए. सो. - १९०९, पृ. ४६७. चार्लस लाईल आणि के. ए. नीलकंठ शास्त्रींच्या पुढच्या अधिक विवेचनासाठी पाहा - ज. रॉ. ए. सो. १९०८. पृ. ८५०-८५१ आणि इं. हि. क्वा. वीस - पृ. २८५-२८७ क्रमश: (६६) मैती - उपरोक्त, पृ. ६१ (६७) विष्णु - तीन - २२.२३ (६८) मनु. - सात - १३० (६९) शां. प. - एकोणसत्तर २४; बहात्तर १० (७०) बुद्धचरित - दोन - ४४, सौन्दरनन्दकाव्य - दोन ३३. (७१) बृहस्पति - आपद्धर्म प्रकरण - श्लोक २० (७२) महावंश - अठ्ठावीस - ४, (७३) अमर. - दोन ८.२८

आपल्या साधनामधून ज्ञात झालेला 'कर' हा राजस्वाचा आणखी एक प्रकार आहे. राजकोशविषयक संज्ञा अशा अर्थाने प्राचीन साहित्यात "कर" हा अज्ञात होता असे दिसते. पण अर्थशास्त्र व धर्मशास्त्रे यात हा शब्द वारंवार आढळतो. मनूच्या [७४] एका उताऱ्यासह ह्या शब्दाचा अर्थ निरनिराळ्या टीकाकारांनी निरनिराळ्या पद्धतीने लावला आहे. मेधातिथीच्या मते 'कर' म्हणजे वस्तूंची देणगी *(द्रव्यदान)* होय. सर्वज्ञनारायणाच्या मते भूमीच्या आधारावर दिले जाणारे निश्चित मात्रेचे सुवर्ण *(भूमिनियत देयं हिरण्यं)* होय. रामचंद्राने ह्या संज्ञेचा अर्थ गवत, लाकूड इ.च्या रूपातील अंशदान *(गुंल्यदायादिवं)* असा लावलेला आहे. तर कुल्लक त्याचा अर्थ असा घेतो की, ग्रामातील किंवा नगरातील लोकांकडून एकतर दर महिन्याला किंवा भाद्रपद किंवा पौष या महिन्यांत घेतले जाणारे अंशदान *(ग्रामपुरवासिभ्यः प्रतिमासं वा भाद्रपौषनियमेन ग्राह्यं)* दर्शविणारा शब्द म्हणजे 'कर' होय. मात्र, राघवानंदाच्या मते 'कर' म्हणजे गावकऱ्यांकडून दर महिन्याला दिले जाणारे द्रव्य *(ग्रामवासिभ्यः प्रतिमासकं)* होय. कौटिल्यावर [७५] भट्टस्वामीने जी टीका लिहिलेली आहे, त्यात दिलेल्या 'कर' शब्दाच्या स्पष्टीकरणाशी हे शेवटचे दोन अर्थ जुळणारे आहेत. भट्टस्वामी 'कर' म्हणजे 'भाद्रपद, वसंत किंवा ह्यांसारख्या *(नियत)* समयी चुकता केला जाणारा वार्षिक कर [७६] असा अर्थ समजतो. ह्यातच जोडावी क्षीरस्वामीने [७७] उद्धृत केलेली अर्थशास्त्रातील 'कर' शब्दाची व्याख्या जोडावी. ती अशी. 'कर म्हणजे स्थावर-जंगम वस्तूंवरील अधिभार होय.' ह्याप्रमाणे 'करा'चे स्वरूप म्हणजे ग्रामवासीयांकडून कमीजास्त सर्वत्रच नित्य घेतला जाणारा नियतकालिक कर असे असावे. आणि राजाच्या धान्यातील नित्याच्या हिश्शापेक्षा तो थोडा जास्त घेतला जात असावा. रुद्रदामनच्या [७८] इ. १५० च्या जुनागढ अभिलेखावरून या मताला पुष्टी मिळते. त्यात असे म्हटले आहे की, बलिशुल्कभागांनी *(बलिशुल्कभागैः)* राजाचा कोश भरला होता. आणि कर *(कर)* बिगारी *(विष्टि)* व खुषीच्या देणग्या *(प्रणय)* यांद्वारा लोकांवर अत्याचार न करता सुदर्शन बांध बांधला गेला. यात 'बलि' शब्दाचा उपयोग एका ठिकाणी व 'कर' शब्दाचा उपयोग दुसऱ्या ठिकाणी केलेला आहे. यावरून असे सूचित होते की, दोन्हीही शब्द सामान्य करासाठी वापरले जात

---

(७४) मनु. - सात - ३०७ (७५) अ. शा. - दोन - १५ (७६) "करः प्रतिवर्षदेयः भाद्रपदिकवासन्तिकाद्युपादानं" अ. शा. दोन - १५ वरील टीका, ज. बि. ओ. रि. सो. अकरा भाग - २ पृ. ३८४ (७७) प्रत्येक स्थावर जंगमादिदेयः "करः अमर - दोन ८-२८ वरील टीका" (७८) ए. इं. आठ नं. ६, ११.१५-१६

नव्हते. दुसऱ्या शब्दांत सांगावयाचे म्हणजे 'कर' हा एक अत्याचाराच्या स्वरूपाचा लाभकर असावा असे दिसते. तो साधारण भूमिकरापेक्षा वेगळा व जास्तीचा असावा.

साहित्यिक व विशेषकरून अभिलेखांच्या साधनावरून असा अंदाज करता येतो की, 'कर' हा साधारण कर असावा. अश्वघोषाने [७९] या संज्ञेचा स्थूलमानाने कर असाच अर्थ घेतला आहे. समुद्रगुप्ताच्या अलाहाबाद प्रशस्तीमध्ये 'कर' शब्द सर्वसाधारण कराच्या अर्थानेच उपयोगात आणलेला आहे. [८०] शिवाय समुद्रगुप्ताच्याच [८१] बनावट गया ताम्रपत्रात असे म्हटले आहे की, कर देणारे *(करद)* कृषक व कारागीर यांना दान दिलेल्या कोण्या एका ग्रामात वास्तव्य करण्याची परवानगी देऊ नये. कारागिरांचा कर देणारे *(करद)* असा उल्लेख असाही 'कर' शब्दाचा उपयोग सर्व प्रकारचे कर दर्शविण्यासाठी केलेला आहे. त्यात कृषक त्याचप्रमाणे कारागीर भरत असलेल्या करांचाही समावेश होतो. त्याचप्रमाणे भूमिदानपत्रांमध्येही 'अकारदायी' [८२] म्हणजे 'ज्याला सर्वसाधारण करांपासून सूट मिळाली आहे' असाच अर्थ दर्शविला आहे. काही लेखपत्रांमध्ये 'सर्वकरपरिहारैः' [८३] आणि 'सवकरसमेतः' [८४] हे व अशासारखे शब्दप्रयोग आहेत. त्यामधून असा साधा अर्थ ध्वनित होतो की, 'कर'मध्ये सर्व करांचा समावेश होतो, केला जात असे. उलटपक्षी एका अभिलेखामध्ये [८५] 'कर' शब्द भूराजस्व *(भाग)* आणि 'भोग', या करांव्यतिरिक्त सर्व प्रकारच्या देणग्यांसाठी येतो. आणखी एका अभिलेखामध्ये [८६] 'कर' मधून 'शुल्क' 'भोग' व 'हिरण्य' ह्यांना वगळले आहे. अन्यत्र असे, निदर्शनास आणलेले आहे की स्मृतींनी 'कर' शब्दाचा उल्लेख सारांश 'कर' संज्ञेचा उपयोग भिन्न भिन्न संदर्भात सामान्य व व्यापाऱ्यांच्या नफ्यावरील करासाठीसुद्धा केला आहे. [८७] विशिष्ट या दोन्ही अर्थाने सरसकट केला आहे. त्यामुळे त्याच्यावर कोणताही निश्चित अर्थ लादणे कठीण आहे. तो भूराजस्वाचा कोणता तरी प्रकार असावा, असे दिसते; पण त्याचे निश्चित

---

(७९) सौन्दरानन्दकाव्य - दोन, २७ (८०) कॉ. इं. इं. - तीन, नं. १, १.२२ (८१) कित्ता - नं. ६०, १.१३ (८२) कित्ता - नं. ६०, १२६३ (८३) ए. इं. चोवीस, नं. ९, १.१४ (८४) कित्ता - तेवीस, नं. १८, १.१० अशाच आशयाचे अभिलेखांमध्ये उपयोगात आणले गेलेले शब्दप्रयोग ''सर्वकरदानसमेतः'' (कॉ. इं. इं. - तीन नं. ८१, १.२२) (सर्वकरविसर्ज्जितः) (कित्ता : नं. २९, १.९७) हे आहेत. ह्या समासांमध्ये असलेल्या ''कर'' शब्दाचा आशय सर्वसाधारण कर असा आहे. (८५) कॉ. इं. इं. - तीन, नं. २६, १.९ (८६) ए. इं. - एक - नं. ११, १.१५; कित्ता - सात - २२, १.१५

स्वरूप ठरविता येत नाही.

भूराजस्वाच्या वर उल्लेखिलेल्या प्रकारासारखाच 'हिरण्य' हाही एक प्रकार बहुतेक प्राचीन भारतीय साधनांमध्ये आढळून येतो. अर्थशास्त्राने [८८] त्याचा उल्लेख राजाच्या राजस्वाची एक शाखा म्हणून केलेला आहे. कौटिल्य [८९] सांगतो की, समाहर्त्याने *(प्रमुख कर संकलकाने)* एक लेखी नोंदपत्र *(निबंध)* तयार केले पाहिजे आणि त्यात इतर गोष्टींबरोबर याचाही उल्लेख केला पाहिजे की, ग्रामवासीयांना अनेकवार व सामूहिक रीतीने धान्य, पाळीव जनावरे, हिरण्य, बिगारी आणि अशाच प्रकारचे काय दान द्यावयाचे आहे. उत्पन्नाला अंगभूत असलेल्या घटकांच्या *(आयशरीर)* नियमित यादीमध्ये अर्थशास्त्राने [९०] 'हिरण्या'चा समावेश केलेला नाही. ही मात्र एक विचित्र गोष्ट मानावी लागते. यावरून असे सूचित होते की, 'हिरण्य' हे मौर्यकालातील एक अनियमित करग्रहण होते. मात्र, त्याच्या वसुलीचा दर अर्थशास्त्र निश्चितपणे निर्दिष्ट करते. कौटिल्याने राजपदाच्या उद्‌गमाची जी परंपरागत कथा सांगितली आहे, त्यात तो असे म्हणतो की, मनूला आपला राजा निवडल्यानंतर लोकांनी राजाला त्याचा हिस्सा म्हणून पिकांचा १/६ भाग, वाणिज्य वस्तूंचा १/१० भाग व शिवाय हिरण्य ह्यांचे दान करण्याची जबाबदारी स्वीकारली. याच संदर्भात महाभारताने [९१]

हा दर निर्दिष्ट केला आहे. पतंजलीने जरी असे विधान केले आहे की, 'हिरण्य' राजाला संपन्न बनविते, तरी पण त्याने हिरण्य या संज्ञेचा उपयोग कोणत्याही प्रकारच्या विशिष्ट भूमिकराच्या अर्थाने केला नाही. मग या संदर्भात भरणा करण्यासाठी 'हिरण्या'चा कोणताही दर निश्चित करण्याचा प्रश्न तर दूरच राहो, पण मौर्योत्तर कालातील स्मृतिग्रंथामध्ये 'हिरण्य' हे निश्चितपणे राजाच्या नियमित राजस्वाचा एक प्रकार म्हणून दिसून येते. विष्णु व मनू यांनी [९३] त्याचा दर म्हणून निश्चित केला आहे. गुप्तापासून पुढच्या काळात संभवत: वाकाटकांचे राजलेख वगळून इतर भूमिदानपत्रामध्ये या संज्ञेचा उल्लेख ज्यापासून दान ग्रहण करणाऱ्यांना सूट मिळते अशा राजस्वाच्या यादीत करतात. पण त्यावरून 'हिरण्य' कोणत्या दराने राज्याला चुकते केले जात होते, हे आपणास कळेल, असे एकही सूत्र मिळत नाही. पण काहीही असले, तरी आपण एवढी खात्री बाळगावी की आपणास प्रस्तुत असलेल्या काळात राजाच्या उत्पन्नाचा तो एक महत्त्वाचा व

---

(८७) पुढे पाहा. (८८) अ. शा. - एक १३ (८९) कित्ता - दोन - ३५ (९०) कित्ता - दोन - ६ (९१) शां. प. - सदुसष्ट - २३ (९२) विष्णु - तीन २५ (९३) मनु. सात - १३०

प्रतिष्ठापित घटक होता.

तथापि, वर उल्लेखिलेल्या संदर्भात असणाऱ्या 'हिरण्य' या संज्ञेचे निरनिराळ्या विद्वानांनी निरनिराळे अर्थ लावले आहेत. अर्थशास्त्रात येणाऱ्या 'हिरण्य' ह्या शब्दाचे सुवर्ण *(सोने)* असे साधे भाषांतर केलेले आहे. (९४) धर्मशास्त्रीय ग्रंथातील 'हिरण्य' शब्द कधी सोने, तर कधी एकतर साठ्यावरील कर किंवा कधी वार्षिक उत्पन्नाच्या भांडवलावरील कर असा घेतला जातो. (९५) पण सोन्याच्या उच्च मूल्यामुळे शेतकरी सोन्याच्या रूपाने कर देत होता, असे मानणे संभवनीय नाही.

आणखी एका स्पष्टीकरणानुसार राज्याच्या सुवर्णावरील त्याचप्रमाणे *(बहुधा इतर खाणींवरील, खनिजांवरील)* अधिकार या संदर्भात 'हिरण्य' शब्द येतो. पण यापैकी एकही अर्थ लागू पडेल असे वाटत नाही. स्मृतिग्रंथांमध्ये 'हिरण्य' बहुधा 'पशू' (९६) *(पाळीव जनावर)* बरोबर जोडले जाते आणि ज्या अर्थाने पिके, वृक्ष, मुळे, फळे, फुले, पाने, गवत इ. राजस्वाचे एक स्वीकृत साधन आहे, त्याच अर्थाने हिरण्यसुद्धा एक स्वीकृत साधन मानले जाते. त्यामुळे घोषालांच्या म्हणण्याप्रमाणे गावातील साधी कृषि व औद्योगिक उत्पादने यांच्याशी संबंधित करांच्या समूहामध्ये 'हिरण्य' ही असावे. (९७) यात आम्ही आणखी अशीही भर घालू शकतो की, भूमिदान पत्रांमध्ये 'हिरण्य' नेहमी 'भागभोगकर' (९८) बरोबर संयुक्त रूपाने आले आहे. अन्यत्र (९९) दाखविल्याप्रमाणे 'भोगभोगकर' म्हणजे राजाचा धान्यातील नेहमीचा हिस्सा आणि शेतकरीवर्गाने दिलेले इतर किरकोळ दान होय. त्याचप्रमाणे काही ठिकाणी ही संज्ञा 'धान्य' शब्दाबरोबर येते. त्याचा *(धान्याचा)* अर्थ राजाचा पिकांमधील हिस्सा होय. (१००) त्यावरून 'हिरण्य' हा कृषि उत्पादनांवरील कर असावा, असे दिसते.

या संज्ञेचा योग्य अर्थ लावण्याचे सूत्र नंतरच्या काळात प्रभावी असलेल्या भूराजस्वाच्या काही अटींवरून प्राप्त होते, असे घोषालांनी निदर्शनास आणले आहे, ते योग्यच आहे. तोडरमल्लाने सुधारणा प्रस्तावित करण्यापूर्वी मध्ययुगीन

---

(९४) शामाशास्त्री - ''अर्थशास्त्र'' (भाषान्तर) ७ वी आवृत्ती, पृ. १५८ (९५) एन. सी. बन्दोपाध्याय - ''कौटिल्य'' पृ. १३९-१४० (९६) मनु. व विष्णु-वर उद्‌धृत. (९७) हिं. रे,. सि. पृ. ६१ (९८) कॉ. इं. इं. - तीन नं. २७, १.११, नं. २८, १.१७, नं. २९, १.१४ इ. (९९) ''भाग''साठी वर आणि ''भोग''साठी खाली पाहा.

काळात भूराजस्वाचा भरणा विशिष्ट प्रकारामध्ये (Kind) केला जात असे. पण पिकांच्या काही जातींचे *('झब्ती'नामक)* हिश्शांमध्ये विभाजन करणे कठीण काम होते, म्हणून त्यांवर नेहमी रोकड रकमेच्या रूपाने करनिर्धारण केले जात असे. (१०१) त्यामुळे घोषालांनी अगदी सयुक्तिक अनुमान केले आहे की, 'हिरण्य' म्हणजे अशाच स्वरूपाचा कर असावा. अगदी नेमके सांगावयाचे तर सर्वसाधारण पिकांवर लावलेल्या विशिष्ट प्रकारामध्ये असणाऱ्या करांपासून भिन्न असणाऱ्या काही विशेष प्रकारच्या पिकांवर नगद पैशांच्या रूपात घेण्यात येणारा कर म्हणजे 'हिरण्य' होय. (१०२) सरकारसुद्धा या मताचे समर्थन करतात. (१०३) येथे एक गोष्ट निदर्शनास आणावयास पाहिजे, ती ही की काही विशिष्ट कृषिउत्पादनांवरील कर रोकड रकमेच्या रूपात वसूल केला जात असे, याचा संदर्भ आपणास उपलब्ध आहे. इ. ५९२ च्या एका अभिलेखात असे सांगितलेले आहे की, एका विशिष्ट क्षेत्रातील *(वाट)* उसाच्या मळ्याबद्दल ३२ चांदीची नाणी हा कर होता; पण धार्मिक दानग्रहण करणाऱ्याचे जर ते क्षेत्र असेल, तर तोच कर फक्त २.५ चांदीची नाणी होता. (१०४) त्याच अभिलेखात पुढे अशी नोंद आहे की, 'अल्लवाट'साठी वर निर्दिष्ट केलेल्या रकमेचा अर्धा भाग कर म्हणून आहे. संस्कृत 'आर्टक' शब्दाचे प्राकृत रूप 'अल्ल' म्हणजे "आले" होय. आणि 'अल्ल' वाट म्हणजे बहुधा आल्याची लागवड *(शेती)* असा अर्थ असावा. अशा प्रकारे काही विशिष्ट प्रकारच्या उत्पादनांवरील कर रोकड रकमेमध्ये भरले जात असत. त्यामुळे पिकांवर घेतला जाणारा कर म्हणजे 'हिरण्य' होय ह्यात काहीच आश्चर्य नाही.

कौटिल्याचे भूराजस्वाचे अनेक प्रकार जरी गुप्ताच्या काळापर्यंतसुद्धा चालत राहिले, तरी पण सिंचनकराच्या *(उदक-भाग Irrigation)* बाबतीतली गोष्ट वेगळी आहे. मौर्य राज्यांमध्ये हाही एक राजस्वाचा प्रकार होता.(१०५) शासन जलाशय बांधत असे. हे जलाशय एक तर बारमासी पाण्याने भरलेले असत, किंवा दुसऱ्या स्रोतांमधून आणवून त्यात पाणी भरले जात असे. (१०६) मौर्योत्तर काल व गुप्तकालात सिंचनासंबंधीच्या एकत्रित प्रमाणांचा अगदी उल्लेखनीय अभाव आहे. आणि इतस्ततः विखुरलेले जे संदर्भ आपणास प्राप्त झाले आहेत, त्यामध्ये मौर्यराज्य वसूल करीत असलेल्या सिंचनकरग्रहणासंबंधी *(उदक भाग)* काहीही निर्देश केला जात नाही. (१०७) किंवा मौर्योत्तर आणि गुप्त अभिलेखांमध्ये ब्राह्मण किंवा दान ग्रहण करणाऱ्यांना

---

(१००) पुढे पाहा (१०१) हिं. रे. सि. - पृ. ६१ (१०२) कित्ता - पृ. ६२ (१०३) सि. इं. - पृ. ३७२ (१०४) ए. इं. तीस - नं ३०, १.२०

ज्यापासून सूट मिळत होती, त्या करांच्या लांबलचक यादीतही हा कर कोठे दृष्टीस पडत नाही.

आपणास प्रस्तुत असलेल्या कालात सिंचनकराचा अभाव आहे. त्याला निदान थोड्या फार प्रमाणात ही वस्तुस्थितीसुद्धा कारणीभूत असावी की, राज्याने सामान्यतः सिंचनाची मुख्य जबाबदारी घेणे सोडून दिले होते. परिणामतः ह्या कारणासाठी राज्याला कोणत्याही प्रकारचा उपकर घेण्याचा अधिकार सांगता येणे शक्य नव्हते. मनूचा आदेश असा आहे की, घरे, तलाव, फळबागा व शेते यांचे दुसऱ्यांनी जबरदस्तीने ग्रहण करू नये. त्यावर जप्ती आणू नये. ह्याचा अर्थ असाही असावा की, सिंचनाच्या उद्देशाने व्यक्तीकडून तलाव बांधले जात असत व व्यक्ती तलावाची मालक असे. [११०] मनूने निर्देश दिला आहे की, इतर गोष्टींमध्ये आपला स्वतःचा तलाव, बाग, पत्नी व अपत्य यांना विकणे हे असे पाप आहे की, ज्याचे परिमार्जन तपश्चर्येनेच होते. [१११] शिवाय नारद म्हणतो की, मालकाच्या परवानगीशिवाय एखाद्या मनुष्याला एखादे धरण दुरुस्त करावयाचे असेल, तर मग त्यापासून मिळणाऱ्या लाभावर त्याचा अधिकार राहणार नाही.[११२] याप्रमाणे सिंचनासाठी उपयोगात आणल्या जाणाऱ्या तलाव, बांध, जलाशय इ. चे स्वामित्व कोणत्या ना कोणत्या प्रकारे व्यक्तिगत होते असेच स्मृतिग्रंथांना सुचवायचे आहे, असे दिसते. ह्याचा ओघाने असाच अर्थ होतो की, काही अंशी सिंचन ही व्यक्तिगत बाब असावी. दिऊ क्रायसोस्टोम *(इ. स. ५०-११७)* सुद्धा आपणास अशी माहिती देतो की, भारतात लहान व मोठ्या नद्यांचे पाणी दूरवर नेण्यासाठी स्थानिक लोक, रहिवासी पाट बांधत असत. [११३]

सिंचनाच्या बाबतीत व्यक्तिगत पुढाकाराची भूमिका बरीच विचारात घेण्यायोग्य होती हे कुषाण काळातील अनेक अभिलेखांवरून दिसून येते. १०२ व्या वर्षांचा माऊंट बंज अभिलेख [११४] १११ व्या वर्षांचा पज अभिलेख [११४] (इ. २७) आणि पेशावर म्युझियम अभिलेख [११६] इ. क्र. २१ यांमध्ये विहिरींच्या खासगी देणग्या दिल्याचा उल्लेख आहे, ज्यावर तारखेचा उल्लेख नाही. असा *(दिनांक नसलेला)* कर्तल अभिलेख [११७] आणि ११३ व्या वर्षांचा कलदन अभिलेख [११८] ह्यांमध्ये

(१०५) अ. शां. - दोन २४, (१०६) कित्ता - दोन - १ (१०७) कित्ता - दोन - २४ (१०८) आर. एस. शर्मा ''प्रोसीडिंग्ज ऑफ इंडियन काँग्रेस'', १९५७, पृ. ६३ (१०९) कित्ता (११०) मनु. - आठ - २६४ (१११) कित्ता - अकरा - ६२ (११२) नारद - अकरा - २०, तुलनेसाठी पाहा - याज्ञ. दोन - १५७

खासगी व्यक्तींनी तलावांच्या देणग्या दिल्याचा उल्लेख आहे.[११९] पुराभिलेख शास्त्राच्या दृष्टीने (Palaeographically) इ. च्या ५ व्या शतकातील असलेल्या तुसम पाषाण अभिलेखात[१२०] कोण्या आचार्य सोमत्राने विष्णुदेवतेच्या उपयोगासाठी दोन जलाशय बांधल्याचा उल्लेख आहे. शिवाय सिंचनाच्या क्षेत्रात कोणत्या तरी प्रकारचे सहकारी प्रयत्न होत असल्याची इतस्तत: विखुरलेली थोडीफार प्रमाणे आपणास उपलब्ध साधनाद्वारे गोळा करता येतात. पाण्याच्या प्रवाहांमुळे तटबंधात पडलेले भगदाड दुरुस्त करण्यासाठी आटोकाट प्रयत्न करण्यास अयशस्वी ठरलेल्या गावकऱ्यांविरुद्ध दिला गेलेला मनूचा आदेश[१२१] हेच सूचित करतो की, राज्याच्या संरक्षणाखाली गावकरी सहकारी तत्त्वावर तटबंध, सिंचनाची साधने इ. ची रचना करीत असत.[१२२] आपणास उपलब्ध साधने ह्या विषयावर बहुधा मौन राखून आहेत; पण काही शक अभिलेखांमध्ये "सह्मण"[१२३] ने विहिरी व तलावाच्या देणग्या दिल्याचा संदर्भ आहे. 'सह्मण' शब्दाचा वास्तविक अर्थ काय आहे, हे अनिश्चित आहे. स्टेन नोओच्या मते सहकारी व बंधुभाग वर आधारलेले एखादे मंडळ असा ह्या संज्ञेचा अर्थ असावा; पण त्याचे स्वरूप काय असावे याविषयी काहीही सूचना देण्यास नोओ असमर्थ आहे.[१२४] त्याचा अर्थ काहीही असो, बृहस्पतीच्या[१२५] एका वचनावरून हे स्पष्ट आहे की, गुप्तकाळातील सिंचनासाठी उपयोगात आणल्या जाणाऱ्या धरणांची जबाबदारी व काळजी घेणे निगमांच्या आधीन होते.

ह्या सगळ्याचा अर्थ असा नव्हे की, शासनाने सिंचनाची जबाबदारी घेण्याचे सर्वस्वी बंद केले. खारवेलचा हाथीगुफा अभिलेख[१२६] आणि रुद्रदामन्[१२७] व

---

(११३) ओरेशिओ - पस्तीस; मॅकक्रिन्डल, "एन्शन्ट इंडिया ॲज डिस्क्राइड क्लासिकल लिटरेचर-१७५ (११४) कॉ. इं. इं. दोन भाग - १, पृ. ५५. (११५) कित्ता - पृ. ६३ (११६) कित्ता - पृ. १५५ (११७) कित्ता - पृ. १७९ (११८) कित्ता - पृ. ६५ (११९) जरी ह्यांमधील सर्व अभिलेखांमध्ये बहुधा वायव्य भारताचा संबंध आहे, तरीपण काही ह्यासारख्याच लेखपत्रांच्या प्राप्तिस्थानावरून असे दर्शविले जाते की, उत्तर भारताच्या बहुतेक भागांमध्ये नेहमी विहिरी, तलाव, जलाशय इ. च्या देणग्या दिल्या जात असत. पाहा - लूडर्स लिस्ट नं. ८२. ह्यात मथुरेचा संदर्भ आहे. क्षत्रप रुद्र सिंहाच्या इ. स. १८ - च्या गुड अभिलेखात (इं. इं. - सोळा - नं. १७ (१) ११.४-५ उत्तर काठेवाड विभागातील एका स्थानाचा उल्लेख आहे. (१२०) कॉ. इं. इं. तीन नं ६७ (१२१) मनु. नऊ २७२ (१२२) शर्मा - उपरोक्त - पृ. ६३ (१२३) कॉ. इं. इ. - दोन - भाग, पृ. २२, २९, ५४ इं. ए, इं. एकोणवीस नं. ३३, १.४ काही अभिलेखांमध्ये "सह्मण" याला पाठभेद म्हणून "सह्मर" लिहिला गेला आहे. (कॉ. इं. इं. दोन - भाग - पृ. ६९)

स्कन्दगुप्ताचे [१२८] जुनागढ अभिलेख व इतर कित्येक अभिलेख यातून असेच दिसून येते की, ह्या क्षेत्रात राजसंस्था पुढाकार घेत असत. तथापि, ज्या ठिकाणी व्यक्तिगत साधने अपुरी पडत होती, अशा तुलनात्मकदृष्ट्या मोठ्या योजनांवरच फक्त शासन आपले द्रव्य व साधने उपयोगात आणीत असे. ह्याप्रमाणे आपणास प्रस्तुत असलेल्या काळात सिंचनाच्या क्षेत्रामध्ये राज्यशासन फारच मर्यादित पुढाकार घेत असे. त्यामुळे मौर्यकालात प्रचलित असलेला सिंचनकर (उदकभाग) घेण्याचे काहीही प्रयोजन व समर्थन शासनाजवळ उरले नाही.

मौर्यकालीन 'उदकभाग' आपणास प्रस्तुत असलेल्या काळात नाहीसा झाला ह्याचा अर्थ कराधानाचे ओझे कमी झाले, असा घेतला पाहिजे, असे नाही. कारण वर ज्या संज्ञांची चर्चा झाली आहे, त्यापेक्षा वेगळे असे राजकोषासंबंधीचे शब्दप्रयोग गुप्तकाळापासून पुढच्या [१२९] काळात केवळ अभिलेखांमध्ये आपणास आढळून येतात. गुप्तकालाच्या पूर्वीच्या कोणत्याही साधनामध्ये हे शब्दप्रयोग नाहीत. हे म्हणजे उपरिकर व उद्रंग होत. फ्लीटचे [१३०] असे मत आहे की, 'उपरिकर' शब्दाची उत्पत्ती 'उपरि' किंवा 'उप्रि' शब्दापासून आहे. आणि त्याचा अर्थ असा आहे, 'ज्यांचा भूमीवर स्वामित्वाचा अधिकार नव्हता, अशा कृषकाकडून घेतला जाणारा कर. पण अभिलेखामध्ये हा शब्द अगदी न चुकता 'उद्रंग' शब्दासमवेत येतो. यामुळे घोषालांना असे वाटते की, या दोन राजकोशीय संज्ञा परस्परविरोधी अर्थाने उपयोगात आणल्या गेल्या आहेत. अशा रीतीने ते 'उद्रंग'चे स्थायी रहिवाशांकडून घेतला जाणारा कर, 'उपरिकर'चे 'अस्थायी रहिवाशांवर लावलेला कर' असे स्पष्टीकरण देतात. [१३१] त्यांनी उपरिकरचा संबंध मराठीतील 'उप्रि' शब्दाशी जोडला आहे. मराठीत याचा अर्थ असा शेतकरी की जो मुळात एखाद्या गावाचा निवासी नाही; पण त्या गावात राहतो

---

(१२४) कॉ. इं. इं. दोन - भाग, - पृ. २२ (१२५) बृहस्पति - सतरा - ११ - १२ (१२६) ए. इं. वीस, नं. ७, १.३ (१२७) कित्ता - आठ नं. ६, ११.९-१६ (१२८) कॉ. इं. इं. - तीन नं. १४, १.१७ (१२९) कॉ. इं. इं. - नं. २१, १.१२; नं. २२, १.१६; नं. १.७; नं. २६, १.८; नं. २९, १.९, नं. ३१, १.८; नं. ३८, १.३६; ए. इं. - आठ नं. २८, १.१७. एका सातवाहन भूमिदानपत्रातील (ए. इं. सात - नं. ७ (१४), १.३ "सकरूकर" हा शब्द "सोद्रंग सौपरिकर"चा स्वाभाविक समानार्थक आहे, असे सेनार्टनला वाटते. सेनार्टन स्वत:च कबूल केल्याप्रमाणे हे मत सर्वस्वी आनुमानिक आहे. अर्थात् आधीच्या सातवाहन कालापासून "उद्रंग" व "उपरिकर" हे दोन्ही कर विद्यमान असावेत, यात असंभव काहीच नाही. (हिं. रे. सि. पृ. १८८-१८९)

व त्यातील जमिनीवर त्याचा ताबा आहे. पण हा ताबा त्याला काही ठराविक वर्षांच्या मुदतीसाठी पट्ट्याने मिळालेला आहे किंवा जमिनीच्या मालकाच्या इच्छेवर अवलंबून आहे. यावर असे सुचविले गेले की, यासाठी दिलेला पुरावा अगदीच ठिसूळ आहे. कारण मराठी भाषेचा विकास आपल्या अभिलेखांच्या काळाच्या दहा शतके नंतर झालेला आहे. आणि इतक्या ठिसूळ भाषिक पुराव्यावर कोणतेही निष्कर्ष काढणे घिसाडघाईचे ठरेल. (१३२) फ्लीटने लावलेल्या अर्थाचे बाबतीतही हीच गोष्ट खरी आहे. शिवाय बहुतेक सर्व भूमिदानपत्रामध्ये दोन संज्ञा एकत्र आलेल्या दिसतात. आणि जर 'उपरिकर' म्हणजे 'अस्थायी रहिवाशांवरील कर' आणि 'उद्रंग' 'स्थायी रहिवाशांवरील कर' असा अर्थ होत असेल, तर त्यातून असे ध्वनित होईल की, दानात दिल्या गेलेल्या जमिनीच्या विशिष्ट तुकड्यावर स्थायी आणि अस्थायी रहिवाशी एकाच वेळी शेती करीत. आणि ही गोष्ट विसंगत आहे, हे उघड आहे. अर्थात ग्रामदानांच्या (१३३) बाबतीत दोन्ही प्रकारच्या रहिवाशांच्या उपस्थितीकडे पूर्णपणे दुर्लक्ष करता यावयाचे नाही; पण ज्या राजलेखांमध्ये जमिनीच्या तुकड्यांच्या दानाची नोंद आहे (१३४) आणि त्याबरोबरच 'उपरिकर' आणि 'उद्रंग' सुद्धा निश्चित ठरवून दिले आहेत, त्यांच्या बाबतीत ही दोन्ही प्रकारच्या रहिवाशांची उपस्थिती संभवनीय वाटत नाही. शिवाय असा स्वतंत्र पुरावाही उपलब्ध नाही की, ज्यावरून शासन स्थायी व अस्थायी रहिवाशांवर काही विशिष्ट अतिरिक्त कर लावत असावे असे दिसेल. आणखी एक गोष्ट हीसुद्धा आहे की, शासकीय लेखपत्रांमध्ये स्थायी रहिवाशांनी भरलेला कर आणि अस्थायी रहिवाशांकडून प्राप्त झालेला कर यांमध्ये भेद करण्यास काहीही प्रयोजन नसावे. (१३५)

बर्नेटने घोषालांचे मत फेटाळून लावले आहे आणि असे सुचवले आहे की, 'उपरिकर' म्हणजे तामिळ भाषेतील 'मेल्वरम्' (१३६) अर्थात राजाचा उत्पादनातील हिस्सा ह्यासारखे काहीतरी असावे. उलटपक्षी आळतेकरांच्या (१३७) मते 'उपरिकर' व 'भोग' एकसारखे असावेत. 'भागा' मध्ये वस्तूंच्या स्वरूपात सामग्रीचे दान केले जात असे. (१३८) पण गुप्तप्रमाणाच्या संदर्भात हे दोन्ही युक्तिवाद चुकीचे आहेत असे दिसते. इ. ४९३-४९४ च्या महाराज जयनाथाच्या करितलई ताम्रपत्रात (१३९) 'उपरिकर - उद्रंग' ह्या संज्ञा तर येतातच पण त्याचबरोबर 'भागभोगकर' हा

---

(१३०) कॉ. इं. इं. - तीन - पृ. ९८, टि. १ (१३१) हिं. रे. सि. - पृ. २१० (१३२) मैती - उपरोक्त - पृ. ६१ (१३३) कॉ. इं. इं. - तीन - नं. २१, २२, २३, २६ इ. (१३४) कित्ता - नं. ३८

शब्दप्रयोगही आढळतो. त्यामुळे राजाचा उत्पादनातील हिस्सा, असा अर्थ सूचित करणाऱ्या तामिळ 'मेल्वरम्' शब्दाशी समानार्थी असणारा जो 'भाग' शब्द आहे, त्याच्याशी समान 'उपरिकर' आहे, असे मानता येत नाही व 'भोग' शीही समान मानता येत नाही. 'उपरि' शब्दाचा संस्कृत, हिंदी व बंगालीमधील अर्थ 'वरचा' किंवा अतिरिक्त[१४०] असा आहे. त्यामुळेच सरकारांनी [१४१] 'उपरिकर' चे स्पष्टीकरण बहुधा एक 'अतिरिक्त-उपकर' असे दिले आहे; पण आतापर्यंत दिल्या गेलेल्या स्पष्टीकरणांमधील कोणतेही निर्णयात्मक नाही, ही गोष्ट मान्य केलीच पाहिजे. अशा प्रकारच्या अडचणींमुळे ह्या संज्ञेचा अर्थ लावणे फार दुष्कर झाले आहे. कारण मुख्य म्हणजे विशेषेकरून साहित्यिकांनी ह्या विषयावर उल्लेखनीय मौन बाळगलेले आहे.

'उद्रंग' संज्ञेचा अर्थ लावणेसुद्धा तितकेच कठीण आहे. कारण ही संज्ञासुद्धा फक्त भूमिदानपत्रातच आढळते. तत्कालीन साहित्यात आढळत नाही. बुल्हरन [१४२] सर्वात प्रथम असे निदर्शनास आणून दिले आहे की, श्वाश्वतकोशात 'उद्रंग' शब्दाबद्दल समान शब्द 'उद्धार' व 'उद्ग्रथ' आले आहेत. ह्या साधनाला अनुसरून फ्लीटने [१४३] 'उद्रंग'चा अर्थ नेहमी उत्पादनातून राजासाठी गोळा केला गेलेला हिस्सा असा घेतला आहे. पण आपण आधीच पाहिले आहे की, बहुधा ज्याचा अर्थ नियमित भूमिकर आहे असा 'भाग' शब्द आणि 'उद्रंग' हे एकाच भूमिदानपत्रात कधी कधी आढळून येतात. [१४४] आणि त्यामुळे 'उद्रंग' म्हणजे राजाचा स्वत:चा धान्यातील नित्याचा हिस्सा असा अर्थ असणे संभवनीय नाही. इकडे घोषाल [१४५] 'उद्रंग' म्हणजे स्थायी रहिवाशांवरील कर असा अर्थ लावतात आणि सरकारांनीसुद्धा [१४६] ह्याच मुद्याचा पाठपुरावा केला आहे. पण वर दिलेल्या कारणाच्या अनुषंगाने हे स्पष्टीकरण टिकू शकत नाही. मैतीने दोन पर्यायी स्पष्टीकरणे दिली आहेत. पहिल्या स्पष्टीकरणाप्रमाणे 'उद्रंग' शब्दाची उत्पत्ती संस्कृत 'उद्रक' या विसंगत शब्दामध्ये असावी आणि त्याचा अर्थ जलकर किंवा तत्सदृश काहीतरी असावा. [१४७] पण आधीच दाखविल्याप्रमाणे गुप्तकालात जलकरासारखा एखादा कर अस्तित्वात होता असे सिद्ध करण्यास आपणाजवळ काहीही स्वतंत्र प्रमाण नाही. मैती याच्या [१४८] दुसऱ्या स्पष्टीकरणानुसार

---

(१३५) आळतेकर, ''राष्ट्रकूटाज अँड देअर टाईम्स'', पृ. २१६ (१३६) ज. रॉ. ए. सो. १९३१, पृ. १६५ (१३७) आळतेकर, उपरोक्त - पृ. २१६ (१३८) ''भोग''साठी खाली पाहा. (१३९) कॉ. इं. इं. - तीन नं. २६, ११.८-९ (१४०) मैती - उपरोक्त - पृ. ६२ (१४१) सि. इं. - पृ. २६६ (१४२) इं. ॲ. बारा - पृ. १८९, टि. ३९

'उद्रंग' म्हणजेच 'द्रंग' होय. हा शब्दप्रयोग नंतरच्या काळातील ग्रंथ 'राजतरंगिणीत [१४९] आढळतो. त्याचा अर्थ प्रहरी स्थानक *(पहारेकऱ्यांची अथवा पोलीस चौकी)* असा आहे. ही संज्ञा स्थानीय पोलीस चौकीची व्यवस्था पाहण्यासाठी जिल्ह्याकडून जो आरक्षी कर घेतला जात असे, त्या अर्थाने आली असावी. पुष्पा नियोगी यांनी थोड्याफार प्रमाणात या मताचे समर्थन केले आहे. [१५०] या स्पष्टीकरणाच्या सत्या-सत्यतेच्या पक्षात वा विरोधातच काहीही निश्चितपणे सांगणे फार कठीण आहे. बहुधा 'परिकरा' सारखाच 'उद्रंग' सुद्धा नित्याच्या धान्याच्या हिश्शापेक्षा अतिरिक्त घेतला जाणारा कर असावा; पण जोपर्यंत कोणताही ताजा पुरावा समोर येत नाही, तोपर्यंत त्याचे निश्चित स्वरूप ठरविण्याच्या बाबतीत केला गेलेला कोणताही प्रयत्न केवळ अनुमानिक ठरेल.

गुप्तकालातील भूमिदानपत्रांमध्ये कधी कधी आणखी अनेक संज्ञांचा उल्लेख केला जातो. त्या अशा : हलिकाकर, [१५१] दित्य, [१५२] मेय [१५३] किंवा तुल्यमेय [१५४] आणि धान्य. [१५५] समकालीन अभिलेखांव्यतिरिक्त अन्यत्र कोणत्याही साधनामध्ये यांपैकी एकाचाही उल्लेख नाही. हलिकाकरांचा अर्थ लावण्यासाठी आधीच्या किंवा समकालीन साधनामध्ये काहीही संकेत उपलब्ध नाही. ५ व्या शतकाच्या अखेरी अखेरीस व ६ व्या शतकाच्या प्रारंभी बघलखंड विभागावर उच्छकल्प राजा सर्वनाथाने [१५६] शासन केले असे दिसते. केवळ त्याच्या दोन भूमीराजलेखांमध्ये 'हलिकाकर' शब्दाचा उल्लेख आहे. घोषाल असे सुचवितात की, 'हलिकाकर' म्हणजे 'नांगरांवरील कर' असा अर्थ असावा. [१५७] पण नांगरांवरील कराचे निश्चित स्वरूप काय आहे, हे ठरवणे आज तरी अशक्य दिसते. एका नांगराच्या साह्याने जेवढ्या क्षेत्रफळाच्या जमिनीची लागवड केली जाऊ शकत होती, त्यावर लावलेला अतिरिक्त कर असा अर्थ वर उल्लेखिलेल्या संज्ञेतून सूचित होत असावा, असे मैतीचे मत आहे. [१५८] जमिनीची मोजणी करण्याचे एक माप म्हणून 'हल्ली' विशेष कराचा संभाव्य विषय आहे असे दिसते. नंतरच्या काळात जमिनीवर कधी कधी क्षेत्रफळानुसार कर लावला

---

(१४३) कॉ. इं. इं. तीन - पृ. ९७-९८ आळतेकरांचे सुद्धा असे मत आहे की, ''उद्रंग'' म्हणजे ''भाग'' होता. ''भाग''चा अर्थ सामान्य भूमिकर असा आहे. (आळतेकर उपरोक्त पृ. २१६) (१४४) मागे पाहा. (१४५) घोषाल - उपरोक्त - पृ. २१० (१४६) सि. इं. पृ. ३७१, टि. ५ (१४७) मैती, उपरोक्त पृ. ६२ (१४८) कित्ता (१४९) राजतरंगिणी (स्टीनकृत अनुवाद) दोन - पृ. २९१ - ९२ (१५०) पुष्पा नियोगी - ''इकॉनॉमिकल हिस्टरी ऑफ नॉर्थ इंडिया'' पृ. १८७

जात असे, असे सूचित करणारा पुरावा आहे. [१५९] इकडे तहत मोंगलांच्या काळापर्यंत लोकांकडून नांगरांवरील कर वसूल केले जात होते, हे आपणास माहीत आहे. [१६०] जरी नंतरच्या काळात नांगरांवरील कर आणि लागवडीखाली असलेल्या भू-भागावरील कर प्रचारात असतील, तरी त्याच्यातून ठामपणाने असा निष्कर्ष सूचित होत नाही की, 'हलिकाकर' शब्द ह्या दोहोंपैकी कोणाकरिताही उपयोगात आणला जात होता. त्यामुळे या संज्ञेचा नेमका अर्थ अनिश्चित आहे, असे दिसते.

त्रैकुटक राजा व्याघ्रसेन याच्या सुरत पट्टकांमध्ये 'दित्य' हा शब्द आढळतो. त्याचा शब्दशः अर्थ जे द्यावयाचे आहे ते असा आहे. [१६१] अभिलेखांमध्ये 'सर्वदित्यविष्टिपरिहारेन' अशा प्रकारे या शब्दप्रयोगाची नोंद आहे आणि त्याचा अर्थ 'सर्व प्रकारचे देय *(शुल्क)* व वेठबिगारीपासून सूट' असा आहे. याचा अर्थ, असा अर्थ असू शकतो की, 'दित्य' शब्दाद्वारा बिगारी व्यतिरिक्त इतर सर्व कर दर्शविले जात असावेत. दुसऱ्या शब्दात सांगावयाचे म्हणजे या शब्दप्रयोगाचा आशय बराच व्यापक आहे, असे दिसते.

गुप्तकालातील पूर्व भारतातील त्याचप्रमाणे मध्य भारतातील अभिलेखांमध्ये 'मेय' या संज्ञेचा उल्लेख आहे. 'मेय'नंतर लगेच साधारणतः 'हिरण्य' ही संज्ञाही येते. तथापि हर्षाच्या [१६२] मधुबन ताम्रपत्र अभिलेखात ''यथासमुचित तुल्यमेयभागभोगकर' अशा प्रकारे या संज्ञेची नोंद आहे. तुल्यमेयला या ठिकाणी 'भाग भोगकर' ६ विशेषण मानावे. 'ज्याचे वजन आणि मोजणी केली जाईल, असे राजाचे नित्याचे प्रकारामध्ये असलेले राजस्व' असा या पूर्ण शब्दप्रयोगाचा अर्थ असावा. पण गुप्तलेखपत्रांमध्ये 'मेय' हा 'भागभोगकर' या शब्दासमवेत येत नाही. त्यामुळे सर्वसाधारण भूमिकर, ज्याला 'भाग' म्हणून ओळखले जाते, त्या

---

(१५१) ए. इं. नं. १३; १.६: अकरा - नं. २१, १.११ (१५२) ए. इं. एकोणवीस नं, २१, १.१०, कॉ. इं. इं. - तीन नं. ३०.१३ (१५३) कॉ. इं. इं. - तीन नं. ६०, १.१२; ए. इं. दोन नं. ३०, १.८; नं. चार - नं. १६, १.९; नऊ नं. ५३, १.९ दहा नं. १६.१.१५ (१५४) ए. इं. सात - नं २२.१.१५ (१५५) कित्ता - एकतीस, नं. ३५, १.१२; नं. ३९, १.२१; कॉ. इं. इं. तीन नं - ३८, १.१२६ (१५६) सोहवाल ताम्रपत्रे, वर्ष १९१ वे; ए. इं. - एकोणवीस, नं. २१ १.१०; खोह ताम्रपत्रे वर्ष १९७ ते कॉ. इं. इं. - तीन नं. ३०, १.१३ (१५७) हिं. रे. सि. पृ. २१३ (१५८) मैती - उपरोक्त - पृ. ६३ (१५९) केंब्रिज हिस्टरी ऑफ इंडिया - चार, पृ. ४५० (१६०) कित्ता - पृ. ४५४

शब्दाच्या ऐवजी 'मेय' शब्दाचा उपयोग केलेला असणे संभवनीय आहे.

'धान्य' संज्ञेनेसुद्धा सामान्य भूमिकरच दर्शविला जात असावा असे दिसते. पुष्कळ भूमिदानपत्रांमध्ये 'भागभोगकर'च्या स्थानी 'धान्यभोगकर' येते. यावरून असे दिसते की, 'भाग'च्या जागी 'धान्य' येते. अक्षरवटिकांच्या आधारे (Palaeographically) ज्यांना पाचव्या शतकाचे मानता येईल, असे २४ व्या वर्षाचे नदेंद्राचे कुरूद्र-पट्टक आहेत. त्यात मात्र 'धान्य'चा उल्लेख 'भाग' बरोबर केला गेला आहे. (१६३) शिवाय मैत्रक राजा द्वितीय धारसेन याच्या एका भूमिदानपत्रात 'सधान्यभागभोगहिरण्यादेश:' असा शब्दप्रयोग येतो. (१६४) त्यावरून एकीकडे 'भागभोग' व दुसरीकडे 'धान्य' या दोहोंमध्ये भेद सूचित होतो, असे मानावयास हरकत नाही. घोषाल असे सुचवितात की, बहुधा 'धान्य' हे विशिष्ट प्रकारामध्ये दिले जाणारे होते आणि भाग उत्पादनातील हिस्सा होता. (१६५) पण 'धान्य', 'मेय' आणि 'दित्य' हे शब्दप्रयोग मात्र आपल्या अभिलेखांमध्ये एकत्र आलेले दिसत नाहीत. त्यातून असेही सुचविले जात असावे की, या तिन्हींमधून जवळपास एकच आशय व्यक्त होत असावा. तुलनेने 'दित्य' शब्दाच्या उपयोगाची व्याप्ती जरा विस्तृत असावी.

वरील चर्चेवरून असे दिसून येईल की, भूमिकराचा निर्देश करणाऱ्या अर्थशास्त्रातील अनेक राजकोशीय संज्ञा थेट गुप्तकालापर्यंत उपयोगात आणणे चालू राहिले. पण बदलत्या काळानुसार त्यांच्याबद्दलच्या संदर्भामुळे त्यांचा नेमका अर्थ स्पष्टपणे समजला जाऊ शकत नसावा. अशा रीतीने अर्थशास्त्रातील 'भाग', 'कर' व 'हिरण्य' यांचा उल्लेख केवळ स्मृतिंमध्येच आहे असे नाही, तर नंतरच्या काळातील भूमिदानपत्रातही आहे, उलटपक्षी 'पिण्डकर' किंवा 'उदकभाग' यांसारख्या संज्ञा नंतरच्या साधनामध्ये आढळत नाहीत. त्यामुळे गुप्तकालात ते कर अस्तित्वात असण्याची शक्यता काही अंशी बाद होते.

'उपरिकर', 'हलिकाकर' या काही नवीन भू-राजस्व संज्ञा गुप्तकाळातच प्रथम दिसून येतात. यांच्या जोडीला अनेक दुसरे करसुद्धा त्या काळात अस्तित्वात असतील. कारण समकालीन अभिलेखांमध्ये करांच्या गणनेमध्ये शेवटी 'आदी' किंवा 'इत्यादी' हा शब्द येतो. आणखीही एक गोष्ट आम्ही सांगतो की, काही पल्लव राजलेखांमध्ये दानग्राहकांना १८ परिहारांसह *(सूट)* भूमिदान केले गेले आहे. मात्र

---

(१६१) ए. इं. - सात - नं. २२, १.१५ (१६२) ए. इं. अकरा - नं. २१, १.११ (१६३) ए. इं. - एकवीस नं. ३५, १.१२ (१६४) इं. ॲ. सात - पृ. ७२ (१६५) हिं. रे. सि. - पृ. २१९

त्या सगळ्यांचीच यादी दिली गेलेली नाही.[१६६] वाकाटक राजा द्वितीय विंध्यशक्ती याच्या वाशिम दानपत्रात १४ परिहारांची नोंद[१६७] जरी या सगळ्या गोष्टी कराधानाच्या वाढलेल्या भाराचा निर्देश करीत असल्या, तरी प्रत्येक कर देणाऱ्या व्यक्तीवर सर्वच कर देण्याचा प्रसंग आला नसावा.

✤

प्रकरण पाचवे

प्रबंधक सामग्री आणि बिगारीचे उद्ग्रहण

आपणास प्रस्तुत असलेल्या काळात मौर्यकालातील सिंचन कराची वसुली हळूहळू नाहीशी होणे आणि गुप्तकालीन साधनांमध्ये काही मौर्यकालीन संज्ञांचा अनुल्लेख यांवरून असे समजू नये की, कराधानाचा भार कमी झाल्याच्या या गोष्टी द्योतक आहेत. राजाच्या धान्यातील नित्याच्या हिश्शाव्यतिरिक्त, आधीच्या काळात असलेले, कृषकवर्गापासून विविध अंशदानाच्या रूपात घेण्यात येणारे उत्पन्नाचे बहुतेक सर्व विषय आपणास प्रस्तुत असलेल्या कालात तसेच चालू राहिले.

(१६६) सि. इं. पृ. ४३९ - ४०% ए. इं. पंधरा, नं. ११, १, ११ (१६७) कित्ता - पृ. ४०८ - ९

कौटिल्याच्या [१] अर्थशास्त्रात आपणास असे कळते की पशु-वध-गृहाच्या *(खाटिकखान्याच्या)* अधीक्षकाने बळी जाणाऱ्या पशूंपैकी   भाग घ्यावा, पक्षी, हरिण, मासे व इतर पकडलेल्या प्राण्यांपैकी १/१० भाग घ्यावा आणि जिवंत पकडलेल्या प्राण्यांपैकी   प्राणी शासकीय अरण्यात सोडून द्यावेत. *(एरियनला अनुसरून)* मेगॅस्थेनिसनेही [२] प्रमाणित केले आहे की, मौर्य साम्राज्यातील पशु-पालक वर्ग जनावरांच्या रूपात कर देत असे. अर्थशास्त्रात उल्लेखिल्या गेलेल्या निरनिराळ्या प्रकारच्या प्राण्यांचा उल्लेख मात्र आपल्या काळातील धर्मशास्त्रीय ग्रंथांमध्ये मिळत नाही. किंवा केवळ पशु-पालकांवरच राज्याला पशूचे अंशदान करण्याची जबाबदारी होती, या मेगॅस्थेनिसच्या त्या ग्रंथांनी परिपुष्टी केलेली नाही. मात्र, ज्याला एक प्रकारचा कर असेच संबोधता येईल, अशा प्रकारच्या लोकांच्या पशुधनावरील करांचा उल्लेख शास्त्रीय ग्रंथांमध्ये आढळतो. विष्णु [३] व मनु [४] या दोघांनीही निर्देश दिला आहे की, पशुधनापैकी १/५० पशू राजाने घ्यावेत. पतंजलीने मेंढ्यांच्या कळपाचा उल्लेख 'अविकट' या शब्दाने केला आहे. आणि त्या कळपाच्या मालकाने राजाला एक एडका उपहार किंवा कर म्हणून दिल्याचेही सांगितले आहे. या एडक्याला 'अविकटोरण' [५] म्हटले आहे. बृहस्पतीनेसुद्धा [६] पशुधनामधील राजाच्या हिश्शाचा उल्लेख केला आहे. पण यासंबंधात त्याने   या दराचा निर्देश केला आहे. वरील विवरणावरून असे अनुमान करता येईल, की, मौर्योत्तर कालात पशूंचा अंशदानाचा त्या मानाने कमी दर बहुधा प्रचारात होता. पण असे कर चुकते करण्याची जबाबदारी फक्त पशुपालकांवरच होती हे दाखविणारे काहीही प्रमाण उपलब्ध नाही. पशुकराचा भार ग्रामीण जनसमुदायातील केवळ विशिष्ट वर्गावरच नसून, संपूर्ण कृषक-वर्गावर होता, हेही असंभव नाही.

गुप्तसाम्राज्याच्या कोणत्याही दानपत्रामध्ये पशुकराविषयी काहीही माहिती उपलब्ध नाही. मात्र, वाकाटक व मध्य-भारतातील काही वंशांच्या भू-राजलेखांमध्ये याविषयी काही संकेत मिळतात. मध्यभारतात व दक्षिणेतील बहुतेक दानपत्रांमध्ये 'अपरम्परगोबलिदूर्दः' [७] असा शब्दप्रयोग आढळतो. मिराशींचे असे मत आहे की, वाकाटक दानपत्रांमधील 'बलिवदूर्द' शब्दालाच जोडून केला गेलेला 'गो'

---

(१) अ. शा. - दोन - २६ (२) हिं. रे. सि. - पृ. ३९ (३) विष्णु - तीन - २५ (४) मनु. सात - १३०-१३२ (५) अविकट उरणोद (दा) तर्यविक्टोरणः / महाभाष्य, सहा ३.१० (६) बृहस्पति - आपाद्धर्म - श्लोक ६

शब्दाचा उपयोग असे दर्शवितो की, 'गोऱ्हा' *(नर)* किंवा वासरू *(मादी)* यांपैकी काहीही असो, पण गावातील प्रत्येक गायीचे पहिले वासरू (मादी) राज्याला देण्याच्या बंधनापासून गावाला सूट मिळत असे. (८) घोषालांना (९) मात्र असे वाटते की, दळणवळणासाठी वाहन म्हणून उपयोगात आणल्या जाणाऱ्या पशूंचा पुरवठा करण्याच्या बंधनातून प्रतिरक्षा असा या संज्ञेचा संदर्भ असावा. पल्लवराजपुत्र शिवस्कंदनवर्मन्च्या (१०) हिरहदगल्ली दानपत्रात 'अपरंपरबलिवद्दगहन' असा शब्दप्रयोग आढळतो आणि सी.डी. सरकारांनी (११) त्याचा असा अन्वय लावला आहे की, ज्या वेळी राजकीय अधिकारी दौऱ्यावर जात असत, त्या वेळी त्यांच्याकडून उपयोगात आणल्या जाणाऱ्या बैलगाड्यांना बैल पुरविण्यापासून प्रतिरक्षा असा उल्लेख या शब्दप्रयोगातून सूचित होतो.

घोषालांचे मत ह्याच निर्वचनावर आधारलेले आहे. दौऱ्यावर असणाऱ्या राजकीय अधिकाऱ्यांना दळणवळणाच्या सुखसोयी प्राप्त करून घेण्याचा अधिकार असावा, असे वाकाटक द्वितीय विंध्यशक्ती (१२) च्या एका दानपत्रावरून दिसते. त्या दानपत्रात "अवह" *(वाह)* असा शब्द येतो. "वह" संज्ञा नेहमी "वाहून नेणे" (१३) या अर्थाने उपयोगात आणली जाते आणि म्हणूनच अधिकाऱ्यांच्या सामानाचे ओझे पैसे न घेता वाहून नेण्यापासून गावकऱ्यांना मिळालेली सूट या अर्थाने "अवह" शब्द आला असावा, असे सरकार (१४) समजतात. इ.स. ५९२ च्या आणखी एका अभिलेखामध्ये संभवत: राजाच्या अधिकाऱ्यांना गाड्या पुरविण्यापासूनच सूट असल्याची नोंद आहे. (१५) ही उदाहरणे लक्षात घेतली असता राजकीय अधिकाऱ्यांना पुढे जाता यावे म्हणून गावकऱ्यांना वाहतूक पशू पुरवावे लागत असत हा घोषालांचा (१६) तर्क पटण्यासारखा वाटतो. आणखी एक गोष्ट अशी आहे की, प्रभावती गुप्ताच्या (१७) एका दानपत्रामध्ये "अपरम्पार" शब्दाच्या पाठोपाठ "अपशुमेध्य:" हा शब्द येतो. सरकारांचे असे मत आहे की, यज्ञीय कार्यांसाठी राजा बकरा इ. सारखे पशू *(लोकांकडून)* घेत असे, त्या प्रथेचा संदर्भ या शब्दात आहे. यातून असे ध्वनित होते की, केवळ अधिकाऱ्यांच्याच ने-आणीसाठी पशू पुरविले जात असत, असे नाही, तर यज्ञ संपन्न करण्यासाठी पशू पुरविले जात असल्याचे सांगितलेले आहे,

---

(७) कॉ. इं. इं. - तीन-नं. ५५, १.२७; नं. ५६, १.२८; सि. इं.-पृ. ४०९, १.२१; ए. इं. - पंधरा नं ४, १.१७ इ. (८) ए. इं. सव्वीस - पृ. १५५, टि १ (९) हिं. रे. सि. पृ, १९४ (१०) सिं. इं. - पृ. ४३९, १.३३ (११) सरकार - दि सक्सेसर्स ऑफ सातावाहनाज् - पृ. १८७ (१२) सि. इं. - पृ. - ४०९, १.२३ (१३) मोनियर - विल्यम्स-संस्कृत-इंग्लिश डिक्शनरी

त्यावरून असे सूचित झालेले दिसते की, गुप्तकालात हे अंशदान बहुधा प्रासंगिक असावे. धर्मशास्त्रीय ग्रंथांनी दिलेल्या आदेशामागे जो हेतू दिसतो, त्याप्रमाणे नियमित कराच्या स्वरूपात नसावे.

राजाच्या नियमित उत्पन्नाला अंगभूत होणाऱ्या *(आयशरीर)* ज्या अनेक वस्तूंचा समावेश धर्मशास्त्रीय लिखाणात केला गेला आहे, त्यांच्या बाबतीतही वरील प्रासंगिक अंशदानाचीच गोष्ट खरी आहे, हे खाली दाखविण्यात येईल. कच्चा माल व त्यासारख्या वस्तूंच्या अंशदानाचा उल्लेख कौटिल्याने [१८] केला आहे. वनोत्पादने व त्यासारख्या वस्तूंमधील राजाच्या हिश्शाचा उल्लेख स्मृतींनी केला आहे. त्यांची तुलना वरील कौटिलीय संदर्भाशी करण्यास हरकत नाही. उदाहरणार्थ, विष्णूने [१९] सांगितले आहे की, मांस, मद्य, तूप, औषधांसाठी उपयोगात आणल्या जाणाऱ्या वनस्पती, अत्तरे, फुले, मुळे, फळे सुवासित करणारी द्रव्ये, लाकूड, पाने व कातडी यांचा भाग राजा घेऊ शकतो. मनूच्या [२०] यादीत यांच्याबरोबरच गवतांचासुद्धा समावेश आहे. याच आशयाचा एक उतारा विष्णुधर्मोत्तरातूनही [२१] देता येईल. वर उल्लेखिलेल्या वस्तूंपैकी मांस, मद्य व फळे खाण्याचे पदार्थ आहेत, हे उघड आहे. तूप म्हणजे एक प्रकारचे पेय *(पान)* समजावयास हरकत नाही. लाकूड व पाने म्हणजे इंधन असावे. औषधी-वनस्पती, अत्तरे, सुवासिक करणारी द्रव्ये, मुळे व फुले दैनंदिन जीवनात निरनिराळ्या कारणांसाठी आवश्यक असावीत, आणि आसने तयार करण्यासाठी कातड्यांचा उपयोग केला जात असावा. वेगळ्या शब्दांमध्ये सांगावयाचे म्हणजे धर्मग्रंथामध्ये उल्लेखिलेल्या गेलेल्या वस्तूंपैकी बहुतेक सगळ्याच जीवनाच्या मुख्य आवश्यकतांच्या घटक आहेत. मनूचे [२२] असे वचन आहे की, अन्न, पेय *(पान)* इंधन व इतर वस्तू

---

(१४) सि. इं. - पृ. ४१० टि. १ (१५) हि. रे. सि. - दि चार्टर ऑफ विष्णुसेन, ए. इं. तीस नं. ३०, १.६ (१६) हिं. रे. सि. - पृ. १९४ (१७) सिं. इं. - पृ. ४१४, १.१७. लोकांकडून यज्ञासाठी पशू घेतले जात असल्याच्या पद्धतीचे प्रमाण 'महावस्तू' वरून मिळते. त्यामध्ये एक मोठा यज्ञ होण्यापूर्वी राजा सुरन्दीम लोकांना पुढील प्रकारे सूचना देत असल्याचा उल्लेख आहे. 'मी प्रत्येक प्रकारचा पशू देऊन यज्ञ करेन. म्हणून बिनापायाच्या, दोन पायाच्या, चार पायाच्या व अनेक पायांच्या असणाऱ्या पृथ्वीवरील जीवित वस्तूंना एकत्र करा' पाण्यात राहणाऱ्या सर्व जीवित प्राण्यांचा पुरवठा करण्यासाठी त्याने कोळ्यांना आज्ञा प्रसारित केल्याचासुद्धा उल्लेख आहे. (महावस्तु - जे. जे. जोन्स- (अनुवाद) - दोन पृ. ९२ (१८) अ. शा. - दोन - ३५ (१९) विष्णु - तीन - २५

(इंधनादि) वस्तूंच्या स्वरूपांत गावकऱ्यांनी राजाला जे दैनिक देय द्यावयाचे असते, ते ग्रामप्रमुखाने प्राप्त करावे. राजाला किंवा ग्रामप्रमुखाला ते रोज चुकते करावयाचे ते 'राजप्रदेय' आणि वर उल्लेखिलेल्या वस्तूंचे $\frac{1}{6}$ अंशदान हे दोन्ही एकच गोष्ट सूचित करतात, भरण्याचे दोन वेगवेगळे संच किंवा प्रकार नव्हेत, हे असंभव नाही. शिवाय राजाच्या नित्याच्या धान्यातील हिश्शाच्या रूपात असणाऱ्या आधारभूत भूमिकराचा $\frac{1}{6}$ हा दर जसा पारंपरिक अर्थाने उपयोगात आणला गेला आहे, त्याच अर्थाने येथेही आणला गेला असावा.

गावकरी प्रबंधक सामग्रीचा पुरवठा करीत असत, हे गुप्तकालीन साहित्यिक स्रोतांवरूनसुद्धा अभिप्रमाणित होते. रघुवंशावरून आपणास असे कळते की, जेव्हा अज आपल्या विवाहासाठी निघाला, तेव्हा मार्गामध्ये त्याला गावांमधील लोकांकडून कापड, धान्य आणि इतर अनेक प्रकारचे उपहार मिळाले. राजा जेव्हा प्रवासात असे, त्या वेळी कधी-कधी गवळी ताज्या तुपाचा उपहार घेऊन त्याला भेटण्यासाठी जात असत असे वर्णन आहे. (२३) अभिलेखांमधील सामग्री पाहिली असता असे आढळून येते की, गुप्त-साम्राज्याकडून प्रकाशित भूमि-राजलेखांमध्ये प्रबंधक वस्तूंच्या पुरवठ्याचा संदर्भ नाही. वाकाटकांच्या अभिलेखामध्ये मात्र 'अपुष्पक्षी रसदोह' (२४) असा शब्दप्रयोग आहे. या पूर्वीच्या काळातील एका पल्लवदानपत्रामध्ये असे वर्णन आहे की, दानांत दिलेले एक गाव 'अदुग्धदधिगहण' होते. याचा अर्थ असा की, दूध व दही देण्याच्या बंधनापासून त्या गावाला मुक्ती मिळाली होती. 'अपुष्पक्षीरसंदोहः'ची तुलना 'अदुग्धदधिगहण'शी केली जाऊ शकते. त्याच पल्लव दानपत्रात सूट *(परिहार)* म्हणून "अहरितक साकपुष्पगहणं (२५) अशी त्यासारखीच एक संज्ञा आढळते. त्याचा अर्थ हिरडे, भाज्या व फुले देण्यापासून सूट असा आहे. जेव्हा आपण वाकाटक संज्ञा 'अपुष्पक्षीरसंदोहः' शी वरील पल्लव शब्दप्रयोगाची तुलना करतो, तेव्हा राजाच्या अधिकाऱ्यांना फुले व दूध देण्याच्या ओझ्यापासून प्रतिरक्षा असा त्याचा संदर्भ आहे, असे दिसते. शिवाय वाकाटक अभिलेखांमध्ये नेहमी "अचारासनचर्मागारः" असा शब्दप्रयोग येतो. फ्लीटच्या (२६) मते याचा अर्थ असा आहे की, भूमिदानाच्या-बरोबर पशू चारण्याचा, कातडी व लाकडी कोळसा *(पुरविण्याचा)* अधिकार नव्हता. घोषालांना (२७) मात्र असे वाटते

---

(२०) मनु. - तीन - १३०-१३२ (२१) विष्णुधर्मोत्तर - दोन, ६१. ६१. ६३ (२२) यानि राजप्रदेयानि प्रत्यहं ग्रामवासिभिः। अन्नपानेन्धनादीनि ग्रामिकस्तानवाप्नुयात्।। मनु. सात - ११८ (२३) रघु. - एक ४५, पाच - ४१

की, फिरत्या हेरांना इतर वस्तूंबरोबरच आसनासाठी कातडी व इंधनासाठी लाकडी कोळसा पुरविण्याच्या बंधनापासून प्रतिरक्षा या संदर्भात ही संज्ञा आहे. गावकऱ्यांकडून केल्या जाणाऱ्या आवश्यक वस्तूंच्या पुरवठ्याबाबत काही अभिलेखांमध्ये अगदी स्पष्ट उल्लेख आहेत. उदाहरणार्थ, वाकाटक द्वितीय विंध्यशक्तीच्या वाशिम पट्टकांमध्ये 'अखट्टचोल्लकवेणेसिका' असा शब्दप्रयोग आहे. मिराशीच्या मते ह्याचा अर्थ संभवतः राजकीय अधिकाऱ्यांना खाटा *(पलंग)*, पाण्याची भांडी व नोकर पुरविण्यापासून प्रतिरक्षा असा असावा.[२८] स्वामिराजाच्या इ. ५७३ च्या नगरधन पट्टकामध्ये 'जेमककर'[२९] संज्ञेचा उल्लेख आहे. गावामध्ये तळ देणाऱ्या राजकीय अधिकाऱ्यांच्या वास्तव्यासाठी जागा पुरविण्याच्या बाबतीत गावकऱ्यांकडून घेतला जाणारा एक उपकर, असा त्याचा अर्थ लावला गेला आहे. आणि बहुधा हा वरील प्रकारच्या भरण्याच्या श्रेणीत येत असावा. त्याचप्रमाणे वर उल्लेखिलेल्या[३०] एका अभिलेखामध्ये एक असाही परिहार आहे. त्यानुसार त्या भागातील निवासी जनांना, दौऱ्यावर असणाऱ्या राजकीय अधिकाऱ्यांना अंथरुणे, पलंग, आसने व भात पुरविण्याच्या बंधनापासून मुक्ती मिळालेली आहे. या सगळ्यांमधून हीच संभावना व्यक्त होते की, धर्मशास्त्रीय ग्रंथांमधून वर उल्लेखिलेल्या करयोग्य वस्तूंची जी यादी दिली आहे, त्यांमधील बहुतेक सगळ्याच दौरा करणाऱ्या राजकीय अधिकाऱ्यांना गुप्तकालात प्रबंधक सामग्रीच्या रूपाचे अंशदान म्हणून दिल्या जात असाव्यात.

अशा रीतीने स्मृतीमध्ये अशा प्रकारच्या अंशदानांचा उल्लेख $\frac{1}{6}$ च्या दराने चुकते केले जाणारे नियमित लाभकर म्हणून केला गेलेला आहे. पण गुप्तकालातील अभिलेखांमध्ये मात्र अधिकाऱ्यांच्या भेटीच्या वेळी गावातील लोकांकडून कमीअधिक प्रमाणात जबरदस्तीने वसूल करण्याजोग्या वस्तू म्हणून त्यांचा उल्लेख आहे. शिवाय स्मृतीमध्ये सांगितलेल्या मांस, मध, तूप इ. वस्तूंचा समावेश गावातील साध्या-भोळ्या समाजाच्या बहुतेक सर्वच कृषि-उत्पादनांमध्ये होत असे.[३१] कृषिसंबंधी

---

(२४) ए. इं. पंधरा, नं. ४, १.१७, बावीस नं. १४, १.३१, चोवीस नं. १०, १.२२, नं. ३७ (ब), १.२०, सव्वीस नं. २१, १.२६, नं. १६, १.२९, नं. १.१९ इ. (२५) शिवस्कन्दवर्मनचे हिरहदगल्ली ताम्रपत्र सि. इं. पृ. ४३७, १.३१. शिवाय पाहा - सरकार - 'दि सक्सेस ऑफ सातवाहनाज' पृ. १९२ - १९३ (२६) का. इं. ई. तीन - पृ. २४२ (२७) हि. रे. सि. पृ. १९५ (२८) ए. इं. - सव्वीस, नं. २०, १.२२ (२९) ए. इं. - सत्तावीस, नं. १, १.१९. मिराशीच्या स्पष्टीकरणासाठी पाहा कित्ता.

उत्पन्नांचा कोणताही स्रोत करांशिवाय सोडला जाऊ नये, असे स्मृतिकारांच्या मनांत असावे, असे स्पष्टपणे दिसते; पण ग्रामीण क्षेत्रामध्ये जबरीने घेतल्या जाणाऱ्या या वस्तू प्रत्यक्षात वेगवेगळ्या व्यवसायांवरील करांच्या स्वरूपात कितपत होत्या, ही फार मोठ्या प्रमाणावर अटकळीचीच गोष्ट आहे. मौर्योत्तर व गुप्त कालांमध्ये $1/६$ या दराचे काटेकोरपणाने पालन केले जात असे, ही गोष्टसुद्धा काही कमी अनुमानिक नाही. बहुधा अशा अंशदानासाठी $1/६$ या दराचा उल्लेख पारंपरिक व आलंकारिक असावा. काहीही असो, कमीत कमी गुप्तकाळात तरी दौऱ्यावर असणाऱ्या राजकीय अधिकाऱ्यांना प्रबंधक सामग्रीचा पुरवठा प्रसंगानुसार केला जात होता असे दिसते. यातून असाही अर्थ निघू शकतो की, धर्मग्रंथांनी राजाच्या नियमित प्राप्तीमध्ये ज्याचा समावेश प्रत्यक्ष केलेला आहे, त्या वस्तू गुप्तकालामध्ये केवळ नियतकालिक रूपात घेतल्या जात होत्या.

आपली काही साधने विशेष करून उत्तर भारतातील भूमिदानपत्रे गावाकडून चुकत्या केल्या जाणाऱ्या वर उल्लेखिलेल्या देय वस्तूंची यादी करीत नाहीत. त्याऐवजी ते राजकोशीय शब्दप्रयोग 'भोग'चा उपयोग करतात. पल्लव व वाकाटकांच्या अभिलेखांव्यतिरिक्त अन्य अभिलेखांमध्ये 'भागभोगकर' [३२] अशी नोंद आहे. घोषाल ह्याला एक सामासिक शब्द समजतात; पण हे पटण्यासारखे वाटत नाही. अर्थशास्त्रातील [३३] एका उताऱ्यामध्ये खासगी मालकांकडून शेत व घाट बांधलेले जलाशय *(सेतू)* 'भागभोग' देण्याच्या अटीवर पट्ट्याने घेणाऱ्या व्यक्तींचा उल्लेख आहे. ह्याच गोष्टी 'अवक्रय' *(वार्षिक भाडे)*, प्रक्रय *(अटींना अनुसरून ठरविलेले मूल्य)* आणि 'अधि' *(गहाण)* या व यांसारख्या अटींवर घेणाऱ्या व्यक्तींपासून वर उल्लेखिलेल्या व्यक्ती भिन्न मानल्या गेल्या आहेत. घोषालांच्या मते 'भागभोग' हा या ठिकाणी भावी उत्पादनातील एक विशिष्ट निश्चित हिस्सा होय. [३४] आणि ह्याच आधारावर त्यांनी 'भागभोगकर' म्हणजे राजाला चुकता केला जाणारा कृषि-उत्पादनातील एक निश्चित अंश, असा अर्थ लावला आहे. यातून असे ध्वनित

---

(३०) विष्णुसेनाचा राजलेख - ए. इं. तीस, नं. ३०, १.६ (३१) हि. रे. सि. पृ. ६३

होईल की, राजाचा धान्यातील नित्याचा हिस्सा अर्थशास्त्रात नेहमी 'भाग' या संज्ञेने व स्मृतींमध्ये 'बलि' या संज्ञेने सूचित केला जात असे. पण मनूचा [३५] एक उतारा पाहिला असता हा युक्तिवाद संदेहास्पद मान्यतेचा आहे असे दिसते. जो राजा आपला हिस्सा वस्तूंच्या रूपात *(बलि)* घेतो, आपले कर घेतो, पथकर *(जकात)* आणि शुल्क घेतो, दैनंदिन उपहार व दंड *(प्रतिभाग)* घेतो, पण प्रजेला संरक्षण मात्र देत नाही, तो लवकरच नरकात बुडतो, असे मनूचे विधान आहे. मेधातिथी व कुल्लूक [३६] यांनी 'प्रति भाग'चा अर्थ फळे, भाज्या इ. चा दैनिक उपहार असा लावलेला आहे. नारायण आणि राघवानंद [३७] यांनी जरी 'प्रतिभोग' असा पाठ घेतलेला आहे, तरी त्यांनी त्याच्या अर्थामध्ये काहीही बदल सुचविलेला नाही. आमचे असे मत आहे की, गुप्त अभिलेखांमधील 'भोग' ही संज्ञा 'प्रतिभाग' वा 'प्रतिभोग' या संज्ञांशी समान असावी. त्यामुळे 'भाग' किंवा 'बलि' या संज्ञांनी ओळखल्या जाणाऱ्या राजाच्या धान्यातील नित्याच्या हिश्शासाठी 'भोग' शब्द येत असावा हे घोषालांचे मत स्वीकारता येत नाही.

गुप्तांच्या भूमिदानपत्रांमध्ये 'भागभोगकर' [३८] हा शब्दप्रयोग आहे. आणि पूर्वीच पाहिल्याप्रमाणे ही संज्ञा व्यापक अर्थाने युक्त अशी समजण्यात आलेली आहे. पण काही भूमि-राजलेखात या संज्ञा उलट्या क्रमाने अर्थात् 'भोगभाग'[३९] अशा आल्या आहेत. जर घोषालांना वाटते त्याप्रमाणे 'भागभोगकर' या संयुक्त शब्दाचा 'भोग' एक अंश असेल, तर मग समासात उलट्या क्रमाने आढळणाऱ्या या संज्ञांचे स्पष्टीकरण कसे द्यावे, हे आम्हास माहीत नाही. शिवाय कृषिउत्पादनातील राजाचा नित्याचा हिस्सा असा अर्थ दर्शविण्यासाठी 'भाग' हा वेगळा शब्द नेहमी उपयोगात आणला जातो. [४०] त्यामुळे भूराजस्वाचा मुख्य विषय असणाऱ्या 'भाग' पासून भिन्न अर्थ असणारा एक राजकोशीय शब्दप्रयोग म्हणजे अभिलेखांमधील 'भोग' असावा, अशी दाट संभावना आहे.

राष्ट्रकूट लेखपत्रांच्या आधारावर आळतेकर असा युक्तिवाद करतात की, ज्या अर्थी 'भोग' आणि 'उपरिकर' एकाच दानपत्रात आढळून येत नाहीत, त्या अर्थी या दोन्ही संज्ञा समानार्थी असाव्यात. [४१] पण आपणास प्रस्तुत असलेल्या

---

(३२) हि. रे. सि.- पृ. २१४ (३३) अ. शा. - तीन - ९ (३४) हिं. रे. सि. पृ. - २१४ (३५) मनु. - आठ - ३०७ (३६) मनु. - आठ - ३०७ वरील टीका (३७) पाहा - बुल्हर-दि लॉज ऑफ मनु. से बु. ई. - पंचवीस, पृ. ३०७ टि. (३८) वर पाहा,

काळाच्या बाबतीत हा युक्तिवाद लागू पडत नाही. सर्वनाथाच्या *(इ. ५१३)* खोह ताम्रपत्रांमध्ये 'उपरिकर' शब्दाचा उल्लेख 'भोग' शब्दाबरोबर केला गेला आहे. (४२) शिवाय नंतरच्या काळातील एका अभिलेखातसुद्धा (४३) हे दोन शब्द एकत्र नोंदलेले आहेत. म्हणून कमीत कमी आपल्या काळात तरी 'भोग' म्हणजेच 'उपरिकर' नसावा; पण 'भोग' या संज्ञेतून प्रत्ययास येणाऱ्या देयांचे स्वरूप मनु : आठ-३०७ वरील वर उल्लेखिलेल्या टीकांवरून ठरविता येते. त्यानुसार 'भोग' मध्ये भाज्या, फळे, फुले, धान्य इ. स्वरूपातील अंशदानाचा समावेश होतो. अन्यत्र मनूने (४४) असा निर्देश दिला आहे की, गावकऱ्यांनी राजाला अन्न, पेय, इंधन इ. 'अन्नपानेन्धनादि' पुरवावे. मात्र, या संदर्भात त्याने 'भोग' किंवा 'प्रतिभोग' शब्दाचा उपयोग केलेला नाही. जर टीकाकारांचे 'प्रतिभाग' शब्दाचे स्पष्टीकरण विश्वासार्ह मानले, तर असे अनुमान करता येईल की, अन्नपान - इंधनादींच्या स्वरूपातील अंशदानसुद्धा 'भोग'च्या श्रेणीत येत असे. वर सांगितलेल्या गोष्टींच्या संदर्भात, गावकऱ्यांनी राजाला वेळोवेळी पुरवावयाच्या फळे, जळाऊ लाकूड, फुले इ. वस्तू म्हणजेच 'भोग' हा सरकारांनी (४५) लावलेला अर्थ लागू पडण्यासारखा वाटतो. शिवाय या प्रकारात समाविष्ट केल्या जाणाऱ्या वस्तू स्पष्टपणेच प्रबंधक सामग्री *(पुरवठ्याच्या वस्तू)* आहेत. त्यामुळे वाकाटक अभिलेखांमधील फुले, दूध, कातडी व लाकडी कोळसा यातील अंशांचा उपभोग घेण्याचा अधिकार म्हणजेच 'भोग' होय असे गृहीत धरणे युक्तिसंगत वाटते. (४६)

वर्तमान शीर्षकाखाली ज्याची चर्चा करता येईल, असा राजाच्या उत्पन्नाचा एक महत्त्वाचा विषय म्हणजे राजाचा बिगारीच्या *(विष्टि)* बाबतीतला अधिकार होय. कौटिल्याने (४७) वार्तेची, एक शाखा म्हणून बिगारीचा *(विष्टि)* उल्लेख केलेला आहे. त्याचा असा आदेश आहे की, शूद्र श्रमिक (कर्मकार), कारागीर *(कारू)* आणि दास ह्यांनी कर देण्याऐवजी राज्यासाठी शिल्पकर्म करावे. एखाद्या पर्यवेक्षकाकडून *(विष्टिबंधक)* अशा श्रमिकांची भरती केली जात असे आणि त्याबद्दल वेतन दिले जात असे. जरी मौर्यकालात विष्टि हा राज्याच्या उत्पन्नाचे एक साधन होते, तरी पण गावांमधील स्वतंत्र कृषक वर्गावर तो बहुधा लादला जात

---

(३९) जयराजाचे मल्लार पट्टक वर्ष ५ वे (ए. इं. - तेहतीस नं. २९, १.११) (४०) मागे पाहा. (४१) आळतेकर - उपरोक्त, पृ. २१६-२१७ (४२) कॉ. इं. तीन नं. २८.१९.९.२७ (४३) कित्ता - नं. ३९, ११.६७-६८ (४४) मनु. सात - ११९ (४५) सि. इं. - पृ. ३७२ टि. ७

नसावा.

मौर्योत्तर कालातसुद्धा ही प्रथा चालू राहिली, असे दिसते. कारण मनूचा (४८) आदेश आहे की, शूद्र, कारागीर आणि शिल्पकार यांनी आपले देय काम करून चुकते करावे. त्याने (४९) असेही विधान केले आहे की, प्रत्येक महिन्यातील एक दिवस त्यांना राजासाठी काम करावयास लावावे. अशाच आशयाचा विष्णूचाही (५०) एक उतारा देता येईल. पण आधीच्या कालातल्याप्रमाणेच मौर्योत्तर कालातदेखील 'विष्टि'बद्दल वेतन दिले जात असे, असा काहीही संकेत धर्मशास्त्रीय ग्रंथांमध्ये मिळत नाही. अशी शक्यता आहे की, आपल्या कालात बिगारीबद्दल वेतन दिले जात नसे. (५१) त्यामुळेच समकालीन अभिलेख व साहित्यिक लेखपत्रे या दोहोंमध्ये विष्टीचा उल्लेख अत्याचारपूर्ण म्हणून केला गेला आहे. रुद्रद्रामन्च्या (५२) जुनागढ अभिलेखात असे सांगितलेले आहे की, राजाच्या स्वत:च्या कोशातील द्रव्यसाधनांच्या साहाय्याने सुदर्शन जलाशय बांधला गेला. इतर करांपैकी बिगारीचे *(विष्टि)* ओझेही तेव्हा लोकांवर लादले गेले नाही. त्याचप्रमाणे ज्याचा काळ अदमासे ५ वे शतक ठरविला गेला आहे, अशा महावंश (५३) नामक ग्रंथामध्ये एका राजाने परिश्रमिक न देता कोणाच्याही श्रमांचा उपयोग करून घेण्यास नकार दिला, असे सांगितले आहे. वेगळ्या शब्दात सांगावयाचे म्हणजे जे राजे उदार-हृदयी व सौजन्यशील होते, ते बिगारीला लोकांवरील ओझे मानीत असत.

पूर्वीच पाहिल्याप्रमाणे मनु आणि विष्णु यांनी असा निर्देश दिला आहे की, शूद्र, शिल्पी आणि कारागीर यांनी आपले देय काम करून चुकते करावे. याचा अर्थ त्यांना करांपासून सूट मिळत असावी, पण जस-जसा काळ गेला तसतसे कर न देणाऱ्या कारागिरांनासुद्धा कर देणे आवश्यक केले गेले. अर्थात जोडीला फुकट मजुरी होतीच. त्यामुळे स्वाभाविकपणेच लोकांवरील ओझे फारच वाढले. कारागिरांपासून कर वसूल करण्याची प्रवृत्ती मनूच्या वेळेपासूनच होती असे

---

(४६) मागे पाहा. असे दिसते की, वाकाटक अभिलेखांमध्ये उल्लेखिलेले "अपुष्पक्षीर संदोह:" किंवा "अचारासनच मागारा:" इ. परिहार हे "भोग" या संज्ञेच्या ऐवजी प्रत्यक्षच दिलेले आहेत. या अभिलेखांमध्ये "भाग" या संज्ञेचा उपयोग नाही. (४७) अ. शा. - दोन - ४ (४८) कर्मोपकरणा: शूद्रा: कारव: शिल्पिनस्तथा। मनु. दहा - १२०. कुल्लूकाने आपल्या टीकेत अगदी जोर देऊन सांगितले आहे की, अत्यंत वाईट परिस्थितीतसुद्धा शूद्रावर कर लादले जाऊ नयेत. (४९) मनु. सात - १३८ (५०) विष्णु. - तीन ३२. (५१) मिलिंद - पृ. १४७ (५२) ए. इं. - आठ, नं. ६.११.१५.१६

दिसते. मनूच्या सांगण्यानुसार विणकरांनी ११ पल कर द्यावा. जर वेळेवर कर देऊ शकले नाहीत, तर १२ पल द्यावेत. [५४] शिवाय शान्तिपर्वानेही निर्देश दिला आहे की, व्यापारी व कारागीर यांच्यावर त्यांची परिस्थिती आणि शिल्पाचे स्वरूप लक्षात घेऊन मग कर लावावेत. उत्पादित वस्तूंच्या आकड्यांच्या आधारावर करनिर्धारण केले जावे आणि वस्तूंच्या स्वरूपात कर गोळा केले जावेत. [५५] पुराभिलेखशास्त्राधारे ज्याचा काळ ६० व्या शतकाच्या शेवटच्या दशकात ठरविता येईल, अशा विष्णुसेनाच्या एका राजलेखावरून गुप्तकाळातही कारागिरांवर कर लावला जात होता असे दिसून येते. त्या राजलेखातून आपणास अशी माहिती मिळते की, छिम्पक, कोलिक आणि पदकार, जे काही विशिष्ट व्यवसाय करणारे होते असे दिसत, त्यांना त्या भागात प्रचलित असलेल्या दराला अनुसरून त्यांनी बनविलेल्या वस्तूंच्या किमतीच्या अर्धी किंमत कर म्हणून बहुधा द्यावी लागत असे. [५६] शिवाय गुप्तांच्या बऱ्याच भूमिदानपत्रांमध्ये कर देणाऱ्या कुटुंबीय व कारागीर *(कारू)* [५७] यांचा उल्लेख आहे. कारू हे जास्तीतजास्त शूद्रच [५८] होते ही गोष्ट संशयातीत आहे; पण आधीच्या काळात ते कर देत नव्हते असे दिसते. मात्र, असे दर्शविणारी एकही गोष्ट नाही की, कर देणाऱ्या कारागिरांना नित्याच्या बिगारीपासून सूट मिळत होती. उलटपक्षी वर उल्लेखिलेल्या [५९] एका अभिलेखात असे म्हटले आहे की, लोहार, रथ बनविणारे *(रक्षकार)*, न्हावी *(नापित)* आणि कुंभार *(कुंभकार)* यांची बिगारीसाठी भरती केली जावी. अशा प्रकारे आपल्या काळापर्यंत सक्तीच्या श्रमांच्या स्वरूपात पुष्कळच बदल झाले आहेत. १) मौर्य कालात त्याबद्दल पारिश्रमिक दिले जात असे; पण मौर्योत्तर व गुप्तकालात त्याबद्दल पारिश्रमिक न देण्याची प्रवृत्ती झाली. २) पूर्वीच्या काळाच्या अगदी विरुद्ध पद्धती आली. म्हणजे नियमित कर तर घेतले जात असतच, पण त्याबरोबरच बिगारीसुद्धा करविली जात असे. त्यामुळे काळाच्या ओघात 'विष्टि' हा प्रकार अत्यंत अत्याचारपूर्ण ठरला.

बिगारीची आवश्यकता केव्हा पडेल याच्या वेळा किंवा प्रसंग बहुधा ठरविलेले नव्हते. राजाची शेते व शासकीय निर्माण कार्ये या ठिकाणी मजुरांना फुकटात काम

---

(५३) महावंश - तीस (५४) व्याख्या - संग्रह - स्तेयप्रकरण - पृ. १६२७-२८ धर्मकोश-एक-भाग - ३ पृ. १९२७ मधून उद्धृत. (५५) शां. प. - अठ्ठ्याऐंशी. ११-१२ सटीक आवृत्तीतील १२ वरील टिप्पणी. राजधर्म - भाग २/१९, पृ. ६६८ (५६) ए. इं. तीस - नं. ३०. कायदा नं. ७२ (५७) कॉ. इं. इं. - तीन, नं. २६; १.६; नं. २७, १.१६, ६०, १.१३ (५८) आर. एस. शर्मा - शूद्राज् इन एन्शन्ट इंडिया, पृ. २३३

करावयास लावणे हे तर एक नेहमीच निमित्त होते. [६०] अर्थशास्त्रावरून असे कळते की, युद्धामध्ये बिगारीच्या लोकांची नियुक्ती केली जात असे. त्यांच्या कार्यामध्ये पुढील गोष्टींचा समावेश होत असल्याचे वर्णन आहे. (अ) छावणी, रस्ते, पूल, विहिरी व उतरण्याचे ओटे स्वच्छ करणे. (ब) यंत्रे, शस्त्रास्त्रे, चिलखते, उपकरणे, प्रबंधक सामग्री व सैनिकांना युद्धक्षेत्रातून वाहून नेणे [६१] जर ही पद्धती चालूच राहिली असेल, तर लोकांना त्याचा फारच भार झाला असेल. कारण मौर्योत्तर व गुप्तकालात युद्धे वारंवार होऊ लागली होती. मौर्योत्तर कालातील एका अभिलेखावरून शासनाने चालवलेल्या पाणी वाहून नेणाऱ्या नळांच्या रचनेसाठीसुद्धा बिगारीची मागणी केली जात असे, हे अनुमान करता येते. [६२] मुद्राराक्षसावरून [६३] असे दिसते की, राज्याभिषेकासारख्या प्रसंगीसुद्धा बिगारीचा उपयोग केला जात असे, पण बहुधा असा काहीच निश्चित नियम नव्हता की, राजा केव्हा बिगारीची जबरदस्ती करू शकत असे व केव्हा करू .शकत नसे. त्यामुळे राजकीय सत्तेचा दुरुपयोग होण्यास वाव मिळाला.

गुप्तकाळात ज्या वेळी भूमिदान प्राप्त करणाऱ्या दानग्राहकांना राजाचा सक्तीचे श्रम घेण्याचा अधिकार संक्रमित केला गेला, त्या वेळी अत्याचारांची मात्रा जास्त तीव्र झाली असावी. अनेक भूमिदानपत्रांमधील 'सोत्पाद्यमान विष्टि' या शब्दप्रयोगाच्या उपयोगाचा अर्थच असा आहे की, जसजसा प्रसंग उद्‍भवेल. त्यानुसार दानग्राहकांना फुकट श्रम घेण्याच्या विशेष सवलतीचा अधिकार मिळाला होता. वात्स्यायनाच्या कामसूत्रावरून [६४] आपणास अशी माहिती मिळते की, शेतकरी स्त्रियांना वेगवेगळ्या प्रकारची कामं फुकटात करण्यास भाग पाडले जात असे. जसे - ग्रामप्रमुखाची धान्याची कोठारे भरणे, घरातील वस्तूंची आतबाहेर ने आण करणे, घरे स्वच्छ करणे, शेतात कामे करणे, कापूस, लाकूड लोकर, ताग, सूत व सुताच्या गाठी खरेदी करणे, शिवाय निरनिराळ्या वस्तूंची खरेदी-विक्री व अदला-बदल करणे. या गोष्टी राज्याच्या उत्पन्नाचा प्रत्यक्ष स्त्रोत म्हणून नसाव्यात; पण ग्रामप्रमुखाला त्याच्या स्वत:च्या पारिश्रमिकाचा एक अंश म्हणून या गोष्टी करण्याची परवानगी असावी. बिगारीमध्ये विचार करता येण्यासारख्या सर्वच प्रकारच्या कामाचा समावेश केला गेला, असे दिसते. अशा कामांसाठी काही

---

(५९) ए. इं. - तीस. नं. ३० कायदा नं. ७२ (६०) कित्ता - दहा - १५. (६१) कित्ता - दहा - १५ (६२) ए. इं. - आठ, नं. ६, ११.१५-१६ (६३) मुद्राराक्षस - अंक २, प्रवेश २

खास प्रसंगांचे प्रयोजन होते, असेही नाही. थोडक्यात, जसजसा काळ गेला तसतशी बिगारीच्या उपयोगाची मागणी अत्याचारीपणाकडे झुकू लागली. मध्ययुगीन सामन्ती अत्याचाराची पूर्वकल्पना त्यातूनच होत असावी.

प्रकरण ६ वे

वाणिज्य - कर (व्यापारी कर)

भूराजस्वाव्यतिरिक्त विक्रीयोग्य पदार्थावरील कर हे राजकीय उत्पन्नाचे एक महत्त्वाचे साधन होते असे दिसते. आपणास उपलब्ध साधनांमधून काही सिद्धान्त सूचित होतात. हे सिद्धान्त संभवत: विक्रीयोग्य वस्तूंच्या करनिर्धारणाला नियंत्रित करीत असावेत. गौतम बहुधा आपणास प्रस्तुत असलेल्या कालाच्या पूर्वीच होऊन गेला असावा. तो [१] असे म्हणतो की राजाने $1/20$ च्या दराने वाणिज्य वस्तूचे शुल्क व त्यासमवेत एक वस्तू प्रत्येक महिन्यात घ्यावी. हे स्पष्टच आहे की,

(६४) पाच - ५.५

वाणिज्य वस्तूच्या १/१० ह्या दराने शुल्क घेण्यातून वस्तूच्या रूपात करनिर्धारण सूचित होते आणि राजाने प्रति मास एक वस्तू घेणे हे व्यापाऱ्याकडून प्रत्यक्ष अंशदान घेण्याच्या प्रथेचा स्मृतिरूप अवशेष होय. [२] बौधायनाचा [३] नियम म्हणजे गौतमच्या नियमातील सुधारणा होय. बौधायनाच्या मते समुद्रमार्गे आयात केलेल्या मालावर १०० वर १० पण शुल्क आकारावे आणि त्यासमवेत एक निवडक वस्तू घ्यावी. दुसऱ्या वस्तूंच्यासाठी त्यांच्या वास्तविक मूल्याला अनुसरून वेगवेगळे शुल्क लावावे. मात्र, व्यापाऱ्यांवर अत्याचार करू नये. विष्णूच्या [४] मते मात्र राजाचा शुल्कातील अंश म्हणजे त्याच्या स्वत:च्या देशातील वाणिज्यवस्तूंचा

आणि विदेशातील वस्तूंचा असावा. या ठिकाणी बौधायनाशी विसदृश असे शुल्कांचे दोन वेगवेगळे दर आहेत. एक *(ज्याला पथकर किंवा जकात म्हणणे योग्य ठरेल)* देशातील आंतरिक वस्तूंवर घेतला जातो व दुसरा *(ज्याला सीमाशुल्क म्हणतात)* विदेशातून आयात केलेल्या वस्तूंवर घेतला जातो. [५] इकडे बौधायनाने अन्य वस्तूंवरील यथामूल्य शुल्कासमवेत आयातीत मालावर १०० मध्ये १० पण असा सगळ्याच बाबतीत एकसारखा दर सांगितला आहे. तर विष्णूने विदेशी व देशी वस्तूंसाठी दोन वेगवेगळे दर सांगितले आहेत. आणखी महत्त्वाची गोष्ट अशी की, विशेषज्ञांकडून मूल्यांकन केल्या गेल्यानंतरच रोकडीमध्ये शुल्कनिर्धारण होते हे बौधायनाने सांगितलेल्या १०० मध्ये १० पण या दरामधून स्पष्टपणे सूचित होते. [६] विष्णूच्या वचनामधून मात्र वस्तूंच्या रूपात शुल्कनिर्धारण सूचित होते. 'पेरिप्लस ऑफ एरिथ्रिअन सी' [७] या पुस्तकात, विदेशी व्यापारी भारतीय राजांसाठी रुप्याची अत्यंत मूल्यवान पात्रे, गाणारी मुले, अंत:पुरासाठी सुंदर स्त्रिया, उत्तम मद्य, उत्तम विणीची तलम वस्त्रे आणि निवडक उटणी आणत असत असे सांगितले आहे. पण या भेटी शुल्काच्या स्वरूपात असणाऱ्या नियमित करांमध्ये समाविष्ट होत असत की, विदेशी व्यापाऱ्यांनी भारतीय राजांना आदराचे चिन्ह म्हणून अर्पण केलेले केवळ उपहार असत, हे सांगणे कठीण आहे. काहीही असले, तरी मौर्योत्तर कालात व्यापाऱ्यांकडून वस्तूंच्या रूपात देय किंवा शुल्क वसूल करण्याची प्रथा अपरिचित

---

(१) गोषतिम दहा - २६, - २५ (२) हिं. रे. सि. - पृ. ८१ (३) बौचायन - एक, १०.१८. १४-१५ (४) विष्णु - तीन, २९.३० (५) हिं. रे. सि. पृ. ८२

होती, असे दिसत नाही.

तथापि, विक्रेय किंवा पण्यवस्तूंच्या मौद्रिक मूल्यावर शुल्कनिर्धारण व्हावे, असे स्मृती सूचित करतात. मनु [(८)] असे म्हणतो की, पथ-कर-गृह म्हणजेच जकातनाक्याचा अनुभव असलेल्या व सर्व प्रकारच्या मालाच्या किमतीचा अंदाज करण्यात कुशल असलेल्या व्यक्तींनी प्रत्येक वस्तूचे जे मूल्य ठरविले असेल, त्या किमतीच्या १/२० राजाने वसूल करावा. याज्ञवल्क्याचेही [(९)] मत यासारखेच आहे. तो म्हणतो की, अनुमानित मूल्याच्या १/२० शुल्क राजा घेऊ शकतो. बृहस्पतिस्मृतीच्या [(१०)] आपध्दर्म प्रकरणात असे सांगितले आहे की, राजा वाणिज्य द्रव्याच्या १/२० अंश घेऊ शकतो. त्याचा अर्थ असा आहे की, शुल्कनिर्धारण बहुधा वस्तूंच्या रूपात केले जात असावे. अशा प्रकारे विष्णु व बृहस्पती सोडून आपल्या काळातील बाकीचे स्मृतिकार रोकडीमध्ये शुल्कनिर्धारण करण्याची प्रथा नित्याची होती, हे मानतात असे दिसते.

वर उल्लेखिलेले शुल्क विक्रेय वस्तूच्या मूल्यावर निर्धारित केले जात होते की, त्यावर मिळणाऱ्या नफ्यावर निर्धारित केले जात होते, ही गोष्ट टीकाकारांमध्ये विवादास्पद ठरली आहे. त्यामुळे वर उद्धृत केल्या गेलेल्या मनूच्या [(११)] उताऱ्याचा अर्थ मेधातिथी व सर्वज्ञनारायणाने वाणिज्यद्रव्याच्या रकमेचा १/२० या संदर्भात घेतला आहे, तर गोविंदराज, कुल्लूक आणि राघवानन्दाने याच उताऱ्याचा अन्वय लावताना वाणिज्यद्रव्यावर मिळालेल्या नफ्याचा १/१० असा त्याचा अर्थ घेतला आहे.

आपल्या राजनीति प्रकाशात मित्रमिश्र असे म्हणतो की, जरी मनूच्या वचनात वाणिज्यद्रव्याच्या मूल्याच्या   चा उल्लेख आहे, तरी मुद्दलाच्या अतिरिक्त असणाऱ्या द्रव्याच्या १/२० या संदर्भात त्याचा अर्थ लावला गेला पाहिजे. कारण राजाला जर मुद्दलाच्या १/२० घ्यावयाचा असेल, तर मग तो व्यापारी बुडेलच. [(१२)] मुद्दलावर शुल्कनिर्धारण केले गेल्यास व्यापाऱ्यांवर आर्थिक विनाश ओढवू शकतो, ही आशंका मनूच्या [(१३)] दुसऱ्या एका नियमाने खोटी ठरविली गेली आहे. तो नियम असा की, इतर गोष्टींबरोबरच वस्तूंवरील संभाव्य नफा

---

(६) कित्ता (७) दि पेरिपुस ऑफ एरिथ्रिअन सी, परिच्छेद क्र. ४९ (८) मनु. आठ - ३९८ (९) याज्ञवल्क्य - दोन - २६१ (१०) 'पणेभ्यो विंशकं दत्वा', बृहस्पति-आपद्धर्म प्रकरण - श्लोक ६. (११) मनु - आठ - ३९८

आणि खर्च लक्षात घेऊन मगच राजाने वस्तूंचे बाजारातील दर ठरवावेत. यावरून असे सूचित होते की, जरी वस्तूंच्या अनुमानित मूल्यावर शुल्कनिर्धारण केले जावयाचे असले, तरी व्यापाऱ्यांना नफ्यासाठी पुरेसा वाव मिळावा, अशा प्रकारेच किंमत निश्चित केली जात होती. व्यापाऱ्यांच्या नफ्यावर विपरीत परिणाम होत नसे, ही वस्तुस्थिती मनूच्या [१४] आणखी एका वक्तव्यावरून स्पष्ट होते. त्याला अनुसरून खरेदी व विक्रीशी संबंध असणाऱ्या सर्व गोष्टी प्रवासाला किंवा ने-आणीला लागलेले अंतर, नष्ट झालेली सामग्री आणि माल मिळविण्यासाठी द्यावा लागलेला अधिभार या सगळ्या गोष्टींचा प्रथम काळजीपूर्वक विचार करून मगच राजाने व्यापाऱ्यांवर करारोपण *(करान्)* करावे. हा श्लोक शान्तिपर्वात अगदी जसाच्या तसाच आला आहे. [१५] घोषालांना [१६] असे वाटते की, 'ह्या ठिकाणी ज्या विशिष्ट कराचा उल्लेख आहे, तो म्हणजे व्यापाऱ्यांच्या निव्वळ नफ्यावरील एक राजदेय लाभकर होय.' आमचे मत मात्र असे आहे की, प्रस्तुत संदर्भात 'करान्' *(कर शब्दाचे बहुवचन)* असा शब्दाचा प्रयोग असल्यामुळे त्यातून केवळ एका कराचा संकेत मिळत नाही. उलट व्यापारी वर्गावर लावलेले सर्व कर त्यातून सूचित होतात, असे दिसते. जरी वरील उताऱ्यात व्यापाऱ्यांचा नफा निर्धारित केला जात असताना येणाऱ्या समस्यांचे विवेचन आहे, तरी त्यामुळे हे आवश्यक नाही की, त्यात व्यापाऱ्यांच्या निव्वळ नफ्यावरील कराचा उल्लेख आहे.

वर याज्ञवक्ल्याचे जे वचन उद्‌धृत केले आहे, त्यातूनसुद्धा वस्तूच्या अनुमानित मूल्यावर करनिर्धारण व्हावे, या तत्त्वाला समर्थन मिळते. [१७] विज्ञानेश्वराने त्याचा अर्थ घेतला आहे की, राजाने स्वत: जी किंमत निश्चित केली आहे, त्याचा $\frac{१}{२०}$ अंश घ्यावा. या ठिकाणी टीकाकाराच्या मनात बहुधा वस्तूची बाजारातील किंमत आहे, लागत मूल्य नाही. तथापि, वस्तूच्या बाजारातील किमतीवर शुल्काचे निर्धारण केले जावे हे तज्ञांना अभिप्रेत वस्तुस्थितीवरून असिद्ध होते. कारण आपले तज्ज्ञ अगदी वेगळ्याच प्रसंगात राज्याकडून किमतीचे नियमन व्हावे, अशी शिफारस करतात. परंतु जकातनाक्यावर शुल्क पटवले जावे, असा निर्देश देतात. [१८] शिवाय वस्तूची बाजारातील किंमत निश्चित करण्याच्या संबंधात याज्ञवल्क्य असे म्हणतो की, विक्रेय वस्तूच्या लागत-मूल्यात काही जास्तीची मिळवणी करून आणि त्यात आलेले इतर खर्च *(ने-आण,*

---

(१२) राजनीति प्रकाश - पृ. १६४ (१३) मनु - आठ, ४०१ (१४) कित्ता - सात, १२७ (१५) शान्तिपर्व - अठ्ठ्याऐंशी, ११ (१६) हिं. रे. सि. - पृ. ८५

भाडे इ.) मिळवून ग्राहक आणि विक्रेता या दोघांनाही लाभकारक होतील, अशा प्रकारेच बाजारातील दर ठेवले जावेत. [१९] हा नियम विदेशी वस्तूंना लागू पडतो, असे विज्ञानेश्वर मानतो. तो म्हणतो की, वस्तूच्या ने-आणीचा खर्च, जकात-कर इत्यादी गोष्टी लक्षात घेऊन व्यापाऱ्याला १० प्रतिशत नफा उरला पाहिजे, अशा प्रकारे विदेशी विक्रेय वस्तूंचे दर ठरवावेत. प्रस्तुत संदर्भात प्रवासाचा खर्च, शुल्क म्हणून पटवली गेलेली रक्कम व संभवतः वस्तूच्या पूर्ण लागतीवर असलेला १० प्रतिशत नफा या सर्वांचा समावेश स्पष्टपणेच विक्रेय वस्तूच्या बाजारभावात आहे. अशा प्रकारे करनिर्धारणाचा आधार संभवतः वस्तूची बाजारातील किंमत नसावी, तर वस्तूचे लागतीचे मूल्य असावे.

व्यापाऱ्यांवरील कर व शुल्कनिर्धारण करण्याचे सिद्धान्त आणि पद्धती कोणत्याही असोत, प्रस्तुत शीर्षकाखाली राजकीय उत्पन्नाचा सर्वात महत्त्वाचा विषय 'शुल्क' होता हे आपणास उपलब्ध साधनावरून सूचित होते. 'शुल्क' शब्दाचा 'कर' या अर्थाने बहुधा सर्वप्रथम उपयोग अथर्ववेदात आढळतो. [२०] आपस्तम्ब [२१], वसिष्ठ [२२] व गौतम [२३] यांसारख्या धर्मसूत्रांमध्ये शुल्क हा अगदी परिचित राज्यकोषीय शब्दप्रयोग आहे. मात्र, अर्थशास्त्रातच त्याच्याविषयी सविस्तर चर्चा आहे. अर्थशास्त्रात [२४] दुर्गांवर *(किल्ला असलेले नगर)* जे करनिर्धारण केले जात असे, त्यातील राजस्वाच्या यादीत शुल्क सर्वात वरच्या स्थानावर आहे. वणिक, नदीपाल, तर, वर्तनी आणि इतर विषय हे 'राष्ट्र' *(देशाचा ग्रामीण भाग)* या शीर्षकाखाली समाविष्ट केले गेले आहेत. ही गोष्ट लक्षात घेऊनच घोषालांनी [२५] जे सूचित केले आहे ते उचितच आहे की, दुर्गाच्या आत असणाऱ्या व्यापाऱ्यांकडून जो कर घेतला जात असे तो म्हणजे विशेषत्वेकरून 'शुल्क' होय. ग्रामीण विभागातून वसूल केले जाणारे 'तर' *(नौकाघाट शुल्क)* इत्यादी जे कर सांगितले गेले आहेत, त्यापासून हा पूर्णतः भिन्न आहे. कौटिल्याने या मताचे समर्थन केले आहे. नगराच्या मुख्य द्वारापाशी स्थित असलेल्या जकात नाक्यावर (शुल्क-शाला) शुल्काध्यक्षाकडून *(जकात व सीमाशुल्क संग्रहकाकडून)* शुल्क गोळा करण्याच्या बाबतीत नियम घालून दिले आहेत. [२६] पण अर्थशास्त्रात [२७] असेही सांगितले आहे की, बंदरांच्या केलेल्या उपयोगाच्या अनुसार व्यापाऱ्यांनी आपापला शुल्काचा हिस्सा पटवावा.

---

(१७) याज्ञ. दोन - २६१ (१८) हिं. रे. सि. पृ. ८३ (१९) याज्ञवल्क्य - दोन - २५३ (२०) अथर्व-वेद-तीन २९.३ (२१) आपस्तम्ब - दोन, २६.९ (२२) वसिष्ठ - एकोणवीस, ३७ (२३) गौतम - दहा, २५, २६

बंदरांवरही शुल्क गोळा केले जाऊ शकत होते, असा याचा अर्थ होऊ शकेल. शिवाय कौटिल्य [२८] असे म्हणतो की, ग्रामीण भागातून येणाऱ्या असोत *(ब्राह्मम्)* किंवा किल्ल्यांच्या आतल्या भागात निर्माण केल्या गेल्या असोत. *(आभ्यन्तरम्)* किंवा विदेशातून आयात केलेल्या असोत *(आतिथ्यम्)* सर्व प्रकारच्या विक्रेय वस्तूंवर शुल्क लावले जावे. विदेशी त्याचप्रमाणे देशी वस्तूसुद्धा शुल्काचा विषय होत्या, ही वस्तुस्थिती हेच सूचित करते की, या ठिकाणी शुल्क शब्दातून देशाच्या अन्तर्भागातील जकातकर व सीमाशुल्क या दोन्हींचा संकेत मिळतो. शिवाय अर्थशास्त्रात अन्यत्र असेही प्रावधान आहे की, आपल्या मार्गाने जात असताना ज्या नौका बंदराला केवळ स्पर्श करतात, त्यांनासुद्धा शुल्क भरावयास लावावे. यातून स्पष्टपणेच बंदरावरील पथकर दर्शविला जातो, विक्रेय वस्तूंवरील शुल्क नव्हे. त्यामुळेच अर्थशास्त्रात 'शुल्क' शब्द ज्या रीतीने उपयोगात आणला गेला आहे, त्यातून त्याचा अर्थ निश्चितपणे ठरविला जाऊ शकत नाही.

आपणास प्रस्तुत असलेल्या कालातील उपलब्ध असलेल्या साधनांमध्ये आढळून येत असलेल्या 'शुल्क' शब्दाचा नेमका आशय काय आहे हेही ठरविणे तितकेच कठीण आहे. जरी पतंजलीने [२९] राज्याच्या उत्पन्नाचे एक साधन म्हणून शुल्काचा उल्लेख केला आहे, तरी पण तो चुंगीकर होता की, सीमा-शुल्क होते की, वाणिज्य उत्पादनावरील केवळ एक साधारण कर होता, हे त्यातून मुळीच स्पष्ट झालेले नाही. शान्तिपर्वातसुद्धा [३०] शुल्काचा उल्लेख आहे. पण राजा दुकानदार व व्यापाऱ्यांना जे संरक्षण देत असे, त्याच्या बदल्यात त्यांच्याकडून घेण्यात येणारा कर बहुधा 'शुल्क' होय यापेक्षा जास्त त्यातून काहीसुद्धा संकेत मिळत नाही.

बौद्ध साहित्यातसुद्धा 'शुल्का'च्या प्रचलनाचे प्रमाण मिळते. एका जातकात नगराचा एक अधिकारी व्यापाऱ्यांकरिता पथकर *(शुल्क)* निश्चित करीत असल्याचा उल्लेख आहे. [३१] दिव्यावदानात व्यापारी देत असलेल्या पथकर आणि इतर शुल्कांचा वारंवार उल्लेख आहे. एका गृहस्थाचा पुत्र समुद्रमार्गे प्रवासाला निघालेला असतो. त्याच्याबरोबर जाऊ इच्छिणाऱ्या लोकांना तो गृहस्थ घंटी वाजवून बोलावतो. या प्रवासात पुत्राला सोबत करणाऱ्या लोकांना इतर गोष्टींबरोबरच 'शुल्क'सुद्धा द्यावे लागणार नसते, [३२] असे वर्णन त्यात आहे. या ग्रंथात

---

(२४) अ. शा. दोन, ६ (२५) इंडियन हिस्टोरिओग्राफी, पृ. १७७ (२६) अ. शा. दोन-२१ (२७) कित्ता - दोन, २८ (२८) कित्ता - दोन, २२ (२९) महाभाष्य, पाच १.४७ पृ. ३५१, १.२१

समाविष्ट असलेल्या दुसऱ्या एका कथेतील एक व्यापारी शुल्क आणि इतर अधिभार न भरता त्याच्याबरोबर समुद्रप्रवासाला जाऊ इच्छिणाऱ्या व्यक्तींना वरच्यासारखेच निमंत्रण देतो. (३३) या उदाहरणांमध्ये जरी शुल्काचा संबंध समुद्र-प्रवासाशी जोडलेला आहे, तरी वाणिज्यद्रव्याच्या आगमनाच्या, प्रवेशाच्या वेळी शुल्क भरले जात होते की, निर्गमनाच्या वेळी चुकते केले जात होते, हे आम्हास ज्ञात नाही. त्याचप्रमाणे इ. च्या ३ ऱ्या शतकाच्या दरम्यान होऊन गेलेल्या आर्यसूराच्या जातकमालेतही (३४) नगरातील लोक व व्यापारी यांच्याकडून 'शुल्क' घेतले जात असल्याचा उल्लेख आहे. पण त्याचे निश्चित स्वरूप काय होते याचा संकेत त्यातून मिळत नाही.

या संबंधातील धर्मशास्त्रीय ग्रंथांची प्रमाणेसुद्धा यासारखीच अनिर्णायक आहेत. विष्णूच्या (३५) मते स्वदेशी व विदेशी या दोन्ही वस्तूंवरील करारोपणाचा निदर्शक शब्द 'शुल्क' आहे. मनूने (३६) 'शुल्क' वसूल करण्याचा दर काय असावा एवढेच केवळ सांगितले आहे. हे 'शुल्क' विदेशी, स्वदेशी किंवा दोन्ही प्रकारच्या वस्तूंवर लावले जावे की काय हे सांगितले नाही. याज्ञवल्क्याने (३७) सांगितले आहे की, अनुमानित मूल्याच्या १/२० 'शुल्क' म्हणून राजाने घ्यावे, पण सर्व प्रकारच्याच मालांच्या बाबतीत हे लागू पडते काय ते दाखवले नाही. संभवत: गुप्त काळातील असणाऱ्या अमरकोशामध्ये (३८) स्मृतींशी विसदृश विधान आहे. नौकाघाट इ. ठिकाणी *(घट्टादिदेय)* जे द्यावे लागते ते शुल्क, असे भाषांतर त्यात आहे. त्यावर टीका करताना क्षीरस्वामिन् म्हणतो की, 'शुल्का'मध्ये नौकाघाट शुल्क, सैनिक किंवा आरक्षी स्थानकांवर निहित पथकर आणि व्यापाऱ्यांकडून भरल्या जाणाऱ्या पारनयन *(वस्तू पलीकडे नेण्याच्या)* 'शुल्का'चा समावेश आहे. पण 'शुल्क' शब्दाचा एवढा व्यापक आशय दर्शविणारा एकही समकालीन स्वतंत्र पुरावा नाही.

अभिलेखांमधील पुराव्याच्या संबंधात असे दिसते की, रुद्रदामनच्या (३९) जुनागढ अभिलेखात *(इ. १५०)* राज्याच्या उत्पन्नाचे एक साधन म्हणून 'शुल्का'चा

---

(३०) शां. प. ७२-१० (३१) जातक - चार. पृ. १३२ (३२) दिव्य - पृ. ४ (३३) कित्ता - पृ. ५०१ (३४) विचित्रपण्यक्रयविक्रयश्रमं वणिजानां पौरजनाम् (?) तथा नृप: । नपति (पाति ?) य: शुल्कपथोपकारिणीं (गां?) विरोधमयति (विरोधमायाति?) स कोशसंपदा ।। जातकमाला, बत्तीस - ६७ (३५) मागे पहा. (३६) मागे पहा.

उल्लेख आहे. पण त्याच्या निश्चित स्वरूपाविषयी त्यातून काहीही संकेत मिळत नाही. स्कन्दगुप्ताच्या (४०) बिहार पाषाण अभिलेखात 'शौल्किक'चा एक अधिकारी म्हणून उल्लेख आहे. मध्य भारतातील एका विभागातील बहुधा सहाव्या शतकाच्या अखेरीच्या २५ वर्षांतील असणाऱ्या एका अभिलेखातसुद्धा (४१) या अधिकाऱ्याचा उल्लेख आढळतो. फ्लीटच्या (४२) मते सीमाशुल्क आणि पथकर (शुल्क) गोळा करणारा अधिकारी म्हणजे बहुधा 'शौल्किक' होय. गुप्तकाळात 'शुल्क' प्रचलित होते हे यावरून सूचित होते. पण यापैकी कोणत्याही संदर्भातून या लाभकराची निश्चित व्याप्ती आणि आशय सुचविला जात नाही. म्हणून पुरेशा आधारसामग्रीच्या अभावी 'शुल्क' शब्दातून व्यक्त होणारा आशय निश्चितपणे ठरविता येत नाही. पण पुष्कळशा खात्रीने असे म्हणता येते की, व्यापारी आणि दुकानदारांकडून वाणिज्यद्रव्यावर वसूल केला जाणारा तो एक कर होता आणि त्यात स्वदेशी व विदेशी अशा दोन्ही प्रकारच्या वस्तूंवरील करांचा समावेश असावा. शिवाय अभिलेखांमधील नोंदीवरून असे सूचित होते की, पश्चिम, मध्य व पूर्व भारतात 'शुल्क' प्रचलित असावे.

गुप्तकालापासून पुढच्या कालातील अभिलेखांमध्ये नेहमी 'सवातभूत प्रत्याय' असा शब्दप्रयोग येतो. द्वि. धारसेनच्या (४३) मलिय पट्टकात या संज्ञेचा उल्लेख आहे. पण सातव्या शिलादित्याच्या (४४) अलिन ताम्रपत्रात तो 'भूतवात' अशा उलट्या क्रमाने येतो. फ्लीटने (४५) असे स्पष्टीकरण दिले आहे की, 'वा' म्हणजे फुंकणे किंवा 'वै' म्हणजे शुष्क होणे किंवा जीर्णशीर्ण ही 'वात' शब्दाची व्युत्पत्ती आहे. आणि 'भू' म्हणजे होणे याचे भूतकालवाचक धातुसाधित 'भूत' आहे. पण याच्या पुढे तो या संज्ञेचे काहीच स्पष्टीकरण देत नाही. टी गणपतिशास्त्रींच्या अर्थशास्त्रावरील श्रीमूल टीकेला अनुसरून 'वात'मध्ये अशा फुलबागा व फळबागांचा समावेश होतो की, ज्यावरील राजस्व राजाच्या राजकोषात जमा होत असे, आणि 'भूत' म्हणजे 'पासून प्राप्त किंवा उत्पादित' असा अर्थ असावा असे दीक्षितार (४६) यांनी निदर्शनास आणले आहे. त्यांच्या मते 'वातभूत' हा एक सामासिक शब्द आहे. त्यातून फुलबागा व फळबागांवरील कर सूचित केला जात असावा, पण हे मत स्वीकारता येणे शक्य नाही. कारण फुलबागा व फळबागा राजस्वाचा स्वतंत्र स्रोत होत्या, असा एकही उल्लेख समकालीन उपलब्ध सामग्रीमधून मिळत नाही. याउलट घोषाल (४७) या

---

(३७) मागे पहा. (३८) अमर, दोन - ८.२८ (३९) ए. इं., आठ, क्र. ६१.१४ (४०) काँ. इं. इं. तीन, क्र. १२, १.२९ (४१) चार्टर ऑफ विष्णुसेन ए. इं. तीस, क्र. ३०, १.२ (४२) कां. इ. इं. तीन, पृ. ५२, क्र. ३ (४३) कित्ता - क्र. ३८, १.२५

संज्ञांचे 'वारे व भूतांपासून' मिळालेले राजस्व असे शब्दशः भाषांतर करतात. पण अशा प्रकारच्या रहस्यमय उत्पन्नात कशाचा समावेश होत असेल, याची कल्पना करणे कठीण आहे. मैतीने (४८) असे सुचविले आहे की, 'वात' आणि 'भूत' या दोन संज्ञा वेगवेगळ्या समजाव्यात आणि वारा *(वात)* आणि भूत *(भूत)* यांच्याविषयीच्या व्रतनियमादिकाच्या व्यवस्थेसाठी क्रमशः 'वात' आणि 'भूत' हे दोन वेगवेगळे उपकर मानले जावेत. पण हे मत केवळ तर्कावरच इतके विसंबलेले आहे की, त्याचा स्वीकार करता येत नाही. कारण पुरोहितवर्गाकडून व्रतनियमादिकांच्या व्यवस्थेसाठी अशा प्रकारचा कर घेतला जात असल्याचा उल्लेख कोणत्याही समकालीन साधनसामग्रीमध्ये (४९) नाही.

राष्ट्रकूट अभिलेखांच्या आधारावर आपणास या संज्ञेचा अर्थ लावण्यास काही संकेत मिळू शकतात. या अभिलेखांमध्ये या संज्ञेचे अनेक पाठभेद आहेत. जसे 'संभृतोपत्तप्रत्याय (५०), भूतपत्त-प्रत्याय (५१) आणि भूतवातप्रत्याय. (५२) यातील अखेरचा पाठभेद गुप्तकालीन अभिलेखांमध्येसुद्धा मिळतो. 'भूतपत्तप्रत्याय' या संज्ञेचे स्पष्टीकरण आळतेकर पुढील प्रकारे देतात. 'जे आत आणले गेले आहे' अर्थात 'आयातित' (उपत्त-उपात?) आणि जे गावात उत्पादित केले गेले आहे *(भूत)*, त्यावरील *(प्रति)*, कर *(आय)*. पुढे त्यांनी असेही म्हटले आहे की, 'भूतोपत्तप्रत्याय' च्या जागी चुकीने 'संभृतोपत्तप्रत्याय' हा पाठभेद आला नसेल तर त्यातून निर्माण व संग्रह केल्या गेलेल्या वस्तू (संभृत) आणि आयातित मालावरील कर सूचित होईल. गुप्त व त्यानंतरच्या लेखपत्रांमध्ये आढळणाऱ्या 'भूतवातप्रत्याय' या संज्ञेतील 'वात'चा संदर्भ गावांमध्ये आयातित वस्तू 'वा' ३ रा गण, मिळविण्याची पुढे इच्छा करणे, निमंत्रण करणे, आवाहन करणे असा आहे, असे आळतेकर म्हणतात. अशा रीतीने ते जे समजतात ते बहुधा ठीकच आहे की, या शब्दप्रयोगांमधून सामान्य उत्पादनशुल्क आणि सीमाशुल्क (५३) यांचा उल्लेख आहे. आणि आपण आधीच पाहिल्याप्रमाणे पूर्वीच्या साधनांमध्ये बहुतेक ठिकाणी त्यांचा निदर्शक 'शुल्क' हाच शब्द आहे. याला आधारभूत आणखी

---

(४४) कित्ता - क्र. ३९, १.६७ (४५) कित्ता - क्र. पृ. १७०, टि. ९ (४६) दीक्षितार - हिंदु ॲडमिनिस्ट्रेटिव्ह इन्स्टिट्यूशनस, पृ. १७८. (४७) हिं. रे. सि. पृ. २९१ (४८) मैती - उपरोक्त - पृ. ६३ (४९) तुलनेसाठी पाहा - आळतेकर, 'दि राष्ट्रकूटाज अँड देअर टाईम्स', पृ. २२८, टि. ४८ (५०) प्रथम अमोघवर्षाचा कोन्नुर अभिलेख, ए. इं., सहा, क्र. ४, १.४० (५१) कर्क्काचे बडोदा पट्टक, इं. अँ., बारा, पृ. १६१ (५२) कवि पट्टक, इं. अँ. सहा, पृ. १४५

एक वस्तुस्थिती अशी आहे की, 'शुल्क' हा शब्दप्रयोग 'भूतवातप्रत्याय' याच्या बरोबरीने कधीही आलेला नाही. [५४]

जरी 'शुल्क' आणि 'वातभूतप्रत्याय' किंवा 'भूतप्रत्याय' बहुधा विक्रेय वस्तूंवरील करांचा उल्लेख करतात, तरी ज्या वस्तू या करांचा विषय ठरल्या असतील, त्यांची संपूर्ण यादी तयार करणे अशक्य आहे. कौटिल्याने [५५] वाणिज्य द्रव्यांची एक चांगलीच लांबलचक यादी दिली आहे आणि त्यांवर निरनिराळ्या प्रकारे शुल्काचा अधिभार कोणत्या दरांनी घ्यावा, याची एक अनुसूची दिलेली आहे. मौर्योत्तरकालीन साधनांमध्ये मनु आणि विष्णु या स्मृतिकारांनी ज्यावर राजाने आपला हिस्सा वसूल करून घेतला असेल, अशा काही विशिष्ट वस्तूंचा विशेष करून उल्लेख केलेला आहे. पण आपण अन्यत्र चर्चा केल्याप्रमाणे [५६] गावकऱ्यांकडून दिले जाणारे विविध अंशदान म्हणूनच त्याचा उल्लेख या दोघांनी केला असण्याची दाट संभावना आहे. काहीही असले तरी व्यापार व वाणिज्याच्या बहुतेक वस्तू राजाच्या राजकोषाच्या उत्पन्नाच्या घटक होत्या, असे अनुमान युक्तिसंगत दिसते. मात्र, पुरेशा प्रमाणांच्या अभावी त्या सर्वांची नावे अगदी निश्चितपणे सांगता येणे शक्य होणार नाही.

तथापि, वर्तमान संदर्भात दारूवरील कराचा विशेष उल्लेख होणे योग्य आहे. कौटिल्याने [५७] दारू *(सुरा)*चा उल्लेख १/१० किंवा   शुल्क द्यावे लागणाऱ्या वस्तूंच्या वर्गात केला आहे. मादक पेयांचा *(मद्य)* समावेश १/२० किंवा १/२५ शुल्क भरण्याच्या वस्तूंच्या वर्गात आहे. राजाच्या उत्पन्नाच्या घटकांच्या वर्गीकृत यादीमध्ये किल्ल्याने युक्त शहर *(दुर्ग)* या वर्गाखाली 'सुरा' शब्दाचा उल्लेख राजस्वाची एक स्वतंत्र शाखा म्हणून अर्थशास्त्रात [५८] एके ठिकाणी आला आहे. कौटिल्याने असे सांगितले आहे की, 'मद्याध्यक्षाने' मद्ययुक्त पेय आणि त्यासाठी लागणाऱ्या, सडवणाऱ्या, रंगवणाऱ्या द्रव्याच्या निर्मितीची व्यवस्था करावी. त्याचप्रमाणे नगराच्या आतल्या भागात, ग्रामीण प्रदेशांमध्ये व छावण्यांमध्ये त्यांच्या ने-आणीची व व्यापाराचीही व्यवस्था करावी. शिवाय या वस्तूंची विक्री फक्त एकांच स्थानावर केंद्रित करावी की, एकाच वेळी अनेक ठिकाणी केली जावी की, सोयीप्रमाणे आणखी वेगळ्या प्रकारे व्यवस्था केली जावी, हेसुद्धा मद्याध्यक्षानेच पहावे. कौटिल्याने आणखी असेही म्हटले आहे की, जी दारू राजकीय

---

(५३) आळतेकर, उपरोक्त, पृ. २२९ (५४) कित्ता. (५५) अ. शा. दोन - २२ (५६) मागे पहा. (५७) अ. शा. दोन - २२

वाणिज्यद्रव्य नाही, त्यावर ५ प्रतिशत शुल्क आकारावे. आणि दैनिक विक्रीचे निरीक्षण केल्यानंतर त्यावर क्षति-पूर्ति शुल्क *(वैधरण)* आणि तारण-शुल्क *(व्याजी)* वसूल करावे.

मात्र, मद्यांवर आकारल्या जाणाऱ्या करांच्या किंवा शुल्कांच्या संबंधात आपणास प्रस्तुत असलेल्या काळातील साधने सामान्यत: मौन पाळतात, ही एक विलक्षण गोष्ट आहे. मनूने [५९] तीन प्रकारच्या दारूचा *(सुरा)* उल्लेख केलेला आहे. काकवीपासून गाळलेली *(गौडी)*, दळलेल्या तांदुळांपासून गाळलेली *(पैष्टी)*, आणि मद्युक पुष्पे, द्राक्षे किंवा मद्यापासून गाळलेली. पण यापैकी कशावरही असलेल्या कराचा तो उल्लेख करीत नाही. उलटपक्षी काही बौद्धकृतींमध्ये मद्यविरोधी मते उघडपणे मांडलेली दिसतात. मादक पेये आणि मद्य पिण्यापासून परावृत्त होणे हा धर्म आहे, असे महावस्तु मध्ये [६०] मध्ये स्पष्टपणे सांगितले आहे. त्याचप्रमाणे आपल्या जातकमालेत आर्यसुराने अपायकारक परिणामांनी युक्त असे मद्यपान अत्यंत वाईट कृत्य आहे, म्हणून त्याची निंदा केली आहे. [६१] अशा प्रकारची निरुत्साहित करणारी वचने कितपत प्रभावी आणि परिणामकारक होती याचे अनुमान करता येणे शक्य नाही. पण गुप्तकाळात भारताला भेट देणारा फाहायेन सूचित करताना दिसतो की, त्याच्या काळातील भारतात संपूर्ण मद्यबंदी होती. त्याने अशी माहिती दिली आहे की, संपूर्ण देशात लोक जिवंत प्राण्याला ठार करीत नसत किंवा मद्यासारख्या मादक पेयांचे पान करीत नसत. त्याने आणखी असे म्हटले आहे की, बाजाराच्या जागी खाटिकांची दुकाने किंवा दारूच्या भट्ट्या नव्हत्या. [६२] जर या प्रमाणांवर विश्वास ठेवला, तर मग मद्यविक्रीपासून प्राप्त होणारे राजस्व *(जे मौर्यकालात उत्पन्नाचे महत्त्वाचे साधन असल्याचे दिसते)* गुप्तकालात अभावानेच उल्लेखनीय होते, असा अभिप्राय घोषाल देतात. [६३]

परंतु तत्कालीन आणि नंतरच्या स्थानीय साधनांनी पुरविलेल्या प्रमाणांवरून गुप्तराज्याने अनुसरलेल्या संपूर्ण मद्यबंदीची शक्यता आणि परिणामत: मद्यपानापासून पूर्णत: निवृत्ती या गोष्टींची संभवनीयता अमान्य करावी लागेल. कालिदासाने मार्गावरील मद्याची दुकाने आणि मद्यपानांच्या इतर स्थानांचा उल्लेख केला आहे. [६४] केवळ पुरुषच नव्हे, तर स्त्रियादेखील मद्यपानात आसक्त होत असत असे दिसते. कालिदासाने असा अभिप्राय दिला आहे की, मद्योन्माद स्त्रियांना एक

---

(५८) कित्ता, दोन - ६. (५९) मनु- अकरा, ९४ (६०) जे. जे. जोन्स (भाषांतर), महावस्तु, खंड दोन, पृ. ९६ (६१) जातकमाला, सतरा पृ. १००

विशेष रमणीयता प्रदान करतो. (६५) यातून त्या काळात प्रचलित भावनांचे प्रतिबिंबच संभवत: कालिदासाने दाखविले आहे. स्त्रीजनांमध्ये मद्य प्रचलित व प्रिय असल्याचीही प्रमाणे मिळतात. पहिला कुमारगुप्त व बंधुवर्मनच्या इ. ४७५-७६ च्या (६६) मंदसोर पाषाण अभिलेखात सूर्याचे वर्णन 'मद्योन्मत्त स्त्रीच्या कपोलांप्रमाणे गडद लाल रंगाचा' असे केले आहे. बहुधा ही तुलना वास्तविक जीवनातूनच उदाहरण घेऊन केली गेली आहे. या प्रमाणांव्यतिरिक्त इतर काही प्रमाणेसुद्धा उपलब्ध आहेत. हर्षवर्धनाच्या काळी भारतात आलेला चिनी यात्रेकरी युआन च्वांग लिहितो, 'ते करीत असलेल्या मद्य व मादक पेयांच्या उपयोगांच्या बाबतीत भेद आहेत. द्राक्षे व उसापासून निर्माण केलेले मद्य क्षत्रियांचे पेय आहे, वैश्य एक अत्यंत कडक वाळलेले मद्य पितात, बौद्ध भिक्षू आणि ब्राह्मण द्राक्षे व उसांचे आसव पितात, निम्न श्रेणीच्या मिश्रित जातींचे खास असे वेगळे मद्य नाही. (६७) या सर्वातून मद्यपानाचा व्यवहार सर्वत्र प्रचलित होता, हे ध्वनित होते. त्यामुळे दारूबंदी व परिणामी होणारी राजस्वाची हानी या बाबतीत फाह्यानने दिलेला पुरावा प्रश्नचिन्हाशिवाय स्वीकारला जाऊ शकत नाही.

विष्णुसेनाच्या इ. ५९२ च्या राजलेखातून जास्त प्रमाणित व अधिकृत माहिती पुरविली गेली आहे. त्यात मद्यावरील कोणत्या तरी कराचा उल्लेख आहे. त्यात असे सांगितले आहे की, जर कोणी दारू गाळताना पकडला गेला, तर चांदीच्या ३ मुद्रा हा दंड होता. पण या कृत्यामागे कोणताही वाईट हेतू नसल्याचे सिद्ध झाले, तर मग केवळ १¼ मुद्रा हा दंड होता. (६८) याच लेखपत्रात 'कल्वपाल'चा उल्लेख आहे. 'कल्वपाल' म्हणजेच 'कल्पपाल' होय असे सरकार मानतात. प्रमाणित शब्दकोशांमध्ये 'दारू गाळणारा' या अर्थाने हा शब्द येतो. (६९) अशा प्रकारे आपणास प्रस्तुत असलेल्या काळात शासनाने दारूबंदीच्या नीतीचे अनुसरण केले असेल, हे संभवनीय वाटत नाही. किंवा त्यामुळे मद्यनिर्मिती व विक्रीपासून प्राप्त होणारे उत्पन्न शासनाने गमावले असे मानण्यास काहीच कारण नाही.

मौर्योत्तर आणि गुप्तकालात शासनाने ज्यामुळे परिणामी राजस्वाची पुष्कळ हानी होऊ शकेल, अशी दारूबंदीची नीती अनुसरली होती हे दर्शविणारा काहीही स्पष्ट निश्चित पुरावा आपल्याजवळ नाही. परंतु वाणिज्य कर व इतर करारोपणांपासून

---

(६२) लेग्गी (भाषांतर) फाहियान्स 'रेकॉर्डस ऑफ बुद्धिस्टिक किंग्डम्स' पृ. ४३ (६३) हिं. रे. सि. पृ. १९२. (६४) शाकुं- पृ. १८८, कुमार, सहा, ४२ (६५) कुमार, तीन ३८, तुलनेसाठी पहा- मालविका- पृ. ४९ (६६) कॉ. इं. इं. तीन क्र. १८, ११.२-३ (६७) बील, 'बुद्धिस्ट रेकॉर्डस ऑफ दि वेस्टर्न वर्ल्ड' एक, पृ. ८९

प्राप्त झालेले उत्पन्न खासगी व्यक्तीकडे हस्तांतरित झाल्याने मात्र राजाला पुष्कळच आर्थिक हानी सहन करावी लागली असेल, असे मानण्यास अनेक कारणे आहेत. एका जातकावरून असे दिसते की, इतर राजस्वाप्रमाणे पथकराच्या पावत्यासुद्धा राजाच्या प्रिय व्यक्तीला हस्तांतरित केल्या जाऊ शकत असत. या जातकानुसार राजाला जो प्रिय वाटत असेल, त्याला तो आपल्या इच्छेप्रमाणे त्या पावत्या देऊन टाकू शकत असे. (७०) जरी आपल्या काळातील धर्मशास्त्रीय व सामान्य साहित्य या मुद्यांवर मौन आहे, तरी गुप्तकाळ व त्यानंतरच्या काळातील काही अभिलेखांमध्ये वाणिज्य करारोपणांपासून प्राप्त झालेले उत्पन्न भूमिदान घेणाऱ्या व्यक्तींना प्रदान केले जात असल्याची प्रमाणे आहेत. इ. च्या ४ थ्या शतकाच्या दरम्यान ज्याचा काळ सांगता येईल, अशा गोव्यातील देवराजाच्या (७१) शिरोडा पट्टकांमध्ये पथकर इत्यादीची देणगी गोविन्दस्वामिन व इन्द्रस्वामिन नावाच्या गावातील दोन ब्राह्मणांना दिली असल्याची नोंद आहे. वर दाखविल्याप्रमाणे कधीकधी भूमिदानांमध्ये 'भूतवाता'पासून *(वैकल्पिक-वातभूत)* सूट असल्याचा निर्देश आहे. सीमा-शुल्क व विक्रेय वस्तूंवरील पथकर असा त्याचा अर्थ आहे. अर्थात् ह्या विशेषाधिकाराचा फायदा करदात्यांना फारसा मिळाला नसावा, उलटपक्षी 'वातभूत' या नावाने ज्ञात असलेल्या विषयापासून प्राप्त झालेले उत्पन्न राजकीय खजिन्यात जाण्याऐवजी भूमिदानग्राहकाला मिळाले असावे. नंतरच्या काळातील साधनांमधून अशा प्रकारचे उत्पन्न खासगी व्यक्तींना सामान्यत: ब्राह्मणांना हस्तांतरित करण्याची प्रवृत्ती वाढलेली दिसते. त्याचा परिणाम असा झाला की, राजाची एकूण प्राप्ती कमी झाली.

वर्तमान शीर्षकाखाली 'क्लृप्त' आणि 'उपक्लृप्त (७२) या दोहोंचाही उल्लेख केला गेला पाहिजे. वाकाटकांच्या अनेक अभिलेखांमध्ये नोंदलेल्या परिहारांच्या *(करांपासून सूट)* यादीत हे शब्द आढळतात आणि वेगवेगळ्या विद्वानांनी वेगवेगळ्या प्रकारे त्यांचा अर्थ लावला आहे. पूर्वीच्या साधनांमध्ये केवळ एक अर्थशास्त्रच असे आहे की, ज्यात राजाच्या उत्पन्नाच्या साधनांपैकी एक साधन म्हणून 'क्लृप्त'चा उल्लेख केला गेला आहे. (७३) शामाशास्त्रींनी 'नियत किंवा निश्चित केला गेलेला कर *(निश्चित कर)* (७४) असे या संज्ञेचे स्पष्टीकरण दिले आहे. घोषाल (७५) या दृष्टिकोनात सहभागी आहेत, पण 'निश्चित कराचे' नेमके स्वरूप काय होते, याचे काहीही वर्णन वा संकेत त्यांनी दिला नाही. सरकारांनी दुसरीच संभावना सूचित केली

---

(६८) ए. इं. तीस, क्र. ३०, ११.१७-१८ (६९) कित्ता, १.१९ (७०) जातक - सहा, पृ. ३४७ (७१) ए. इं., चोवीस, क्र. १९, ११.४-७

आहे. त्यांनी असे निदर्शनास आणले आहे की, ज्या अर्थी 'क्लृप्तिक' म्हणजे खरेदी केले गेलेले असा अर्थ होतो, त्या अर्थी 'क्लृप्त'चा अर्थ विक्रीकर असावा. (७६) पण कोणत्याही स्वतंत्र प्रमाणाचा आधार या युक्तिवादाला नाही. उलटपक्षी मैतीने असे सूचित केले आहे की, जेव्हा जेव्हा 'क्लृप्त' आणि 'उपक्लृप्त' येतात, तेव्हा तेव्हा एकतर त्यांच्या आधी किंवा नंतर 'सनिधिसोपनिधि' हा शब्दप्रयोग येतो. त्यातून निखातनिधि व निक्षेपांवरील *(ठेवी)* राजाचा अधिकार दानग्राहकाकडे संक्रमित केला गेला, असे निर्दिष्ट केले जाते. म्हणून त्याच्या मते 'क्लृप्त' व 'उपक्लृप्त' या संज्ञा करांचा उल्लेख करीत नसाव्यात, तर भूमीवरील कोणत्या तरी राजकीय अधिकाराच्या संदर्भात असाव्यात; पण अभिलेखांवरून किंवा अन्य सामग्रीवरून हे कळण्याचे साधन स्पष्ट नाही. (७७) पण मैतीचे मत निव्वळ तर्कावरच केवळ आधारित आहे. मिराशींचे मतसुद्धा असेच केवळ तर्कावर आधारलेले आहे. त्यांच्या मते वरील संज्ञा 'भाग' आणि 'भोग' त्याचप्रमाणे 'उपरिकर' आणि 'उद्रंग'शी मिळत्या-जुळत्या आहेत. पण आपण आधीच पाहिले आहे की, 'भागभोग' हा शब्दप्रयोग 'उद्रंग' व 'उपरिकर' ह्यांच्या समवेत येतो. या शब्दप्रयोगांमधून वेगवेगळ्या प्रकारच्या करांचा निर्देश केला असावा, ही गोष्टसुद्धा यातून सूचित होते. त्यामुळे 'क्लृप्त' आणि 'उपक्लृप्त' एकीकडे 'भाग' व 'भोग' आणि दुसरीकडे 'उद्रंग' व 'उपरिकर' या दोहोंशी एकाच वेळी समान असू शकत नाहीत.

सॅलेटोरने या संज्ञेचा आणखी वेगळाच अर्थ लावला आहे. त्याने 'क्लृप्त'चा संबंध 'क्लिब'शी जोडला आहे. 'क्लिब' म्हणजे सिद्ध करणे, पूर्ण करणे, अर्थात 'क्लृप्त' म्हणजे सिद्धता किंवा पूर्णता होय. यावरून त्याचे असे मत आहे की, 'कृप्त' म्हणजे पूर्णपणे तयार झालेल्या उत्पादनांवरील कर असावा. त्याने आणखी असेही म्हटले आहे की, शब्दयोगी अव्यय वा उपसर्ग म्हणून 'उप' जेव्हा धातूंच्या किंवा नामांच्या पूर्वी येतो, तेव्हा त्याचा अर्थ कडे, जवळ च्या बाजूने समवेत, अधोभागी, किंवा खाली असा होतो, त्या अर्थी 'उपक्लृप्त' हा अधिभार म्हणजे पूर्णपणे तयार असलेल्या मालाशी संबंधित मिळत्या-जुळत्या मालावर किंवा जो माल पूर्णपणे तयार नाही, अशा मालावर असावा. (७९) या ठिकाणी आम्ही आणखी एक गोष्ट जोडू इच्छितो. अर्थशास्त्राच्या 'नावाध्यक्षा' वरील

(७२) कॉ. इं. इं. तीन क्र. ५५, १.२९, क्र. ५६, १-३०, ज.एस.सो. बें. (न्यू. सी.), वीस, पृ. ३२, इ. (७३) अ. शा., दोन - ६ (७४) कित्ता, (भाषांतर, शामाशास्त्री, ७ वी आवृत्ती), पृ. ५८ (७५) हिं. रे. सि., पृ. २९३ (७६) सि. इं. पृ. ४१४, टि. ८ (७७) मैती, उपरोक्त, पृ. ६७

प्रकरणात असे सांगितले आहे की, समुद्रकिनाऱ्यावर, नदीतटावर किंवा तलावाच्या काठावर वसलेल्या गावांनी 'क्लृप्त' नामक कर द्यावा. [८०] या आधारावर असे अनुमान करणे सयुक्तिक वाटते की, समुद्रकिनाऱ्यांवर किंवा नदीतटांवर वसल्यामुळे ज्या गावांना व्यापाराच्या जास्त सुविधा व सोयी उपलब्ध होत्या, त्या गावातील पूर्ण तयार किंवा पूर्ण तयार नसलेल्या मालावर 'क्लृप्त' आणि 'उपक्लृप्त' कर लावले जात असत.

वर्तमान शीर्षकाखाली राजाच्या उत्पन्नाचे एक महत्त्वाचे साधन म्हणजे पथ उपकर, नौकाघाट, अधिभार किंवा नावाचे भाडे असावे असे दिसते. अर्थशास्त्राने [८१] राज्यात प्रविष्ट होणाऱ्या सर्व प्रकारच्या मालावरील पथकर या अर्थाने 'वर्तनि' *(वर्तनी ?)* चा उल्लेख केला आहे. सीमेवरील प्रभारी अधिकारी हा कर गोळा करीत असत. राजाच्या राजमार्गाचा उपयोग केला जात असल्याने बहुधा हा कर घेतला जात असावा. मौर्योत्तर कालात दक्षिण भारतात प्रचलित असणाऱ्या पथकराच्या संबंधी पिल्ले लिहितात, "देशाच्या आतल्या भागातील प्रमुख सार्वजनिक मार्गांवर राजाच्या सैनिकांचा पहारा असे आणि त्या राजपथांवर पथकर घेतले जात असत." [८२] पण उत्तर भारताच्या संबंधी समकालीन साहित्यिक साधनामध्ये पथकर प्रचलित असल्याचा काहीही उल्लेख नाही. गुप्तकाळाकडे वळले असता असे दिसून येते की, एका वलभी लेखपत्रात 'वर्तमानपाल' *(वर्त्मनपाल?)* असा उल्लेख आहे. हा वर्तम् नावाच्या कराचा प्रभारी अधिकारी असल्याचे मानले गेले आहे. हा 'वर्तम्' अर्थशास्त्रातील 'वर्तनि'शी बहुधा समानरूप असावा. [८३] अशा प्रकारे जरी आपल्या साधनांमध्ये कोणत्याही प्रकारच्या पथ-उपकराचा उल्लेख नसला, तरी आपणास प्रस्तुत असलेल्या काळात राज्याकडून अशा प्रकारचा कर चुकता केला जात असेल, हे असंभवनीय नाही.

आणखी एका प्रकारच्या पथ-करात नौकाघाट - अधिभाराचा समावेश केला गेला आहे. नद्या पार करून जाण्यासाठी शासकीय नौकांचा उपयोग केल्यास हा कर वसूल केला जात असे. अर्थशास्त्रात हा 'तर' म्हणून ओळखला जातो. राजकीय उत्पन्नाच्या या विषयाचा विचार कौटिल्याने आपल्या 'नावाध्यक्ष' या प्रकरणात केला आहे. त्यात त्याने नौकाघाट-अधिभाराच्या दरांची सूची आपल्यासमोर

---

(७८) मोनियर विल्यम्स, संस्कृत इंग्लिश डिक्शनरी, एस.व्ही. (?), क्लिब्. (७९) 'लाईफ इन दि गुप्त एज', पृ. १५३ (८०) अ. शा., दोन २८ (८१) अ. शा. - दोन २१, तुलनेसाठी पहा - भट्टस्वामिनूचे निर्वचन (ज. वि. ओ. रि. सो. बारा, भाग - १, पृ. १२५)

प्रस्तुत केली आहे, ते दर खालीलप्रमाणे आहेत. [८४]

१)	लहान जनावरे व कमी वजन घेऊन जाणारी माणसे	१ माष
२)	डोक्यावर किंवा खांद्यावर वाहून नेले जाणारे वजन गायी बैल आणि घोडे.	२ माष
३)	उंट आणि रेडे	४ माष
४)	कमी, मध्यम व अतिशय वेग असणाऱ्या गाड्या	क्रमशः ५,६,७ माष

तथापि, मौर्योत्तर आणि गुप्तकालामधील कृतींमध्ये फक्त मनुस्मृतीतच नौकाघाट - अधिभाराच्या दरांची सूची दिली गेली आहे. मनूने खाली दिलेल्या श्रेणीला अनुसरून नौकाशुल्क *(तर्य किंवा तरिक)* निर्दिष्ट केले आहे.

१)	रिकामी गाडी	१ पण
२)	माणसाचे वजन	पण
३)	एक जनावर आणि एक स्त्री	१/४ पण
४)	बरोबर कोणतेही वजन नसलेला मनुष्य	पण
५)	रिकामी भांडी आणि सामानसुमान नसलेली माणसे	मामुली, क्षुल्लक

मनूने पुढे असाही निर्देश दिला आहे की, नदीतटावरील लांब अंतरासाठी भाडे *(तर्य)* हे प्रवासाचे अंतर व त्याला लागणारा वेळ यांच्या प्रमाणात असावे. पण समुद्रावरील प्रवासासाठी त्याने ठराविक निश्चित केलेल्या भाड्याचा उल्लेख केलेला नाही. [८६] जरी आपल्या काळातील इतर धर्मशास्त्रीय ग्रंथांमध्ये नौकापथकरांच्या कोणत्याही दराचा संदर्भ नाही, तरीही नौकापथकर प्रचलित असल्याचे समर्थन त्यापैकी काही ग्रंथ प्रत्यक्ष वा अप्रत्यक्षपणे करतात. विष्णूने [८७] नौकाप्रवासासाठी द्यावयाच्या भाड्याचा उल्लेख केला आहे. नारदाच्या [८८] एका श्लोकानुसार तो ब्राह्मणांना नौकापथकरापासून सूट देतो. नौकाघाटावर पथकर देण्याची सामान्य प्रथा त्यातून सूचित होऊ शकेल. बृहस्पतीनेसुद्धा नौकापथकराचा *(तर शुल्क)* [८९] उल्लेख केला आहे आणि आधीच पाहिल्याप्रमाणे नौकाघाट इ. ठिकाणी द्यावयाचा कर म्हणजे 'शुल्क' असे 'शुल्क' शब्दाचे भाषांतर अमरकोशाने दिले आहे. [९०]

जास्त नाही तरी दोन अभिलेखांवरूनसुद्धा नौकापथकर प्रचारात होता असे दिसून येते. दुसऱ्या शतकातील नाशिकच्या [९१] एका लेखातील अभिलेखात उपवदाताने नौकांच्या द्वारे निःशुल्क प्रवासाची व्यवस्था केल्याचा उल्लेख आहे.

(८२) के. पिल्ले, 'तमिल्स एटीन हण्ड्रेड इअर्स अँगो', पृ. १०९ (८३) वीरजी, 'ए हिस्टरी ऑफ सौराष्ट्र', पृ. २४५ (८४) अ. शा. - दोन २८.

दुसरा अभिलेख म्हणजे वर उल्लेखिलेला विष्णुसेनाचा राजलेख होय. त्यात निरनिराळ्या विक्रेय वस्तू इकडून तिकडे पार नेण्यासाठी निश्‍ित केलेल्या दरांच्या श्रेणींची नोंद आहे. त्यात असे म्हटले आहे की, भांड्यांनी *(बहुधा धातूंच्या)* संपूर्ण भरलेल्या नौकेच पार नेण्याचे भाडे १२ चांदीच्या मुद्रा असावयास पाहिजे होते, पण जर धार्मिक कारणासाठी ते असेल तर केवळ १ चांदीची मुद्रा हा अधिभार होता. [९२] रेडे आणि उंट यांनी भरलेल्या नौकेसाठी ५ चांदीच्या मुद्रा भाडे होते. आणि धार्मिक कार्यासाठी जरी हे असले तरी भाड्यामध्ये कोणत्याही प्रकारे कपात केली गेलेली नाही. [९३] बैलांनी पूर्ण भरलेल्या एका नौकेसाठी २ चांदीच्या मुद्रा वसूल केल्या जात होत्या, पण धार्मिक विधी-वधानांसाठी जर ते असतील, तर केवळ चांदीची मुद्रा भाडे म्हणून आकारली जात असे. [९४] गाढवांनी पूर्ण भरलेल्या नौकेचे पार नेण्याचे भाडे १ चांदीची मुद्रा होते म्हणून सांगितले आहे. [९५] भांड्यांनी भरलेल्या नौकेसाठी जेवढे भाडे निर्दिष्ट केले गेले आहे, त्याच्या अर्धी रक्कम धान *(किंवा धान्य)* यासाठी आकारली जात असल्याचा उल्लेख आहे. [९६] या व्यतिरिक्त आल्याच्या कांड्या, वेळू आणि मुद्रा यासारख्या वस्तूसुद्धा पार वाहून नेण्याच्या भाड्याची *(शुल्कातियात्रिक)* नोंद अभिलेखांमध्ये आहे.

तथापि, काही विशिष्ट जातीच्या लोकांना सामान्यत: नौकाघाट-पथकर भरण्यापासून सूट मिळत होती. मनूने [९७] असा आदेशा दिला आहे की, दोन किंवा त्यापेक्षा जास्त महिन्यांची गर्भवती स्त्री, तापसी, वनवासी आणि वेदांचे अध्ययन करणारे ब्राह्मण यावर कोणत्याही प्रकारचे नौकाघाट शुल्क आकारले जाऊ नये. विष्णु [९८] या मताशी जवळजवळ सहमत आहे. त्याने असा निर्देश दिला आहे की, विद्यार्थी किंवा वानप्रस्थ, भिक्षू किंवा धार्मिक कार्यासाठी यात्रा करणाऱ्या व्यक्तीपासून भाडे किंवा पथकर घेणाऱ्या नाविक किंवा अधिकाऱ्याला दंड ठोठावला गेला पाहिजे. नारदाने मात्र कोणत्याही प्रकारचे भाडे न भरता नदी पार करण्याचा अधिकार केवळ ब्राह्मणांनाच दिला आहे. शिवाय नदी पार करीत असताना इतरांच्यापेक्षा पूर्ववर्तित्वाचा *(आधी स्थान प्राप्त करण्याचा)* ब्राह्मणांचा अधिकारच तो केवळ मान्य करतो असे नाही, तर तो असाही नियम घालून देतो की, ब्राह्मणांनी व्यापाराकरितासुद्धा नौकेचा

---

(८५) हे एक तांब्याचे नाणे होते? (८६) मनु., आठ ४०४-४०६ (८७) विष्णु., तीन १६ (८८) नारद, अठरा - ३८. (८९) बृहस्पति: एकोणतीस - १२ (९०) मागे पहा. (९१) ए. इं., आठ, क्र. ८ (१०), १.२ (९२) कित्ता, तीस, क्र. ११.२१-२२ (९३) कित्ता, १.२२(९४) कित्ता, (९५) कित्ता.

उपयोग केला, तरी त्यांनी कोणत्याही प्रकारचे नौकाघाट शुल्क देऊ नये. [९९] पण आपणास प्रस्तुत असलेल्या काळातील कोणत्याही अभिलेखांमध्ये वर उल्लेखिलेले विशेषाधिकार ब्राह्मणांना दिले जात असल्याचे सांगितलेले आहे. वर उल्लेखिलेल्या दुसऱ्या शतकातील नाशिक-लेण्याच्या अभिलेखात जरी नौकांद्वारे निःशुल्क प्रवासाच्या *(पार जाण्याच्या)* व्यवस्थेचा उल्लेख आहे, तरी हा विशेषाधिकार केवळ द्विजांनाच *(ब्राह्मणांनाच)* होता असे त्यातून सूचित झालेले नाही. तरीसुद्धा नदी पार करताना नौकांच्या उपयोगासाठी द्याव्या लागणाऱ्या अधिभारापासून ब्राह्मणांना सामान्यतः सूट मिळत असे, ही गोष्ट त्यांच्या समाजातील उच्चतम स्थानामुळे असंभवनीय नाही.

प्रकरण ७ वे

अर्थदण्ड, वारसहीन मालमत्ता, निखात-निधी आणि राजकीय उत्पन्नाची इतर विविध साधने

जरी आपण राज्याच्या राजस्वाच्या पुष्कळच साधनांचा परामर्श घेतला आहे, तरी राजकीय उत्पन्नाच्या आणखी इतर अनेक विषयांची चर्चा अजूनही व्हावयाचीच आहे. उदा. अर्थदंड, वारसहीन मालमत्ता, जुगार (द्यूत) इत्यादी प्राचीन भारतीय साधनांवरून असे दिसते की, एकूण राजकीय उत्पन्नाच्या बऱ्याचशा भागाच्या प्राप्तीसाठी मौद्रिक अर्थदंड कारणीभूत असावेत. राजकीय कोषासाठी पैसा उभारावयाचा असल्यास संपत्तीच्या रूपात शिक्षा देण्याची शिफारस राजाचा एक अधिकारी म्हणून कौटिल्याने केली आहे. [१] शान्तिपर्वातील एका उताऱ्यातसुद्धा कोष भरण्याचे एक साधन म्हणून दंड ठोठावण्याचा उल्लेख आहे. [२] यातच अन्यत्र सुवर्ण किंवा

११.२२-२३ (९६) कित्ता, ११.२३-२४ (९७) मनु., आठ ४०७ (९८) विष्णु., पाच १३२ (९९) मागे पहा.

संपत्तीच्या स्वरूपात असलेल्या आर्थिक दंडाचा उल्लेख आहे. [३] अर्थदंड हे राजाच्या उत्पन्नाचे साधन असल्याचा निर्देश मनूसुद्धा करतो.[४]

अर्थशास्त्राने मौद्रिक अर्थदंडाची जवळजवळ ३५० साधने दिली आहेत. [५] आपणास प्रस्तुत असलेल्या काळातील धर्मशास्त्रीय ग्रंथांमध्ये अर्थदंडाच्या इतक्या अधिक विषयांचा उल्लेख नाही. शासनाच्या कार्यकलापांचे क्षेत्र बहुधा मर्यादित झाले असावे. तथापि, मौर्योत्तर आणि गुप्तकालातील त्यांची संख्या उपेक्षणीय नाही. मनु व विष्णूने क्रमशः ६४ व ९६ अशा अपराधांचा उल्लेख केला आहे, की, ज्यांच्यामुळे अर्थदंड होऊ शकेल. नारदाने अशा प्रकारच्या ६० अवैध कृत्यांची गणती केली आहे. बृहस्पतीच्या स्मृतीमध्ये ही संख्या वाढून ८५ झाली आहे. तथापि, पैशांच्या रूपात ज्याची शिक्षा निर्दिष्ट केली आहे, अशा केवळ ६२ अपराधांचा उल्लेख कात्यायनाने केला आहे. जरी ह्या संख्यांमुळे एका नियमित प्रतिस्वरूपाचे दर्शन होत नाही, तरी अर्थदंडाच्या स्वरूपात शिक्षा देण्यासारख्या अपराधांची संख्या मौर्योत्तर व गुप्तकाळात बरीच कमी झालेली होती असे दिसते.

एखाद्या विशिष्ट अपराधाबद्दल देण्यात येणाऱ्या अर्थदंडाच्या रकमेच्या बाबतीत विधिवेत्त्यांमध्ये मतभेद आहेत. ह्यामुळे प्रत्यक्ष व्यवहारात दंड करण्याच्या बाबतीतला दर किंवा रक्कम काय होती हे निश्चित करता येणे अशक्य आहे. नियोजित वराला कलंकित कन्या देण्याबद्दल ९६ पण हा अर्थदंड मनू [६] सांगतो. पण याज्ञवल्क्याच्या [७] मते ह्याच अपराधाबद्दल उच्चतम अर्थदंड दिला जात असे. मनूच्या [८] मते वैश्य आणि शूद्र ह्यांनी जर क्षत्रियाची मानहानी केली, तर त्यांना क्रमशः २५ पण आणि १२ पण दंड म्हणून भरावे लागत असत. परंतु बृहस्पतीच्या [९] मते याच अपराधाबद्दल वैश्यांना १०० पणांचा आणि शूद्रांना ५०० पणांचा दंड केला जात असे. त्याचप्रमाणे लैंगिक अपराधांच्या बाबतीत मनूने [१०] असा निर्देश दिला आहे की, जर एखाद्या ब्राह्मणाने ब्राह्मण स्त्रीशी व्यभिचार केला, तर या परस्त्रीगमनाच्या अपराधाबद्दल ५०० पण हा अर्थदंड व्हावा, पण विष्णूच्या [११] मतानुसार ह्या बाबतीत स्मृतिकारांची प्रवृत्ती दंडाची रक्कम वाढविण्याकडे आहे, हे स्पष्ट दिसते. उदाहरणार्थ विक्रीयोग्य वस्तूंमध्ये भेसळ केल्यास २०० पण दंड व्हावा, असे मनू [१२] म्हणतो आणि १००० पण दंड विष्णू [१३] सांगतो. पण ही विलक्षण

(१) अ.शा., चार-९-१० (२) शां. प., बाहात्तर-१० (३) कित्ता - एकशे साठ - ६८ (४) मनु., आठ-३०७ (५) गोपाल, मौर्यन पब्लिक फायनान्स, पु. १३२

आश्चर्याची गोष्ट आहे की, याज्ञवल्क्याच्या [१४] मते हा दंड केवळ १६ पण आहे. विधिवेत्त्यांचे हे भिन्नभिन्न निर्देश लक्षात घेता प्रत्यक्ष व्यवहारात ते कितपत प्रभावी ठरत असतील, हे सांगणे अशक्य आहे. तथापि, न्यायिक अर्थदंडापासून बरेच उत्पन्न प्राप्त झाले असावे; पण आपणास प्रस्तुत असलेल्या काळात मात्र या स्त्रोतापासून प्राप्त होणाऱ्या उत्पन्नाची मात्रा घसरत गेली असावी, असे अनुमान करता येणे शक्य आहे. कारण अर्थशास्त्रात सांगितलेल्या अर्थदंडाच्या संख्येपेक्षा समकालीन धर्मशास्त्रीय ग्रंथांमध्ये अर्थदंडाच्या विषयांची संख्या फारच कमी होती, ही वस्तुस्थिती आहे.

अर्थदण्ड हे राजकीय उत्पन्नाच्या साधनाचा एक घटक असावेत, हे समकालीन अभिलेखातील पुराव्यावरूनसुद्धा सूचित होते. ५ व्या शतकाच्या उत्तरार्धातील मध्य भारतातील भूमिदानपत्रांमध्ये वारंवार 'चोरवर्ज्जम' किंवा 'चौरवर्ज्जम' [१५] असा शब्दप्रयोग आढळतो. भूमिदानपत्रांमध्ये आढळणारे अशाच स्वरूपाचे काही शब्दप्रयोग म्हणजे 'चोरराजपथ्यकारिवर्ज्जम' [१६] 'चोरवर्जित:' [१७] 'चोरदण्डवर्ज्जित:' [१८], 'चोरद्रोहकवर्ज्जम' [१९] हे आहेत. ह्या शब्दप्रयोगांमध्ये काही शब्द अध्याहृत आहेत. 'चोरवर्ज्जम'चा शब्दश: अर्थ 'चोरांना वगळून' असा असला तरी फ्लीटच्या [२०] मते त्याचे स्पष्टीकरण 'चोरदण्डवर्ज्जम' म्हणजे 'चोरांना केलेले दंड वगळून' अशा पूर्ण शब्दप्रयोगान्वये देता येते. उलटपक्षी दानपत्रामधील वरील शब्दप्रयोगातून सूचित होते की, चोरांना शिक्षा देण्याच्या विशेषाधिकारापासून दानग्राहकांना वगळावे, असा अर्थ व्होगेल [२१] लावतो. 'चौरोद्धरण' ह्या संज्ञेत हाच अर्थ अभिप्रेत होता; पण घोषाल या दोन्ही स्पष्टीकरणांशी असहमत आहेत. त्यांचे असे मत आहे की, भूमिदानपत्रात ज्या संदर्भात हा शब्दप्रयोग आढळतो, त्यावरून असे दिसते की, ही प्रतिरक्षा दानग्राहकाच्या पक्षात होती, दान देणाऱ्याने हा अधिकार स्वत:साठी राखून ठेवला होता, असे नाही. [२२] दुसरे असे की, धार्मिक भूमिदानांच्या बाबतीत क्षेत्राधिकाराच्या संक्रमणाचा किंवा हस्तांतरणाच्या अधिकारांबाबत विचार करणेसुद्धा

---

(६) मनु., आठ-२२४ (७) याज्ञ, एक-६६. मनु. (आठ १३८) च्या अनुसार २०० पण हा सर्वात कमी अर्थदण्ड म्हणून घोषित केला गेला आहे. ५०० हा मध्यम आणि १००० हा उच्चतम अर्थदण्ड होय. तथापि याज्ञवल्क्याच्या मते (एक ३६६) १०८० पण ही उच्चतम अर्थदण्डाची शिक्षा होय. त्याच्या अर्धा भाग अर्थदण्ड मध्यम होय आणि मध्यम अर्थदण्डाचा अर्धा भाग म्हणजे सर्वात कमी अर्थदण्ड होय. (८) मनु, आठ-२६८ (९) बृहस्पति, वीस-. ६-११. (१०) मनु. आठ- ३७८ (११) विष्णू, पाच- ४०-४३. (१२) मनु, नऊ- २८६ (१३) विष्णू, पाच- १२४ (१४) याज्ञ, दोन-२४५-२४६.

कधीकाळी संभवनीय होते हे सिद्ध करण्यास काहीच पुरावा नाही, असे त्यांचे मत आहे. तिसरे असे की घोषालांनी 'चौरवर्ज्जम' ह्या शब्दप्रयोगाचा संबंध अर्थशास्त्रातील एका वाक्यांशाशी जोडला आहे. अर्थशास्त्रात राज्याच्या उत्पन्नाच्या यादीमध्ये 'चोररज्जू' असा शब्द आहे. चोर आणि लुटारूकडून रक्षण करण्यासाठी लोकांकडून घेतला जाणारा आरक्षी कर या अर्थाने तो बहुधा आला असावा. (२३) दुसऱ्या शब्दात सांगावयाचे म्हणजे घोषाल असे सिद्ध करण्याचा प्रयत्न करतात की, गावातील आरक्षीदलाच्या व्यवस्थेसाठी 'चौरवर्ज्जम' हा कर असे. आणि दानपत्रातल्या या शब्दाच्या उल्लेखावरून सूचित होऊ शकते की, त्यापासून प्राप्त झालेले उत्पन्न भूमिसमवेतच दानग्राहकाला सोपवले जात असे.

तथापि, 'चोरवर्ज्जम' या शब्दप्रयोगाचे घोषालांनी दिलेले स्पष्टीकरण लागू पडण्यासारखे नाही. ज्या संदर्भात हा शब्द आढळतो. त्यावरून त्याचा अर्थ दानदात्याने राखून ठेवलेला अधिकार असा असू शकत नाही, असे घोषालांनी प्रतिपादित केले आहे. पण हे पटण्यासारखे नाही. वस्तुत: एखाद्या भूमिदानपत्रात देणाऱ्यासाठी त्यात काही गोष्टी राखून ठेवल्या असतील, तर त्यात असाधारण असे काहीच नाही. शिवाय याबाबतीत गुप्तकालातील कमीत कमी ५-६ भूमिदानपत्रांची उदाहरणे उपलब्ध आहेत. मध्य भारतातील अनेक पूर्वकालीन क्षेत्राधिकारी भूस्वामींना प्रत्यक्ष वसलेली गावे ब्राह्मणांना दान दिल्याचा उल्लेख त्यात आहे. या दानपत्रांमध्ये त्यांच्या शासकांनी असा स्पष्ट आदेश दिला आहे की, त्या गावातील रहिवाशांना, ज्यात शेतकरी कारागीरही समाविष्ट होते, दानग्राहकांना केवळ नेहमीच रूढ कर द्यावेत, एवढेच नव्हे तर त्यांच्या आज्ञाही पाळाव्यात. (२४) अशा रीतीने ही लेखपत्रे राज्यशासन चालवण्याच्या प्रशासनिक अधिकारांचे समर्पण झाल्याचा स्पष्ट पुरावा देतात. पण त्यांमधील काही दानपत्रांमध्येसुद्धा 'चोरवर्ज्जित' किंवा 'चोरदंडवर्ज्जम' (२५) असे शब्दप्रयोग आहेत. त्यातून असे सूचित होऊ शकते की, प्रशासकीय क्षेत्राधिकाराच्या हक्कांचे जरी हस्तांतरण झाले, तरी चोरांना शिक्षा देण्याचा आपला अधिकार शासक

---

(१५) कॉ. इं. इं. तीन, क्र. २१, १.१३, क्र. २३, १.१०, क्र. २७, १०१४. इ. (१६) व्याघ्रसेनाचे सूरत पट्टक, इ.-४९०, ए.इ., अकरा, क्र. २१.१.१० (१७) जयनाथाचा करितलई ताम्रपत्र अभिलेख, इ. ४९३-९४, कॉ. इं. इं. क्र. २६, १.९. (१८) सोहवाल ताम्रपत्र अभिलेख, इ. ५१०, ए. इं. एकोणवीस, क्र. २१, १.१०. (१९) संक्षोभाचा लोह ताम्रपत्र अभिलेख, इ. ५२८, कॉ. इं. इं.,तीन, क्र. २५, १.१५ (२०) कित्ता, पृ. ९८, टि. ३. (२१) व्होगेल - अँटिक्विटीज ऑफ छंब स्टेट, पृ. १२९ (२२) हिं. रे. सि. पृ. २११. (२३) कित्ता, तुलनेसाठी पाहा - दीक्षितार - गुप्त पॉलिटी, पृ. १७३.

स्वत:कडे ठेवीत असत. हा अधिकार शासकीय सत्तेच्या मुख्य आधारांपैकी एक होता. आणखी असे की, अर्थशास्त्रातील 'चोररज्जु' आणि अभिलेखांमधील 'चोरवर्ज्जम' यातील साम्य फार ओढून ताणून आणलेले असल्यामुळे या दोन शब्दप्रयोगांमध्ये परपस्परांशी असलेली घोषालांनी मानलेली समानता सिद्ध होत नाही. आमचे असे मत आहे की, गुप्त व त्यांच्या नंतरच्या काळातील दानपत्रांमध्ये असलेल्या 'चोरवर्ज्जम'च्या उल्लेखाचा अर्थ असा असू शकेल की, दानग्राहकाला चोर आणि लुटारू यांची न्यायालयीन चौकशी करण्यापासून प्रतिबंधित केले होते, त्यावरून ओघानेच बहुधा असा अर्थ आला की, त्यांच्यापासून प्राप्त झालेल्या अर्थदंडावर राज्याचे स्वामित्व होते, दानग्राहकाचे नव्हे.

सातव्या शतकाच्या आरंभापासून पुढील काळामध्ये भूमिदानपत्रांमध्ये अनेकवार 'सदशापराध:' किंवा 'सदण्डदशापराध:' *(१० अपराधांसह)* या शब्दप्रयोगांचा उल्लेख दानग्राहकांना मिळालेल्या विशेषाधिकारांच्या यादीत येतो. वलभी विभागातील मैत्रक राजलेखांमध्ये याचा संदर्भ वारंवार आलेला आहे. (२६) फ्लीटच्या (२७) मते 'दशापराध' ह्या शब्दामधून रूढ दहा अपराध सूचित केले जात असत. त्यात नेहमी उल्लेखिल्या गेलेल्या तीन कायिक, तीन मानसिक व चार वाचिक पापांचा समावेश होतो आणि अभिलेखांमध्ये असलेल्या 'सदशापराध:' या शब्दप्रयोगाचा अर्थ फ्लीट, हे अपराध केल्याबद्दल झालेल्या अर्थदंडापासून झालेल्या उत्पन्नावरील दानग्राहकाचा अधिकार, असा घेतो. पण वेणीप्रसाद (२८) यांनी अगदी नेमकी गोष्ट निदर्शनास आणली आहे. त्यांच्या मते मानसिक अपराध कायद्याने शिक्षा देण्याचा विषय होऊ शकत नाहीत. तरीसुद्धा या शब्दप्रयोगाचा अर्थ सामान्य न्यायिक अर्थदंड घेणे हे त्यांना जास्त योग्य वाटते. उलटपक्षी जॉलीने (२९) दहा गंभीर अपराधांशी 'दशापराधचा' संबंध जोडला आहे. नारदाच्या मते, ह्या दहा अपराधांमध्ये राजाज्ञांचे उल्लंघन, स्त्रीहत्या, जातिसंकर, व्यभिचार, लूट, पतिव्यतिरिक्त अन्य पुरुषाकडून गर्भधारणा, शिवीगाळ, अपशब्द *(अपमानकारक भाषा)*, प्रहार आणि गर्भपात करवून घेणे यांचा समावेश होतो. (३०)

'सदशापराध:' या शब्दप्रयोगाने निर्दिष्ट केल्या गेलेल्या विशिष्ट अपराधांच्या यादीच्या बाबतीत होणारे मतभेद बाजूला ठेवून असे म्हणता येईल की, ग्रामवासीयांनी केलेल्या या दहा अपराधांबद्दल झालेल्या अर्थदंडापासून मिळालेल्या उत्पन्नावर दानग्राहकाचाच अधिकार आहे, असे सामान्यत: गृहीत धरले जात होते. त्यामुळे संबंधित अपराधांच्या बाबतीत दानग्राहकाचा क्षेत्राधिकार आधीच गृहीत धरावा

---

(२४) कॉ. इं. इं., तीन, क्र. २६, १.१०, क्र. २७, १.१२ इ. (२५) कित्ता

लागतो. तथापि, घोषालांना असे वाटते की, 'धार्मिक दान घेणाऱ्यांना क्षेत्राधिकाराच्या हक्कांचेही प्रदान केले जाण्याविषयी केवळ विचारसुद्धा केला जात असे हे गृहीत धरण्यास काहीच सबळ प्रमाण नाही. [३१] आणि 'सदशापराध' हा शब्दप्रयोग गावकऱ्यांनी काही रूढ अपराध केल्यास त्याबद्दल झालेल्या सामान्य दंडापासून आंशिक प्रमाणात सूट मिळण्याचा दानग्राहकाचा अधिकार या संदर्भात येतो. [३२] पण हा दृष्टिकोन स्वीकारता येणे शक्य नाही. आपण आधीच पाहिले आहे की, प्रशासनिक अधिकारांसमवेत ब्राह्मणांना कित्येकदा भूमिदान केले जात होते. [३३] प्रशासकीय विखंडन व विकेंद्रीकरणांच्या वाढत्या प्रवृत्तीच्या संदर्भात काही रूढ अपराधांची न्यायालयीन चौकशी करण्याचा अधिकार भूमिदान प्राप्त करणाऱ्यांकडे सोपवला गेला असावा, हे असंभवनीय नाही. शिवाय अपराधांबद्दल झालेल्या अर्थदंडापासून सूट हा 'सदशापराध'चा अर्थ असावा हे घोषालांचे मतसुद्धा ग्राह्य वाटत नाही. तत्कालीन साधनांवरून ब्राह्मणांना काही विशेषाधिकार असल्याचे कळते; पण ब्राह्मणांनी अपराध केल्यास त्यांना शिक्षेतून सूट मिळत असे, हे त्यामध्ये कोठेही सांगितलेले नाही. उलटपक्षी मनू [३४] व याज्ञवल्क्य [३५] या दोघांनीही भर देऊन असे सांगितले आहे की, राजाच्या दरबारात ज्याला शिक्षेतून सूट मिळेल असे कोणीही नाही. मग ती व्यक्ती म्हणजे राजाचा पिता, गुरू, मित्र, माता, पत्नी, पुत्र, कुळाचा पुरोहित किंवा भाऊ, श्वशुर किंवा मामा यांपैकी कोणीही असो. त्यामुळे दानग्राहकांना काही विशिष्ट अपराधांच्या दंडापासून सूट मिळत असे, या घोषालांच्या दृष्टिकोणाला मान्यता देणे शक्य नाही. शिवाय नंतरच्या लेखपत्रांच्या आधारे आळतेकरांनी [३६] असे निदर्शनास आणून दिले आहे की, मंदिरांना दिलेल्या दानपत्रांमध्येसुद्धा 'सदशापराध' हा शब्दप्रयोग आढळतो. आणि अशा प्रकारच्या दानपत्रामध्ये शिक्षांमध्ये सूट मिळणे अशा आशयाच्या शब्दप्रयोगाच्या उपयोगात कुठलीही सुसंगती असू शकत नाही. त्यामुळे आमच्या मते हा शब्दप्रयोग बहुधा अपराधांबद्दल झालेल्या अर्थदंडापासून झालेल्या उत्पन्नात वरील दानग्राहकाचा अधिकार या अर्थाने येत असावा. त्यामुळे अर्थदंड हे राज्याच्या

---

(२६) इं. अं. पाच, पृ. २१२, सहा पृ. १२, १५, ज. बाँ. ब्रँ. रा. ए. सो., एक, पृ. २७, ३१, ३४, ३५, ज.यु.बा. (न्यू.सी.) तीन, पृ. ८२, ८४, ८७, एकोणवीस, पृ. ६ इ. (२७) कॉ. इं. इं., तीन, पृ. १८९ टि. (२८) दि स्टेट इन एन्शन्ट इंडिया - पृ. ३०३. (२९) जॉली - हिन्दू लॉ अँड कस्टम, पृ. २७० (३०) नारद - (से.बु.ई.) पृ. २३४, श्लोक ११-१२. (३१) बी. सी. मजुमदार, ज.वि.ओ.रि.सो., दोन, पृ. ३३ टि.

उत्पन्नाच्या साधनाचे घटक असत, हे पर्यायाने आलेच.

सरकारजमा होणारी वारसाविहीन मालमत्ता राजकीय उत्पन्नाचे आणखी एक साधन होते असे दिसते. गौतमाने [३७] असे उद्‌घोषित केले आहे की, वारसहीन किंवा अपत्यहीन *(अनुपत्य)* असताना मरण पावलेल्या ब्राह्मणाची मालमत्ता प्राप्त करण्याचा अधिकार विद्वान ब्राह्मणांना आहे. अर्थात् अशाच प्रकारच्या प्रकरणांमध्ये ती मालमत्ता ब्राह्मणांव्यतिरिक्त इतर कोणाची असली, तर ती राजाने जप्त करावी. त्याचप्रमाणे कौटिल्य [३८] असे म्हणतो की, वारस नसताना मरण पावलेल्या व्यक्तींच्या मालमत्तेचे अधिग्रहण राजाने करावे. अर्थात मृत व्यक्तीच्या विधवा पत्नीच्या भरणपोषणासाठी आणि मृत व्यक्तीच्या अंत्यसंस्कारासाठी आधी पुरेशी रक्कम राजाने ठेवावी आणि मग वारसहीन मृत व्यक्तीच्या मालमत्तेचे अधिग्रहण करावे. या नियमाला एकमात्र अपवाद असा की विद्वान ब्राह्मणांची मालमत्ता तीन वेदांमध्ये पारंगत ब्राह्मणांना अर्पण केली जात असे. वसिष्ठांचे वचनसुद्धा जवळजवळ असेच आहे. वसिष्ठाने [३९] वारस ठरू शकणाऱ्या व्यक्तींची यादी दिली आहे. त्यात सर्वात शेवटी आध्यात्मिक गुरू आणि शिष्यसुद्धा आहे. त्याने असे विधान केले आहे की, हे शेवटचे दोन वारसही जर मिळू शकले नाहीत, तर मग राजा ती संपत्ती घेईल. [४०] फक्त ब्राह्मणाचा याबाबतीत अपवाद राहील. ब्राह्मणाची संपत्ती वेदांमध्ये पारंगत असलेल्या व्यक्तीमध्ये वाटली जाईल. विष्णु [४१] आणि मनु [४२] यांनी निर्धारित केलेला नियम जवळजवळ तोच आहे. या नियमांचा प्रत्यक्ष व्यवहारात होणारा एक रोचक प्रयोग नारदाने [४३] सांगितला आहे. नारदाचे असे म्हणणे आहे की, एखादा प्रवासी व्यापारी स्वतःच्या देशात आला आणि तेथेच मरण पावला, तर त्याचा कोणी वारस उपस्थित होईपर्यंत राजाने त्या व्यापाऱ्याच्या मालमत्तेचे रक्षण करावे. जर वारस आढळला नाही, तर राजाने ती त्याच्या आप्तस्वकीयांना व नातेवाइकांना द्यावी. हेही जर नसले, तर राजाने तीन वर्षांपर्यंत ती मालमत्ता काळजीपूर्वक राखून ठेवावी आणि त्यानंतर त्याने ती स्वतःकडे घ्यावी. नारद आणि याज्ञवल्क्य या मुद्‌द्यावर

---

(३२) हिं. रे. सि. पृ. २२०. (३३) मागे पहा. तथापि श्रेणी, किंवा गण ह्या न्यायसभांना 'साहस' त्या बाबतीत चौकशी (न्यायालयीन) करण्याचा अधिकार जेव्हा दिला जात नसे, तेव्हा हत्येसारख्या अपराधांच्या न्यायिक अधिकारांची अंमलबजावणी करण्यासाठी राजा खासगी व्यक्ती किंवा व्यक्तींना अधिकृतरित्या नियुक्त करीत असे, हे मत ग्रहण करणे काणे ह्यांना संभवनीय वाटत नाही. (हिस्ट. धर्म, तीन, पृ. २६५) (३४) मनु., आठ ३३५. (३५) याज्ञ, एक. ३५८. (३६) आळतेकर - राष्ट्रकूटाज अँड देअर टाईम्स, पृ. २३६, (३७) गौतम, अठ्ठावीस, ४१-४२.

सहमत आहेत. याज्ञवल्क्याचे [४४] असे मत आहे की, एखादा व्यापारी जर परदेशात मरण पावला, तर त्याची संपत्ती त्याचे वारस, बांधव, आप्तस्वकीय किंवा त्याच्यासह आलेले त्यांचे सहभागीदार यांनी घ्यावी. आणि जर असे होऊ शकत नसेल, तर मग राजाने घ्यावी. बृहस्पतीचे [४५] मत असे आहे की, एखादा क्षत्रिय, वैश्य किंवा शूद्र मरण पावला तर त्याच्यामागे त्याला त्याचा पुत्र, पत्नी किंवा भाऊ नसला, तर त्याची मालमत्ता राजाने घ्यावी. प्रस्तुत संदर्भात बृहस्पती ब्राह्मणांच्या मालमत्तेचा मुळीच उल्लेख करीत नाही. यावरून स्पष्टपणे असे सूचित होते की, इच्छापत्रहीन मालमत्ता राजाकडे प्रत्यावर्तित करण्याचा सर्वसामान्य नियम ब्राह्मणांना लागू पडत नव्हता. कात्यायनाचे [४६] असे म्हणणे आहे की, मृत व्यक्तीच्या मागे स्त्रिया, सेवक आणि मृत व्यक्तीच्या श्राद्धाची व्यवस्था होण्यास पुरेशी संपत्ती बाजूला ठेवून उरलेली वारसहीन संपत्ती राजाला प्राप्त होते. पण त्याचे असे मत आहे की, वेदपारंगत ब्राह्मणाची संपत्ती दुसऱ्या वेदपारंगत विद्वान ब्राह्मणांना हस्तांतरित केली जावी. अशा प्रकारे या सर्व नियमांवरून एक महत्त्वाची गोष्ट प्रकट केली जाते. ती अशी की, वारसहीन संपत्ती सरकारजमा होत असावी. त्याला संभाव्य अपवाद फक्त ब्राह्मणांचा असावा.

बौद्ध आणि ब्राह्मण साहित्यात आढळणाऱ्या काही उदाहरणांवरून वारसहीन संपत्तीचे प्रत्यावर्तन राजाकडे होत असे, हे दिसते. 'संयुक्त निकाय' [४७] हा आपणास प्रस्तुत असलेल्या काळाच्या पूर्वीचा ग्रंथ आहे. त्यात श्रावस्ती नगरातील एक पुत्रहीन कृपण गृहस्थाचा उल्लेख येतो. त्याच्या मरणानंतर त्याची प्रचंड संपत्ती राजाच्या आज्ञेवरून राजप्रासादाकडे नेली जात असते. जातकांवरील टीका [४८] आणि धम्मपदावरील टीका [४९] यातील कथांमध्ये वर दिलेल्या संदर्भाची-कृपण गृहस्थाच्या कथेची पुनरावृत्ती केली गेली आहे. शिवाय अवदानशतकात एका अपत्यहीन व्यापाऱ्याची कथा आहे. तो शोक करतो की, जरी तो खूप धनवान असला तर त्याला पुत्रही नाही किंवा कन्याही नाही, त्यामुळे त्याच्या मरणानंतर त्याची सर्व मालमत्ता राजाकडे जमा होईल. [५०] दिव्यावदानात एका वारसविहीन राजाच्या

---

(३८) अ. शा., तीन-५. (३९) वसिष्ठ, सोळा, ८३-८७. (४०) वसिष्ठाने असाही नियम सांगितला आहे की नपुंसक आणि वेड्या व्यक्तींची संपत्ती राजाला प्राप्त व्हावी. अर्थात संपत्तीवरील स्वामित्व गमावलेल्या अशा व्यक्तींचे पालनपोषण करणे राजाला बंधनकारक आहे. (एकोणवीस - ३५-३६) (४१) विष्णु, सतरा, १३-१४. (४२) मनु., नऊ. १८८-१८९. (४३) नारद., तीन. १६-१८. (४४) याज्ञ., दोन २६४.

शोकोद्गारांचा उल्लेख आहे. त्या राजाला अशी आशंका आहे की, त्याच्या मरणानंतर त्याची सर्व संपत्ती दुसऱ्या राजाला मिळेल. (५१) कालिदासाच्या अभिज्ञान शाकुन्तलातून (५२) एक महत्त्वाचे उदाहरण प्राप्त होते. समुद्रमार्गे व्यापार करणारा एक व्यापारी नौका बुडून मरण पावल्याचे मंत्री आपल्या राजाला सांगतो. व्यापारी अपत्यहीन असल्यास त्याची मालमत्ता राजाकडे हस्तांतरित व्हावयाची असते. पण दुष्यंत एक धर्मज्ञ राजा असतो. त्या व्यापाऱ्याच्या पत्न्यांपैकी एक गर्भवती आहे हे ऐकल्यावर गर्भस्थ शिशूला ती मालमत्ता प्रत्यावर्तित *(परत)* करण्याची आज्ञा तो देतो. वर उद्‌धृत केलेल्या उदाहरणांवरून आपणास असे कळते की, एकीकडे स्मृतिकारांच्या प्रवृत्तीमध्ये थोडाफार सौम्यपणा आहे, हे त्यांचे वैशिष्ट्य आहे. कारण जरी खूप दूरचा आप्त उत्तराधिकारी होऊ शकला तरी स्मृतिकारांनी त्या मालमत्तेवर जप्ती आणण्यास निषेध केला आहे. इकडे बौद्ध आणि ब्राह्मण साहित्यात असे सिद्ध झालेले दिसते की, स्मृतींमधील सीमित नियम बहुधा प्रत्यक्ष व्यवहारात ओढून ताणून आणला गेला. त्यामुळे पुत्रविहीन व्यक्तींच्या मरणानंतर त्यांच्या मालमत्तेचा विनियोग राजाकडे होणे आवश्यक ठरत असे. (५३) इ. च्या ६ व्या शतकाच्या बहुधा शेवटच्या दशकातील विष्णुसेनाच्या राजलेखाने वरील गोष्टीलाच पाठिंबा मिळतो. या अभिलेखात 'अपुत्रकं न ग्राह्यम्' अशा प्रकारचा शब्दप्रयोग आहे. (५४) ज्याच्यामागे मरणानंतर पुत्र राहत नाही, म्हणजेच तो पुत्रहीन अवस्थेत मरण पावतो, अशा मनुष्याची मालमत्ता म्हणजे 'अपुत्रक' होय. ह्याचा अर्थ असा दिसतो, पुत्राव्यतिरिक्त अन्य कायदेशीर वारस असेल, तर त्याच्या हक्काला डावलून राजाच्या अधिकाऱ्यांनी अशा प्रकारची मालमत्ता जप्त करू नये. 'अपुत्रकं न ग्राह्यम्' हा विशेषाधिकार ज्या अर्थी नगरातील व्यापाऱ्यांना दिला गेला आहे, त्यावरून असे सूचित होऊ शकते की, पुत्राव्यतिरिक्त अन्य उत्तराधिकाऱ्याचा अर्थ सामान्यत: राजाकडून स्वीकारला जात नसावा. अशा रीतीने स्मृतीमधील नियमांची अंमलबजावणी अशाच प्रकारे मर्यादित अर्थाने केली जात असे की, जेणेकरून शासनाला लाभ होईल.

---

(४५) बृहस्पति, सव्वीस, श्लोक ११९. (४६) कात्यायन, श्लोक ९३१, प्रसंगवशात येथे हेही निदर्शनास आणता येईल की वर उद्‌धृत केलेल्या अर्थशास्त्रातील उताऱ्याचा एक स्मृत्यवशेष म्हणजेच कात्यायनाचा हा नियम होय. त्यात मृतव्यक्तीची अंत्ययात्रा करण्यास आणि विधवा स्त्रीच्या भरणपोषणासाठी प्रबंध मृत व्यक्तीच्या संपत्तीमधून व्हावा, असे म्हटले आहे. (४७) संयुक्त निकाय, खण्ड १ (पा. टे.सो.), पृ. ८९. (४८) जातक, तीन, पृ. २९९ (४९) धम्मपद टीका, चार, पृ. ७७. (५०) अवदानशतक, पृ. १३.

राजाच्या उत्पन्नाचे आणखी एक साधन निखात-निधी *(निधी)* व निक्षेप *(उपनिधी)* हे मिळून बनलेले असे. प्राचीन वैदिक ग्रंथांमधून आपणास अशा प्रकारचा संकेत मिळत नाही की, निखात निधींवर राजाचा राजकीय परमाधिकार होता. ज्या वेळी अगदी प्रारंभीचे धर्मग्रंथ संकलित केले गेले, त्या वेळी या कल्पनेचा उगम झाला असावा, ह्या बाबतीत सांगणारा गौतम हा बहुधा पहिलाच स्मृतिकार असावा. त्याने असे उद्घोषित केले आहे की, जेव्हा एखादा निखात-निधी सापडतो, तेव्हा तो ज्याला सापडला, तो ब्राह्मण असेल आणि आपली कर्तव्ये योग्य प्रकारे पार पाडत असेल, तर तो निधी त्या ब्राह्मणाचा होईल. एवढा अपवाद सोडल्यास इतर प्रसंगी तो राजाच्या मालकीचा होतो. ह्या बाबतीत त्याने काहींचे मत उद्धृत केले आहे. त्यानुसार निधी ज्याला सापडला, तो जर ब्राह्मण नसेल, तर त्याला त्या निधीतून   भाग मिळेल. [५५] त्याचप्रमाणे वसिष्ठांचे असे म्हणणे आहे, ज्याचा मालक माहीत नाही, असा निधी सापडला, तर तो निधी राजाने घ्यावा आणि निधी ज्याला सापडला आहे, त्याला राजा १/६ देईल. या नियमाच्या अंमलबजावणीच्या बाबतीत ब्राह्मणांना सूट आहे. [५६]

निधीवर राजाचा अधिकार असल्याचे कौटिल्य मानतो. राजाच्या उत्पन्नांच्या यादीत अन्य स्त्रोतांमध्ये *(अन्यजात)* त्याने निधीचा समावेश केला आहे. असे जरी असले, तरी ज्याला हा निधी सापडला, तो ब्राह्मण असेल, तर आधी उल्लेखिलेल्या धर्मग्रंथांमध्ये सांगितलेल्या त्याच विशेषाधिकाराच्या पदाचा तो उपभोग घेत असे, हे दर्शविणारे काहीही अर्थशास्त्रात नाही. कौटिल्याचे [५७] मत असे आहे की, जेव्हा एखाद्या व्यक्तीला खाणी, रत्ने किंवा भूमिगत धन *(निखात-निधी)* सापडतो, तेव्हा त्याने तत्काळ शासकीय अधिकाऱ्यांना सूचित करावे. त्या अधिकाऱ्यांनी सापडलेल्या निधीचा १/६ भाग सूचना देणाऱ्याला द्यावा. *(आणि जर तो मनुष्य शासकीय सेवक असेल, तर केवळ १/१२ भाग द्यावा.)* या सामान्य नियमाला अपवाद म्हणून स्पष्टपणे कौटिल्याने सांगितले आहे की, जर या ~~निखात-निधीचे मूल्य~~ १०,००,००० *(पण)* त्यापेक्षाही जास्त होईल, तर मग तो

(५१) दिव्य. - पृ. ४३९-४४० (५२) शाकुं, अंक ६. (५३) हिं. रं. सि. पृ. ११४. (५४) एं. इं. तीस, क्र. ३०-१.४. नंतरच्या एका अभिलेखात (ए.इं., तीन, पृ. २६३) राजस्वाच्या इतर संज्ञांमध्ये अपुत्रिकाधन ही संज्ञा आढळते. त्याचा शब्दशः अर्थ असा की, स्वत:साठी पुत्र उत्पन्न करण्यासाठी म्हणून ज्याला नियुक्त कन्या नाही अशा व्यक्तीची 'मालमत्ता' ही मालमत्ता स्वामीहीन असल्याने राजाच्या ताब्यात येत असे. (हिं. रे.सि., पृ. २३७.)

निधी पूर्णपणे शासनाची मालमत्ता होईल. (५८) दुसऱ्या शब्दांमध्ये सांगावयाचे म्हणजे निधी सापडणाऱ्या व्यक्तीला त्यातील हिस्सा मिळण्यास कौटिल्य अनुमती देतो. पण ह्या नियमाची अंमलबजावणी त्याने कमी मूल्यांच्या निधीपुरतीच मर्यादित ठेवली आहे. (५९) तथापि, राजकीय परमाधिकार असूनसुद्धा कौटिल्याने निखात-निधीच्या मूळ मालकाचा निखातनिधीवरील हक्काचा यथायोग्य विचार केला आहे. तो म्हणतो की, ज्या निखात-निधीच्या बाबतीत एक पवित्र व प्रामाणिक जीवन जगणारा मनुष्य तो आपल्या पूर्वजांची मालमत्ता आहे हे सिद्ध करू शकतो, ती पूर्णत: तो मनुष्य स्वत:च घेईल. पण जो अशा प्रकारचा आपला हक्क प्रस्थापित न करता व गुप्तपणे तिचा ताबा घेईल, त्याला क्रमश: ५०० पण व १००० पण अर्थदंडाची शिक्षा होईल. (६०)

आता आपल्या काळातील धर्मग्रंथांकडे वळू या. ज्याला निधी सापडला त्याच्या $\frac{१}{६}$ भाग पुरस्काराकडे मनू दुर्लक्ष करतो. पण निधीवरील मूळ मालकाच्या हक्काला मात्र तो मान्यता देतो. तो म्हणतो की, जेव्हा एखादा मनुष्य निखात-निधीवर आपला हक्क सांगतो आणि त्यावरील आपले स्वामित्व सप्रमाण सिद्ध करतो, तेव्हा राजा त्याच्यापासून $\frac{१}{६}$ किंवा $\frac{१}{१२}$ भाग घेईल. पण खोटाच हक्क सांगणाऱ्या कोणालाही दंड केला जाईल. हा दंड, ज्या मालमत्तेबाबत विचारणा झाली आहे, तिच्या आठपट मूल्याइतका असेल. (६१) तथापि, एखाद्या विद्वान ब्राह्मणाला जर निधी सापडला, तर त्याने तो पूर्णच घेण्याची अनुमती मनू देतो. कारण त्याच्या मते ब्राह्मण सर्वांचा अधिपती आहे. (६२) याच संदर्भात त्याने पुढे असे विधान केले आहे की, जेव्हा राजाला निधी सापडतो, तेव्हा त्याने $\frac{१}{१२}$ ब्राह्मणांना द्यावयाचा असतो व उरलेला अर्धा भाग स्वत:च्या कोषात पाठवावा. (६३) ह्या वचनात ब्राह्मणाला स्वत:ला निधी सापडला नसूनदेखील ब्राह्मणाच्या विशेषाधिकारयुक्त स्थितीवरच केवळ भर दिला आहे, असे नाही, तर त्या निधीवर राजाचा अधिकार प्रस्थापित करण्याचासुद्धा प्रयत्न केला आहे. मनू पुढे असे म्हणतो की, राजा हा भूमीचा अधिपती असल्यामुळे आणि सुनिश्चित रक्षण करण्याचे सामर्थ्य त्याच्यात असल्यामुळे आणि प्राचीन भूमिगत गुप्तनिधी आणि धातू सापडले, तर यांचा $\frac{१}{१२}$ भाग घेण्याचा अधिकार राजाला आहे. (६४) आधीच पाहिल्याप्रमाणे

---

(५५) गौतम, दहा-४३-४५ (५६) वसिष्ठ, तीन, १३-१४. (५७) अ. शा. चार- १ (५८) कित्ता. चार- १, (५९) हिं. रे. सि., पृ. १२१.

कराधान हे नेहमी संरक्षणाबद्दलचे शुल्क समजले जात असे. त्यामुळे राजाचा संपूर्ण किंवा कमीत कमी अंशांनी सर्व निखात-निधींवर अधिकार असे हे सहज समजले जाऊ शकते.

मनूप्रमाणे विष्णूचेसुद्धा असे मत आहे की, जेव्हा राजाला निधी सापडतो, तेव्हा त्याने त्यापैकी १/२ ब्राह्मणांना द्यावा आणि उरलेला स्वत: घ्यावा. [६५] आणि जवळजवळ सर्वच स्मृतिकारांसारखा विष्णूसुद्धा विचार करतो की, ज्याला निधी सापडला आहे अशा ब्राह्मणाने तो सर्वच्या सर्व स्वत:जवळ ठेवावा. [६६] मात्र, विष्णूने यात वर्णविचाराचा एक नवीन घटक प्रस्तुत केला आहे. अशा प्रकारे विष्णूच्या मते, जर एखाद्या क्षत्रियाला निधी सापडला, तर तो प्रत्येकी १/४ भाग राजा व ब्राह्मणाला देईल आणि उरलेला अर्धा स्वत:कडे ठेवील. वैश्य राजाला, ब्राह्मणाला देईल व १/४ स्वत:साठी ठेवील. शूद्र, सापडलेल्या निधीचे १२ भाग करील, त्यापैकी ५-५ भाग प्रत्येकी राजा व ब्राह्मणाला देईल आणि उरलेले दोन भाग स्वत:कडेच ठेवील. [६७] उघडच आहे की ब्राह्मणाला निधी सापडल्यास तो संपूर्ण स्वत:कडेच ठेवील. यालाच केवळ विष्णू अनुमती देतो, असे नाही, तर अन्य वर्णांच्या लोकांना तसाच किंवा तोच निधी सापडल्यास त्यातला ठराविक अंश त्यांनी ब्राह्मणांना द्यावा, अशी व्यवस्थाही त्याने करून ठेवली आहे. [६८] पण ज्या वेळी एखादा अब्राह्मण असलेला गुप्तधनाचा मूळ मालक निधीवर आपला हक्क सांगतो, त्या वेळी मात्र, राजाचा हिस्सा निश्चित करण्यासाठी वर्णाची कसोटी विष्णू स्वीकार करीत असल्याचे दिसत नाही. कारण तो असे म्हणतो की, प्राचीन काळापासून गुप्त असलेला निधी जर सापडला, तर ब्राह्मणांव्यतिरिक्त इतर सर्व वर्णांचे लोक राजाला त्यातील भाग देतील. [६९]

याज्ञवल्क्याने निधीच्या मूळ मालकाच्या अधिकाराच्या बाबतीत मौन

---

(६०) अ. शा., चार.१ (६१) मनु,आठ, ३५-३६. ज्या वेळी गुप्तसंचयाचा मूळ स्वामी स्वत:च ते सापडल्याची सूचना देतो, त्या संदर्भात बहुधा हे श्लोक आले असावेत. मेधातिथि, कुल्लूक आणि राघवानंद ह्यांसारख्या काही टीकाकारांना असे वाटते की १/६ किंवा १/१२ भाग ह्या संबंधातील विकल्प 'तो निधी ज्याला सापडला त्याच्या चारित्र्यावर' आधारित आहे. तर इकडे नारायणाच्या मते राजाने घ्यावयाची रक्कम ज्याला तो निधी सापडला त्याच्या जातीवर अवलंबून असते. प्रस्तुत प्रकरणात मूळ मालकच स्वत: ज्याला निधी सापडला तो मनुष्य आहे, असे दिसते. (६२) मनु., आठ. ३७ (६३) कित्ता, ३८

बाळगले आहे. पण ब्राह्मणाव्यतिरिक्त इतर कोणाला जर निधी सापडला, तर ज्याला तो निधी सापडला त्याला $\frac{1}{६}$ देऊन राजाने तो निधी घ्यावा असे विधान तो करतो. (७०) वर सांगितल्याप्रमाणे या नियमाचा उल्लेख गौतम, वसिष्ठ, आणि कौटिल्यांच्या कृतीमध्ये आहे, पण मनू व विष्णू यांच्या ग्रंथांमध्ये नाही. तथापि, याज्ञवल्क्य या शेवटच्या दोन विधिवेत्त्यांशी सहमत आहे. त्याने असे प्रतिपादन केले आहे की, जेव्हा एखाद्या राजाला निधी सापडतो, तेव्हा त्याने स्वत: व ब्राह्मण यांमध्ये समभागाने त्याची वाटणी करावी. (७१) ज्याला निधी सापडला आहे, अशा ब्राह्मणाच्या, इतर स्मृतिवरून ज्ञात झालेल्या विशेषाधिकृत पदाचे याज्ञवल्क्याने वस्तुत: समर्थनच केले आहे. त्यानुसार एखाद्या विद्वान ब्राह्मणाला जर निधी सापडला, तर त्याने तो पूर्णच घ्यावा, कारण तो सर्वांचा अधिपती आहे. (७२)

नारदाचा दृष्टिकोण मात्र गूढ संक्षिप्त भाषेत आहे. त्याच्या मते जेव्हा एखाद्या व्यक्तीला दुसऱ्यांनी ठेवलेला निधी सापडतो, तेव्हा त्याने तो सर्वप्रथम राजाच्या समोर उपस्थित करावा. कारण ब्राह्मणांव्यतिरिक्त इतर कोणाला निधी सापडला, तर तो राजाचा होतो. (७३) शिवाय एखाद्या ब्राह्मणाला जेव्हा निधी सापडतो, तेव्हा त्यानेसुद्धा राजाला वर्दी द्यावी. राजाने तो निधी ब्राह्मणाला दिल्यानंतर तो घेईल. (७४) निधी सापडल्यानंतर ब्राह्मणाने राजाजवळ त्याची घोषणा करण्यातून राजाच्या निधीवरील अधिकाराला सर्वोच्च प्राथमिकता प्राप्त होते. पण ज्याला निधी सापडला त्याच्या $\frac{1}{६}$ ह्या पारितोषिकाच्या (७५) बाबतीत आणि जो मनुष्य निधीवर आपला हक्क सांगेल व त्यावरची आपली मालकी सिद्ध करील, त्याच्या संबंधात नारदाचे आदेश

---

(६४) कित्ता, ३९ वर सांगितलेल्या १/२ च्या ऐवजी मेधातिथि सामान्य 'हिस्सा' किंवा 'अंश' असे घेतो. त्याचे स्पष्टीकरण देताना तो म्हणतो की ह्या आधीच्या श्लोकामध्ये उल्लेखिलेल्या १६ किंवा १/१२ भाग असा ह्याचा अर्थ आहे. पण अशा प्रकारचे ओढून ताणून आणलेले निर्वचन अनावश्यक आहे. कारण १/२ चा नेहमीचा अर्थ अगदी जवळच्या वरच्या वचनामध्ये अगदी चपखलपणे बसतो. हि. रे. सि., पृ. ११९, टि. १. (६५) विष्णू., तीन. ५६-५७ (६६) कित्ता; ५८. (६७) विष्णू., तीन, ५९-६१, निखातनिधीमधला शूद्राचा वाटा सर्वात कमी जरी असला तरीसुद्धा कौटिल्याने सांगितलेल्या शूद्राच्या पारिश्रमिकाच्या वाट्याच्या तो दुप्पट आहे. (६८) निशीथचुर्णि ह्या ग्रंथामध्ये एका राजाचा उल्लेख आहे. एका व्यापाऱ्याला निखात निधी सापडला, तेव्हा राजाने तो जप्त केला. पण एका ब्राह्मणाला तसाच निखात निधी सापडला, तेव्हा राजाने त्याचा सन्मान केला. (निशीथचुर्णि, २०, पृ. ८१) जैन ह्यांजकडून उद्धृत 'लाईफ ॲज डेपिक्टेड इन जैन कंनन्स्' पृ. ६२.

मूक आहेत.

निखात-निधी व उपनिधींवरील राजाच्या अधिकाराला वाकाटक-गुप्त काळातील अनेक भूमिदानपत्रांद्वारा प्रमाणित केले गेले आहे. उदाहरणार्थ, वाकाटकांचा भूमिदानपत्रांमध्ये दानग्राहकांना दिल्या जाणाऱ्या विशेषाधिकारांच्या यादीत 'सनिधी' व 'सोपनिधी' असा उल्लेख येतो. [७६] त्या कालातील अनेक अभिलेखांसंबंधीच्या लेखपत्रांमध्ये आढळून येणाऱ्या या संज्ञांमधून निखात-निधी व उपनिधी हा अर्थ दर्शविला जातो, असे मानले जाते. विशेषाधिकारांच्या समवेत केल्या गेलेल्या त्यांच्या उल्लेखाचा असा अर्थ होऊ शकेल की, जी भूमी दानात दिली गेली, तिच्यात सापडलेल्या सर्व निधींवर दानग्राहकांना बहुधा अधिकार दिला जात असे. यातून पर्यायाने असे सूचित होते की, निखात-निधी आणि पुरलेले धन हे बहुधा सामान्यत: राजाच्या मालकीचे मानले जात असत.

द्यूतक्रीडा किंवा जुगारसुद्धा राजकीय उत्पन्नाचा एक स्रोत होतो, असे दिसते. 'दुर्ग' *(किल्ल्याने युक्त नगर)* या शीर्षकाखाली राजकीय उत्पन्नाच्या निरनिराळ्या घटकांच्या यादीत अर्थशास्त्राने जुगाराचा *(द्यूत)* समावेश केला आहे. द्यूत आणि फाशांनी खेळण्याच्या कायद्यासंबंधी विचार करीत असताना कौटिल्याने आपणास द्यूताध्यक्षाशी परिचित केले आहे. एकाच स्थानावर हा खेळ चालू ठेवण्याचा निर्बंध

---

(६९) विष्णु, तीन. ६३. (७०) याज्ञ. -तीन विज्ञानेश्वराने केलेल्या निर्वचनाच्या आधाराने ह्या श्लोकाचे भाषान्तर पुढीलप्रमाणे होऊ शकेल. दुसऱ्या कोणत्याही व्यक्तीला निखात निधी सापडला, तर राजाने त्याचा १/६ भाग घ्यावा. जर ज्याला निधी सापडला आहे, अशा व्यक्तीने त्याची माहिती दिली नाही तर त्याला दण्ड देण्यास भाग पाडावे. (राजाच्या हिश्श्याव्यतिरिक्त अधिक) तथापि ह्याचा सरळ अर्थ असा होऊ शकला असता की सापडलेल्या निधीचा १/६ भाग राजाने घ्यावयाचा असे. नंतरच्या अर्थामुळेच जॉली असा विचार करण्यास प्रवृत्त झाला की नंतरच्या उदाहरणामध्ये ज्या अर्थी, राजाविषयी कमी विचार केला गेला आहे त्या अर्थी नंतरच्या काळातील धर्मग्रंथ निखातनिधीच्या संबंधात मूळ सिद्धान्तापासून दूर सरल्याचे दाखवितात. तथापि वस्तुस्थिती अशी आहे की प्रसिद्ध टीकाकार मित्रमिश्राच्या पूर्वी राजाच्या निखातनिधीवरील अधिकारांवर निर्बंध घालण्याची प्रवृत्ती दिसून येत नाही. मित्रमिश्राने मनूच्या एका वचनाचा (मनु. आठ.३९) असा अर्थ घेतला आहे की राजाने निधीचा शेष अर्धा भाग आपल्या कोषात ठेवावा, ज्यामुळे त्याचा न्याय्य प्रामाणिक स्वामी उपस्थित झाल्यास त्याला तो निधी परत देता येईल. हि. रे. सि. पृ. १२२ (७१) याज्ञ., दोन ३४ (७२) कित्ता. दोन ३४

घालण्याचे काम द्यूताध्यक्षाला करावे लागते. त्या स्थानाव्यतिरिक्त अन्यत्र खेळणाऱ्यांकडून १२ पण हा अर्थदंड तो वसूल करतो. (७७) द्यूताध्यक्षाला अशी सूचना दिली गेलेली असते की, जिंकलेल्या डावांच्या ५ प्रतिशत कर म्हणून घ्यावा. शिवाय पाणी, निवासस्थान, फासे आणि खेळाची अन्य उपसाधने पुरविल्याबद्दल शुल्कसुद्धा या करासमवेतच घ्यावे. (७८) जरी राजकीय उत्पन्नाचे एक साधन म्हणून अर्थशास्त्र ध्रूतक्रीडेला मान्यता देते, तरी त्यात त्यापासून होणारे दुष्परिणामसुद्धा निदर्शनास आणले आहेत. कौटिल्याच्या मते योग्य प्रकारे प्राप्त केलेल्या संपत्तीसंबंधी जाणिवेचा अभाव, कुमार्गाने प्राप्त झालेल्या संपत्तीचे ग्रहण करणे, उपभोग न घेताच संपत्तीचा नाश, नैसर्गिक विधींना अवरुद्ध करणे आणि वेळेवर भोजन न केल्याने होणारे बद्धकोष्ठादी अवरोधक रोग, हे द्यूतक्रीडेचे दुष्परिणाम होत. (७९) कौटिल्याने पुढे असेही म्हटले आहे की, विशेषकरून द्यूतक्रीडेमुळेच राज्यसभा आणि राज्यसभेचीच वैशिष्ट्ये असणाऱ्या सहायक संघटनांमध्ये विरोध, द्वंद्व निर्माण होऊन फूट पडते आणि परिणामी त्या नाश पावतात. (८०) एवढे दुष्परिणाम असतानादेखील कौटिल्याने द्यूतापासून होणाऱ्या उत्पन्नामुळे आणि हेरांना, उधळ्या लोकांना व चोरांना हुडकून काढणे ह्या राजकीय कारणांसाठी बहुधा द्यूताला मान्यता दिली आहे. (८१)

आपणास प्रस्तुत असलेल्या काळातील धर्मग्रंथ, अर्थशास्त्राप्रमाणेच द्यूताच्या बाबतीत दोन प्रकारच्या भूमिका प्रतिपादित करतात. काही नैतिकतेच्या आधारावरून त्यावर बंदी घालावी असे म्हणतात. तर राजाच्या कोषाच्या हितसंबंधांच्या दृष्टीने

---

(७३) नारद, सात-६ (७४) कित्ता, सात-७ (७५) वर असे दाखविले गेले आहे की काही धर्मग्रंथकार नेहमी निधीचा १/६ भाग हा ज्याला निधी सापडला, त्याचा हिस्सा म्हणून सांगतात, तर जेव्हा मूळ मालक निधीवरील आपला हक्क सांगतो, तेव्हा १/६ किंवा १/१२ राजाकडून घेतला जाणारा भाग असे काहीजण सांगतात. राजाकडून हक्क म्हणून सांगितलेला कराचा सामान्य दर सुद्धा बहुधा १/६ होता. अर्थात १/१२ हा दर अज्ञात होता, असे नाही. (वर उद्धृत मनूचे वचन पाहा) ह्या आधारावरून निखातनिधीचे सिद्धान्त व कराधानाचे सिद्धान्त कोणत्या तरी प्रकारचा संबंध असल्याचे कोणी सुचवू शकेल. तथापि पुराव्याच्या अभावी निश्चितपणे काहीही सांगता येत नाही. (तुलनेसाठी पाहा - ज. न्यू. सो. इं. गोल्डन ज्युबिली नंबर, पृ. १३६ टि. २) (७६) वाकाटकांच्या बहुतेक सर्व राजलेखांमध्ये हे शब्दप्रयोग आहेत. राष्ट्रकुल लेखपत्रा मध्ये ह्या संबंधात निधिनिक्षेप ह्या शब्दप्रयोगाचा उपयोग आहे (तुलनेसाठी पाहा - इं अं. दोन, पृ. ३०१, एकोणवीस, पृ. ३४६ इ.)

काही त्याला मान्यता देतात. उदाहरणार्थ, सज्जन प्रजांना जुगारी लोक उपसर्ग पोचवितात, म्हणून राजाने त्यांना शिक्षा करावी, असे मनूचे विधान आहे. (८२) अन्यत्र मनूने (८३) राजाच्या प्रजांच्या बाजूने असलेल्या काट्यांच्या एका जातीमध्ये त्यांचा समावेश केला आहे. शान्तिपर्वाची (८४) भूमिकासुद्धा अशीच आहे. त्यात असे म्हटले आहे की, दारूची दुकाने, वीट आणि वेश्या, जुगारी आणि जुगाराचे अड्डे चालवणारे आणि यांसारखे लोक राज्यात अव्यवस्था निर्माण होण्याच्या मुळाशी असतात. त्यामुळे अशा लोकांवर नियंत्रण ठेवले पाहिजे. तथापि, ह्यासंबंधी नारदाचे (८५) एक वक्तव्य उद्धृत केले जाऊ शकते. तो म्हणतो की, एखादा जुगारी राजाला त्याचा योग्य वाटा चुकता करून जर सार्वजनिक स्थानी द्यूत खेळत असेल, तर तो काही चुकीची गोष्ट करीत आहे, असे समजले जाऊ नये. त्याचप्रमाणे याज्ञवल्क्य (८६) शासनाच्या देखरेखीखाली द्यूतक्रीडा करण्याची परवानगी देतो. यासाठी त्याने कारण दिले आहे की, त्यामुळे चोरांचा तपास लागू शकतो. पण त्याचे असे मत आहे की, जे लपून-छपून द्यूत खेळतात, त्यांना बदनाम करून हाकलून दिले पाहिजे, असे त्याचे मत आहे. कात्यायनाचे (८७) प्रतिपादन असे की, द्यूतक्रीडेवर संपूर्ण बंदी पाहिजे. आणि जर त्याला मुभा द्यायचीच असेल, तर मग ती उघडपणे खेळण्यास परवानगी द्यावी. द्यूतक्रीडेच्या मंडपासमोर एक कमान उभारावी म्हणजे सभ्य माणसांचा वस्तुस्थितीसंबंधी अपसमज होणार नाही, असेही तो सांगतो. शिवाय राजाने त्यावर राजस्व आकारावे. (८८) तो पुढे म्हणतो की, जुगाऱ्याने राजाला त्याचा वाटा देऊन झाल्यावर कुठलाही गुन्हा (८९) करतो आहो, असे न समजता उघडपणे द्यूतक्रीडा चालू ठेवावी. यावरून असे दिसते की, मनू द्यूतक्रीडेला मज्जाव करतो, तर बाकीचे स्मृतिकार ती उघडपणे चालत असल्यास व शासनाला राजस्व दिले जात असल्यास तिला अनुमती देतात.

कौटिल्याने (९०) असा नियम घालून दिलेला आहे की, जिंकलेल्या डावांच्या प्रतिशत या दराने द्यूतकाराने राज्याला कर दिला पाहिजे. नारदाचे (९१) असे मत आहे की, द्यूतगृहाच्या मालकाने *(साभिक)* खेळाची व्यवस्था करावी, आणि जिंकल्या गेलेल्या डावांचे पैसे भरावेत. खेळाचे संचालन केल्याबद्दल त्याने १० प्रतिशत या प्रमाणात नफा घ्यावा. तथापि, याज्ञवल्क्याने (९२) मात्र द्यूतगृहांच्या प्रभारी व्यक्तीला

---

(७७) अ.शा., तीन, २० (७८) कित्ता- प्रत्येक जोडीला एक काकीण ह्या दराने अक्ष (फासे) पुरविले जात असत. (७९) कित्ता - आठ. ३. (८०) कित्ता (८१) कित्ता - ती. १९.

अशा प्रकारे पैसे देण्यासाठी दोन वेगवेगळे दर सांगितले आहेत. तो म्हणतो की ज्या वेळी १०० पण किंवा त्यापेक्षा अधिक रकमेचा डाव असेल, त्या वेळी द्यूतगृहाचा व्यवस्थापक द्यूत खेळणाऱ्यापासून *(द्यूतकारापासून)* ५ प्रतिशत रक्कम घेईल, आणि १०० पणांपेक्षा कमी रकमेचा डाव असल्यास १० प्रतिशत घेईल. अपरार्कने [९३] असे स्पष्टीकरण दिले आहे की, सभिकाला विजेत्या द्यूतकाराकडून ५ प्रतिशत आणि पराजित द्यूतकाराकडून १० प्रतिशत रक्कम प्राप्त करावयाची असे. याज्ञवल्क्याच्या अनुसार सभिकाने *(द्यूतगृहाच्या स्वामीने)* द्यूतकक्षामध्ये द्यूताचे संचालन करण्याव्यतिरिक्त, एक निश्चित अंश राजाकडे भरावा. [९४] कात्यायनाचा नियम असा आहे की, द्यूतगृहाच्या व्यवस्थापकाने पराजित पक्षाकडून १० प्रतिशत रक्कम आपला नफा म्हणून घेतल्यानंतर आपणहूनच राजाला त्याचा योग्य वाटा द्यावा. [९५] जरी मतभिन्नता असली, तरी १० प्रतिशत या दराला सामान्यत: मान्यता दिली जात असावी, असे दिसते. शिवाय ही गोष्टसुद्धा लक्षात घेतली पाहिजे की, इतर धर्मग्रंथांमध्ये फासे आणि खेळाची इतर सहायक उपकरणे पुरविल्याबद्दल जास्तीचा अधिभार घेण्यास सांगितलेले नाही. अर्थशास्त्रात मात्र तसे आहे. त्यामुळे ही गोष्ट असंभवनीय नाही की स्मृतींनी घालून दिलेल्या १० प्रतिशत ह्या दरात केवळ राजाच्याच वाट्याचा अंतर्भाव होत असे असे नाही, तर द्यूतासाठी ज्या आवश्यक वस्तूंचा पुरवठा सभिक करीत असे, असे सांगितले आहे, त्या सभिकाला द्याव्या लागणाऱ्या शुल्काचा समावेशसुद्धा बहुधा ह्या १० प्रतिशत रकमेत होत असावा.

कराधानाच्या वर उल्लेखिलेल्या विषयांव्यतिरिक्त गुप्तकालापासून नंतर काही धार्मिक किंवा कौटुंबिक धर्मकर्मांवर कर लादण्याची वा वसूल करून घेण्याची आतापर्यंत अज्ञात असलेली एक प्रवृत्ती आकारास येऊ लागली, असे दिसते. विष्णुसेनाच्या एका राजलेखामध्ये स्थानीय व्यापाऱ्यांच्या हितसंबंधांना अनुकूल असलेल्या एका विशेषाधिकाराचा पुढील प्रकारे उल्लेख आहे.-''विवाहयज्ञोत्सव-सीमन्तोन्नयनेषु च शुल्क न प्रदापयेत् [९७] सरकारांनी [९८] ह्याचे स्पष्टीकरण देताना असे म्हटले आहे की, विवाहासारख्या समारंभावर कर लावले जाऊ नयेत असा ह्याचा अर्थ आहे. पण वर उल्लेखिलेल्या वाक्यांशातून, ''विवाह, यज्ञ, तीर्थयात्रोत्सव

---

(८२) मनु., नऊ २२४-२२८ (८३) कित्ता, नऊ. २५८. (८४) शां. प. एकोणनव्वद, १३-१४. (८५) नारद, सतरा. (८६) याज्ञ, दोन, २०२-२०३. (८७) कात्यायन, श्लोक १३४ (८८) कित्ता १३५ (८९) कित्ता १३१ (९०) मागे पहा. (९१) नारद, सतरा २.

किंवा सीमन्तोन्नयन संस्कार ह्यांसाठी *(उपस्थित राहण्यास सीमा पार करणाऱ्या लोकांवर) (सीमा)* कर नव्हता,'' असे सूचित होते, असा ह्याचा अर्थ कोसंबींनी [९९] घेतलेला आहे. दोन्ही स्पष्टीकरणावरून एक गोष्ट अगदी उघड आहे की, जे लोक काही विशिष्ट कौटुंबिक व धार्मिक समारंभ आणि संस्कार करीत असत, त्यांच्याकडून कोणत्या तरी प्रकारचे उत्पन्न वसूल केले जात असे. ह्या राजलेखातून हीच कल्पना पुढेही प्रकट झालेली आहे. कारण त्यात पुढील वाक्यांश आहे- ''वरयात्राया शुल्कादि *(ति)* यात्रिके रूपका: द्वादश: पट्टकधार्मिक रूपक: सोपाद: रु. १ $\frac{1}{4}$'' [१००] सरकारांच्या[१०१] मते ह्या वाक्यांशाचा अर्थ असा आहे की, जर एखाद्या वरयात्रेच्या मिरवणुकीला वधूगृही पोहोचण्यासाठी एखाद्या राज्याची किंवा जिल्ह्याची सीमा पार करावी लागत असेल, तर त्यासाठी १२ रजतमुद्रा पार करण्याचे शुल्क म्हणून द्याव्या लागत असत. पण ''पट्टक'' म्हणजेच पारपत्रान्वये ती मिरवणूक वैध ठरत असेल, तर १ रजत मुद्रा एवढेच भाडे किंवा शुल्क होते. अशा रीतीने केवळ विवाह करण्याच्या समारंभावरच कर लावला जात होता, असे नाही, तर विवाह करणाऱ्या *(वर)* पक्षालाही काही शुल्क द्यावे लागत असे.

काही कौटुंबिक संस्कार व समारंभावर कर लावण्याची प्रथा नंतरच्या काळातही चालू राहिली, हे अनुमान काही सत्य घटनांवरून करता येते. मध्य भारतात इ. स. च्या आठव्या शतकांनंतर तिवरदेव उदयास आला असे दिसते. त्यांच्या आदिनांकित राजीम ताम्रपत्रामध्ये ''दारद्रणक'' *(विवाह उपकर)* [१०२] असा शब्दप्रयोग आहे. शब्दकोशामध्ये ''दार'' शब्दाचा अर्थ दरी, विवर, छिद्र, नांगरलेले शेत, फली असा दिलेला आढळतो. पण त्यामध्ये ''द्रणक'' शब्दाचा अर्थ दिलेला नाही किंवा त्याचे स्पष्टीकरण देऊ शकणारा मूळ धातू किंवा व्युत्पत्तीसुद्धा दिली नाही. फ्लीटचे मत असे आहे की, दारद्रणकातून एकतर कोणता तरी कृषि उपकर किंवा विवाहकर यांचा उल्लेख होत असावा. [१०३] पुढे असाही युक्तिवाद करण्यात आला आहे की, ज्या अर्थी या शब्दप्रयोगाची नोंद गाव दान देण्याच्या संबंधात केली गेलेली आहे, त्या अर्थी अशी शक्यता आहे की, ह्या राज्यकोषीय संज्ञेने कृषिकरच दर्शविला जातो, विवाहावरील कर नव्हे. [१०४] अर्थात

---

(९२) याज्ञ, दोन. १९९. (९३) 'हिस्टरी ऑफ धर्मशास्त्र' मध्ये (पृ. ५३९) उद्धृत. (९४) याज्ञ, दोन - २०० (९५) कात्यायन - श्लोक ९३६. (९६) याचा संदर्भ नाही (९७) ए. इं. तीस, नं. क्र. ३०, १.२५. (९८) कित्ता, पृ. १७७.

जरी ''दारद्रणक''चा अर्थ विवाह उपकर असा होऊ शकत नसेल, तरी नंतरच्या अभिलेखांवरून असे निर्णायकपणे सिद्ध होते की, विवाह, उपनयनासारखे समारंभच केवळ नव्हे, तर यौवनावस्थेची प्राप्ती किंवा ऋतुप्राप्ती हीसुद्धा कराधनाचा विषय होती.[१०५]

आतापर्यंत चर्चिलेल्या राजकीय उत्पन्नाच्या विषयांव्यतिरिक्त राजस्वाच्या काही साधनांच्या समूहाची दखल घ्यावयास पाहिजे. या साधनांचे स्वरूप वस्तुतः अनियमित आहे. आपण काही विशिष्ट लोकांचे सर्वस्वापहरण करण्याच्या संबंधात असलेल्या नियमापासून प्रारंभ करू शकतो. अशा प्रकारच्या लोकांच्या जमाती अधार्मिक व पापी समजल्या जात असत. शान्तिपर्वाच्या एका अध्यायात अशा प्रकारच्या लोकांचे एक महत्त्वाचे उदाहरण आहे.[१०६] त्यात ब्राह्मणांचे चार श्रेणींमध्ये विभाजन केलेले आहे. (१) देवासमान असणारे (२) शूद्र, (३) क्षत्रिय, (४) वैश्य. ब्राह्मणांच्या दुसऱ्या श्रेणीच्या संबंधात शान्तिपर्वात असे म्हटले आहे की, धार्मिक राजाने अशा प्रकारच्या लोकांकडून आवश्यक श्रम (विष्टि) त्याचप्रमाणे कृषिकर *(बलि)* वसूल करावा.[१०७] तिसऱ्या आणि चौथ्या श्रेणींबद्दल आपणास असे सांगितले गेले आहे की, ज्या राजाचा कोश रिक्त आहे, त्याने ह्या लोकांवर कृषिकर लावावा.[१०८] ह्या विलक्षण व्यवस्थेच्या आधारासाठी शान्तिपर्वाने एक वैदिक सूत्र उद्धृत केले आहे. जे ब्राह्मण नाहीत, त्याचप्रमाणे जे ब्राह्मण असूनसुद्धा आपली धर्मकृत्ये निष्ठापूर्वक पार पाडत नाहीत, त्या सर्व लोकांच्या संपत्तीचा स्वामी राजा असतो हे सिद्ध करण्यासाठी ते वैदिक सूत्र दिलेले आहे.[१०९] ह्या सिद्धान्तानुसार जे लोक कधीही धर्मकृत्ये व यज्ञांचे अनुष्ठान करीत नाहीत, अशा लोकांची सर्व संपत्ती क्षत्रियाने घेऊन टाकावी.[११०] आणि अशा संपत्तीतून त्याने आपल्या सैन्याची व्यवस्था करावी व यज्ञ करावेत.[१११] पण शान्तिपर्वात तर अशा लोकांची संपत्ती सरकारजमा करून त्यातून राज्याचे खर्च भागविण्याची परवानगीसुद्धा दिली आहे. अशा रीतीने एखाद्याने, विशेषेकरून ब्राह्मणाने, यज्ञ प्रारंभ केला आणि यज्ञाला लागणाऱ्या अनुमानित व्ययाच्या रकमेची कमतरता भासल्यामुळे तो यज्ञ पूर्ण होऊ शकत नाही, तर मग ज्या वैश्याजवळ

---

(९९) ज. इ. सो. हि. ओ., दोन, पृ. २८९. (१००) ए.इं.तीस, क्र. ३०, ११.२५-२६. (१०१) कित्ता, पृ. १७८. तुलनेसाठी पाहा, कोसंबी, 'इंडियन फ्यूडल ट्रेड चार्टर्स' ज.इ.सो.हि.ओ., दोन पृ. २८९. (१०२) कॉ. इं. इं., तीन, क्र. ८१, २१-२२. (१०३) कित्ता, पृ. २९९ टि.

विपुल पशुधन आहे, पण जो यज्ञापासून पराङ्:मुख आहे आणि जो सोमपान वर्ज्य करतो, अशा वैश्याच्या आप्तस्वकीयांपासून *(आणि अर्थातच वैश्यापासूनसुद्धा)* त्याची संपत्ती घेऊन टाकावी.(११२) त्याचप्रमाणे शूद्रांनादेखील हा नियम लागू आहे.(११३) प्रस्तुत संदर्भात मनूनेसुद्धा हाच आदेश दिला आहे.(११४) मात्र, राज्यकोष फुगविण्याचा एक उपाय म्हणून अधार्मिक व्यक्तीची संपत्ती सरकारजमा करण्याचा उल्लेख आपल्या काळातील दुसऱ्या कोणत्याही साधनात नाही. बहुतेक सर्व धर्मग्रंथांमध्ये अधार्मिक व्यक्तीची संपत्ती सरकारजमा करण्याच्या राजकीय परमाधिकाराचा उल्लेखसुद्धा नाही. कारण त्यातून व्यक्त होणारा अभिप्राय ब्राह्मणांना आश्चर्यचकित करणारा होता, हे स्पष्ट आहे.

अधार्मिक आणि कर्तव्यच्युत ब्राह्मणांना काही विशेष कर देण्याची जबाबदारी असे, अशा प्रकारचा दुसरा एकही पुरावा नाही. तरीही इ. स. च्या ६ व्या शतकाच्या शेवटच्या २५ वर्षांमध्ये किंवा सातव्या शतकाच्या प्रारंभीच्या काही वर्षांमध्ये केवळ पुरोहित वर्गाला काही लाभ मिळावा म्हणून अब्राह्मणांना अंशरूपाने कोणत्या तरी प्रकारे काही द्यावे लागत असे, असा विश्वास ठेवण्यास कारणे आहेत. वलभीच्या मैत्रकांच्या अनेक अभिलेखांमध्ये असा उल्लेख आहे की, "ह्यापूर्वी मंदिरे आणि ब्राह्मणांना दिली गेलेली दाने आणि ब्राह्मणांचा अंश *(पूर्वप्रदत्तदेवब्रह्मदेयब्राह्मणविंशतिरहित:)*(११५) या गोष्टींना वगळून दानग्राहकांना भूमिदान केले जात आहे. ब्युल्हरने(११६) "ब्राह्मणविंशति" ह्या शब्दप्रयोगाचा अर्थ ब्राह्मणांसाठी गावावर लावलेला एक लहानसा कर (१) *(अल्पांश कर)* असा उल्लेख केला आहे. घोषालांनीसुद्धा ह्याच स्पष्टीकरणाचे अनुसरण केलेले आहे. याला आधार म्हणून राजपुतान्यातील काही राज्यांमध्ये प्रचलित असलेल्या काही नियमांचा व परिस्थितीचा आधार त्यांनी दिलेला आहे. तेथे उन्हाळ्याच्या हंगामात शेतकऱ्यांकडून $1/40$ च्या दराने एक मामुली अंश घेण्याचा अधिकार ब्राह्मणांना नंतरच्या काळात होता.(११७) तथापि, ब्राह्मणविंशति यामधून दर्शविले गेलेले देय मात्र   च्या दराने दिले जात होते, हे त्या शब्दप्रयोगातूनच सूचित होते. अर्थातच हा

---

(१०४) सालेतोर 'लाईफ इन गुप्त एज', पृ. २५३. (१०५) आळतेकर - 'राष्ट्रकूटाज अँड देअर टाईम्स' पृ. २३२, तुलनेसाठी पाहा - 'गृहकृत्य' नामक कार्यालयाच्या पावत्या - राजतरंगिणी - पाच - १५७, सात ४२. (१०६) शां. प. सत्याहत्तर २-६. (१०७) कित्ता, सत्याहत्तर, ७. (१०८) कित्ता, सत्याहत्तर, ८-९. (१०९) कित्ता, तुलनेसाठी पाहा - कित्ता, अठ्ठ्याहत्तर - २. (११०) कित्ता, एकशे चौतीस २. (१११) कित्ता, ४.

अंश केवळ अब्राम्हणांनीच द्यावयाचा असे हे स्पष्ट होते. नंतरच्या काळात प्रचलित असलेली प्रथा लक्षात घेता, असे अनुमान काढता येते की, वर उद्धृत केल्या गेलेल्या शान्तिपर्वातील वाक्यांशात उल्लेखिली गेलेली अधार्मिक ब्राह्मण व शूद्रांवर कर लावण्याची कल्पना जर कधी काळी प्रत्यक्ष व्यवहारात अमलात आणली गेलीच असली, तर तो केवळ अब्राह्मणांपुरतीच मर्यादित असावी. शिवाय राज्यकोषीय मुक्ति *(सूट)* आणि विशेषाधिकारांवर ब्राह्मणांचा अतिशयित दावा लक्षात घेतल्यास त्यांच्यामधील अधार्मिक ब्राह्मणांनासुद्धा एखादा विशेष कर द्यावा लागत असे, ह्याबद्दल शंका निर्माण होते.[११८]

राजाच्या उत्पन्नाचा किंवा प्राप्तीचा आणखी एक वर्ग होता. त्याचे स्वरूप निश्चितपणे अनियमित होते. विदेशी राज्यांची संघटित किंवा असंघटित लूट असे ज्याला म्हणता येईल, त्यांच्याशी हा वर्ग संबंधित होता. अर्थशास्त्राने[११९] सैन्यदलाच्या सात वेगवेगळ्या वर्गांचा उल्लेख केला आहे. त्यांपैकी दोन तुकड्यांची सर्व व्यवस्था कच्च्या मालावर *(कुप्य)* आणि विदेशी राज्यांच्या लुटीच्या *(विलोप)* साह्याने केली जावयाची असे. यावरून विदेशी राज्यातील प्रदेशांच्या संघटित लुटीच्या पद्धतीचा स्पष्टपणे निर्देश होतो. हा प्रकार मराठा राज्यांच्या चौथाई आणि सरदेशमुखीशी मिळताजुळता आहे.[१२०] जरी आपल्या काळातील धर्मग्रंथ ह्याच्याशी पूर्णतः समान्तर प्रकाराची माहिती पुरवीत नसले, तरी खासगी व्यक्तींकडून विदेशी राज्याची परवान्याने युक्त अशी लूटमार होत असल्याची काही उदाहरणे हे धर्मग्रंथ देतात. असे लोक बहुधा नफ्याचा विशिष्ट हिस्सा राजाला देत असत. बृहस्पतीचे असे मत आहे की, आपल्या राजाच्या परवानगीने जर लुटारूंनी शत्रुराज्यातून असे काही लुटून आणले, तर त्याचा १/६ भाग त्यांनी राजाला द्यावा.[१२१] आणि अवशिष्ट भाग योग्य प्रमाणात आपापसात वाटून घ्यावा. कात्यायनाचा असा नियम आहे की, आपल्या राज्याच्या आदेशावरून लुटारूंच्या टोळीने शत्रुराज्यातून आणलेली लूट विभाजित केली जाईल. त्यातील १/१० भाग राजासाठी ठेवला जाईल.[१२२] बृहस्पतीने हा दर सांगितला आहे, तर कात्यायनाने १/१० हा दर निर्दिष्ट केला आहे. स्मृतिचंद्रिकेत असे स्पष्टीकरण दिले आहे की, बृहस्पतीचा श्लोक अत्यंत शक्तिशाली शत्रूंच्या

---

(११२) कित्ता, एकशे एकोणसाठ. ७. (११३) कित्ता, ८. (११४) मनु, अकरा, ११.१३. (११५) इं. अॅ., सात पृ. - ७५, ७९,८५, पंधरा पृ. ३४०, ए. इं. आठ, क्र. २० (ए), एक ४५. क्र. २० (बी), एक ४८. (११६) इं. अॅ., पंधरा पृ. ३३७.

बाबतीत लागू पडतो आणि कात्यायनाचा निर्बल शत्रूच्या बाबतीत लागू पडतो.(१२३) उलटपक्षी चण्डेश्वर आपल्या "विवाद-रत्नाकरात"(१२४) असे सांगतो की, किंवा $\frac{१}{१०}$ हे त्या देशाच्या निकट किंवा दूर असण्यावर अवलंबून आहे. या दोहोंपैकी कोणतेही स्पष्टीकरण बरोबर असो, या बाबतीत मात्र मुळीच शंका नाही की, कोणत्या तरी प्रकारच्या परवान्याच्या आड खासगी व्यक्तींकडून शत्रुप्रदेशांच्या केल्या जाणाऱ्या लुटीने राज्याला बरेच उत्पन्न प्राप्त करून दिले असावे.

पराजित सामन्त, शासक किंवा जमातींकडून मिळालेले उपहार किंवा खंडणी राजाच्या मुद्राकोषात भर घालत असावेत. मनूच्या एका वचनात असे सांगितलेले आहे की, युद्धापासून प्राप्त झालेले उत्पन्न म्हणजे राजाच्या जीवननिर्वाहाचे एक न्याय्य साधन होय.(१२५) महाभारतात(१२६) पराजित सामन्तांकडून अर्जुन खंडणी घेत असल्याचे वर्णन आहे. शान्तताकालातदेखील या पराजित सामन्तांना एखाद्या असामान्य मागणीसमोर झुकणे बहुधा भाग असे. जेव्हा दुर्योधनाने राजसूय यज्ञ करण्याची इच्छा प्रकट केली, तेव्हा पुरोहित म्हणाला, "हे राजा, या पृथ्वीवरचे हे सर्व राजे तुला करभार देणारे झाले आहेत, ते तुला आपले उपहार शुद्ध व अशुद्ध सुवर्णाच्या रूपात देतील"(१२७) सामान्यत: देत असलेल्या उपहारांचा उल्लेख आहे. विजित राजा एखाद्या देशाला चिरडून जात असे आणि तेथून घोडे (१२८), हत्ती, (१२९)सुवर्णाच्या राशी(१३०) आणि इतर समूल्य उपहार(१३१) वसूल करून देत असे, अशा प्रकारे त्याने विजेत्या राजाचे वर्णन केले आहे.

उपहारांना "उपायन" (१३२) म्हणून ओळखले जाते. समुद्रगुप्ताच्या (१३३) अलाहाबाद स्तंभलेखातसुद्धा ह्याचा उल्लेख आहे. विदेशी सत्ता व परास्त प्रतिपक्षीयांकडूनसुद्धा अशा प्रकारचे उपायन येत असे. हे लोक पैशांमध्ये आपला उपहार किंवा कर देत असत. गुप्तसाम्राज्याच्या कालात खरोखरच फारच मोठ्या प्रमाणात अशा प्रकारचे उपहार आणि करभार यांपासून उत्पन्न झाले असावे, असे अनुमान सयुक्तिक होईल. कारण गुप्तांची नीती विस्तारवादी होती आणि आपल्या नीतीचे अनुसरण त्यांनी विलक्षण यशस्वी रीतीने केले. शिवाय गुप्तसाम्राज्याचे स्वरूप विस्तृत व अति दूरवर पसरलेले असल्यामुळे बहुधा लोकांकडून प्रत्यक्ष कर घेणे कठीण होत असे. त्यामुळे गुप्तसम्राट काही अंशी तरी त्यांना पराजित केलेल्या

---

(११७) हि. रे. सि., पृ. २२१ आणि टि. २. (११८) कराधानापासून ब्राह्मणांना मिळणाऱ्या मुक्तीसाठी पहा. - प्रकरण १०. (११९) अ. शा., नऊ. २. (१२०) हिं. रे. सि., पृ. १२४. (१२१) बृहस्पति, तेरा. ३८. (१२२) कात्यायन, श्लोक ६३३.

राजापासून प्राप्त करभारावर समाधान मानत असत, हे असंभव नाही.

✤

प्रकरण - ८ वे

आपत्कालीन राजस्व

कायदा आणि राजनीतीवरील साहित्यात केवळ सर्वसामान्य काळी लागू पडेल अशा प्रकारच्या कराधानाच्या पद्धतीचा अन्तर्भाव केला आहे असे नसून राजा किंवा राज्याच्या असाधारण आवश्यकतांसाठी सुद्धा व्यवस्था करण्याचाही त्यात प्रयत्न केला आहे. [१] त्यानुसार कौटिल्याने असे म्हटले आहे की, राजाच्या रिक्त कोषाची पूर्ती करून घेण्याचे एक महत्त्वाचे साधन म्हणजे लोकांकडून त्यांच्या सौजन्यानुसार *(प्रणय)* कर किंवा धन वसूल करून घ्यावे. पण ह्या उपायाचा अवलंब एकापेक्षा अधिक वेळ करू नये. [२] सोने, चांदी, हिरे, रत्ने, मोती, पोवळी, घोडे व हत्ती ह्यांचा व्यापार करणाऱ्यांनी ५० प्रतिशत, कापड आणि हलक्या - कमी प्रतीच्या धातूंचा व्यापार करणाऱ्यांनी ४० प्रतिशत, धान्याचे व्यापारी आणि वाहनांद्वारा वाहतुकीची व्यवस्था करणाऱ्यांनी ३० प्रतिशत आणि अशाच प्रकारे अन्य लोकांनी त्या त्या प्रमाणात राजाला द्यावेत. [३] पैसा उभा करण्यासाठी कौटिल्याने जो मार्ग सुचविला आहे, तो अन्याय्य आहे, असे आमचे मत आहे. एखाद्या सुवर्णकाराची सर्वच संपत्ती सरकारजमा व्हावी किंवा सर्वात धनवान प्रवासी व्यापाऱ्याचा एखाद्या दरोडेखोराने किंवा शत्रूने केल्याप्रमाणे गुप्तपणे वध केला जावा. [४] कौटिल्य स्वत: ब्राह्मण असूनसुद्धा, विश्वसनीय लोकांकडून राजासाठी पैसा गोळा करण्यासाठी

---

(१२३) कित्ता, पृ. २४९ टि. (१२४) कित्ता. (१२५) मनु., सात, ९८. (१२६) म. भा. दोन - २७-२८, दोन ३०-२८. दोन २८.६ (१२७) कित्ता - तीन, २५५, १६-१७. (१२८) रघु. - चार - ७० (१२९) कित्ता - ८३. (१३०) कित्ता - ७०. (१३१) कित्ता- ८४. (१३२) कित्ता - ७९-८४, सोळा ३२. (१३३) कॉ. इं. इं. तीन, क्र. १, १.२४.

मंदिरामधील कोष जप्त करणे, नवनवीन पंथ निर्माण करणे किंवा अचानक चमत्कृतिपूर्ण घटना लोकांसमोर प्रस्तुत करणे ह्यासारख्या गोष्टींची शिफारस त्याने केली आहे, ही मोठी विचित्र गोष्ट आहे. [५] मौर्यांनी हे उपाय प्रत्यक्षात उपयोगात आणले होते असे दिसते. कारण पतंजलीने अशी माहिती दिली आहे की पैसे मिळावेत म्हणून त्यांनी काही पंथांची स्थापना केली होती. [६] मौर्योत्तर आणि गुप्तकाळात प्रणय ह्या साधनाचे केले जाणारे करारोपण लुप्त झाले नव्हते. जुनागढ शिलालेखात [७] प्रणय किंवा इतर कर लादून लोकांवर अत्याचार न करता सुदर्शन बांध बांधल्याबद्दल रुद्रदामनला अभिमान वाटतो, ह्याचा अर्थ असाही घेतला जाऊ शकतो की 'प्रणय' पद्धतीचे करारोपण अनिष्ट, अवांच्छनीय समजले जात असे आणि जेव्हा शक्य असेल तेव्हा टाळले जात असे. द्वितीय विंध्यशक्तीच्या *(इ. चे ४ थे शतक)* असा निश्चित केला जाऊ शकेल. त्याच्या वाशिम ताम्रपत्रावरूनसुद्धा [८] 'प्रणय' पद्धतीची मागणी प्रचलित होती, असे सिद्ध होते. पण दुसऱ्या कोणत्याही तत्कालीन अभिलेखात ह्याचा उल्लेख नाही.

आपणास प्रस्तुत असलेल्या काळातील धर्मग्रंथांमध्येसुद्धा 'प्रणय' पद्धतीच्या करारोपणाचा उल्लेख केला गेलेला नाही. संभवत: असे झाले असावे की मौर्योत्तर आणि गुप्तकालामध्ये हे करारोपण आधीच्या काळापेक्षा तुलनेने पाहता लोकांना जास्त क्षुब्ध करणारे होत असावे. त्या काळातील प्रासंगिक आवश्यकतांना पूर्ण करण्यासाठी काही मुद्रास्फीतिकारक *(इन्फ्लेशन)* उपाय अवलंबिले गेले असे दिसते. तत्कालीन मुद्रांकनाच्या मापनशास्त्राच्या (Metrology) अभ्यासावरून वरील अनुमान आपणांस काढता येते. कुषाण शासनाच्या नंतरच्या काळात मुद्रा पद्धतीमधील वेगवेगळ्या मुद्रांच्या किंमती, त्यांच्या नावापेक्षा किंवा अंकित खऱ्या किंमतीपेक्षा घटल्या होत्या असे दिसते आणि अपेक्षेप्रमाणे अर्थातच सुवर्णमुद्रा अधिकाधिक हिणकस होऊ लागल्या आणि तांब्याच्या नाण्यांचे वजन सातत्याने कमी होऊ लागले होते. [९] अशा प्रकारच्या मुद्रास्फितिकारक *(इन्फ्लेशन)* उपायांचा आश्रय घेण्याचे कारण आर्थिक संकटांना तोंड देण्यासाठी केला गेला असावा हे असंभवनीय नाही. हे आर्थिक संकट शकांच्या काळातील राजकीय अस्थिरतेमुळे

---

(१) हिं. रे. सि.पृ. १२५ (२) अ. शा., पाच २. (३) कित्ता. (४) कित्ता. (५) कित्ता. (६) मौर्यैर्हिरण्यार्थिभिरर्चाः प्रकल्पितः पाणिनीवरील पतंजलीचे भाष्य, ५.३.९९

निर्माण झाले असावे. त्याचप्रमाणे द्वितीय चन्द्रगुप्ताचा पौत्र स्कन्दगुप्त ह्याच्या राज्यकालाविषयी सांगत असताना स्मिथने एका विशिष्ट वित्तीय उपायाचा उल्लेख केला आहे. असाधारण *(अर्थ)* संकट आले असताना गुप्त राजे अवलंबित असलेल्या राज्यकोषीय नीतीचे स्वरूप त्यावरून स्पष्ट होते. तो लिहितो- त्यांच्या *(स्कन्दगुप्ताच्या)* प्रारंभीच्या उत्कर्षाच्या काळातील सुवर्णमुद्रा त्याच्या पूर्वजांच्या काळातील मुद्रांच्या वजनाच्या आणि कारागिरी व सुबकतेच्या दृष्टीने बरोबरीच्या होत्या. पण नंतरच्या काळातील मुद्रांचे एकूण वजन केवळ वाढले आणि प्राचीन हिंदू 'सुवर्ण' शब्दाशी केवळ मिळतेजुळते होईल, असे झाले. त्यामधील प्रत्येक मुद्रेतील शुद्ध सुवर्णाची मात्रा प्रत्येकी १०८ ते ७३ रत्ती कमी झालेली दिसते. [१०] स्कन्दगुप्ताच्या साम्राज्याला हूण हे फारच बाधादायक होते. ह्या हूणांना घालवून देण्याच्या प्रयत्नांना जे आर्थिक पाठबळ लागत होते, त्यासाठी स्कन्दगुप्ताने अर्थव्यवस्थेमध्ये जाणूनबुजून थोडीफार चलनवाढ केली असावी. पण हे मत स्वीकारताना थोडी अडचण येते. असे सुचविले गेले आहे [११] की हिणकस सुवर्णाची नाणी गुप्तांच्या अतिपूर्वेकडील प्रदेशातील होती. आणि ह्या प्रदेशाला हूणांच्या आक्रमणाचा उपद्रव झाला नव्हता. काहीही असले तरी ही गोष्ट विशेष लक्षणीय आहे की पूर्वीच्या काळात अज्ञात असलेली चलनवाढ *(इन्फ्लेशन)*, आपणास प्रस्तुत असलेल्या काळात काही वेळा जाणूनबुजून निर्माण केली जात होती.

नंतरच्या काळातील साहित्यात कौटिल्याची छन्दबुद्धी प्रतिबिंबित झालेली दिसत नाही. शान्तिपर्वात आपत्कालीन वित्त व्यवस्थेची समस्या अगदी थोडक्यात हाताळलेली आहे. पण यामध्ये प्रकट झालेल्या मतांवरून आर्थिक अत्याचारासाठी पुरेसा वाव मिळतो. शांतिपर्वातील राजधर्म प्रकरणातील एका अध्यायात भीष्माला पृच्छा केली गेली आहे की, ज्या वेळी एखाद्या राजाचे मित्र कमी होत असतील आणि शत्रू वाढत असतील, त्याचा कोष रिकामा झाला असेल आणि त्याचे सैन्यच अस्तित्वात राहिले नसेल, त्या वेळी त्याने कोणत्या उपायांचा अवलंब करावा.? त्यावर भीष्म अगदी निःसंदिग्धपणे उत्तर देतात की, संन्यासी आणि ब्राह्मण ह्यांच्या व्यतिरिक्त सर्वांची संपत्ती राजाने जप्त करावी. [१२] शांतिपर्वातील आपध्दर्म प्रकरणातही जवळ जवळ ह्यासारखेच एक तत्त्व मनावर ठसविण्याचा प्रयत्न केला गेला आहे. त्यात एक प्राचीन श्लोक उद्धृत केला आहे. त्यातून असा अर्थ निघतो

---

(७) ए.इं. आठ, क्र. ६, ११.१५-१६ (८) सि. इं. पृ. ४०९, १.२१ (९) ज.न्यू.सो.इं. बावीस, पृ. ६३

की दरोडेखोर आणि धार्मिक कृत्ये पार न पाडणारे लोक यांची संपत्ती सरकारजमा करण्याचा अधिकार राजाला आहे. [१३] धार्मिक उद्देश वगळून, इतर कोणत्याही उद्देशाकडे दुर्लक्ष करून संपत्ती जप्त करणे हे कोणत्याही प्रकारे समर्थनीय नाही. ही गोष्ट वास्तविक पाहता त्यांनी ज्या बाबतीत शिफारस केली अशा लोकांमध्ये राजनैतिक कुशाग्रबुद्धीची जाणीव आहे, हेच दर्शविते.

काही ग्रंथांमध्ये आणखी एक वाजवी आपत्कालीन उपाय सुचविला गेला आहे. तो म्हणजे सार्वजनिक ऋण घेणे हा होय. कौटिल्याच्या एका विधानात कोणत्या तरी प्रकारच्या सार्वजनिक ऋणाचा संकेत आहे. त्याच्या मते ज्या वेळी राजा असा विचार करतो की परत देण्यासाठी असलेले उत्पन्न किंवा ऋण *(प्रत्यादेय)* घेऊन त्याच्याद्वारे तो शत्रूचा कोष, सैन्य आणि अन्य सुरक्षात्मक साधनांचा क्षय करू शकेल आणि शत्रूंच्या खाणी, इमारती लाकूड, हत्ती असलेली अरण्ये, सिंचनासाठी केलेले बांधकाम आणि वाहतुकीच्या मार्गाचा शोध लावू शकेल, *(किंवा आपल्या उपयोगासाठी प्रकट करवून घेऊ शकेल)* त्या वेळी त्याने प्रत्यादेय म्हणजे परत देण्यासाठी असलेले उत्पन्न वा ऋण घ्यावे. जे सहज प्राप्त केले जाते आणि दुसऱ्यांना परत करण्याची आवश्यकता न भासता जे सुरक्षित केले जाऊ शकते, ते म्हणजे 'आदेय' होय असे स्पष्टीकरण कौटिल्याने दिलेले आहे. आणि 'प्रत्यादेय' म्हणजे जे दुसऱ्यांना परत करावेच लागते. जे प्राप्त करणे कठीण असते, आणि जे परिणामी विध्वंसक नसते, ते ऋण होय, शान्तिपर्वातही ह्याच परंपरेचा उल्लेख केला गेला आहे. त्यात राजा म्हणतो, ही आपत्ती आणि भयानक संकट ह्यांना तोंड देण्यासाठी तुमचे संरक्षण व्हावे म्हणून सहकार्यात्मक संघटित उपाय म्हणून मी तुमच्या धनाची इच्छा करतो. ज्या वेळी संकट टळेल, त्या वेळी मी आता काही तुमच्याकडून घेतले, ते परत करीन. [१४] मौर्योत्तर काळातील अवदानशतक नावाच्या एका बौद्धग्रंथातसुद्धा ह्यासारखा दृष्टिकोण प्रतिबिंबित झाला आहे. त्यात एका व्यापाऱ्याने कोसल देशाचा राजा प्रसेनजित ह्याला मगधदेशाच्या राजाशी चालू असलेल्या त्याच्या युद्धात मदत म्हणून सुवर्णमुद्रांचे *(सुवर्ण)* कर्ज आधीच दिल्याचा उल्लेख आहे. [१५]

तथापि आपल्या काळातील स्मृतिग्रंथ मात्र वर जे काही सांगितले आहे

---

(१०) स्मिथ, 'अर्ली हिस्टरी ऑफ इंडिया', चौथी आवृत्ति, पृ. ३२८ (११) ॲलन, 'कॅटलॉग ऑफ कॉईन्स ऑफ दि गुप्त डायनेस्टीज ऑफ शशांक किंग ऑफ गॉड', प्रस्तावना (१२) शा. प. एकशे अठ्ठावीस - २०-२१. (१३) - मागे पाहा.

त्यापासून अगदी अलग, दूर झाले आहेत, हे स्पष्ट दिसते. मनूचा दृष्टिकोण कौटिल्यासारखा नाही. आपत्कालीन कराधानाच्या बाबतीत तो केवळ कमीच बोलतो असे नाही, तर 'प्रणय' या करारोपणाच्या बाबतीत तो सर्वस्वी मुग्ध आहे. त्याचे असे मत आहे [१६] की राजा संकटकाळी धान्याचा भागसुद्धा घेऊ शकतो आणि पापभागी होत नाही. ह्या वचनाचे स्पष्टीकरण करताना टीकाकारांनी सामान्यत: असा अर्थ लावला आहे की आर्थिक विपत्तीच्या वेळेला राजाने नेहमीच्या ऐवजी उत्पादनाच्या १/४ घेणे समर्थनीय ठरते. शिवाय पुन: ह्याच संदर्भात असा नियम केला गेला आहे की आपल्या शस्त्रांनी वैश्यांचे रक्षण करणाऱ्या क्षत्रियाने त्यांच्यापासून धान्यावरील कर म्हणून १/८ भाग आणि शुल्क घ्यावे. पण ते कमीत कमी 'कार्षापण' तरी असावे. [१७] तथापि सर्वज्ञ नारायण आणि नंदनाच्या मते ह्या ठिकाणी धान्यावरील कर सांगितला गेला आहे. तो शूद्राच्या बाबतीत १/४ व वैश्यांच्या बाबतीत आहे. राजस्वाचे हे भिन्न भिन्न कर प्रत्यक्ष व्यवहारात किती प्रमाणात प्रयोगात आणले जात होते ते सांगणे कठीण आहे. स्मृतिकारांमध्ये केवळ बृहस्पतीचे असे एकुलते एक उदाहरण आहे की ज्याने सामान्य काळात ब्राह्मणांसाठी हा दर सांगितला. [१८] आणि इतर वर्णांसाठी क्रमश: १/६, १/९ व १/१० हे दर सांगितले आहेत. शुल्कामधील वृद्धीच्याबाबतीत नारायण आणि नंदन ह्यांनी ह्यातून हा किमान दर सूचित होतो असा ह्याचा अन्वय लावला आहे. तथापि नारायणाने त्यात आणखी असे वाक्य जोडले आहे की काही लोक 'विशं कार्षापणवरम' च्या ऐवजी 'त्रिंशत्कार्षीणवरम' ३० कार्षापणांपैकी कमीत कमी एक कार्षापण - असा पाठ घेतात. पण मनुस्मृतिच्या दुसऱ्या एका वाक्यांशाच्या संदर्भात हा पाठभेद पटण्यासारखा नाही. कारण त्या शुल्काचा सामान्य दर १/२० असल्याचे सांगितले आहे. त्यामुळे हा आपत्कालीन दर असणे तर्कसंगत नाही. [१९] शुद्ध कारागीर व शिल्पकारांवरील कराचा जो संबंध आहे, त्या बाबतीत मनूने असे विधान केले आहे की त्यांनी आपले देय राजाची सेवा करून फेडावे. [२०] नारायणाने असे प्रतिपादित केले आहे की, आपत्कालीन स्थितीतसुद्धा कामाच्या प्रमाणामध्ये वाढ केली जाऊ नये असा संकेत ह्यातून मिळतो तर मेधातिथीला असे

---

(१४) शां प. सत्याऐंशी, २९-३२. (१५) अवदानशतक, पृ. ५६ (१६) अनु, दहा - ११८.

वाटते की त्यांच्या नेहमीच्या कामापेक्षा त्यांना जास्त काम करावयास लावले जाऊ शकेल. कोणत्याही परिस्थितीत एवढी गोष्ट खरी आहे की अर्थसंकटाच्या काळात राजस्वाच्या सामान्य दरामध्ये वृद्धीपेक्षा जास्त काही मनू सूचित करीत नाही.

बृहस्पतीच्या वक्तव्याचे वैशिष्ट्य हे आहे की मनूच्या वचनांपेक्षा त्यांच्यामध्ये सौम्यतेची मात्रा अधिक आहे. त्यांच्या मते आपत्कालीन परिस्थितीमध्येसुद्धा उत्पादनाचा केवळ १/६ भाग घेण्याचाच अधिकार राजाला आहे. विधिपंडितांनी हा भूमिकराचा साधारण दर म्हणून सामान्यतः मानले आहे. त्याचप्रमाणे बृहस्पतीने [२१] विक्रीयोग्य मालावर १/२० आणि रोकड व सुवर्णावर १/१०० हा दर निर्दिष्ट केला आहे, मनूने मात्र हा दर सामान्य काळासाठी निर्दिष्ट केला आहे. तर रोकड व सुवर्णावरील १/१०० करारोपणाच्या ह्या दराचा बृहस्पतीने केलेला उल्लेख हा मनूने [२२] निर्दिष्ट केलेल्या ह्या दरापेक्षा कमी आहे.

वरील विवेचनावरून असे दिसून येते की, स्मृतिमध्ये प्रतिबिंबित झालेली आपत्कालीन वित्तव्यवस्थेच्या समस्येच्या बाबतीतील भूमिका अत्याचारी स्वरूपाची नाही. अर्थशास्त्रात आणि शांतिपर्वात मात्र ती अन्याय्य स्वरूपाची दिसते. आणि शिवाय स्मृतिकारांमध्ये त्या बाबतीत लक्षणीय मतैक्य आहे. तथापि अडचणीत आणणाऱ्या आर्थिक संकटाच्या वेळी, स्मृतींनी घालून दिलेले नियम राजा कितपत पाळत असेल, हे ठरविणेसुद्धा कठीण आहे. उलटपक्षी स्मृतींमध्ये निर्दिष्ट केल्याप्रमाणे आपत्तीच्या काळातसुद्धा जर कराधानातून ब्राह्मणांना सूट मिळण्याच्या नियमाचे पालन केले जात असेल, तर मग वित्तसंबंधी ग्रहणाचा जास्तीतजास्त भार

---

(१७) धान्ये ष्टमीं विंशं शुल्कं विशं कार्षापणवरम् कमोपकरणाः शूद्राः कारवः शिल्पिनस्तथा, ११ मनु, दहा-१२० हया ठिकाणचे निर्वचन (अर्थाचा अन्वय) मेधातिथि, गोविन्द, कुल्लूक आणि राघवानंद ह्यांच्या अधिकाधिक वचनांवर आधारित आहे. (१८) बृहस्पति, तेरा - श्लोक-१६. (१९) मनु, पाच-१३० च्या आधारावर गोविंद, कुल्लूक आणि राघवानन्द हे हा शुल्काचा नेहमीचा दर आहे, असा अर्थ घेतात. जर त्यांचे मत प्रामाणिक मानले, तर हा दरसुद्धा आपत्कालीन स्थितीमध्ये ग्राह्य ठरावा असे दिसेल. पण त्या विवाद्य वाक्यांशाचा संबंध सुवर्ण आणि पशुधनावरील कर ह्याच्याशी आहे, 'शुल्का'शी नव्हे. मनु-आठ-३९८ प्रमाणे सामान्य परिस्थितीमध्ये शुल्क हे १/२० ह्या दराने वसूल केले जावे. (२०) मनु, दहा-१२०

खालच्या वर्णाच्या लोकांवर लादून त्यांच्यावर अत्याचार करण्यासाठी राजाला भरपूर अनिर्बंधता लाभली असेल आणि ते पर्यायाने समाजातील वर्गामध्ये काही अंशी ध्रुवीकरण होण्यास कारणीभूत ठरले असेल.

प्रकरण ९ वे

राजाच्या मालकीच्या जमिनी, अरण्ये, खाणी इत्यादी

खासगी व्यक्तींकडून लागवडीखाली आणल्या गेलेल्या आणि त्यांच्या मालकीच्या असलेल्या जमिनींपासून प्राप्त राजस्वाव्यतिरिक्त, राजांची स्वत:ची भूमिरूप संपत्ती त्यांच्या उत्पन्नाच्या साधनाचा महत्त्वाचा घटक होती. अर्थशास्त्रात कृषि-अध्यक्षाच्या *(सीताध्यक्ष)* पदाची व्यवस्था केलेली आहे. त्याने राजाच्या मालकीच्या जमिनीवर शेती करण्यासाठी प्रशिक्षित साहाय्यकांची श्रेणी, मजूर, गुलाम आणि कैदी ह्यांची नेमणूक करावी. ह्याशिवाय कृषिविषयक सामग्री आणि उपकरणे, त्याचप्रमाणे शेती करण्यासाठी लागणाऱ्या माणसांच्या आणि जनावरांच्या रूपातील श्रमिकांचा पुरवठा ह्यांना करणे हे ही त्याचे काम आहे.[१] त्याच संदर्भात कौटिल्य आपणांस असे सांगतो की जी शेते पेरणीशिवाय राहिलेली असतात, *(वापातिरिक्त)*[२] त्यांचा उपयोग शेती करणाऱ्यांनी लागवडीसाठी करावा. त्याच्या मोबदल्यात त्यांना हंगामातील अर्धे पीक *(अर्धसीतिक)* मिळेल किंवा अशा शेतांची लागवड स्वत: मोलमजुरी करून पोट भरणाऱ्या लोकांनी करावी. त्यांना हंगामातील पिकांचा १/४ किंवा मिळेल. प्रस्तुत संदर्भात 'स्वभूमि' ह्या शब्दप्रयोगाच्या उल्लेखातून असे सूचित होते की ह्या उताऱ्यात राज्याच्या मालकीच्या जमिनीवर

---

(२१) बृहस्पति, (आपद्धर्मकाण्डम) श्लोक ७ (२२) मनु. आठ-३९८. (२३) मनु, सात १३३, बृहस्पति, आपद्धर्मकाण्डम, श्लोक २०.

केल्या जाणाऱ्या शेतीचा उल्लेख आहे. अशा प्रकारच्या जमिनीवर एकतर शासकीय अधिकाऱ्यांनी नेमलेले गुलाम किंवा भाड्याने घेतलेले मजूर शेती करीत, किंवा शासकीय अधिकाऱ्यांच्या देखरेखीखाली तेथील रहिवाशी शेती करीत. घोषालांनी सुचविले [३] ते योग्यच आहे की, ह्याच्या विरोधात असलेला दृष्टिकोण प्रसिद्ध न होण्यास पुढील वस्तुस्थिती कारणीभूत आहे. ह्या राजाधिकृत भूमीपासून प्राप्त झालेल्या संपूर्ण उत्पादनासाठी जास्त प्रचलित असलेल्या भाग ह्या संज्ञेऐवजी सीता ह्या विशेष राजस्व संज्ञेचा उपयोग केला गेलेला आहे. भाग हा शब्दप्रयोग सामान्य राजस्व देणाऱ्या भूमींवरील राजाकडून वसूल केलेला धान्याचा हिस्सा हा अर्थ सूचित करतो. शिवाय प्रस्तुत संदर्भात पेरणी आणि धान्यकापणी, कृषि श्रमिकांना दिले जाणारे पैसे ह्या आणि ह्या सारख्या गोष्टीसंबंधी अगदी बारीक सारीक नियम घालून दिलेले आहेत. जर कृषिअध्यक्ष *(सीताध्यक्ष)* हा राजकीय शेतांच्या कार्याधिकाऱ्यांव्यतिरिक्त अन्य कोणी असता, तर मग हे नियम अस्थानी ठरतील.

आपणांस प्रस्तुत असलेल्या काळातील साहित्यात राजाधिकृत जमिनींबद्दल प्रत्यक्ष उल्लेख नसला तरी त्यामध्ये सहभागी धान्य उत्पादकांचा उल्लेख आहे. हे लोक राजाच्या जमिनीची लागवड करीत असत असे दिसते. विष्णूने [४] सांगितले आहे की आर्धिकाने दिलेले अन्न घ्यावयास हरकत नाही. जो आपल्या शेतांमधील अर्धे उत्पादन राजाला देतो, तो आर्धिक होय, अशी टीकाकार नन्देपण्डिताने हया शब्दाची व्याख्या दिली आहे. [५] मनूनेही [६] 'आर्धिक' चा उल्लेख केलेला आहे. याज्ञवल्क्य [७] 'अर्धसीरिन' हा शब्द ह्याच अर्थाने वापरतो. आश्चर्याची गोष्ट अशी की अर्थशास्त्रातील सहभागी धान्य उत्पादक शासनाकडून भूमी प्राप्त करतो, तर मनू व याज्ञवल्क्य ह्यांच्या मते, त्याला ती भूमी व्यक्तीकडून मिळते. [८] तथापि इ.स. च्या तिसऱ्या शतकातील एका पल्लव भूमि दानपत्रावरून आपणास अशी माहिती मिळते की जरी ती भूमी ब्राह्मणांना दानात दिली गेली, तरी चार सहभागी धान्य उत्पादक तिच्याशी संबद्ध राहिले. [९] ह्या ठिकाणी त्याचा अर्थ असा होईल की ती भूमी दान दिली जाण्यापूर्वी राजा सहभागी धान्य उत्पादकांकडून (आर्धिक) तिजवर शेती करवून घेत असे.पण बहुधा ही पद्धती उत्तर भारतात फार

---

(१) अ. शा., दोन २४ (२) हिं. रे. सि., पृ. ३०, टि. १. (३) कित्ता, पृ. ३०-३१

मोठ्या प्रमाणात रूढ झाली नाही.

शिवाय अभिलेखावरून असे दिसते की दक्षिणेत कृषियोग्य भूमीचा एक ठराविक भाग हा शासनाच्या प्रत्यक्ष मालकीचा असे आणि बहुधा शासनच त्यावर शेती करीत असे. गौतमीपुत्र शातकर्णींने नाशिक विभागातील शेते दान दिली आहेत. त्याचे वर्णन तो 'आमची शेते' *(अम्हखेत)* अशा प्रकारे करतो. (१०) त्याच स्थानामधील १०० निवर्तने जमीन तोच राजा 'आमच्या मालकीच्या शेतामधून' *(राकखेत अम्हसतक)* (११) देतो. राजाच्या अधिकारात असलेल्या ८०० 'पट्टिक' भूमीचा भाग असणारा जमिनीचा एक तुकडा दान दिल्याची नोंद एका पल्लव अभिलेखातसुद्धा आहे. (१२) प्रत्यक्षात भूमीच्या ह्या खंडावर राजाचे प्रतिनिधी शेती करीत आणि अशा रीतीने ही भूमी त्याच्या उत्पन्नाच्या साधनाचा एक घटक होत असे. गुप्तकालात, मुंबई विभागातील अमरेली जिल्ह्याच्या प्रथम ध्रुवसेन ह्या राजाचे इ.स. ५२५ चे एक दानपत्र आहे. त्यामध्ये 'सीता' भूमीमधील १०० पादावर्त भूमी दान दिल्याची नोंद आहे. (१३) अर्थशास्त्रात सीताध्यक्षाकडून देखरेख केली जाणारी म्हणून जिचे वर्णन आहे, त्या राजाधिकृत भूमीचा स्मृत्यवशेष म्हणजेच येथील 'सीता' होय हे उघड आहे.

उत्तर भारतातील कोणत्याही भूमिदान पत्रामध्ये राजाधिकृत भूमीचा प्रत्यक्षपणे उल्लेख नाही. पण विद्यमान उपलब्ध अकरा बंगाल राजलेखांवरून थोडीफार माहिती गोळा केली जाऊ शकेल. ह्या राजलेखामध्ये भूमीच्या विक्रीच्या व्यवहारांची नोंद आहे. (१४) ह्या अकरांपैकी कमीत कमी आठ राजलेखांमध्ये शासन धार्मिक कारणांसाठी भूमी विकत असल्याचा उल्लेख आहे. त्या आठपैकी कमीत कमी चार अभिलेखांमध्ये कृषियोग्य भूमिखंडाच्या विक्रीची नोंद आहे. त्यामुळे आपणांस प्रस्तुत असलेल्या संपूर्ण कालखंडात राजाच्या मालकीच्या राजाकडून उपभोगिल्या गेलेल्या आणि राजाकडून लागवडीखाली आणलेल्या जमिनी अस्तित्वात असणे चालू होते, असे मानणे रास्त ठरेल. अर्थात भूमिदानांच्या वाढत्या संख्येमुळे त्यांपैकी काही दाने

---

(४) विष्णु - सत्तावन्न. १६ (५) विष्णु - सत्तावन्न. १६ वरील नन्दपण्डिताची टीका (६) मनु. - चार - २५३ (७) याज्ञ - एक - १६६ (८) आर. एस. शर्मा, 'शूद्राज इन एन्शन्ट इंडिया', पृ. २१७, टि. ४. (९) ए. इं. एक, नं. १, १.३९. गोदावरी जिल्ह्यातील एलोर ह्या ठिकाणी मिळालेल्या विजयदेव वर्मनच्या शासनाच्या तेराव्या वर्षी दिल्या गेलेल्या दानपत्रामध्ये (ए.इं., इऊ,नं. ८, १.११) एका ब्राह्मणाला भूमीचे दान केल्याची नोंद आहे. अर्धे पीक प्राप्त करणाऱ्या लोकांसाठी असलेल्या घराचाही त्या भूमीमध्ये समावेश आहे. (अद्धिय मनुस्सानम्)

राजाच्या भूमीमधून दिली गेली असावीत. त्यामुळे शासनाला त्याच्या उत्पन्नामध्ये बरीच घट सोसावी लागली असेल.

बने *(वन)* राजकीय उत्पन्नाचे एक महत्त्वाचे साधन असावे. अर्थशास्त्रात 'आयशरीराच्या' *(उत्पन्नाच्या अंगाच्या)* घटकांपैकी एक घटक म्हणून त्याचा उल्लेख आहे. [१५] हत्तींनी युक्त अशी अरण्ये आणि शिकारीसाठी असलेली अरण्ये *(पशुमृगवन)* ह्यांचा समावेश असलेली उत्पादक अरण्ये अशा प्रकारे राजाच्या संपत्तीचे साधन अशी 'वन' शब्दाची व्याख्या कौटिल्याने केली आहे. [१६] अर्थशास्त्रात असे सांगितले आहे की ह्यांतील पहिल्या प्रकारच्या वनाची देखरेख एका विभागाकडे सोपविली जात असे. ह्या विभागात पुष्कळ कर्मचारी आणि वनोत्पादनांचा एक अध्यक्ष *(कुप्याध्यक्ष)* [१७] असे. हयावरून असे सूचित होते की अशा प्रकारची वने राजाच्या अधिकारांखाली आणि त्यांच्या ताब्यात असत. वनोत्पादनांच्या अध्यक्षाला *(कुप्याध्यक्ष)* असा आदेश आहे की संबंधित वनांमधील झाडे ज्यांनी तोडली [१८] आणि अरण्यातून शिकारी प्राणी आणि उपयुक्त उत्पादनांची चोरी केली त्यांना दंड करावा [१९] ह्यावरून राजाचे वनांवरील अधिपत्य दर्शविले जाते. शिवाय त्याने इमारती लाकूड, कातडी, हाडे, शिंगे, धातू, लाकडी कोळसा, चारा ह्यासारख्या महत्त्वाच्या उत्पादनांचा संग्रह करावयाचा असतो आणि विक्रीयोग्य वस्तूंमध्ये त्यांचे परिवर्तन करण्याची व्यवस्था करावयाची असते. अशा प्रकारे निर्माण केल्या गेलेल्या वस्तूंचा उपयोग उदरनिर्वाहाचे साधन आणि राजधानीचे संरक्षण ह्या दोहोकडे होत असे. [२०] कौटिल्याने अन्यत्र ह्या मुद्याच्या बाबतीत प्रत्यक्ष संदर्भ दिला आहे. [२१] त्यात त्याने वनांपासून मिळविलेल्या, देशाच्या अन्तर्भागात निर्मित, शासकीय विक्रीयोग्य वस्तूंचा उल्लेख केला आहे. अर्थशास्त्रावरून उघडपणेच अशी कल्पना होते की राजाचा वनांवर बहुधा एकाधिकार असावा. पण प्रत्यक्षात अशी परिस्थिति नसावी. एका जातककथेमध्ये एका वनचराचा *(वनचरको)* उल्लेख आहे, तो वनातील विक्रीयोग्य वस्तू गोळा करतो *(अरज्ञे उपज्जनक भावडम 'आदाय')* आणि नगरांत विकतो. [२२] ह्यावरून असे सूचित होते की ज्यांना बहुधा शेती करण्यासाठी जमीन नव्हती आणि उदरनिर्वाहासाठी उपयुक्त अशा कोणत्याही कला येत नव्हत्या, असे पारधी व शिकारी ह्यांनी अरण्येच आपल्या उपजीविकेची साधने केली. शिवाय दरोडेखोरांच्या टोळ्यांच्या

---

(१०) ए. इं. आठ, नं. ८ (४), १.३ (११) कित्ता, नं. ८ (५), १.९ (१२) कित्ता, नं. २३, १.१६ (१३) कित्ता, एकतीस, नं. ३९ (ए), १.१३ (१४) मैत्ती, उपरोक्त, परिशिष्ट २. (१५) अ.शा. - दोन ३, (१६) कित्ता

उपद्रवाने पीडित किंवा कधी कधी त्यांच्या अधिपत्याखाली असणारे असे म्हणूनच जातकांमध्ये वनाचा वारंवार उल्लेख केला जातो. त्यामुळे वनोत्पादनांवर राजाचा एकाधिकार नेहमीच असू शकला नाही, ह्यात काही आश्चर्य नाही.

वनोत्पादनांपासून शासनाला काही उत्पन्न होत असे की नाही ह्या संबंधात आपल्या काळातील स्मृतिग्रंथांमध्ये स्पष्टपणे काहीही दर्शविलेले नाही. केवळ विष्णू [२३] ह्या एकाच स्मृतिकाराने असे सांगितले आहे की हत्तींनी युक्त अशा वनांची *(नागवन)* निगा राखण्यासाठी राजाने सुयोग्य अधिकारी नेमावेत. याज्ञवल्क्याने [२४] असे सांगितले आहे की इतर गोष्टींप्रमाणेच अरण्यांनी वेढलेल्या जागेमध्ये राजाने आपला किल्ला बांधावा. पण अशा प्रकारची वने राजाच्या मालकीची होती की नाही ह्याविषयी तो काहीच बोलत नाही. राजाच्या मनोरंजनासाठी असणाऱ्या मृगयेच्या वनांच्या प्रतिष्ठापनेचा विचार कामन्दक [२५] थोड्याशा विस्ताराने करतो, पण उत्पादक वनांवरील राजाच्या एकाधिकाराविषयी तो आपणांस काहीही सांगत नाही. तथापि कालिदासाच्या कृतीवरून काही अनुमान काढता येणे शक्य आहे. भरमसाठ आणि वाटेल तशा वाढलेल्या अरण्यांमधून इमारती लाकूड व इंधनाव्यतिरिक्त, 'रूरू' [२६] व 'कृष्णसार' [२७] हरिण आणि अन्य प्राण्यांचे [२८] पवित्र कातडे, कस्तुरीमृगाच्या नाभीपासून मिळणारी कस्तुरी मृगनाभि [२९], लाख [३०] आणि चमरी गायीचे पुच्छ [३१] इत्यादि वस्तू प्राप्त होत असत. ही चामरे राजपदाचे प्रतीक असत व ढाळण्यासाठी त्यांचा उपयोग होत असे. तरीही कालिदासाने अरण्यांवरील राजाच्या एकाधिकाराचा उल्लेख केलेला आहे. [३२] एका उल्लव दानपत्रामध्ये [३३] वनविभागीय अधिकाऱ्यांचा *(अरण्याधिकृत)* संदर्भ आढळतो. ह्यावरून असे सूचित होते की केवळ राजाच्या हितासाठीच काही अरण्ये उपलब्ध केली जात असत. त्यामुळे जरी आपणास प्रस्तुत असलेल्या काळातील स्त्रोतसामग्री, अर्थशास्त्रात उल्लेखिलेल्या सुरक्षित अरण्ये ह्या विषयाच्या बाबतीत मुग्धता धारण करून आहे तरीही मौर्योत्तर आणि गुप्त काळात अशा प्रकारची अरण्ये पूर्णपणे नाहीशी झाली होती, असे समजणे गैर ठरेल.

आपण आधीच पाहिले आहे की कौटिल्य आणि कालिदासाने वनोत्पादनांच्या यादीमध्ये उल्लेखिलेल्या कच्च्या मालाव्यतिरिक्त, अरण्यातून हत्तीसुद्धा प्राप्त

---

(१७) कित्ता, दोन -१७. (१८) कित्ता. (१९) अ.शा. -चार १० (२०) कित्ता - दोन - १७ (२१) कित्ता - दोन - ३५ (२२) जातक - तीन पृ. १५० (२३) आकरशुल्कतरनागवनेषु आप्तान् नियुज्जीत - विष्णु - तीन १६.

होत असत. [३४] प्राचीन भारतीय युद्धांमध्ये हत्ती एक मूल्यवान घटक होता. [३५] मेगॅस्थिनीसच्या वृत्तान्तावरून आपणास असे कळते की मौर्यकालात कोणत्याही खासगी व्यक्तीला स्वत:जवळ घोडा किंवा हत्ती ठेवण्याची परवानगी नव्हती. कारण हे प्राणी राजाची विशेष संपत्ती मानले जात असत. मेगॅस्थिनीसला उद्‌धृत करीत असताना स्ट्रॅबोने [३६] असे म्हटले आहे की घोडे आणि हत्तींसाठी राजकीय अश्वशाळा व हस्तिशाळांची व्यवस्था केलेली असे आणि शस्त्रांसाठी एक राजकीय शस्त्रागार असे. कारण सैनिकाला आपले हत्ती हस्तिशाळेत परत करावे लागत असत. राजाच्या मालकीच्या घोड्यांची आणि हत्तींची संख्या पुष्कळच असावी. कौटिल्याने घोडे आणि हत्ती ह्यांच्या कार्याध्यक्षांच्या पदांची व्यवस्था केलेली आहे.[३७] आधीच पाहिल्याप्रमाणे विष्णूने सुद्धा हत्तींसाठी अशा प्रकारच्या व्यवस्थेचा निर्देश केला आहे. शांतिपर्वातील [३८] एक उतारा हा या संदर्भात उद्‌धृत केला जाऊ शकेल. हत्ती हे केवळ राजाच्याच मालकीचे असल्याच्या परंपरेची नोंद रघुवंशात [३९] आहे. पृथ्वीचे रक्षण करण्यासाठी राजाला देण्यात येणाऱ्या शुल्कामध्ये इतर वस्तूंप्रमाणे, अरण्यातील हत्ती हेही एक घटक असल्याचे म्हटले आहे. पण बहुधा मौर्योत्तर कालात ही परिस्थिती बदलण्यास प्रारंभ झाला होता. 'मिलिन्दपन्हो' [४०] वरून अत्युत्तम हत्ती आणि घोडे राजाच्या मालकीचे असत असे दिसते. ह्याचा अर्थ असा असावा की राजाची मालकी केवळ उत्तम प्रतीचे हत्ती व घोडे ह्यांच्यापुरतीच मर्यादित असावी. गुप्तकाळात हा एकाधिकार आणखी नष्ट करण्यात आला असावा. नारदाने [४१] असे सांगितले आहे की हत्तींनी किंवा घोड्यांनी उपद्रव दिला असेल, तर त्याबद्दल त्यांच्या मालकांनी कोणताही दंड भरू नये. कारण त्यांना राजाच्या प्रजांचे संरक्षक मानले जाते. ह्यातून असे सूचित होऊ शकते की घोडे आणि हत्ती खासगी व्यक्तीच्यासुद्धा मालकीचे असत. मात्र ह्याच जनावरांवरील कार्याधिकारी हे महत्त्वाचे अधिकारी असल्याचा उल्लेख बृहस्पतीने [४२] केला आहे. काहीही असले तरी हत्ती व घोड्यांवरील राजाचा एकाधिकार गुप्तकाळात नष्ट केला जात होता असे दिसते. त्याप्रमाणे अरण्यांवरील राजाच्या

(२४) याज्ञ - एक - ३२१. (२५) कामन्दक. - चौदा - २८-४१. (२६) रघु. - तीन - ३१ (२७) कित्ता, चार - १३ (२८) ऋतु.-, सहा - १३ (२९) कित्ता.-, सहा - १३. (३०) कुमार-, एक -१३. (३१) रघु. - सोळा - २ (३२) पुढे पाहा. (३३) ए. इं., - एक नं. ६, १.५ (३४) हत्तींचे दात हा एक बहुमोल पदार्थ आहे. त्यामुळे मृत्यूनंतरही हत्ती उत्पन्नाचा स्रोत होत असावेत. (३५) स्ट्रॅबि, पंधरा, १४-४३, मॅकक्रिन्डल्. 'एन्शन्ट् इंडिया ॲज डिस्क्राइब्ड बाय मेगस्थिनीस ॲंड, एरियन', पृ. १०

एकाधिकाराच्या बाबतीत स्मृतिकारांनी जे मौन धारण केले आहे, त्यावरून मौर्योत्तर आणि गुप्तकाळात उत्तर भारतामध्ये अरण्ये व त्यांपासून राजाला प्राप्त होणाऱ्या उत्पन्नावरील अधिकारावर विपरीत परिणाम झाला असावा, हे असंभवनीय नाही. ह्याचे कारण बहुधा शासकीय साधनाचे परिवर्तन सरंजामी करण्यात झाले असावे. (४३)

प्राचीन भारतीय साधने राजकीय उत्पन्नाचा एक विषय म्हणून प्रस्तुत शीर्षकाखाली खाणींचा वारंवार उल्लेख करतात. राज्यकोषाचे मूळ खाणीमध्ये आहे, असे कौटिल्याचे मत आहे. त्याला अनुसरून खाणींच्या अध्यक्षाच्या *(आकराध्यक्ष)* देखरेखीखाली होणाऱ्या उत्खननादी प्रक्रियांवर अर्थशास्त्रात एक पूर्ण प्रकरण खर्ची घातले आहे. (४४) त्यात असा नियम सांगितला आहे की खनिजोत्पादनांची चोरी करणाऱ्या मनुष्याला किंवा परवान्याशिवाय उत्खननादी खाणीसंबंधी प्रक्रिया करणाऱ्या मनुष्याला बेड्यांनी जखडण्यात येईल आणि कैद्याप्रमाणे कामे करावयास लावली जातील. (४५) ह्यावरून हे स्पष्टपणे सूचित होते की खाणीवर शासनाचा एकाधिकार होता आणि शासनाच्या परवान्याशिवाय कोणतीही खाजगी व्यक्ती खाणींबाबत कोणतेही काम करू शकत नसे. (४६) जे लोक खाणी पट्ट्याने चालवीत असत, त्यांच्याकडून मौर्यशासन अतिरिक्त मूल्य किंवा लाभ *(व्याजी)* सुद्धा प्राप्त करीत होते असे दिसते. कारण शासनाचा खनिजातील हिस्सा राजकीय वजनांच्या मापांनी घेतला जात असे. बाजारातील प्रमाणित वजनांपेक्षा ते वजन ५ प्रतिशत अधिक भारी होते. (४७) शिवाय अर्थशास्त्रातील एका उताऱ्यावरून असे अनुमान काढता येते की ज्या खाणींमध्ये अधिक धनव्ययाची आवश्यकता नसे अशा खाणी शासन प्रत्यक्षपणे चालवीत असे. पण ज्यामध्ये भरपूर भांडवलाची आवश्यकता होती किंवा ज्यातून भांड्यांच्या निर्मितीसाठी उपयोगात येणाऱ्या खनिज द्रव्यांचे उत्पादन होत असे अशा खाणी राजाधिकार कायम ठेवून पट्ट्याने दिल्या जात असत. (४८) अशा प्रकारे खाणी ह्या निःसंशयपणे राजकीय एकाधिकाराखाली असत हे मानले जात असे. पण

(३६) स्ट्रॅबो, पंधरा, ५२, मॅकक्रिन्डल्, ॲन्शन्ट इंडिया ॲज डिस्क्राइब्ड इन क्लासिकल लिटरेचर, पृ. ५५. (३७) अ. शा. दोन - ३०-३२ (३८) शां. पं., एकोणसत्तर - २८ (३९) रघु. संतरा. ६६, कामन्दक (चार-५२) हत्तींनी युक्त अरण्यांचा ओझरता उल्लेख करतो. पण हत्तींवरील राजाच्या एकाधिकाराबाबत तो सांगत नाही. (४०) मिलिन्द, पृ. १९२ (४१) नारद, अकरा - ३२, तुलनेसाठी पाहा - ३०. (४२) बृहस्पती, - संस्कारकाण्डम्, श्लोक ५०५

चालवण्यास सोप्या असणाऱ्या खाणींपुरतीच शासनाची व्यवस्था मर्यादित असावी, अशी अर्थशास्त्राच्या धोरणाची प्रवृत्ती दिसते. [४९]

तथापि मौर्योत्तर आणि गुप्तकाळात शासनाच्या खाणीवरील एकाधिकाराच्या विषयी एकत्रित पुराव्याचा अभाव आहे. मात्र समकालीन साहित्यात उपलब्ध असलेल्या अलग अलग विखुरलेल्या संदर्भावरून काही अनुमान काढता येईल. विष्णूने [५०] स्पष्ट शब्दात सांगितले आहे की खाणींमधील संपूर्ण उत्पादनावर राजाने आपली मालकी प्रस्थापित करावी. खाणींची नीट व्यवस्था पाहण्यास राजाने सुयोग्य अधिकारी नेमावेत असा निर्देश तो करतो. [५१] शान्तिपर्वातील एका उताऱ्यातसुद्धा असा आदेश आहे की इतर गोष्टींसमवेतच राजाने खाणींसाठी अधिकारी नेमावेत. ह्यावरून खाणीवरील राजाचा ताबा लक्षित होतो. [५२] त्याचप्रमाणे राजस्वाचा स्रोत म्हणून मनूने खाणींचा उल्लेख केला आहे. त्यासाठी राजाने विश्वासपात्र अधिकाऱ्यांची नेमणूक करावी असे तो म्हणतो. [५३] ह्या सर्व गोष्टींवरून असे निदर्शनास येते की मौर्योत्तर काळातही शासनाचे खाणीपासून उत्पन्न प्राप्त करणे सुरूच होते.

गुप्तकाळातील स्मृतींमध्ये शासनाच्या आशयाखाली उत्खननादी खाणकाम होत असल्याचे उल्लेख अगदी अस्पष्ट आहेत. याज्ञवल्क्य [५४] एका ठिकाणी म्हणतो की एखादी वस्तू सुरक्षित ठेवावी म्हणून राजाची विशेष आज्ञा असेल किंवा ती केवळ राजालाच योग्य असेल *(राजयोग्यम)*, असे असताना ती एखाद्या अपरिचित व्यक्तीला जरी विकली गेली, तरीही ती केवळ राजाच्या मालकीचीच राहील. विज्ञानेश्वराने राजयोग्यम ह्या शब्दप्रयोगाचे स्पष्टीकरण रत्ने, मोती इ. *(मणिमाणिक्य)* असे दिले आहे. पण ह्या शब्दप्रयोगात खाणींचा समावेश होतो की नाही हे आपणांस माहीत नाही. कात्यायनाने [५५] राजाला असा आदेश दिला आहे की खोदलेल्या जागी *(गर्त)* जे काही द्रव्य भरणा म्हणून दिले जाते, तिकडे राजाने स्वत: वैयक्तिक लक्ष पुरवावे. येथे जरी गर्त ह्या शब्दप्रयोगाने खाणींचा उल्लेख होत असेल, [५६] तरी त्यावरून राजाचा खाणीवर एकाधिकार असल्याचे सूचित होते, असे दिसत नाही. अमरकोशाने [५७] खाणी व आकार ह्या शब्दांचा उल्लेख खाणीसाठी केला आहे. पण खाणींच्या मालकीविषयीच्या माहितीचे कोणतेही सूत्र त्यात उपलब्ध

---

(४३) गुप्तकाळातील जमीनदारीच्या संबंधीच्या घटकांशासाठी पाहा - आर. एस. शर्मा - 'इन्डियन फ्लॅूडलिझम', कलकत्ता १९६५, प्रकरण १. (४४) अ. शा. दोन - १२ (४५) कित्ता, दोन - १ (४६) कित्ता, दोन १२. (४७) कित्ता. (४८) कित्ता. (४९) हिं. रे. सि., पृ. १०७

नाही. तथापि कामन्दकाने [५८] मात्र हे निदर्शनास आणून दिले आहे की खाणी आणि पाषाणस्थलींचे काम सुरू ठेवणे हे शासनासाठी राजस्वाचे एक साधन होते. मात्र खाणीवरील राजकीय अधिकारांच्या विस्तारांचे प्रमाण तो सांगत नाही. गुप्तकाळातील साहित्यिक साधनांपैकी केवळ 'रघुवंश' [५९] हीच कृती अशी आहे की राजाच्या वेतनाचा खाणीसुद्धा इतर गोष्टींप्रमाणेच एक घटक होत, असे त्यात स्पष्टपणे सांगितलेले आहे. मध्य भारतातील अनेक समकालीन भूमिदानपत्रांनी ह्याला पुष्टी दिली आहे.

वाकाटक द्वितीय विन्ध्यशक्तीच्या वाशिम ताम्रपत्रात 'अलवणकेष्णखाणक'[६०] असा एक शब्दप्रयोग आहे. 'मीठ खणून काढणे आणि त्याची खरेदी ह्या व्यतिरिक्त' असे ह्या शब्दाचे भाषान्तर मिराशींनी [६१] केले आहे. प्रभावती गुप्ताच्या [६२] पुणे ताम्रपत्रात 'क्लिष्वक्रेणिखानक:' असा शब्द आहे. ह्याचे निर्वचन आंबवणाऱ्या वनस्पतींची खरेदी आणि खाणी असे केले गेले आहे. [६३] द्वितीय प्रवरसेनच्या [६४] चम्मक आणि सिवनी ताम्रपत्रातील हा शब्दप्रयोग फ्लीट 'खनक:' असा वाचतो. पण प्रभावती गुप्ताच्या [६५] पुणे ताम्रपत्रातील हाच शब्दप्रयोग दीक्षित आणि पाठक 'खानक:' असा वाचतात. हा शब्द संस्कृतशी अगदी जवळचा आहे आणि त्याचा अर्थ 'खाण' असा होतो. 'खानक:' शब्दाचा अर्थ खोदणारा किंवा खणणारा असा आहे. पण प्रस्तुत संदर्भात हा शब्द खोदणाऱ्याचा नव्हे, तर खाणीचा अर्थ सूचित करतो असे दिसते. [६६] आणखी एक गोष्ट निदर्शनास आणली जावयास हवी ती अशी की 'अलवणकेष्णखाणक' हा शब्दप्रयोग वाकाटक राजांच्या जवळ जवळ सगळ्याच दानपत्रांमध्ये आढळून येतो. ह्याचा अर्थ असा की दानग्राहकांना जमिनीच्या तुकड्यासमवेत खाणीसुद्धा दान दिल्या जात असत. शिवाय वाकाटकांच्या लेख्यपत्रांमध्ये भूमिसमवेतच गुप्त द्रव्य आणि निधी ह्यांच्या उपभोगाच्या अधिकाराचे हस्तांतरण होत असल्याचासुद्धा उल्लेख आहे. [६७] ह्याचा अर्थ बहुधा खाणीच्या स्वामित्वाचे हस्तान्तरण असाही होत असावा. कारण अन्यथा खाणी शासनाच्या प्रत्यक्ष अधिकाराखाली असत.

ह्या संबंधातील एक महत्त्वाची गोष्ट अशी की मिठाचा समावेश खाणींच्या

---

(५०) विष्णु, तीन - ५५ (५१) कित्ता, तीन - १६. (५२) शां. प. - एकोणसत्तर - २९. (५३) मनु., - सात - ६२. (५४) याज्ञ. - दोन, २६१. (५५) कात्यायन - श्लोक ९४७-९४८. (५६) कित्ता - पृ. ३३३ टि. (५७) अमर. दोन, ३.७. (५८) 'खन्याकरधनादानम्' कामन्दक, - पाच ७८.

वर्गात केला गेला आहे. ज्यामध्ये इतर वस्तूंसमवेतच मिठाचासुद्धा समावेश होतो, त्या खाणी होत. अशा प्रकारे कौटिल्याने खाणींची व्याख्या केली आहे. त्याच्या मते मिठावरील कार्याधिकाऱ्याने *(लवणाध्यक्ष)* तयार केल्या गेलेल्या मिठातून राजाचा हिस्सा *(लावणभाग)* आणि भाडे *(प्रक्रय)* गोळा करावे. ह्याशिवाय त्याने मिठाच्या विक्रीमधून मिठाचा दर *(मूल्य)*, 'रूप', खाणी व आयात केल्या गेलेल्या मिठावरील अधिभार आणि 'व्याजी' [(६८)] क्षतिपूरक किंवा निस्तारण मूल्य, हे सुद्धा गोळा करावे. पहिला शब्दप्रयोग, शासनाच्या परवान्याने खाजगी व्यक्तींकडून मीठ तयार केले जाणे, ह्या संदर्भात आहे, हे उघड आहे. दुसरा शब्दप्रयोग ह्याच अटींवर मिठाची खाजगी रीतीने विक्री करण्याच्या संदर्भात आहे. [(६९)]

एक विलक्षण गोष्ट अशी की आपण ज्या काळाचे अध्ययन करीत आहोत, त्या काळातील स्मृतिग्रंथ राजकीय उत्पन्नाचे साधन म्हणून खाणींचा उल्लेख करतात. पण मिठाच्या खाणी आणि त्यापासून प्राप्त झालेले उत्पन्न ह्यांचा स्पष्ट उल्लेख करीत नाहीत. मौर्योत्तर ग्रंथामध्ये केवळ शान्ति पर्वानेच [(७०)] ह्या मुद्द्याचा विचार केला आहे. आणि असा आदेश दिला आहे की मिठावरील देखरेखीसाठी राजाने प्रामाणिक व विश्वासपात्र व्यक्तींना ठेवावे. अमरकोशाने [(७१)] मिठाच्या दोन प्रकारांचा उल्लेख केला आहे. एक म्हणजे समुद्राच्या पाण्यापासून मिळणारे व दूसरे म्हणजे खडकांपासून मिळणारे असे ते दोन प्रकार आहेत. पण मीठ शासनाच्या उत्पन्नाचे साधन कितपत होते, हे मात्र हा ग्रंथ आपणास सांगत नाही.

तथापि ह्या काळातील अभिलेखांमधून ह्या गोष्टीची काही माहिती मिळते. सातवाहन राजा गौतमीपुत्र शातकर्णीच्या *(इ.स. १२४)* [(७२)] नाशिक लेणी अभिलेखात 'अलोणखादकम्' असा शब्दप्रयोग आढळतो. ह्याच राजाच्या इ.स. १३० च्या ह्या ठिकाणच्या दूसऱ्या अभिलेखात हाच शब्दप्रयोग आढळतो. गुप्त साम्राज्यातील भूमिदानपत्रे ह्या बाबतीत मौन धारण करून आहेत, पण वर निदर्शनास आणल्याप्रमाणे वाकाटकांच्या अनेक दानपत्रांमध्ये 'अलवणकेषणक्खाणकः' किंवा त्याच्या पाठभेदांचा

---

(५९) रघु. - सतरा - ६६. (६०) ए. इं. - सव्वीस, नं. २०, १.२० (६१) कित्ता. - पृ. १५४. (६२) सि. इं., - पृ. ४१४, १.१७. (६३) ए. इं., - पंधरा, पृ. ४३. (६४) कॉ. इं. इं., - तीन, नं. ५५, १.२८. नं. ५६, १.२९. (६५) ए. इं. पंधरा, नं. ४, १.१७. (६६) मैत्ती, उपरोक्त. पृ. ९९ टि. २. (६७) खाली पाहा.

उपयोग केला गेलेला आहे. 'लवण' शब्दानंतर 'खानकः' शब्दाच्या उल्लेखाचा अर्थ असा होऊ शकतो की राजांनी खाणींवरील आपल्या अधिकारांचे हस्तांतरण भूमीचे दान स्वीकारणाऱ्या लोकांकडे केले होते.(७३) ह्यावरून पर्यायाने असे सूचित होते की सामान्यतः मिठाच्या खाणी शासनाच्या मालकीच्या असाव्यात. आणि भूमीच्या दानासमवेत त्यांचेही हस्तांतरण होणे हा दानग्राहकांना प्रदान केला गेलेला एक विशेषाधिकार होता. (७४) तथापि ही एक विलक्षण गोष्ट आहे की उत्तर भारतावर गुप्तांचे प्रत्यक्ष शासन असूनसुद्धा उत्तर भारतातील एकाही अभिलेखामध्ये मिठाच्या खाणी किंवा इतर खाणी ह्यांचे हस्तान्तरण ब्राह्मणांकडे केल्याचा उल्लेख नाही. ह्याचे एक कारण असेही असावे की खाणी मुख्यत्वेकरून मध्य भारतात होत्या, उत्तर भारतात नव्हत्या. त्यामुळे तेथे अधिकारांचे हस्तान्तरण करण्यासारखे काही नव्हते. अशा प्रकारे राजाच्या मालकीच्या जमिनी, अरण्ये, जनावरे इ. गोष्टी राजाच्या उत्पनाचे साधन म्हणून चालू राहिल्या असे दिसते. पण भूमिदानाची वाढती संख्या आणि त्यासमवेत दान केलेल्या भूमीपासून प्राप्य आर्थिक लाभ, ह्यामुळे राजकीय कोषाची फारच आर्थिक हानी झाली असावी.

✤

प्रकरण १० वे

राज्यकोषीय प्रतिरक्षा किंवा राजस्व वसुलातील सूट

प्राचीन भारतातील राज्याला राजस्वाच्या एकूण उत्पन्नामध्ये बहुधा फारच हानी सहन करावी लागली असावी. ह्याचे कारण असे की लोकांमधील काही विशिष्ट वर्गांना कर भरण्यापासून सूट मिळत असे. ब्राह्मणांना मिळालेल्या राजस्वासंबंधीच्या विशेषाधिकारांची चर्चा खाली केली जाईलच. स्मृतिग्रंथांनी

(६८) अ. शा. - दोन १२. (६९) हिं. रे. सि. पृ. १०६. (७०) शां. प. - एकोणसत्तर २९. (७१) अमर - सहा - १०४-१०६. (७२) सि. इं., - पृ. १९२, १.४ (७३) कित्ता - पृ. १९४. १.५ पल्लव दानपत्रांमध्ये ह्यासारख्याच शब्दप्रयोगांचा उल्लेख आहे. उदाहरणार्थ - शिवस्कन्दावर्मन्चा मयिदवोलु अभिलेख कित्ता, पृ. ४३५, १.१३.

ब्राह्मणांव्यतिरिक्त लोकांच्या निरनिराळ्या गटांना कराधानातून नेहमी सूट दिलेली आहे. सर्व वर्णांच्या स्त्रिया, पुरुषत्व प्राप्त होण्यापूर्वीच्या वयातील अर्थात किशोरावस्थेतील मुले, अध्ययनासाठी आपल्या आचार्यांजवळ राहणारे शिष्य, सदाचारी तापस, इतर वर्णांच्या लोकांची पादप्रक्षालनादी सेवा करून जगणारे शूद्र, आंधळे, मुके, बहिरे व रोगी आणि ज्यांना संपत्ती प्राप्त करण्यास प्रतिबंध केलेला आहे असे लोक, ह्यांनी कर भरू नये, असे आपस्त सांगतो [१] ह्यांची तुलना वसिष्ठाने दिलेल्या करापासून मुक्ती मिळणाऱ्या लोकांच्या यादीशी होऊ शकेल. वसिष्ठांच्या मते ब्राह्मणांशिवाय राजाचे सेवक, असहाय व्यक्ती ज्याने सर्वसंगपरित्याग केला आहे असा मनुष्य, शिशू व वृद्ध, विद्यार्थिदशेत असणारा तरुण, नुकत्याच प्रसूत झालेल्या स्त्रिया, आपल्या माहेरी *(पूर्वीच्या घरी)* परतणाऱ्या विधवा, दासी आणि नोकराचाकरांच्या पत्नी, ह्यांना कर भरण्यापासून मुक्ती मिळते. [२] वसिष्ठाने त्यापुढे मनूचा एक उतारा उद्धृत केला आहे. त्याचा आशय असा की शिशू, सन्देशवाहक किंवा दूत आणि ज्याने सर्वसंगपरित्याग केला आहे असा मनुष्य, ह्यांना शुल्क भरण्यापासून प्रतिरक्षा म्हणजेच मुक्ती मिळते. [३]

---

(७४) शिवस्कन्दवर्मन्च्या हिरहदगल्ली ताम्रपत्र अभिलेखात (कित्ता पृ. ४४०, ११.३४-३५.) दानग्राहकांना प्रदान केल्या गेलेल्या अठरा विशेषाधिकारांचा उल्लेख आहे. तथापि त्यात त्यांपैकी सर्वांची गणना केलेली नाही. तुलनेसाठी पहा- वाकाटक विन्ध्यशक्ति - २ चा वाशिम अभिलेख कित्ता पृ. ४०७, १.२४ ह्यात 'सव्वजातिपरिहार-परिहितज्च' असा शब्दप्रयोग आहे. पण अठरा परिहारांचा उल्लेख मात्र त्यात नाही.

काही विशिष्ट वर्गातील स्त्रिया, शिशू, विद्यार्थी आणि तापस हे लोक दोन्ही याद्यांमध्ये कमी - अधिक प्रमाणात समानच आहेत, हे स्पष्ट आहे. तथापि आपस्तम्बाने घालून दिलेल्या नियमांची व्याप्ती ही स्त्रियांच्या संबंधात वसिष्ठाच्या आदेशांच्या तुलनेने अधिक समावेशक आहे. पण एवढ्या लोकांव्यतिरिक्त वसिष्ठाने राजाच्या सेवक वर्गाचाही अन्तर्भाव केलेला आहे. आपस्तम्बाचा काळ वसिष्ठाच्या आधीचा आहे हे निश्चित केले जाऊ शकते. तर ह्यामध्ये शूद्र आणि ज्यांना संपत्ती प्राप्त करण्यापासून प्रतिबंधित केले आहे अशा लोकांची भर आपस्तम्बाने घातली आहे.

मनू व विष्णूच्या स्मृतिग्रंथांमध्ये अशाच प्रकारची व्यवस्था दिली गेली आहे. मनूच्या मते आंधळा, निर्बुद्ध किंवा बुद्धीने विकल मनुष्य, सव्यंग मनुष्य आणि सत्तर वर्षे वयाचा मनुष्य ह्या सर्वांना सर्व कर भरण्यापासून मुक्ती मिळते. (४) ह्या आधीच्या याद्यांमधील अंध ह्या रोगी आणि वृद्ध ह्यांच्याशी वरील लोकांची यादी मिळतीजुळती आहे. (५) हे जे घोषालांनी निदर्शनास आणले ते योग्यच आहे. मनूने असाही नियम सांगितला आहे की ब्राह्मण व वेदांचे अध्ययन करणाऱ्या विद्यार्थ्यांव्यतिरिक्त, दोन महिने किंवा त्यापेक्षा जास्त दिवसांच्या गर्भवती स्त्रिया, तपस्वी आणि वानप्रस्थाश्रमात असणारे मुनी ह्यांनी नावेतून प्रवास करीत असताना कधीही नौकानयन शुल्क देऊ नये. (६) मनूची वचने विष्णूच्या नियमांशी समान आहेत. वेदांचा विद्यार्थी, अरण्यातील मुनी *(वानप्रस्थ)* तपस्वी, गर्भवती स्त्री आणि परिव्राजक भिक्षु *(तीर्थानुसारिन)* (७) ह्यांच्याकडून शुल्क घेतल्यास विष्णूने त्यासाठी दहा पण ह्या दंडाचा निर्देश दिलेला आहे. ह्यावरून ही गोष्ट संभवनीय वाटते की काम करून जीविकोपार्जन करण्याच्या बाबतीत असमर्थ असल्याने माणुसकीच्या दृष्टिकोणातून वेगवेगळ्या वर्गातील लोकांना कर भरण्यापासून सूट मिळत असे. पण शूद्र हे संपत्तिधारक लोकांच्या श्रेणीत बसत नव्हते. त्यामुळेच बहुधा शूद्रांना हा विशेषाधिकार प्राप्त करण्याची पात्रता होती.

कराधानापासून मुक्त असलेल्या लोकांमध्ये जास्तीत जास्त प्रमाणामध्ये

---

(१) आपस्तम्ब, दोन १०.२६, १०.१७ (२) वसिष्ठ-आठ. ३७. (३) घोषालांना असे वाटते की ह्या ठिकाणी 'शुल्क' म्हणजे कर हा सामान्य अर्थ समजण्यात यावा. हे स्पष्ट आहे. (हिं.रे.सि. पृ. १३६ टि. ३)

आणि सर्वात महत्त्वाचे लोक म्हणजे ब्राह्मण होते. त्यातही विशेषेकरून विद्वान ब्राह्मण *(श्रोत्रिय)* होते. शतपथ ब्राह्मणातील काही वचनांवरून असे लिखित होते की पूर्वीच्या काळातसुद्धा ब्राह्मणांवर कर लावला जात नसे. [८] पुढे ह्या कल्पनेला स्मृतिग्रंथामध्ये निश्चित रूप आले. आपस्तम्बाने [९] असा आदेश दिला आहे की विद्वान ब्राह्मणांनी *(श्रोत्रिय)* कर देऊ नयेत. अर्थशास्त्रातील नियमांवरूनसुद्धा ब्राह्मणांची राजस्वासंबंधी किंवा राज्यकोषीय प्रतिरक्षा सूचित होते. राजाला एखाद्या नवीन प्रदेशाची स्थापना किंवा जुन्या प्रदेशाची पुन: स्थापना करावयाची असते, त्याने यज्ञ करणारा याज्ञिक, आचार्य, पुरोहित आणि विद्वान ब्राह्मण ह्या व ह्यांच्यासारख्या ब्राह्मणांना भूमीचे करमुक्त दान करावे *(ब्रम्ह-देय)* असा विचार कौटिल्याने मांडला आहे. [१०] ह्यावरून असे प्रत्यक्षपणे सूचित होते की राजांनी ब्राह्मणांना दानात दिलेल्या जमिनी सामान्यत: कराधानापासून मुक्त असत. शिवाय राज्यकोष भरण्यासाठी किंवा रिक्त झाल्यावर पुन: भरण्यासाठी जे आकस्मिक उपाय योजिले जात असत, त्यासंबंधात कौटिल्याने असे स्पष्टपणे सांगितले आहे की ह्या काळी लोकांना जे प्रणय किंवा अनियमित कर द्यावे लागत, त्यापासून विद्वान ब्राह्मणांची संपत्ती मुक्त असावी. [११] त्याचप्रमाणे मनूचे वचन असे आहे की विनाशाची वेळ आली तरी राजाने श्रोत्रियापासून कर वसूल करू नये. [१२] विद्वान ब्राह्मणांना करमुक्ती असल्याचे शान्तिपर्वातील एका उताऱ्यावरून अप्रत्यक्षपणे दर्शविले जाते. त्यात असे सांगितले आहे की जे ब्राह्मण श्रोत्रिय नाहीत व जे पवित्र अग्नीला प्रज्वलित करीत नाहीत त्यांना धर्मनिष्ठ राजाने कर भरण्यास आणि बिगारी *(विष्टि)* करण्यास भाग पाडावे. [१३] नारदाचेही मत असे आहे की गृहादिकांशी संबद्ध असलेल्या श्रोत्रियाच्या संपत्तीवर विवेकी माणसाने कर लादण्यापासून परावृत्त असावे. अर्थात व्यापारासाठी उपयोगात आणलेली संपत्ती अशा वेळी करमुक्त म्हणून घोषित केली गेलेली नाही. स्मृतिकार राजस्वासंबंधी मुक्ती विद्वान ब्राह्मणांपुरतीच मर्यादित ठेवीत असत, ही वस्तुस्थिती फार जास्त प्रमाणात होती, असे समजू नये. वास्तविक पाहता स्मृतिकारांनीच स्वत:च कधी कधी हा विशेषाधिकार सर्वच ब्राह्मणांचा समावेश होईल, इतका व्यापक केला आहे. केवळ श्रोत्रियच करमुक्त असत ह्या संदर्भात वर वसिष्ठाला उद्‌धृत केले गेले आहे. त्यानेच असे विधान केले आहे की धार्मिक अनुशासनानुसार

---

(४) मनु.-आठ-३९४. (५) हिं. रे. सि. पृ. १४० (६) मनु.-आठ ४०७. (७) विष्णु.-पाच १३२. (८) शत. ब्रा. तेरा, ६.२.१८ 'हिस्टरी ऑफ धर्म'.-दोन-खंड, १, पृ. १४३, टि. ३२१, श्री काणे, ह्यातून उद्‌धृत.

जो राजा राज्य करतो, त्याने आपल्या प्रजाजनांपासून त्यांच्या संपत्तीचा भाग घ्यावा. मात्र ह्याला केवळ ब्राह्मण अपवाद आहे. [१४] ह्याला दिले जाणारे कारण असे होते की ब्राह्मणांनी संचित केलेल्या धार्मिक पुण्याचा वाटेकरी राजा असे, ही सर्वसामान्य धारणा होती.

अशा प्रकारे करमुक्तीसाठी ब्राह्मणांच्या अधिकाराचे समर्थन करीत असताना वसिष्ठाने तीन वैदिक अवतरणे उद्‌धृत केली आहेत. त्यांचा आशय असा की यज्ञ संपन्न करून आणि परोपकारी कृत्ये करून ब्राह्मणांनी प्राप्त केलेल्या पुण्याचा $\frac{१}{६}$ हिस्सा राजा घेतो. ब्राह्मणांना ग्रस्त करू नये कारण तो वेदांना समृद्ध करतो आणि संकटांपासून प्रतिरक्षा मिळवतो. आणि अखेरचे म्हणजे सोम हा ब्राह्मणांचा राजा होय. [१५] विष्णूने असा उपदेश दिलेला आहे की राजाने ब्राह्मणापासून कर वसूल करू नये. कारण धार्मिक सत्कृत्यांच्या रूपाने ब्राम्हण राजाला कर देत असतात. [१६] नारदाच्या [१७] मते सर्व ब्राह्मण नौकाप्रवासाचे वेळी भाडे किंवा पथकरापासून मुक्त असतात. त्याने असेही म्हटले आहे की ब्राह्मणांनी प्राप्त केलेले दान करारोपणास पात्र नाही. विष्णुधर्मोत्तरपुराणातील [१८] एका वचनातसुद्धा नौकाप्रवासाच्या वेळी पथकर किंवा शुल्कापासून ब्राह्मणांना मुक्ती मिळत असल्याचे सांगितले आहे. ह्यातून निर्माण झालेली परिस्थिती परस्परविरोधी आहे. एकीकडे स्मृतिकार केवळ विद्वान ब्राह्मणांनाच कराधानापासून मुक्त ठेवतात तर दुसरीकडे हा विशेषाधिकार त्यांनी सर्वच ब्राह्मणांचा समावेश होईल, एवढा व्यापक आणि विस्तृत केला आहे.

वर पाहिल्याप्रमाणे ब्राह्मणांच्या करमुक्तीच्या ह्या विशेषाधिकाराचे स्पष्टीकरण स्मृतिकार विनिमयाच्या कल्पनेच्या रूपाने देतात. दुसऱ्या शब्दांमध्ये सांगावयाचे म्हणजे याज्ञिक विधी संपन्न करणे, वेदांचे अध्ययन आणि अध्यापन, लेखन आणि अन्य सांस्कृतिक कार्यकलाप ह्यासारखा ब्राह्मणांकडून जो धार्मिक पुण्यसंचय होत असे, त्याचे दान करांची जागा घेत होते, असे बहुधा समजले जात होते. जर ह्या सिद्धान्ताचे काटेकोरपणाने अनुसरण केले तर मग करमुक्तीचे स्वरूप केवळ विद्वान ब्राह्मणांपुरतेच मर्यादित राहील. ब्राह्मणांच्या पूर्ण वर्गापर्यंत तिचा विस्तार केला

---

(९) अकर: श्रोत्रिय:, आपस्तम्ब, दोन-१०.२६.१०६ (१०) अ.शा. दोन - १ (११) कित्ता - पाच - २. (१२) मनु. सात. १३३. (१३) शां. प. - शहात्तर - ५. (१४) वसिष्ठ - एक, ४२.५३.

जाणार नाही. कारण त्या ब्राह्मणांपैकी अनेकांनी शेती इ. उदरनिर्वाहाच्या अन्य साधनांचा अवलंब केला असेल. [१९] ह्याशिवाय असेही सुचविले गेले आहे की केवळ अगदी थोडेच ब्राह्मण वैदिक वाङ्‌मयाशी अपरिचित असतील. त्यामुळे राजस्वासंबंधी विशेषाधिकारांचा फायदा संपूर्ण ब्राह्मण वर्गाला मिळत असेल. [२०] खरे म्हणजे सगळेच ब्राह्मण वेद जाणत असत हे मत मान्य करणे कठीण आहे. तरीही एक गोष्ट महत्त्वाची व उद्‌बोधक म्हणून लक्षात घेण्यासारखी आहे. ती अशी की मनूच्या मतानुसार ज्याप्रमाणे आहित-प्रतिष्ठापित किंवा अप्रतिष्ठापित अग्नी, कसाही असला तरी ती एक महान देवता आहे. त्याप्रमाणे विदग्ध *(विद्वान)* किंवा प्राकृत *(अशिक्षित)* ब्राह्मण कसाही असो, ती एक महान देवता आहे [२१] हे वक्तव्य डोळयासमोर ठेवल्यास विद्वान किंवा अविद्वान असा ब्राह्मणांमधील भेद राजस्वासंबंधी मुक्तीच्याबाबतीत बहुधा फारसा लक्षात घेतला गेला नाही, असा तर्क करणे सयुक्तिक वाटते.

ब्राह्मणांना भूमीचे प्रदान करण्याची प्रथा होती, त्यावरूनही त्यांची ही करहितत्वाची म्हणून विशेषाधिकाराने युक्त अशी परमप्रतिष्ठित अवस्था सूचित होते. कारण ब्राह्मणांना भूमिदान जोरदार प्रशस्ती समकालीन धर्मग्रंथांमध्ये करण्यात आलेली आहे. आपणास प्रस्तुत असलेल्या काळाच्या पूर्वीच्या आपस्तम्बाचा काळ आहे. त्यात राजाला असा उपदेश दिला गेला आहे की स्वजनांची हानी होऊ न देता राजाने ब्राह्मणांना भूमी आणि धानाचे दान करावे. [२२] दिघनिकायातसुद्धा [२३] ब्रम्हदेवाच्या *(ब्राह्मणांना दान केलेल्या भूमीच्या)* अनेक घटनांचा उल्लेख आहे. तथापि मौर्यपूर्व काळात अशा प्रकारची दाने करमुक्त नव्हती, असे दिसते. कारण 'अकर' हा शब्द, किंवा करांपासून प्रतिरक्षा वा मुक्ती सुचविणारा कोणताही शब्दप्रयोग दान दिलेल्या भूमीच्या बाबतीत लावलेल्या विशेषणांच्या मालिकेत आढळून येत नाही. [२४] त्यामुळे राजस्वासंबंधी मुक्तीने युक्त भूमीचे दान देण्याची पद्धती पूर्वीच्या काळात अस्तित्वात नसण्याची शक्यता आहे. अगदी सर्वप्रथम कौटिल्यानेच ह्याबाबतीत काही निर्देश दिलेले आहेत. नव्या व जुन्या प्रदेशांच्या

(१५) ? (१६) विष्णू - तीन, २६-२७. रघुवंशात (सतरा-६५) हीच कल्पना संगृहित केलेली दिसते. त्यात कालिदास असे विधान करतो की विघ्नांपासून संन्याशांचे आणि लुटारूपासून संपदेचे संरक्षण केल्यामुळे राजा हा पुण्याच्या १/६ अंशाचा उपभोक्ता केला जात असे. हे पुण्य किंवा धार्मिक उपलब्धी आश्रमांची आणि निरनिराळ्या वर्णांची त्यांच्या सापेक्ष सामर्थ्याला अनुसरून असे. (१७) नारद. - अठरा. ३६. (१८) विष्णुधर्मोत्तर, दोन, ६१.५८

पुनर्वसनाच्या *(भूतपूर्वमभूतपूर्व वा)* व्यवस्थापनेच्या बाबतीत तो असे विधान करतो की राजाने यज्ञ करणाऱ्या याज्ञिकाला *(श्रत्विक)*, धर्मगुरूला *(आचार्य)*, उपाध्यायाला *(पुरोहित)* आणि वेद पारंगत ब्राह्मणांना *(श्रोत्रिय)* करमुक्त व दण्डविहीन *(अदण्डकरानि) (णि?)* ब्रम्हदेय भूमींचे दान करावे. [२५] अर्थशास्त्राचे ब्रह्मदेय दिघ निकायाच्या ब्रह्मदेयाहून भिन्न आहे. ते केवळ एवढ्याच अर्थाने की अर्थशास्त्राच्या मते ते करमुक्त असावे.

अर्थशास्त्रातल्याप्रमाणे, मौर्योत्तर काळात स्मृतिग्रंथांमध्ये भूमीच्या राजस्वमुक्त दानांचा उल्लेख नाही. परंतु सर्व दानांमध्ये सर्वात अधिक पुण्यदायक दान म्हणजे ब्राह्मणांना भूमी देणे होय, अशी दान देण्याच्या प्रथेची प्रशंसा स्मृतिग्रंथांनी केली आहे. मनुष्याने कठीण प्रसंगी प्राप्त परिस्थितीत कोणतेही पाप केले असले तरी केवळ गोचर्माएवढ्या भूमीचे दान केल्यास त्या पापाचा निरास होतो, अशा आशयाचा एक श्लोक वसिष्ठाने उद्धृत केला आहे. [२६] विष्णूच्या [२७] मते राजाने ब्राह्मणांना भूमी आणि द्रव्याचे दान करावे. महाभारताच्या अनुशासन पर्वात भूमीचे दान करण्याच्या प्रशंसेमध्ये *(भूमिदान प्रशंसा)* एक पूर्ण अध्याय खर्ची घातला गेला आहे. मनू [२८] आणि याज्ञवल्क्य [२९] ह्यांनी असे सांगितले आहे की राजाने ब्राह्मणांना दिलेल्या उपभोगाच्या वस्तू आणि निरनिराळ्या प्रकारची संपदा हा अक्षय निधी होय. याज्ञवल्क्याने तर भूमिदान कसे करावे ह्याची प्रक्रियासुद्धा सांगितली आहे. परंतु कौटिल्याच्या अर्थशास्त्रात ज्याप्रमाणे राजस्वमुक्त दानांचा उल्लेख आहे, तसा त्यांपैकी कोणत्याही साधनांमध्ये नाही. ब्राह्मणांना करांपासून मुक्ती देण्याची कल्पना आणि त्यांना भूमी प्रदान करण्याची पद्धती ह्या दोन गोष्टी स्मृतिग्रंथांमध्ये सामान्यतः भिन्न भिन्न संदर्भात वेगवेगळ्या सांगितलेल्या आहेत. बृहस्पती बहुधा गुप्त काळात उदयास आला. हाच केवळ असा स्मृतिकार आहे की ज्याने राजस्वासंबंधी मुक्तीची संगती ब्राह्मणांना केलेल्या

---

(१९) काही विशिष्ट बाबतीत, ब्राह्मणांनी धर्माने आणि न्यायाला अनुसरून शेती करणे स्वीकारावे अशा प्रकारची व्यवस्था तत्कालीन धर्मग्रंथांमध्ये दिली आहे. (पाहा - मनु. दहा, ८१-८२., याज्ञ.-, तीन ३५, नारद. - एक, ५६-६०) (२०) आर. एस. शर्मा - 'इकॉनॉमिक आस्पेक्टस ऑफ कास्ट सिस्टम', (पाटना - १९०६) पृ. ६ (२१) मनु.- नऊ. ३१७ (२२) आपस्तम्ब- दोन १०.२६.१ तुलनेसाठी पाहा - गौतम, दहा - ९. (२३) दीघ निकाय, एक-८७, तीन. ११४, १३१, २२४. (२४) आर. एस. शर्मा 'पोलिटिकल आयडियाज अँड इन्स्टिट्यूशन्स', पृ. १३७.

भूमिदानांशी लावली. आणि अशा प्रकारे भूमीच्या राजस्वमुक्त दानांचा उल्लेख केला आहे. तो असे सांगतो की राजाने ब्राह्मणांना घरे आणि भूसंपत्तीचे दान करावे. ते करमुक्त असावे आणि लिखित दानपत्रात असे स्पष्टपणे निवेदन केलेले असावे की त्यातील राजस्व मुक्त केले गेलेले आहे. [३०] तथापि ह्यावरून असे सुचवावयाचे नाही की ब्राह्मणांसाठी राजस्व-मुक्त भूस्वामित्व निर्माण करण्याची पद्धती गुप्त काळाच्या पूर्वी ज्ञात नव्हती. कारण आपण आधीच पाहिले आहे की अशा प्रकारच्या भूमीच्या दानाचा उल्लेख कौटिल्यानेसुद्धा केला आहे. पण कौटिल्याची शिफारस नवीन प्रतिष्ठापनांच्या बाबतीत लागू पडते. बृहस्पतीची मात्र सामान्य स्वरूपाची दिसते. जी पद्धती बरीच प्रसारित झाली होती तिचेच संभवत: बृहस्पतीने कायद्यात रूपांतर केले आहे.

एक गोष्ट मात्र विलक्षण आहे. ती अशी की गुप्त कालाच्या पूर्वी आपणास उत्तर भारतात असा एकही अभिलेख आढळत नाही की ज्यात राजस्वासंबंधी मुक्तिसहित असलेल्या भूमिदानाची नोंद आहे. इ. स. पूर्व पहिल्या शतकातील सातवाहनाचा अभिलेख हीच सर्वात प्राचीन अभिलेखीय नोंद होय. 'अश्वमेध' यज्ञात दान म्हणून दिल्या गेलेल्या एका गावाच्या दानाचा उल्लेख ह्यात आहे. हा अभिलेख पश्चिम भारतातील नाणेघाट येथे आहे. [३१] त्याचप्रमाणे उषवदातांच्या लेण्यातील दोन अभिलेख आहेत. त्यामध्ये सोळा गावे ब्राह्मणांना व देवांना दान दिल्याचा उल्लेख आहे. हे अभिलेख नाशिक विभागातील आहेत. [३२] पण ह्या अभिलेखांमध्ये दात्याने कोणत्याही प्रशासकीय आणि राजस्वासंबंधी अधिकारांना सूट दिली असल्याचा संकेत नाही. आश्चर्याची गोष्ट अशी की सातवाहन राजा गौतमीपुत्र शातकर्णीने [३३] बुद्ध भिक्षूंना दिलेल्या दानपत्रांमध्ये बहुधा सर्वप्रथम प्रशासकीय व राजकीय अधिकार सोडून दिलेले आहेत. ह्या भूमिदानपत्रांमध्ये 'अलवणखतकम्' असा शब्दप्रयोग आहे. राजाच्या मिठावरील अधिकाराचे हस्तान्तरण असा याचा अर्थ आहे. ह्यातून असे सूचित होते की राजाने काही अन्य राजस्वाची साधने स्वत:कडे राखून ठेवली होती. काहीही असले तरी अभिलेखांवरून असे दिसते की राजस्वमुक्त भूस्वामित्व निर्माण करण्याची पद्धती सुरू करणारे सातवाहन हेच पहिले राजे आहेत. अर्थात दानग्राहकांना करांपासून पूर्ण मुक्ती मिळाली

---

(२५) अ. शां. - दोन, १-२. (२६) वसिष्ठ, २९.१६ 'गोचर्म' शब्दाच्या व्याख्येसाठी पाहा - 'हिस्टरी ऑफ धर्मशास्त्र', दोन, खंड २, पृ. ८५९ न. २ (२७) विष्णू. तीन - ८१, ८४,८४. (२८) मनू. - सात ८२. (२९) याज्ञ.- एक. १३५.

नसेलही.

इ.स.च्या ५ व्या शतकापासून पुढे मध्य व उत्तर भारतात राज्यकोषीय किंवा राजस्वासंबंधी प्रतिरक्षेने युक्त अशी भूमिदाने वारंवार केली गेली असे दिसते. वाकाटकांच्या बऱ्याच मोठ्या संख्येत असलेल्या समकालीन राजलेखांवरून हे अनुमान काढता येते. वाकाटकांच्या दानपत्रांमधून असे दिसून येते की राजाने राजस्वाच्या सर्व साधनांवरील आपला अधिकार सोडून दिला होता. ही गोष्ट पूर्वीच्या भूमिदान पत्रांशी विसंगत आहे. वाकाटकांच्या अभिलेखांमध्ये नोंदल्या गेलेल्या प्रतिरक्षा या सगळ्या उदाहरणांमध्ये स्पष्टपणे वेगवेगळ्या निर्दिष्ट केल्या आहेत. त्यांमध्ये पुढील गोष्टींचा समावेश होतो :-

१. अकरदायी (कर न देणे), २. अभटच्छत्रप्रावेश्य (नियमित व अनियमित सैनिकांनी प्रवेश करण्यास प्रतिबंधित असणे), ३. अपरम्परगोबलिवई (दौऱ्यावर असणाऱ्या अधिकाऱ्यांना वाहन म्हणून गुरेढोरे न पुरविणे), ४. अपुष्पक्षरीसंदोहः (अधिकाऱ्यांना दूध इ. चा पुरवठा न करणे), ५. अचारासनचर्माङ्गाराः (कातडे आणि जळाऊ कोळसा न पुरविणे), ६. अलवणाक्लिन्न क्रेणिखनकः (मिठाची खरेदी किंवा खणण्यापासून मुक्त), ७. अपशुमेध्यः (यज्ञासाठी पशू न पुरविणे), ८. सनिधीः (निधींवरील अधिकारांसह), ९. सोपनिधिः *(निक्षेपांवरील अधिकारांसह)*, १०. सक्लृप्तोपक्लृत्पः *(क्लृप्त आणि उपक्लृप्तासह)* विन्ध्यशक्ति २ च्या [३४] वाशिम पट्टकांमध्ये राजस्वासंबंधी सवलतींची आणखी मोठी यादी आहे. ह्या दानपत्राचा पाठ असा (........ आम्ही निर्बन्ध) पासून खालील प्रकारच्या मुक्ती प्रदान करीत आहोत. चारही वेदांमध्ये पारंगत असलेल्या ब्राह्मणांच्या मालकीच्या असलेल्या गावाच्या बाबतीत ह्या मुक्ती आपोआप ओघानेच उपस्थित होतात. ह्या मुक्तींना पूर्वीच्या राजांनी मान्यता दिली आहे. त्या अशा १. जिल्हा पोलिसांपासून *(पोलिसांच्या प्रवेशापासून)* ते मुक्त असावे. २. अरट्ठसंविणयिक, *(मिठाची खरेदी व खणणे ह्यांपासून ते मुक्त असावे.)* ३. अलवणकेष्णवखनक, (सुवर्ण आणि धान्याच्या उपहारांपासून ते मुक्त असावे.) ४. अहिरण्ण धाण्णप्पणयदेयः, फुले व दूध ह्यांवरील राजाधिकाराचा अधिकार ते राज्याला देत नाही. *(अपुष्कक्खीरग्रहणः)* आणि, ५. वाहतुकीसाठी गायी व बैल ह्यांवरील *(राजाधिकाराचा)* अधिकार ते राज्याला देत नाही *(अपरम्परगोबलिवईः)*, ६. कुरणे, कातडी व

---

(३०) बृहस्पती - सतरा, ३-४ (३१) सि. इं. पृ. १८६ (फ) (३२) ए. इं.नं. ८ (१०), ८(१४ए) (३३) सि. इं. पृ. १९२-१९४.

जळाऊ कोळशाची व्यवस्था ते करीत नाही. *(अचारासिध्दिकाचम्मांगालिक)* ७. सैनिकांनी तेथे प्रवेश करू नये. *(अभड्डप्पावेस)*, ८. खाट *(पलंग)* पाण्याची भांडी व नोकरांची व्यवस्था त्याला करावयाची नाही. *(अखट्ट चोल्लकवेणोसिक)*, ९. ते करमुक्त आहे *(अकरद)*, १०. त्याला घोड्यांची व्यवस्था करावयाची नाही. *(अवह)*, ११. निधी व उपनिधी ह्यांवरील अधिकार त्याला प्राप्त झाला आहे. *(सनिधि सोपनिधी)* १२.त्याप्रमाणे सीमेवर असलेल्या व कुश-गवताने युक्त असलेल्या शेतांवरील अधिकार त्याला प्राप्त झाला आहे. *(सकुतुप्पन्न)* १३. मंच व लेख्यपत्रांवरील *(कागदपत्रांवरील)* अधिकार त्याला प्राप्त झाला आहे. *(समच्चमहाकरण)*, १४. सर्व प्रकारच्या प्रतिरक्षांपासून ते मुक्त राहील. *(सव्वजातिपरिहारपरिहीतज्च)*[३५] दानासमवेत सर्व प्रकारच्या प्रतिरक्षा आहेत हे सांगितल्यावरसुद्धा वर पाहिल्याप्रमाणे, ह्या दानपत्रात चौदा मुक्तींची यादी दिली आहे. ह्यात आपण आणखी एक अशीही भर घालू शकतो की ह्यापूर्वीच्या काही पल्लख अभिलेखांमध्ये अठरा मुक्तींचा उल्लेख आहे. मात्र त्यापैकी आठ परिहारांचाच स्पष्ट निर्देश आहे.[३६] अशा प्रकारे आपण जर सातवाहन आणि पल्लव अभिलेखांचा विचार केला तर असे दिसून येईल की ब्राह्मणांना दिलेल्या दानांमधील राज्यकोषीय मुक्ती प्रथम दक्षिण भारतात सुरू झाल्या आणि नंतर त्यांचा प्रसार मध्य व उत्तर भारतात झाला.

गुप्तांच्या वेळीच दोन वंश, आधुनिक बुंदेलखंड व बधेलखंड ह्या भागावर जवळ जवळ एकाच काळात राज्य करीत होते. त्या ठिकाणीसुद्धा मुक्तींची प्रथा होती. गुप्त साम्राज्यातील जमीनदार असणाऱ्या दभालच्या परिव्राजक महाराजांचा काळ इ. स. ४७५-७६ ते इ.स. ५२८-२९ च्या दरम्यान येतो. उच्छकल्प महाराजांचा काळ इ.स. ४९३-९४ ते ५३३-३४ च्या दरम्यान येतो. वाकाटकांप्रमाणेच परिव्राजक राजांची भूमिदाने बहुतेक ब्राह्मणांनाच केलेली आहेत. ह्या ब्राह्मणांना उद्रंग व उपरिकराचा अधिकार दिला गेलेला आहे. ह्या भूमी नियमित व अनियमित सैनिकांच्या अन्तरागमापासून मुक्त आहेत. *(अचाटभटप्रावेश्य)* मात्र चोर व दरोडेखोरांना शिक्षा करणे आणि त्यांपासून प्राप्त झालेल्या दंडाच्या रकमेवरील अधिकार राजाने स्वत:कडे राखून ठेवलेला आहे. उच्छकल्पाच्या महाराजांच्या अभिलेखामध्ये बहुतेक निरनिराळ्या वर्गाच्या लोकांनी *(ह्यात लेखक, व्यापारी व भागवत पंथाच्या अनुयायांचा समावेश होतो.)*, देवळाची दुरुस्ती व तेथील पूजेसाठी दान दिल्याची नोंद आहे. तथापि ब्राह्मणांना दिली गेलेली वैयक्तिक भूमिदाने पूर्णपणे अज्ञात होती असे नाही.

---

(३४) ए. इं. सव्वीस, नं. २०, १.१९.२६.

[३७] सामान्यत: ते दानग्राहकांना उदंग व उपरिकरावरील अधिकारासह आणि चाट व भट ह्यांच्या प्रवेशापासून मुक्त अशी भूमी सोपवितात. दोन ठिकाणी हलिकाकराचा (नांगरावरील कर) [३८] उल्लेख आहे. शिवाय त्या भागात वास्तव्य करणाऱ्या लोकांना असा आदेश दिला गेला आहे की त्यांनी दानग्राहकाला नेहमीचा प्रचलित असलेला भागभोगकर नावाचा कर, हिरण्य आणि इतर राजस्व द्यावे. अशा प्रकारे वाकाटकांच्या भूमिदानपत्रांमधील मुक्तीची यादी जास्त समावेशक आहे असे दिसेल. मात्र परिव्राजक व उच्छकल्पाच्या प्रमुखांच्या दानपत्रांत उल्लेखिलेल्या काही प्रतिरक्षा त्यात आढळत नाहीत.

समुद्रगुप्ताची म्हणून सांगितली गेलेली भूमिदाने बनावट म्हणून रद्द करण्यात आलेली आहेत. त्यामुळे गुप्त सम्राट प्रत्यक्षपणे ज्या भागांवर राज्य करीत होते, त्या ठिकाणी गुप्त सम्राटांनी अशा प्रकारचे दान केल्याचा फारसा पुरावा आपल्याजवळ उपलब्ध नाही. मात्र गुप्तांच्या मध्य भारतातील जमीनदारांनी अशा प्रकारची दाने दिली आहेत. जरी दानाची मर्यादा निश्चित करता आली नाही तरी इ.स. ४८९ च्या स्कन्दगुप्ताच्या [३९] बिहार पाषण अभिलेखावरून अशी कल्पना येते की गुप्त सम्राटांच्या जमीनदारांनी ज्या अटींवर दान केले होते, त्याच अटींवर गुप्त सम्राटांनी सर्व गावे दान केली होती. [४०] उत्तर बंगालमधील सात ताम्रपत्र अभिलेख व पूर्व बंगालमधील फरीदपूर जिल्ह्यातील अशाच स्वरूपाच्या चार राजलेखांवरून असे अनुमान करता येणे शक्य आहे की, गुप्त शासक व्यक्तींनी केलेल्या दानाला स्वेच्छेने मान्यता देत असत. ह्या दानपत्रांमध्ये निरनिराळ्या आकाराच्या शेतांच्या विक्रीचा व खरेदीचा समावेश करण्यात आलेला आहे. अशा प्रकारचे व्यवहार स्थानिक समिती आणि केंद्र सरकारच्या स्थानिक अधिकाऱ्यांच्या स्वीकृतीनेच साध्य केले जाऊ शकत असत. जरी दानपत्रांमध्ये निरनिराळ्या करांपासून प्राप्त मुक्तींची नोंद नाही तरी हे उघड दिसते की ब्राह्मण किंवा देवस्थानांसाठी शासन आपला उत्पादनातील हिस्सा सोडावयास तयार होते.

---

(३५) विन्ध्यशक्ति २ चे वाशिम पट्टक ए. ए. इं. सव्वीस, नं. २०, ११, १९-२६. ह्या ठिकाणी मिराशींनी केलेला अनुवाद अनुसरला आहे. वर्तमान संदर्भात उल्लेखिल्या गेलेल्या राज्यकोषीय संज्ञांची चर्चा, गावकऱ्यांनी केलेले विविध करदान - ह्या विषयाच्या संबंधात आली आहे. (३६) शिवस्कन्दवर्मनचा हिरहदगल्ली पट्टक. सि. इं. पृ. ४३९-४४०. एल. १.३४.३५. विजयस्कन्दवर्मन २ च्या ओंगुदु पट्टकांमध्येसुद्धा (ए. इं. पंधरा, नं. ११(ए) एल१ २) मुक्तींची संख्या अठरा असल्याचे सांगितलेले आहे.

कारण खाजगी व्यक्तींनी केलेल्या भूमिदानांमुळे धार्मिक पुण्याचा $1/६$ भाग शासन प्राप्त करीत असे, अशा समजुतीने ही गोष्ट विचारात घेऊन शासन हिस्सा सोडत असे.(४१)

वर उल्लेखिलेल्या भूमिदानांमुळे राज्याच्या उत्पन्नाला बहुधा बरीच मोठी हानी झाली. ह्याचे विशेष कारण असे की बहुतेक सर्व बाबतींमध्ये लागवडीखाली आणलेली भूमीच दान केली गेली असे दिसून येते. गुप्तांच्या बंगाल राजलेखामध्ये खिल (४२) आणि 'अप्रहत' ह्या शब्दांचा उपयोग आहे. त्याचा अर्थ ब्राह्मणांना ओसाड आणि न नांगरलेली लागवडीखाली न आणलेली भूमी दानात दिली गेली अशा प्रकारे लावला गेला आहे.(४४) ह्यातून राजस्वाची काहीच हानी झाली नाही, असे सूचित होऊ शकेल. पण सूक्ष्म परीक्षण केल्यास असे दिसून येते की 'खिल' आणि 'अप्रहत' भूमी असा अर्थ होत नाही. इ.स. ४४८ च्या बैग्राम ताम्रपत्र अभिलेखात (४५) खिल खिलक्षेत्रा समवेत थोडी आवास भूमी (वास्तु) सुद्धा आहे. ही भूमी देवस्थानांची सेवा करणाऱ्या लोकांच्या (तलवाटक) (४६) वर्गासाठी आहे. ह्यावरून असे सूचित होते की ही भूमी पूर्णपणे ओसाड नव्हती. त्याचप्रमाणे इ.स. ५४३ च्या दामोदरपूर ताम्रपत्र अभिलेखामध्ये अप्रहत आणि खिल हे शब्द रूढार्थाने उपयोगात आणले गेले आहेत असे दिसते. कारण भूमीची इतकी चणचण आहे की, ५ कुल्यवाप भूमी चार निरनिराळ्या स्थानी खरेदी करावी लागते.(४७) असे ह्या अभिलेखावरून कळते. शिवाय ह्या ठिकाणीसुद्धा न नांगरलेली व लागवडीखाली न आणलेली भूमी ही आवासभूमी (वास्तु) (४८) समवेतच आहे. त्यामुळे ती भूमी ओसाड होती की नाही, ह्याबद्दल शंकाच निर्माण होते. आणि मुख्य म्हणजे विचाराधीन भूमीचे वर्णन नेहमीच 'अप्रहत' ह्या शब्दाने केले जात नाही. कारण एका ठिकाणी ५ कुल्यवापाच्या पूर्ण क्षेत्राचाच 'खिल' म्हणून निर्देश केलेला आहे.(४९) त्याचप्रमाणे इ.स. च्या ५ व्या शतकाच्या शेवटच्या २५ वर्षामधील असलेल्या दुसऱ्या एका दामोदरपूर ताम्रपत्र अभिलेखावरून (५०) असे अनुमान काढता येते की कोकामुखस्वमिन नावाच्या देवतेला दान देण्यासाठी असणारी ४ कुल्यवाप भूमी आणि श्वेतवराहस्वामिन नावाच्या देवतेसाठी असणारी ७ कुल्यवाप

---

(३७) कॉ. इं. इं. तीन, नं. २६. (३८) कित्ता, नं. ३०.१.१३, ए. इं. एकोणीस, नं. २१.१.१०. (३९) कॉ. इं. इं., तीन नं. २६. (४०) आर. एस. शर्मा, 'ए सर्व्हे ऑफ लॅंड सिस्टम इन इंडिया (सी २०० ख्रिस्तपूर्व ते इ.स. ६५०)', ज. बि.री.सो. चौसष्ट (९१) पृ. २२९.

भूमी, ह्या दोन्ही एका व्यापाऱ्याने विकत घेतलेल्या होत्या. आणि त्या लागवडीखाली आणलेल्या होत्या. त्याबद्दल संशयच नको.[५१]

आधुनिक मध्य प्रदेशाच्या पूर्व भागावर गुप्तांचे मांडलिक परिव्राजक त्या वेळी शासन करीत असत. ह्या प्रदेशात भूमिखण्डाच्या दानांपेक्षा ग्रामदाने अधिक प्रमाणात दिली जात असत असे दिसते. ह्या दानपत्रांमध्ये लागवडीखाली न आणलेल्या भूमीचे निदर्शक असे शब्दप्रयोग थोड्याफार प्रमाणात रूढार्थाने आहेत असे दिसते. मध्य भारतातील अनेक दाने अकृष्ट *(लागवडीखाली न आणलेल्या)* भूमीच्या सिद्धान्तानुसार (भूमिच्छिद्रन्याय) दिली गेली होती. तरीही संभवत: गावे वसलेली नव्हती किंवा तेथे शेती केली गेली नव्हती असे लक्षित करणारे अन्य काहीही साधन नाही. अशा प्रकारे सर्वनाथाच्या खोह ताम्रपत्र अभिलेखात (इ.स. ५१३) ह्या सिद्धान्तास अनुसरून दान केली गेलेली व्याघ्रपल्लिका आणि काचरपल्लिका ही वसलेली गावे होती, हे स्पष्ट आहे [५२]. त्यांमध्ये ब्राह्मण आणि इतर लोक राहत असत. दानासंबंधीचा आदेश त्यांच्याकडे पोहोचविण्यात आला होता.[५३] मध्य भारतातील इतर अनेक समकालीन अभिलेखांमध्ये अशा प्रकारच्या माहितीचे निवेदन ब्राह्मण आणि इतर रहिवाशांना दिले गेले अशी ही नोंद आहे. ह्या सर्व गोष्टीवरून असे दिसते की दानग्राहकांना नेहमीच लागवडीखाली आणलेली व वसलेली भूमी दानात दिली जात असे. आणि ह्याचा परिणाम म्हणजे संभवत: उत्पन्न आणि राजस्वामध्ये अपरिमित हानी झाली.

आपणास प्रस्तुत असलेल्या कालातील अभिलेखातून सूचित केल्या गेलेल्या भूमीच्या उपभोगकालाच्या पद्धतीवरून असे दिसते की भूमीचे प्रत्येक दान म्हणजे राजस्वाची कायमची हानी होती. अन्यथा राज्याला त्या भूमीपासून राजस्व प्राप्त झाले असते. मध्यभारतातील अनेक दानपत्रांमध्ये 'भूमिच्छिद्रन्याय' हा शब्दप्रयोग आढळतो. एखादी नापीक जमीन अगदी सर्वात पहिल्यांदा कृषियोग्य करणाऱ्या व्यक्तीला तिच्या स्वामित्वाचा पूर्ण अधिकार प्राप्त होतो. त्याचे दान म्हणजे

---

(४१) गुप्त वर्ष १६९ ची तन्दपूर ताम्रपत्रे, ए. इं. तेवीस नं. ८, १.११, गुप्त वर्ष १५९ ची पहरपूर ताम्रपत्रे, ए. इं. वी. नं. ५, १.१६. (४२) ए. इं. पंधरा, नं. ७ (१), ११.७-८ (४३) कित्ता, १.७ (४४) ए. इं. पंधरा, पृ. १३१, नं. ९ हिं. रे. सि. पृ. १९८, मैती उपरोक्त पृ. १३-२४. (४५) सि. इं. पृ. ३४३, ११.५-९. (४६) कित्ता, पृ. ३४३, १.९ आणि टि. ९. (४७) ए. इं. पंधरा, नं. १ (५), ११.१५-१८. (४८) कित्ता. (४९) कित्ता, ११. १७-१८

'भूमिच्छिद्रन्याय' असा ह्या शब्दप्रयोगाचा अर्थ घोषालांनी केलेला आहे.[५४] यादवप्रकाश आणि कौटिल्याने केलेला पाठ बार्नेटने स्वीकारला आहे. एखाद्या ठिकाणचे रहिवासी मरुस्थलातील किंवा अरण्यांमधील अर्थात अस्वायत्त किंवा अन्याधीन भूमीचे धारक होतात. त्या भूमीवरून त्या लोकांना स्वेच्छेने हुसकावून लावण्याचा अधिकार राजाने स्वत:कडे सुरक्षित ठेवलेला असतो. अशाच प्रकारच्या परिस्थितीवर किंवा अटीवर आधारलेले भूस्वामित्व म्हणजेच भूमिच्छिद्रन्याय होय असे बार्नेटचे मत आहे.[५५] एकीकडे घोषालांच्या मताला अधिक स्पष्टीकरणाची आवश्यकता आहे तर इकडे बार्नेटचे मत स्वीकारता येणे शक्य नाही. लेख्यपत्रांवरून असे प्रकट होते की भूमिच्छिद्रन्यायाने दान केली गेलेली भूमी केवळ दानग्राहकालाच नित्यस्थायी स्वरूपात दिली जात नव्हती. तर त्याच्या वंशजांनासुद्धा दिली जात होती. सर्वनाथाच्या खोह ताम्रपत्र अभिलेखात असे सांगितलेले आहे की व्याघ्रपल्लिका आणि काचरपल्लिका नावाची गावे भूमिच्छिद्रन्यायानुसार दान केली गेली होती. त्यामुळे तिचा उपभोग दानग्राहकांचे पुत्र आणि पौत्र घेऊ शकणार होते.[५६] त्याचप्रमाणे द्वितीय धारसेनाच्या मलिया-ताम्रपत्र-अभिलेखात (इ.स. ५७१-७२) अशी माहिती दिली गेली आहे की रूद्रभूमि नावाच्या ब्राह्मणाला 'अन्तरात्र' नावाचे गाव जोपर्यंत चंद्र, सूर्य, महासागर, सरिता व पृथ्वी आहे तोपर्यंत असणारे, आणि त्याचे पुत्र व पौत्र यांनी वंशपरंपरेने उपभोग घेण्यासाठी दानात दिले गेले होते.[५७] हया वचनांवरून असे स्पष्टपणे सूचित केले जाते की भूमी वंशसातत्याने आणि नित्यस्थायी स्वरूपात दानात दिली जात होती.

बंगाल राजलेखांवरूनसुद्धा भूमीच्या नित्यस्थायी दानांचे अनुमान केले जाऊ शकते. त्यामध्ये 'निविधर्म' [५८] 'अक्षयनिविधर्म' [५९] किंवा 'अक्षयनीवि' [६०] 'अप्रदाधर्म' [६१] आणि 'अप्रदाक्षय-नीवि' किंवा अप्रदायक्षयनीविमर्यादा [६२] ह्यानुसारच भूमी दान केली जात असल्याची नोंद आहे. अभिलेखातील नीवि शब्दाचे स्पष्टीकरण अशा प्रकारे दिले जाते की निश्चित मुद्दलावरील व्याजातून नेहमीसाठी एखादा विशिष्ट खर्च पार पाडला जातो. [६३] तथापि नीविधर्मानुसार एखाद्या भूमीचे दान करणे म्हणजे ते दान अशा अटीवर देणे की त्याचा प्रतिपाळ नित्यस्थायी म्हणून झाला पाहिजे. काही निर्दिष्ट

---

(५०) ए. इं. पंधरा, नं. ७ (४), ११.१०-११ (५१) आर. एस. शर्मा 'पोलिटिकल आयडियाज अँड इन्स्टिट्यूशन्स' पृ. २१८. (५२) कॉ. इं. इं., तीन नं. ३१. (५३) कित्ता, १.७.

उद्देशांसाठीच दानग्राहक त्यांवरील व्याज फक्त खर्च करू शकतो. दामोदरपूर ताम्रपत्र अभिलेखावरूनसुद्धा (६४) वरील निर्वचनाला दुजोरा मिळतो. त्यात असे विधान आहे की जोपर्यंत चंद्र, सूर्य आणि तारे अस्तित्वात आहेत, तोपर्यंत भूमीचा उपभोग घेतला जावा. दुसऱ्या शब्दांमध्ये सांगावयाचे म्हणजे 'नीविधर्म' ह्या शब्दाचा अर्थ असा की अन्यसंक्रमणाच्या अधिकाराशिवाय दिले गेलेले नित्यस्थायी स्वरूपाचे दान होय. 'अक्षयनीविधर्म' शब्दाचादेखील तोच अर्थ निश्चित केला गेलेला आहे. ह्यामध्ये 'अक्षय' शब्दाची भर बहुधा दानाला अधिक शाश्वतता प्राप्त व्हावी म्हणून घातली गेली आहे. (६५) 'नीविधर्म' प्रमाणेच अक्षयनीविधर्म शब्दाबरोबर सुद्धा 'शाश्वतचन्द्रार्कतारक' हा शब्दप्रयोग येतो. पहारपूर (६६) आणि बेग्राम (६७) ताम्रपत्रात असा शब्दप्रयोग आहे. ह्या लेख्यपत्रांवरून असे कळते की हे दान नित्यस्थायी होते आणि त्यावरचे स्वामित्वसुद्धा शाश्वत होते. अप्रदाधर्माच्या बाबतीत मैतीने (६८) असे निदर्शनास आणले आहे की 'अप्रदा' चा शब्दश: अर्थ 'नप्रदा' म्हणजेच एकतर जे दुसऱ्याला हस्तान्तरित करता येत नाही किंवा ज्यापासून काहीही उत्पादन होत नाही असा आहे. अशा प्रकारे त्यांच्या मते, अप्रदाधर्मानुसार केले गेलेले भूमीचे दान ह्याचा अर्थ असा की दानग्राहकाला अशा संपत्तीचा उपभोग घेण्याचे सर्व अधिकार होते, पण दुसऱ्याला देण्याचा किंवा विकण्याचा अधिकार नव्हता. म्हणून अशा प्रकारची दानेसुद्धा नित्यस्थायी होती. इ.स. ४३३-३४ च्या दामोदरपूर ताम्रपत्र अभिलेखाचा ह्याला आधार आहे. त्यात असे सांगितलेले आहे की कोण्या अमृतदेवाने 'वास्तु' सह ५ कुल्यवाप खिल भूमी अप्रदाधर्मानुसार भगवान श्वेतवराहस्वामिनूला *(म्हणजेच भगवान विष्णूला)* नित्याच्या उपयोगासाठी *(शाश्वतकालभोग्य)* देवस्थ म्हणून अर्पण केली.(६९) लेख्यपत्रात अशीही अपेक्षा व्यक्त केली गेली आहे की प्रशासकीय प्रतिनिधींनी त्या

---

(५४) हिं. रे. सि. पृ. १९५, इं. हि. क्वा. पाच पृ. ३८५ निरनिराळ्या मतांच्या चर्चेसाठी पाहा, मैती, उपरोक्त पृ. ३०-३२. (५५) ज. रॉ.ए.सो. १९३१, पृ. १६५. अर्थशास्त्रातील 'भूमिच्छिद्रविधानम' वरील अध्यायान (दोन-२) कौटिल्याने भूमिच्छिद्र भूमि आणि वसलेला भाग (ग्राम किंवा नगर) ह्यांमध्ये भेद केला आहे असे दिसते. ह्यांमध्ये कृषियोग्य क्षेत्रांचाही समावेश आहे. ह्यांचा विचार त्याने (जनपदनिवेशा ह्या) वेगळ्या अध्यायान केलेला आहे. आपल्या वैजयन्ती ह्या टीकेत यादवप्रकाश (उद्धृत मैत्ती, उपरोक्त पृ. ३१) सुचवितो की भूमिच्छिद्र ह्या संज्ञेचा अर्थ कृषीला अयोग्य अशी भूमी असा आहे. (भूमिच्छिद्रणकृष्ययोग्य). (५६) कॉ. इ. इं. तीन, नं. ३१.१.१०. (५७) कित्ता, तीन नं. ३८, १.३८. (५८) ए. इं. पंधरा, नं. ७ (१), १.९ (५९) कित्ता, वीस नं. ५, १.१९

दानाचा मान ठेवावा.[७०] दुसऱ्या शब्दात, नीविधर्मप्रमाणेच अप्रदाधर्म ह्यातून असा अर्थ सूचित होतो की मूळ दानाची मात्रा कमी करू नये किंवा त्याचा नाश करू नये, तर ते अखण्ड व नित्यस्थायी म्हणून सुरक्षित ठेवावे.[७१] ह्या सर्व गोष्टींवरून हे ओघानेच येते की भूमिदाने बहुतेक नित्यस्थायीच होती. अर्थात काही ठिकाणी दानग्राहकाला ती भूमी मुक्तपणे दुसऱ्याला देण्याच्या किंवा विकण्याच्या अधिकारापासून वंचित करण्यात आले होते. तथापि ही गोष्टसुद्धा लक्षात घेतली पाहिजे की दान केली गेलेली भूमी किंवा भाव ह्यांचे पुनर्ग्रहण पूर्णतया अज्ञात नव्हते. वाकाटक राजा द्वितीय प्रवरसेनाच्या[७२] दानपत्रात असा स्पष्ट निर्देश आहे की ज्या हजार ब्राह्मणांना गाव दान दिले गेले ते अशाच अटीवर की जर ते राज्याविरुद्ध कोणत्याही प्रकारचा द्रोह करणार नाहीत. ब्रह्म-हत्या करणार नाहीत, चोरी आणि व्यभिचार करणार नाहीत, राजावर विषप्रयोग करणार नाहीत, युद्ध करणार नाहीत आणि इतर ग्रामवासियांना कोणत्याही प्रकारचा त्रास देणार नाहीत तरच ते गावाचे स्वामी होऊ शकतील. इतर समकालीन भूमिदानांच्या राजपत्रांशी अगदी विपरित अशा प्रकारे ह्या अभिलेखात असे दाखविले आहे की काही वेळा भूमिदान हे ब्राह्मणांना अनुकूल व ब्राह्मणांसाठीच करण्याचे कारण केवळ धार्मिक पुण्य प्राप्त करणेच नव्हते, तर ब्राह्मणांना विरोधात काम करण्यापासून निवृत्त करण्यासाठीसुद्धा होते.[७३] आणि राज्याच्या हितसंबंधाला उपयोगी अशा प्रकारचे वर्तन जर त्यांनी ठेवले नाही, तर त्यांची भूमी सरकारजमा होऊ शकत असे. अर्थात दान केलेल्या भूमीचे किंवा गावाचे पुनर्ग्रहण करण्याच्या घटना अपवादात्मक असतील, पण त्या नित्यस्थायी दान करण्याच्या सामान्य प्रथेशी विरोधी ठरत नाहीत. कारण सरकारजमा होण्याच्या अगदी थोड्या प्रसंगापासूनसुद्धा ह्या भूमिदानांचे संरक्षण शापवाणी किंवा धिक्काराच्या वचनांनी केले होते. कधी कधी अभिलेखांमध्ये ही शापवचने फार कठोर शब्दप्रयोगांनी अभिव्यक्त केली गेली आहेत. द्वितीय चन्द्रगुप्ताच्या सांची शिलालेखात अशी नोंद आहे की ह्याच्या *(भूमिदानाच्या)* व्यवस्थापनामध्ये जो कोणी ढवळाढवळ करील, त्याला गोहत्या किंवा ब्रह्महत्या आणि ज्या दुष्कृत्यांचे फळ म्हणून तत्काळ शासन केले

---

(६०) सि. इं. पृ. ३४५, ११.१९-२०. (६१) ए. इं. पंधरा, नं. ७ (५). १.१८. (६२) कित्ता, नं. ७ (२), ११.६-७. (६३) कित्ता, आठ, पृ. ८२, पृ. पंधरा, पृ. १३१, अठरा पृ. ३४७. (६४) कित्ता, पंधरा, नं. ७ (१), १.८ (६५) मैती, उपरोक्त, पृ. २७. (६६) ए. इं. वीस, नं. ५, १.२० (६७) सि. इं. पृ. ३४४, १.११. (६८) मैती, उपरोक्त, पृ. २९

जाते अशा पंचपापांच्या अपराधाबद्दल पकडण्यात येईल.[७४] गढवा अभिलेखात ह्याचीच पुनरावृत्ती केलेली आहे.[७५] वाकाटकांच्या आणि समकालीन भूमिदानपत्रांमध्ये ह्यांसारखीच वचने आढळतात.

राजस्वासंबंधी केवळ ब्राह्मणांनाच नव्हे, तर देवळांनासुद्धा सूट देण्यात आली होती. इ.स. च्या ६व्या शतकाच्या पूर्वार्धात, मध्य भारतातील पिष्टपुरी देवीच्या देवस्थानाला दिल्या गेलेल्या दोन भूमिदानांविषयी आपणास माहिती मिळते.[७६] त्याच शतकाच्या उत्तरार्धात गया जिल्ह्यातील विपुल संपदा आणि उपभोग्य वस्तूंनी युक्त अशा प्रकारचे एक वसलेले गाव मौखरि सामन्त अनन्तवर्मनने भवानी देवीसाठी दान दिले.[७७] बंगालमध्ये इ.स. च्या ५ व्या आणि ६ व्या शतकात गोविन्दस्वामिन्[७८] श्वेतवराहस्वामिन्[७९] आणि कोकामुखस्वामिन्,[८०] देवतांच्या देवळांना भूमीचे खंड दान केले गेले. जरी देव आणि देवतांना भूमीची काही दाने केली गेली आणि त्याचा परिणाम असा झाला की भूस्वामी असणाऱ्या देवस्थानांची वृद्धी झाली, तरी भूमीच्या दानांचे अधिकाधिक ग्राहक ब्राह्मणच होते, ही वस्तुस्थिति आहे. कलचुरीचेदी काळातील इ.स. च्या तिसऱ्या शतकाच्या मध्यापासून तो इ.स. ७५० ह्या कालखंडातील भूमिदानांचे विश्लेषण केल्यास असे दिसते की एकतीस दानांपैकी दोन दाने बौद्ध विहारांना, तीन हिंदु देवळांना आणि उरलेली २६ ब्राह्मणांना दिली गेली.[८१]

अशा प्रकारे एकीकडे राजस्वासंबंधी मुक्तींनी युक्त अशा भूमिदानांमुळे राज्याला राजस्वाची हानी होत होती. तर दुसरीकडे त्यांची प्रवृत्ती शेतकऱ्यांवरील भार वाढविण्याकडे होती आणि अशा प्रकारे सामाजिक ध्रुवीकरणाच्या प्रक्रियेला गती मिळण्यास ती कारणीभूत झाली. लोकांना शिक्षण देऊन आणि लोकांच्या धार्मिक गरजा पूर्ण करून ब्राह्मणांनी उपयुक्त कार्य केले असेल. परंतु खालच्या वर्गाच्या लोकांकडून केल्या गेलेल्या उत्पादक कार्यकलापांशी त्यांचा प्रत्यक्ष संबंध होता, असे दिसत नाही. ब्राह्मणांना त्यांच्या कार्याबद्दल उदारपणाने, सढळतेने पुरस्कार प्राप्त झाला, पण तो शेतकरी म्हणून गावांमध्ये जे काम करीत असत त्यांना झळ लागूनच झाला. ब्राह्मणांसाठी करमुक्त स्वामित्वाच्या निर्मितीमुळे ब्राह्मण आधीच उपभोगत

---

(६९) ए. इं. पंधरा, नं. ७ (५),१.१८. (७०) कित्ता, १.१९ (७१) मैती, उपरोक्त, पृ. २९. तुलनेसाठी पाहा 'सि. इं. पृ. २८४' टि. १०. (७२) कॉ. इं. इं. तीन, नं. ५५, ११.४१-४३ (७३) तुलनेसाठी पाहा, आर. एस. शर्मा, 'पोलिटिकल आयडियाज अँड इन्स्टिट्यूशन' पृ. २०४.

असलेल्या उच्च सामाजिक आणि आर्थिक दर्जात भर पडली. त्यामुळे निरनिराळ्या वर्णांमधील भेद आणखी तीव्र झाले. दानग्राहकांना जी गावे दान दिली गेली. तेथील रहिवाश्यांवर शासन करण्याचा अधिकारसुद्धा त्यांना दिला गेला. ह्यामुळे ही सामाजिक दरी आणखीच रुंदावली अशी (८२) बुध्दघोषाकडून ह्या गोष्टीला पुष्टी मिळते. त्याने पूर्वीच्या पाली ग्रंथांमधील 'ब्रह्मदेय' हया शब्दप्रयोगाचे स्पष्टीकरण 'न्यायिक व प्रशासकीय अधिकारांसमवेत' असे दिले आहे. (८३) त्यातल्या त्यात विलक्षण गोष्ट अशी की कधी कधी शासन करण्याच्या अधिकारांमध्ये राजा किंवा त्याच्या अधिकाऱ्यांपासून कोणतीही ढवळाढवळ केली जात असे. ह्या बाधेपासून तो मुक्त होता. दान केल्या गेलेल्या गावांपासून शुल्काची किंवा कराची वसुली करणे हे देणगीचा उपभोग घेणाऱ्या दानग्राहकाच्या वैयक्तिक मर्जीवर आणि लहरीवर अवलंबून असावे. त्यामुळे स्वत:च्या फायद्यासाठी लोकांवर अत्याचार करणे ते सोयीस्करपणे स्वीकारू शकत होते. अभिलेखांमध्ये असा स्पष्ट निर्देश आहे की जे कर राजाला द्यावयाचे नाहीत, त्यांची वसुली दानग्राहकांनी करू नये. (८४) परंतु दानग्राहक भरपूर आर्थिक आणि राजकीय सत्तेचा वापर करीत असत आणि त्यांना त्यामध्ये राजाकडून होणाऱ्या ढवळाढवळीची भीती नव्हती, ही गोष्ट लक्षात घेतल्यास ते लोक राजपत्रामध्ये घालून दिलेल्या आदर्शांना अनुसरून आचरण करीत असत, ही गोष्ट संभवनीय वाटत नाही.

प्रकरण ११ वे

राज्यकोषीय अनुविभाग

आधीच्या पृष्ठांमध्ये करांच्या निरनिराळ्या प्रकारांची चर्चा केली गेली आहे. त्यात राजस्व प्रशासनाची एक यत्नसिद्ध आणि कार्यक्षम प्रणाली आधीच गृहीत धरलेली आहे. सामान्य प्रशासनिक सुविधेसाठी राज्याचे ठराविक घटकांमध्ये विभाजन केले गेले होते आणि ह्या गटाचे क्रमश: लहान विभागांमध्ये उपविभाजन केले गेले

(७४) कॉ. इं. इं. नं. ५, ११.१० (७५) कित्ता, नं. ७, ११.१६-१७. (७६) कित्ता, नं. २५, ११. १४-१५, कित्ता, नं. ३१, ११.१०-११. (७७) कित्ता, नं. ५०, १.१०. (७८) सि. इं. पृ. ३०४, १.४. (७९) कित्ता, पृ. ३८८-९. (८०) ए. इं. पंधरा, नं. ७ (४), ११.५-७. (८१) कॉ. इं. इं., चार, प्रस्तावना, पृ. १६९ (१)

होते. मौर्योत्तर आणि गुप्तकालीन साधनांमध्ये राजस्वाची आकारणी आणि राजस्वग्रहण ह्यांसाठी वेगवेगळे अनुविभाग अस्तित्वात होते, असे दर्शविणारी एकही गोष्ट नाही. प्राचीन काळात राज्याशी संबद्ध असणाऱ्या निरनिराळ्या कार्यामध्ये फारच थोडा भेद केला जात असे. त्यामुळे त्या वेळी राज्यकोषीय यंत्रणा आणि सामान्य प्रशासन अगदी पृथक राज्यकोषीय अनुविभागाची स्थापना करण्यास कारणीभूत ठरतील इतके परस्परापासून अलग असू शकतील अशी अपेक्षा करणे योग्य नव्हे. गुप्त कालापासूनच्या भूमिदानपत्रांमध्ये दान केलेल्या भूमीचा विशिष्ट खंड किंवा गाव साम्राज्याच्या कोणत्या निश्चित गटात समावेशित आहे, त्याचे न चुकता वर्णन केलेले आहे. त्यातही आणखी महत्त्वाची गोष्ट अशी की भूमीच्या अशा दानांसमवेतच राज्यकोषीय सूट आणि विशेषाधिकार बहुतेक वेळा प्रदान केले गेलेले आहेत. राज्यकोषीय मुक्ती आणि प्रादेशिक विभाजन ह्यांच्या एकाच अभिलेखात असलेल्या उल्लेखावरून असे सूचित होते की प्रादेशिक विभाजनच राज्यकोषीय अनुविभागांचेही कार्य पार पाडत असे.

राज्यकोषीय प्रशासनाचा सर्वात लहान अनुविभाग ह्या स्वरूपात 'ग्राम' किंवा गावाची प्राचीनता मौर्यपूर्व काळापासून असल्याचे शोधून काढता येते. 'ग्राम' हा शब्द ऋग्वेदातसुद्धा आढळून येतो. मात्र त्याचे प्रशासनिक महत्त्व वैदिक संदर्भावरून स्पष्ट होत नाही. [१] काहीही असले तरी प्रशासनाचा एक निश्चित केलेला अनुविभाग म्हणून ग्राम हे मौर्यपूर्वकाळातच मान्य केले गेले होते. त्या वेळी ग्रामांच्या समूहांवर कर गोळा करणाऱ्या अधिकाऱ्यांची नियुक्ती

---

(८२) गुप्त कालखंडातील, मध्य भारतातील अनेक दानपत्रांमध्ये दान दिल्या गेलेल्या गावांमधील रहिवाश्यांना पुन: पुन्हा असे बजावण्यात आले आहे की त्यांनी दानग्राहकांच्या आज्ञा पाळाव्यात. (कॉ. इ. इं. नं. २६, १.१०, नं. २७, १.१२, नं. २९, १.१८, नं. २९, ११.१४-१५ इ.) त्याचप्रमाणे मैत्रक राजांच्या राजपत्रांमध्ये दान केलेल्या गावांचे वर्णन 'राजकीयानामहस्तप्रक्षेपणीय' (ज.यु.बॉ.) न्यू. सी. (एक, पृ. १९,२७,३१,३४,५६ इ.) असे केले गेले आहे. भूमी किंवा गावाच्या दान केल्या गेलेल्या क्षेत्रांमधील विषयांमध्ये राजाच्या अधिकाऱ्यांकडून कोणत्याही प्रकारची बाधा न येणे, असा यांचा अर्थ आहे. (८३) पा. टे. सो., पाली-इंग्लिश डिक्शनरी, 'ब्रह्मदेय' शब्दाखाली पाहा. (८४) कॉ. इं. इं., तीन, नं. २६, ११.११-१२, नं. २३, १.१३ नं. २८. १.२० इ.

संभवतः केली गेली असे. [२] मौर्यकालात एक किंवा अनेक गावांचा प्रमुख म्हणून 'गोप' ह्या अधिकाऱ्याला अनेक प्रशासनिक कार्ये पार पाडावी लागत असत.

मौर्योत्तरकालीन साधनांवरून लक्षात येते की एक महत्त्वपूर्ण प्रशासनिक विभाग म्हणून ग्राम किंवा गाव उदयास आले. मनूने केलेला 'ग्रामिक' चा उल्लेख असे दर्शवितो की ग्राम हा प्रशासनाचा एक अनुविभाग होता. [३] महाभाष्यातील एका वचनावरून हीच गोष्ट सूचित होते. [४] मिलिन्दपन्होमध्ये ग्रामसामिक चा उल्लेख ग्रामाचा अधिपती ह्या अर्थाने केला आहे. [५] ह्यासारख्याच अर्थाने 'गाथासप्तशती' मध्ये 'अग्रामणी' शब्द आला आहे. [६] जातकांनीसुद्धा 'ग्रामनी' [७] आणि 'ग्रामभोजक' [८] ह्यांचा उल्लेख केलेला आहे. गुप्तकालात वात्स्यायनाला ग्रामप्रमुखाविषयी माहिती होती. कारण त्याने कामसूत्रात ग्रामप्रमुखाचा उल्लेख केलेला आहे. [९] ह्याशिवाय महावंशात रोहन नावाच्या गृहस्वामीची कथा सांगितलेली आहे. हा कोट्ट नावाच्या पर्वताजवळील कित्ति नावाच्या गावाचा प्रमुख होता. [१०]

अनेक अभिलेखांवरून मौर्योत्तर व गुप्तकालात गाव किंवा ग्राम हा एक प्रशासनिक अनुविभाग होता, याला चांगलीच पुष्टी मिळते. वासुदेवाच्या काळातील मथुरा जैन अभिलेखामध्ये 'ग्रामिका'चा अगदी स्पष्ट उल्लेख आहे. [११] त्याच स्थानाचा दुसरा एक व्रतपूर्व समर्पित जैन अभिलेख आहे. तो बहुधा कुषार्ण कालीन असावा. त्यामध्ये स्पष्टपणे स्थानीय ग्रामिकाच्या दोन पिढ्यांचा उल्लेख आहे. [१२] समकालीन दक्षिण भारतीय लेख्यपत्रांमध्ये 'ग्राम' ह्या संज्ञेचा उपयोग रसोपद्र [१३], पिसाजिपदकृम [१४] आणि साल्मलिपद [१५] अशा स्थानांचे वर्णन करण्याकरिता आला आहे. पेशावरकडील प्रदेशात असणाऱ्या चारसाला येथील एका अस्थिकरण्डकावरील अभिलेखात अवखज्दस [१६] नावाच्या एका ग्रामस्वामीचा उल्लेख आहे. पण त्यातून गाव हे प्रशासनाचा विभाग असल्याचा कोणताही संकेत मिळत नाही.

गुप्तकालातील समुद्र गुप्ताच्या नकली गया दानपत्रात रेवतीग्रामाचा निर्देश आहे. [१७] स्कन्दगुप्ताच्या बिहार पाषाण स्तंभ अभिलेखात गावातील शेताला 'ग्रामक्षेत्रम' म्हणून संबोधित केलेले आहे. [१८] ह्याच राजाच्या अदिनांकित भितरी स्तंभ अभिलेखात 'ग्राम' चा स्पष्टपणे उल्लेख पुढील शब्दांमध्ये आहे. ग्रामम् एनं स विद्धे पितुः पुण्याभिवृद्धये. [१९] स्कन्दगुप्ताच्या कहोम शिलालेखात 'ग्राम' चा

(१) 'हिस्टरी ऑफ धर्म.', तीन पृ. १५३.

निर्देश केलेला आहे. [२०] परिव्राजक महाराजांच्या [२१] लेख्यपत्रांमध्येसुध्दा ग्राम आढळते. ह्या भूमिदानपत्रांमधील ग्राम च्या उल्लेखावरून असा संकेत मिळू शकतो की गाव *(ग्राम)* हा प्रशासनाचा एक अनुविभाग होता.

'प्रज्ञापनोपंग' नावाच्या जैन कृतीवरील एका टीकाकारांचा आधार मुख्यत्वेकरून घेऊन जे १८ प्रकारचे कर देऊ शकत असे संपत्ती *(मालमत्ता)* असलेले किंवा सर्वेक्षण ग्राम अशा प्रकारे 'ग्राम' शब्दाचे निर्वचन प्राणनाथ ह्यांनी केलेले आहे. [२२] ह्यामुळे ग्राम राजकीय अनुविभाग असण्याच्या शक्यतेचा निरास होतो. तथापि प्राणनाथांचे मत असमर्थनीय आहे. कारण ज्या वाक्यावतरणातील 'ग्राम' शब्दाचे स्पष्टीकरण एक मालमत्ता ह्या अर्थावर आधारित आहे, त्याचा अर्थ त्यांनी चुकीचा घेतलेला आहे. आपल्या सिध्दान्ताला आधार देण्यासाठी त्यांनी याज्ञवल्क्याच्या ग्रंथातील वाक्यांश घेतलेले आहेत. पण ह्या वाक्यांशाचेही प्राणनाथांनी केलेले निर्वचन स्वीकारण्यासारखे आहे असे वाटत नाही. याज्ञवल्क्याने [२४] असे सांगितले आहे की शेताच्या सीमेसंबंधीच्या विवादांचे निर्णय सामन्त *(शेजारी)* आणि 'सम्रग्रामा:' ह्यांनी घ्यावेत. 'सम्रग्रामा:' चा अर्थ प्राणनाथांनी समान मालमत्तेचे स्वामी असणारे लोक [२५], असा घेतलेला आहे. परंतु ग्राम शब्द ज्या ज्या संदर्भामध्ये उपयोगात आणला गेला आहे, त्या सर्वच ठिकाणी त्याचा संपत्ती मालमत्ता हा अर्थ योग्य ठरत नाही. त्यामुळे आमच्या मते सामान्यत: ग्राम शब्द गाव किंवा खेड्यासाठी येत असे. आणि स्पष्टच आहे की प्रशासकीय कारणांसाठी तो सर्वात लहान प्रादेशिक अनुविभाग होता.

ह्यानंतरचा प्रशासनाचा ह्यापेक्षा मोठा विभाग 'आहार' होता. हा मुळात राज्यकोषीय अनुविभाग होता. मौर्यशासनात हा आधीच प्रचलित होता. सारनाथ आज्ञापत्रात 'आहाल' [२६] संस्कृत -आहार चा उल्लेख आहे, त्यावरून हे अनुमान काढता येणे शक्य आहे. मौर्योत्तर अभिलेखांमध्येसुध्दा वरील संज्ञेचा उल्लेख आहे. सांची स्तूप व नाशिक आणि कान्हेरी अभिलेखांमध्ये उजेनी

---

(२) बाशम, 'दि वण्डर दॅट वॉज इंडिया' पृ. १०५ (३) मनू. - सात-११५-११६. (४) महाभाष्य -पाच, २.१९ पृ. ३४०, १.८ (५) मिलिन्द - पृ. १४७. (६) गाथासामशती, सात. २८, ३१ (७) जातक - चार, पृ. १० (८) कित्ता, एक, पृ. ११९, ३५४, ३८३, दोन, पृ. १३६, ३००. (९) कामसूत्र, पांच - ५.५ (१०) महावंश, तेवीस ५५. (११) लूडर्स लिस्ट, नं. ६९ (ए) (१२) कित्ता, नं. ४८ (१३) कित्ता, नं. ९६३. (१४) ए. इं., आठ नं. ८ (२), १.११. (१५) कित्ता, नं. ८ (३), १.१३. (१६) कित्ता, चोवीस, नं. २(१), १.१०

आहार, [२७] गोवर्धन 'आहार' [२८] मामल 'आहार' [२९] सोपारक 'आहार' [३०] आणि कपूर 'आहार' [३१] ह्यांचा उल्लेख आहे. तथापि हे अभिलेख मध्य व पश्चिम भारतातील आहेत, त्यामुळे त्यात पूर्व भारतातील परिस्थितीचे प्रतिबिंब नसूही शकते. [३२] मौर्योत्तर काळात पूर्वेकडील प्रदेशात आहार अनुविभागाचे प्रचलन होते, हे सिध्द करण्यासाठी कोणताही पुरावा नाही.

गुप्त अभिलेखांमध्येसुद्धा 'आहार' ही संज्ञा आढळते. पण हा अनुविभाग मुख्यत्वेकरून मध्य व पश्चिम भारतापुरता मर्यादित होता. प्रभावती गुप्ताच्या १३ व्या राज्य वर्षाच्या पुणे ताम्रपत्रामध्ये वेलवण नावाच्या गावाच्या पूर्वेकडील सुप्रतिष्ठ आहारातील भूमीच्या दानाचा उल्लेख आहे. [३३] वाकाटक राजा द्वितीय प्रवरसेनाच्या वडगाव व कोथुरक दानपत्रांवरूनसुध्दा सुप्रतिष्ठ आहाराविषयी माहिती मिळते. [३४] वाकाटकांचे लेख्यपत्रांव्यतिरिक्त मैत्रक राजांच्या भूमिदानपत्रांमध्ये 'आहार' चा वारंवार उल्लेख आढळतो. ह्या मैत्रकांनी सौराष्ट्रवर राज्य केले तथापि त्यांच्या काही लेखपत्रांमध्ये 'आहार' च्या जागी 'आहरणी' असा शब्द आढळतो. प्रथम ध्रुवसेनाच्या इ.स. ५२६-२७ च्या गणेशगड पट्टकांमध्ये हरियाणक नावाच्या गावाचा उल्लेख आहे. हे गाव हस्तवप्र आहरणीच्या अक्षसहप्राप भागात होते, असे त्याचे वर्णन केले गेले आहे. [३५] त्याच राजाच्या पलितन ताम्रपत्रामध्ये हस्तवप्र आहरणीच्या अक्षसरक प्रावेश्यात असणाऱ्या ज्येष्ठक ग्रामाचा उल्लेख आहे. [३६] त्याच राजाच्या त्याच स्थानाच्या २०६ व्या वर्षाच्या आणखी एका दानपत्रामध्ये मधकणा, तपसीय आणि तिनिशक ह्या गावांमधील अनेक भूमिखंड दान दिल्याची नोंद आहे. ही सर्व गावे हस्तवप्र आहरणीमधील आहेत. हे दान शाण्डिल्य गोत्राच्या कुमार शर्मन आणि जराभजिन नामक व्यक्तींना दिले गेले आहे. [३७] वलभीच्या मैत्रकांच्या प्रशासनिक नामावलीमध्ये आहार आणि आहरणी ह्यांचा उपयोग एकमेकांच्या जागी अदलाबदल करून होऊ शकत होता, असे दिसते. शिवाय द्वितीय धारसेनाच्या २७० व्या वर्षाच्या एका दानपत्रामध्ये 'खेटकाहारविषय' ह्या शब्दप्रयोगाचा उल्लेख आहे. [३८] ह्यातून असा अर्थ सूचित होतो असे समजावयास हरकत नाही की 'आहार' आणि 'विषय' ह्या संज्ञा कधी कधी समानार्थाने उपयोगात

(१७) कॉ.इं.इ., तीन नं. ६०, १.७. (१८) कित्ता, नं. १२, १.२६ (१९) कित्ता, नं. १३, १.१८. (२०) कित्ता, तीन, नं. १५, १.५. (२१) कित्ता, नं. २१, १.१०. (२२) 'इकॉनॉमिक कण्डिशन ऑफ एनूशन्ट इंडिया', पृ. २६. (२३) ज.ओ.री.म., चार पृ. २११ (फ्फ) तुलनेसाठी पाहा - 'हिस्टरी ऑफ धर्म'.-तीन, पृ. १४०, टि. १८२. (२४) याज्ञ. दोन, १५२ (२५) उपरोक्त, पृ. २१२

आणल्या जात होत्या. [३९] सालेतोरने असे सुचविले आहे की प्रादेशिक अनुविभाग असणाऱ्या 'आहार' आणि ब्राम्हणाला दानात दिले गेलेले ग्राम अग्रहार ह्यांमध्ये उघड उघड संबंध आहे. [४०] दीक्षितार यांनी त्यात आणखी भर घालताना असे विधान केले आहे की जर यदाकदाचित ह्या दोहोमध्ये निकटचा संबंध असला तर अशी शक्यता आहे की अग्रहराप्रमाणेच 'आहार' चा उपयोग करण्याचे कारण अंशतक धार्मिक असावे. कारण अग्रहारांची निर्मिती आणि दान करणे हे एक धार्मिक कर्तव्य आणि परोपकाराचे कार्य आहे असे मानले जात होते. [४१] हे मत बहुतांशी अनुमानावर आधारित आहे. 'आहार' शब्दाची व्युत्पत्ती आ+ह म्हणजे वर्तमान संदर्भात कोणत्या तरी प्रकारचे अन्न किंवा भूमीपासून मिळालेले उत्पादन अर्पण करणे, आणि नंतर अन्य कर अर्पण करणे अशा प्रकारची आहे. [४२] ह्या संज्ञेचा ध्वनितार्थ धार्मिकपेक्षा राजस्वाशी अधिक संबद्ध असलेला आहे असे दिसते. म्हणून आमच्या मते 'आहार' हा राज्यकोषीय आणि राजकीय अशा दोन्ही प्रकारचा एक प्रशासनिक अनुविभाग होता. त्याचा 'अग्रहार'शी काहीही संबंध नव्हता. ब्राम्हणाला दान दिल्या गेलेल्या उपहाररूपग्रामाचा निदर्शक असा 'अग्रहार' हा एक पारिभाषिक शब्दप्रयोग होता.

आपणास प्रस्तुत असलेल्या काळात देशाच्या काही भागात 'विषय' हा आणखी एक प्रशासनिक अनुविभाग होता. 'विषय' चा अर्थ जिल्हा म्हणून सामान्यत: मान्य केला गेला आहे. ह्या संज्ञेची प्राचीनता इ.स. पूर्व तिसऱ्या शतकापर्यंत मागे जाते. कारण अशोकाच्या सारनाथ स्तम्भ आज्ञापत्रात कोट 'विषय' चा (कोट्ट विषय) उल्लेख आहे. [४३] मौर्योत्तर कालातील अभिलेखामध्ये 'विषय' ही संज्ञा आढळत नाही. पण मौर्योत्तर कालात ही संज्ञा माहीत असण्याच्या शक्यतेकडे पूर्णपणे दुर्लक्ष करता येणार नाही. समुद्रगुप्ताच्या [४४] अलाहाबाद स्तंभ अभिलेखात कुषाण शासनकाली 'विषय' आणि 'भुक्ति' ह्यांचे अस्तित्व

(२६) सि. इं. पृ. ७६, १.९. (२७) लूडर्स लिस्ट, नं. २६८ (२८) कित्ता, नं. ११२४ (२९) कित्ता, नं. ११०५ (३०) कित्ता, नं. ९८८ (३१) कित्ता नं. ११३३. (३२) गुजराथ-काठियावाड प्रदेशात 'आहार' चे अस्तित्व असल्याचे अनुमान काढता येऊ शकते. अपरान्त (आधुनिक कोकण) दख्खन, कर्नाटक आणि आंध्र, चुटुशातकर्णी, कदम्ब आणि प्रारंभीचे पल्लव शासक ह्यांच्या शासनाखालील इ.स. च्या २ ऱ्या ते ५ व्या शतकापर्यंत दक्षिणेकडचा प्रदेश, ह्या ठिकाणी 'आहार' प्रचलित होता. (सांकलिया, 'दि आर्षिक आलाजी ऑफ गुजरात' पृ. १९३) (३३) ए.इं. पंधरा, नं. ४, १.१०. (३४) कित्ता, सत्तावीस, नं. १६, १.१७ सव्वीस नं. २१, १.१७. (३५) कित्ता, तीन, नं. ४६, १.१२. (३६) कित्ता, सतरा, नं. ७, १.१२.

असल्याचा उल्लेख आहे. इ.स. च्या तिसऱ्या शतकाचा 'सुवर्णप्रभासोत्तमसूत्र' नावाचा एक महायानपंथीय बौध्द ग्रंथ आहे. त्यामध्ये देवपुत्र शब्दाची परिभाषा देताना 'विषया'मध्ये राज्य करीत असणाऱ्या राजांचा संदर्भ आहे. (४५) ह्यावरून गुप्तपूर्व काळात विषय अनुविभाग प्रचलित होते, ह्याला पुष्टी मिळते. पण कोणत्याही परिस्थितीत मौर्योत्तर काळात विषय ज्ञात होता, हे सिध्द करण्यास काहीही पुरावा नाही. कारण सातवाहन लेख्यपत्रांमध्ये त्यांचा उल्लेख आढळत नाही.

गुप्त अभिलेखांमध्ये 'विषय' हा शब्द वारंवार आढळतो. इ.स. ४४३ ते इ.स. ५३३ ह्या काळाच्या दरम्यान दामोदरपूरचे पाच राजलेख उपलब्ध आहेत. त्यातील चार अभिलेखांमध्ये पुण्ड्रवर्धन 'भुक्ति' मध्ये असलेल्या 'कोटिवर्ष' विषयांचा उल्लेख आहे. त्यातील सर्वात नंतरच्या राजलेखात कौटिवर्ष विषयाचे प्रशासन 'विषयपति' स्वयंभूदेवाकडून केले जात असल्याचा उल्लेख आहे. (४६) कुमारगुप्तच्या धनैदाह ताम्रलेखाचा काळ इ.स. ४३२-३३ हा निश्चित केला जाऊ शकतो. त्यामध्ये खट *(ट)* पार नावाच्या विषयाबाबत आपणास माहिती मिळते. हासुध्दा कोटिवर्षाप्रमाणे पुण्ड्रवर्धन 'भुक्ति' चा एक भाग होता. (४७) त्याचप्रमाणे स्कन्दगुप्ताच्या दिनांक नसलेल्या बिहार शिलालेखात अजपूर नावाचे गाव एका विषयांत वसलेले असल्याचे सांगितले आहे. त्या 'विषया'चे नाव मात्र दिलेले नाही. (४८)

त्याचप्रमाणे ह्या अनुविभागाचे अस्तित्व मध्यभारतातही असल्याचे गुप्तांच्या लेख्यपत्रांवरून सूचित होते. इ.स. ४६५-६६ च्या स्कन्दगुप्ताच्या इन्दोर अभिलेखावरून आपणास असे कळते की एका विषयाचा प्रभारी अधिकारी, 'विषयपति' 'सर्वनाग' ह्याने अन्तर्वेदी (४९) किंवा गंगा आणि यमुना यांच्या मध्ये असलेल्या प्रदेशावर शासन केले. मध्य भारतातील हूण राजांनीसुद्धा 'विषय' ह्याला राजकीय विभाग म्हणून संभवत: स्वीकारले होते. बुध गुप्तानंतर थोड्याच काळात तोरमाणाने राजकीय महत्ता प्राप्त केली. तौरमाणाच्या एरण वराह अभिलेखातून आपणास अशी

---

(३७) कित्ता, अकरा, नं. ९ (१), ११, १६-१९. (३८) इं. अं. सात, पृ. ७० (३९) वीरजी, 'ॲन्शन्ट हिस्टरी ऑफ सौराष्ट्र', पृ. २३५, कॉ. इं. इं., तीन पृ. १७३ टि. (४०) 'लाईफ इन दि गुप्त एज', पृ. ३१४ (४१) 'गुप्त पोलिटी', पृ. २३८ (४२) सांकलिया, 'स्टडीज इन दि हिस्टॉरिकल अँड कल्चरल जॉग्रफी अँड एथनॉलॉजी ऑफ गुजरात', पृ. २२ तुलनेसाठी पाहा - 'मोनिअर विल्यम्स, संस्कृत-इंग्लिश डिक्शनरी'. 'आहार' ह्या शीर्षकाखाली पाहा.

माहिती मिळते की धान्यविष्णूने आपल्या स्वत:च्या अरिकिण नावाच्या 'विषयात' एक पाषाणाचे देऊळ बांधले. (५०)

सौराष्ट्रातसुध्दा विषय हा अनुविभाग प्रचलित होता. गुप्त सम्राटांचे सामन्त असणारे वलभीचे मैत्रक राजे त्यावर शासन करीत होते. इ.स. ६५० च्या चौथ्या धारसेनाच्या एका दानपत्रात 'शिवभागपूर' विषये घृतालयभूमो फंगुल पल्लिकाग्राम:' असा वाक्यप्रयोग आहे. (५१) त्यावरून ग्राम, भूमी व विषय ह्यामुळे प्रशासनाचे क्रमश: अनुविभाग बनले.

वर उल्लेखिलेल्या अभिलेखीय साधनांवरून जरी असे दिसून येते की, देशातील बहुतेक सर्व भागांमध्ये विषय हा संभवत: प्रशासनाचा एक महत्त्वाचा अनुविभाग होता, तरी ह्या संज्ञेने दर्शविलेल्या अर्थातून, प्रदेशातील प्रत्यक्ष कितपत विस्तृत भूभागाचा समावेश होत असे हे निश्चित करणे कठीण आहे. आधी पाहिल्याप्रमाणे पुण्ड्रवर्धन 'भुक्ति' मध्ये कोटिवर्ष 'विषय' आणि खट् *(ट)* पारक विषयाचा समावेश होता. ह्याचा अर्थ असा होईल की 'विषय' हा 'भुक्ति' पेक्षा लहान अनुविभाग होता. जीवितगुप्ताच्या देव-बर्नार्क (?) अभिलेख्यातूनसुध्दा हीच गोष्ट सांगितली जाते. (५२) प्रथम कुमारगुप्त आणि बन्धुवर्मनच्या मन्दसोर शिलालेखात मात्र पूर्ण लाट प्रदेशाला 'विषय' म्हटले आहे. (५३) सरकार ह्यांनी असे निदर्शनास आणले आहे की लाट हा पश्चिम मालवाच्या पश्चिमेकडचा देश होता आणि नवसारिका 'आधुनिक नवसारी' हे त्याच्या प्रमुख शहरांपैकी एक शहर होते. (५४) ह्यावरून असा तर्क केला जाऊ शकतो की मध्य भारताच्या काही भागांमध्ये 'विषया'मध्ये चांगल्याच मोठ्या क्षेत्राच्या अन्तर्भाव होत होता. पण 'भुक्ति'च्या संबंधात मात्र त्याची स्थिती काय होती, हे आपणास माहीत नाही. मैत्रक राज्याच्याच बाबतीत बोलावयाचे झाल्यास वीरजी ह्यांनी असे मत प्रकट केले आहे की हस्तवप्र 'आहारा' प्रमाणेच कौण्डिन्यपूर 'विषय' आणि वर्धमान भुक्ति ह्यांनी सौराष्ट्राचे मुख्य विभाग बनलेले होते. त्यामुळे आहार हा अनुविभाग विषय आणि भुक्ति ह्यांच्याशी समानार्थाने होता. असे दिसते. (५५) मैत्रक अभिलेखांमध्ये आहार, भुक्ति आणि विषय

---

(४३) सि. इं. पृ. ७६, १.१०. (४४) कॉ. इ. इ., तीन, नं. १.११. २३-२४. (४५) यद्द इह (वर) वर्णभेद (इदम) लोकपालेभिर् एतर्हि मम पृच्छित: सर्वसत्वहितार्थाय वक्ष्ये हं शास्त्रम् उत्तमा' 'नराणां सम्भवं वक्ष्ये युक्त्वाहं मनुनालये, हेतुना येन राजाने भवन्ति विषयेषुच ज.ए. १९३४ पृ. ३. (४६) ए. इं. पंधरा, नं. ७ (१), १.३, नं. ७ (२). १.३, नं. ७ (४) १.३ नं. ७ (५) ११.३-४.(४७) कित्ता, अठरा, नं. २३, १.७ (४८) कॉ. इं. इं., तीन, नं. १२, १.२५

ह्याच्यापेक्षा कोणत्याही मोठ्या अनुविभागाचा निर्देश नाही, आणि हे सर्वच समानार्थी आहेत, ह्यावरून असे दिसते की हे प्रशासनाचे सर्वात मोठे अनुविभाग होते. मात्र प्रत्येकाने व्यापलेले क्षेत्र भिन्न असू शकेल.

'भुक्ति' ह्याचा अर्थ उपभोग असा आहे. अभिलेखांमध्ये मात्र ह्याचा उल्लेख नेहमी प्रशासनाचा एक अनुविभाग म्हणून येतो. समुद्रगुप्ताच्या प्रयाग प्रशस्तीत असे वर्णन आहे की कुषाण राज्ये 'भुक्ति' व 'विषया'मध्ये विभागली गेली होती. (५६) तथापि गुप्तपूर्वकालात 'भुक्ति' हा अनुविभाग प्रचलित होता, ह्याला कोणत्याही स्रोतामुळे पुष्टी मिळत नाही. त्यामुळे 'भुक्ति' म्हणजेच गुप्तांच्या प्रशासनिक विभागांची कुषाण कालातील परियोजना किंवा रूपरेखा असली पाहिजे. काहीही असो, गुप्तकालापासून नंतर पुढे 'भुक्ति' हा प्रशासनाचा महत्त्वाचा अनुविभाग होता. कुमारगुप्ताच्या दामोदरपूर ताम्रपत्र दानपत्राचा काळ इ.स. चे पाचवे शतक म्हणून निश्चित केला गेला आहे. ह्यात पुण्ड्रवर्धन नावाच्या प्रान्तामध्ये *(भुक्ति)* असलेल्या एका 'उपरिका' चा उल्लेख आहे. आणि त्याने कुमारामात्य वेत्रवर्मनची नियुक्ती कोटिवर्ष 'विषया'त केली असल्याचे सांगितलेले आहे. (५७) ह्याच राजाच्या ह्याच स्थानाच्या इ.स. ४४७ च्या आणखी एका अभिलेखात कोटिवर्ष विषय पुण्ड्रवर्धन भुक्तिमध्ये अवस्थित असल्याचे सांगितलेले आहे. (५८) बुधगुप्ताच्या शासनकालातील दामोदरपूरच्या आणखी एका अभिलेखात ह्यासारखा उल्लेख उपलब्ध आहे. (५९) विजयसेनाच्या (६०) मल्लसरूल पट्टकात वर्धमान भुक्ति चा उल्लेख उपलब्ध आहे. वर उल्लेखिलेल्या अभिलेखावरून असे दिसले की पूर्व भारतात भुक्ति हा विषयापेक्षा मोठा अनुविभाग होता. ही विभागणी ह्याच्या काळापर्यन्तसुध्दा प्रचलित होती. हे त्याच्या मधुबन पट्टकांवरून लक्षित होते. त्यात श्रावस्ती, 'भुक्ति' मध्ये असणाऱ्या कुण्डधनी 'विषया'तील सोमकुण्डक 'ग्रामा'चा उल्लेख आहे. (६१)

तथापि वाकाटक शासनाखाली असलेल्या मध्य भारत आणि दख्खनच्या उत्तर भागात 'भुक्ति' हा अनुविभाग फारसा प्रचलित नव्हता, असे दिसते. वाकाटकांच्या अभिलेखांमध्ये ह्यांचा उल्लेख क्वचितच आहे. तरीही वाकाटकांच्या राज्यात हा अनुविभाग पूर्णपणे अज्ञात होता असे नाही. कारण द्वितीय प्रवरसेनाच्या वर्धा जिल्ह्यातील एका अभिलेखामध्ये महल्ललाट 'ग्रामा'तील भूमीच्या दानाची नोंद

---

(४९) कित्ता, नं. १६, १.४ (५०) कित्ता, नं. ३६, १.७. (५१) इं. अॅ., सात, पृ. ७९ (५२) कॉ. इं. इ., तीन, पृ. २१८, टि. ५ (५३) कित्ता, नं. १८, १.३. (५४) सि. इं., पृ. २९०, टि. १.

आहे. हे 'ग्राम' असि नावाच्या 'भुक्ति' मध्ये असल्याचे वर्णन त्यात आहे. (६२) मात्र ह्या अभिलेखात 'भुक्ति' व 'ग्राम' ह्या दोहोच्या मध्ये एखादा अनुविभाग असल्याचा उल्लेख नाही. ह्यावरून असे सूचित होऊ शकते की वाकाटकांच्या राज्यात 'भुक्ति' गावांची मिळून बनलेली आहे, पूर्व भारतातल्याप्रमाणे 'विषया'ची मिळून नव्हे. पूर्व भारतावर गुप्त सम्राट प्रत्यक्ष शासन करीत असत. दुसऱ्या शब्दात सांगावयाचे म्हणजे गुप्त सम्राटांच्या प्रत्यक्ष प्रभुत्वाखाली देशाचे जे भाग होते, त्यापेक्षा कमी क्षेत्र मध्यभारतीय विभागातील 'भुक्ती'ने व्यापले होते. (६३)

गुजराथ काठियावाड प्रदेशाच्या बाबतीत सांकलिया लिहितात, बंगाल आणि बिहारातल्याप्रमाणे काठियावाड किंवा गुजराथेतील कोणत्या एखाद्या भागाला 'भुक्ति' हे नाव दिले होते की नाही, ह्याविषयी शंकाच आहे. (६४) अर्थात द्वितीय ध्रुवसेनाच्या (६५) नगोवा पट्टकांमध्ये मालवक 'भुक्ति' चा उल्लेख आहे. पण ह्या लेख्यपत्राचा काळ इ.स. ६३९-४० आहे. म्हणून ६ व्या शतकाच्या मध्याच्या आधीच्या कालातील परिस्थितीवर त्यामुळे प्रकाश पडू शकेलच असे नाही. याशिवाय, मालवक 'भुक्ति' मालवक 'विषय' म्हणूनसुद्धा ओळखली जाते. अशा प्रकारे मैत्रकाच्या राज्यात जर यदाकदाचित 'भुक्ति' माहीतच असली तरी ती बहुधा विषयाशी समानार्थक होती.

'भुक्ति' या संज्ञेची तुलना भोग ह्या समान आशय असणाऱ्या संज्ञेशी केली गेली आहे. इ.स. ५०८ च्या हस्तिनच्या भूमरास्तंभ लेखामध्ये ही संज्ञा आढळून येते. (६६) फ्लीटने ह्या लेखातील मुख्य वाक्याचा अनुवाद पुढीलप्रमाणे केला आहे. जे महादेवाच्या चरणांचे ध्यान करतात, अशा महाराज हस्तिनच्या राज्याच्या सीमेमध्ये आम्ब्लोदा *(नावाच्या गावा)* कडे आणि महाराज सर्वनाथाच्या भोगाच्या सीमेमध्ये *(हा सीमास्तंभ)* उभारला गेला आहे. (६७) फ्लीटच्या मते भोग म्हणजे शब्दशः उपभोग, स्वामित्व किंवा शासन ही एक पारिभाषिक प्रादेशिक संज्ञा आहे. आणि इतर

---

(५५) वीरजी - उपरोक्त, पृ. २३५. (५६) कॉ. इं. इं., तीन, नं. १, २३-२४. (५७) कॉ. इं.इं. पंधरा, नं. ७ (१), ११.२-४. (५८) कित्ता, नं. ७ (२), ११,२-३ (५९) कित्ता नं. ७ (४), ११.२-३. (६०) कित्ता, तेवीस, नं. २४, १.३. ह्या 'भुक्ति' व्यतिरिक्त इतर ही काही 'भुक्ति' असल्याचे उल्लेख आपणांस मिळतात. गुप्त आणि गुप्तोत्तर कालातील प्रारंभीच्या काळातील अभिलेखांमध्ये तीरभुक्ति (उत्तर बिहार) नगर भुक्ति (दक्षिण बिहार), आणि अहिच्छत्र भुक्ति हयांचा उल्लेख आहे. हे सर्व गंगेच्या खोऱ्यात अवस्थित होते. (रायचौधरी, 'पॉलिटिकल हिस्टरी ऑफ ॲन्शन्ट इंडिया' पृ. ५६०).

अभिलेखांमध्ये असलेल्या भुक्ति ह्या शब्दप्रयोगाचा जो आशय आहे, तोच संभवत: ह्याचाही असावा. [६८] ही गोष्ट खरी आहे की भुक्ति *(प्रान्त)* प्रमाणे भोग हा शब्दसुध्दा राज्याचा एक जिल्हा हा अर्थ सुचविण्यासाठी नेहमी उपयोगात आणला जातो. अनेक ताम्रलेखांमध्ये दानात दिले गेलेले गाव हे भोग नावाच्या विशिष्ट प्रादेशिक अनुविभागात असल्याचे सांगितलेले आहे. [६९] पण ह्यांपैकी एकही अभिलेख आपणास प्रस्तुत असलेल्या काळामधला नाही. अनन्तवर्मनच्या सिरिपुरम पट्‌टकांमध्ये पट्‌टन 'भोग' चा उल्लेख आहे. ह्या पट्‌टकाचा काळ इ.स. च्या ६ व्या शतकाचा आरंभ म्हणून निश्‍चित केला जाऊ शकतो. [७०] ज्या अर्थी हा अभिलेख दख्खनच्या पूर्व भागातील विणगापट्‌टम ह्या जिल्ह्यातील आहे, आणि उत्तर भारतातील एकही अभिलेखीय पुरावा 'भोग' शब्दाचा उपयोग एक प्रशासकीय अनुविभाग ह्या अर्थाने असल्याचे सिद्ध करण्यासाठी प्राप्त होत नाही. त्या अर्थी भोग शब्द जेथे जेथे येतो, तेथे तेथे तो प्रादेशिक विभागणी सूचित करतो, असे विधान निश्‍चितपणे करता येणे कठीण आहे. काहीही असले तरी वर उद्‌धृत केलेल्या हस्तिनच्या भूमरा स्तंभ लेखात तरी कमीत कमी 'भोग' ही एक प्रादेशिक संज्ञा आहे. असे दिसत नाही. ह्या बाबतीत सरकार ह्यांनी एक गोष्ट नेमकी निदर्शनास आणली आहे. ती अशी की महाराज सर्वनाथ ह्या नावाचा एक समकालीन उच्छकल्प राजा होता, हे उघड आहे आणि जरी महाराज सर्वनाथ 'भोग' च्या नावाचा संबंध त्याच्याशी लावला गेला होता तरी जर 'भोग' ह्या संज्ञेचा प्रादेशिक विभागणी हा अर्थ निश्‍चित केला गेला तर आपणास असा निष्कर्ष काढल्याशिवाय गत्यन्तर नाही की महाराज सर्वनाथभोग हा हस्तिनच्या राज्याचा एक लहान जिल्हा होता. [७१] पण त्यामुळे ज्याविषयी चर्चा सुरू आहे तो स्तंभ हस्तिन व सर्वनाथाच्या राज्यांमधील सीमारेखा ठरविण्यासाठी उभारला गेला होता. ह्या मताला वरील गोष्टीचा आधार मिळतो, असे दिसत नाही. त्यामुळे प्रस्तुत सन्दर्भात महाराज सर्वनाथ भोग ह्या शब्दप्रयोगाचा स्पष्ट अर्थ म्हणजे महाराज सर्वनाथाच्या शासनाखाली असलेला किंवा त्याने उपभोगिलेला प्रदेश असा आहे, कोणताही प्रशासनिक अनुविभाग नव्हे.

---

(६१) ए.इ. सात,नं. २२, १.८. (६२) कित्ता, चोवीस, नं. ३७ (ए अँड बी), १.१३. (६३) रायचौधरींनी असे सुचविले आहे की दक्षिण भारतातील 'भुक्ति'ची तुलना आधुनिक 'तालुका' किंवा 'तहसील'शी करता येणे शक्य आहे. पाहा - याझदान्नी (सं), अर्ली हिस्टरी ऑफ डेक्कन एक, पृ. ४९. (६४) सांकलिया, 'आर्किआलॉजी ऑफ गुजरात' पृ. १९४. (६५) ए. इं. आठ, नं. २०, ११. ४१-४२

गुप्तांच्या पूर्व भारतातील काही भूविक्रयाच्या राजपत्रांमध्ये 'विथी' ह्या आणखी एका प्रादेशिक विभागाचा उल्लेख आहे. विजयसेनाच्या मल्लसरूल ताम्रपत्रात भूमीच्या 'कुल्यवाप' दानाची नोंद आहे. ही भूमी वर्धमान 'भुक्ती' च्या वकत्तक ह्या 'विथी' मधील वेत्रगर्त ह्या गावातील आहे. (७२) ह्या दानपत्रातील संबंधित उताऱ्यात 'विथी' आणि 'भुक्ति' ह्या दोन अनुविभागांमध्ये आणखी कोणताही एखादा प्रादेशिक अनुविभाग असल्याचा उल्लेख नाही. त्यातून असे ध्वनित होते की भुक्ति मध्ये 'विथी' चा समावेश होतो पण 'विथी' हा 'विषया'चा भाग असल्याचा उल्लेख नेहमी येतो. विषय हा भुक्ति पेक्षा लहान अनुविभाग होता. गुप्तवर्ष १२० *(इ.स. ४३०)* चा कलेकुरी ताम्रलेख कुमारगुप्ताच्या शासनकालातील आहे, हे निश्चित करता येते. त्यात शृंगवेर 'विथी' चा उल्लेख आहे. ह्याचे मुख्यालय पूर्णकोशिक आहे. हे पूर्णकोशिक संभवत: पुण्ड्रवर्धन विषयात अवस्थित आहे. (७३) १६९ व्या वर्षाच्या नन्दपुर अभिलेखात अंबिल 'ग्रामग्रहारा' च्या अधिकारक्षेत्रात नन्द विथी हा असल्याचा उल्लेख आहे. ह्याच ठिकाणी बहुधा 'विजयपति' छत्रमहाचे मुख्यालय होते. (७४) नंतरच्या एका अभिलेखातूनसुद्धा 'विथी' अनुविभाग विषयांच्या अधिकारक्षेत्रात येत असल्याचे प्रमाण मिळते. त्यात गया 'विषयां'मध्ये कुमुदसूत्र 'विथी' असल्याचा उल्लेख आहे. (७५) वरच्या माहितीवरून असे दिसते की विथी हे विभाग साधारणत: विषयाचा भाग असत तथापि ते 'भुक्ति' च्या अधिकारक्षेत्रात सुध्दा असू शकत होते.

अभिलेखावरून आपणास माहीत झालेल्या बहुतेक सर्व विथी बहुधा नद्यांच्या तीरावर वसलेल्या होत्या. विजयसेनाच्या मल्लसरूल पट्टकांमधील वकत्तक विथीत दामोदर नदीच्या उत्तरेकडील काठाकाठाने असलेल्या प्रदेशाच्या एका पट्टीचा समावेश होतो. नंदपूर आणि नंदविथी एकच आहेत. दानपत्राच्या उपलब्धीचे स्थान हेच आहे. ही नंदविथी गंगा नदीवर आहे. (७६) बंगालमधील नंतरच्या पाल आणि सेन वंशांच्या लेख्यपत्रांमध्ये ह्यासारखेच उल्लेख आढळून येतात. (७७) अशा प्रकारे विथी हा एक प्रादेशिक विभाग असून तो सामान्यत: नद्यांच्या तीरावर होता असे दिसते. (७८)

नगरे, एवढेच नव्हे तर मोठमोठ्या शहरांनासुद्धा 'पूर' हे नाव असे. कुमारगुप्त आणि बन्धुवर्मनच्या इ.स. ४७३-७४ च्या मन्दसोर अभिलेखात दश'पूर'चा उल्लेख आहे. हल्ली ते दसोर म्हणून ओळखले जाते. (७९) महाजयराजाचे

(६६) कॉ. इ.इ., तीन, नं. २४, ११.१-७. (६७) कित्ता, पृ. १११-११२. (६८) कित्ता, पृ. ११२, टि. १ (६९) ए. इ. सहा, नं. २९, ११.१९-२०, एकोणीस नं. ८ ११. २५-२७, तेवीस नं. १० (७०) कित्ता, पंचवीस, नं. ९, १.१५

अरंग पट्टक जेथून देण्यात आले, ते शहर सरथ'पूर' होय असे म्हणतात [८०] वर उल्लेखिलेली दानपत्रे जेथून देण्यात आलेली आहेत ते 'दशपुर' आणि 'सरभपुर' प्रशासनिक मुख्यालये होती असे दिसते. पण आश्चर्याची गोष्ट अशी की पूर्व भारतातील कोणत्याही समकालीन अभिलेखात पुर हे प्रशासनिक विभाग असल्याचा उल्लेख नाही. तरीसुध्दा ग्राम ह्या अनुविभागांपासून भिन्न अशा प्रकारची नगरे ही वेगळे अनुविभाग बनवीत असतील, ही गोष्ट असंभवनीय नाही.

सौराष्ट्रातील अभिलेखांमध्येसुद्धा 'पुर' चा राज्यकोषीय अनुविभाग म्हणून उल्लेख नाही. तथापि त्यातून नगरे ही प्रशासनिक अनुविभाग म्हणून प्रचलित असल्याचे सूचित होते. मैत्रक वंशातील प्रथम ध्रुवसेनाच्या एका अभिलेखात 'द्रांगिक' चा उल्लेख आहे. बूल्हरने त्याचा अनुवाद 'नगरीचा प्रमुख' [८१] म्हणून केलेला आहे. मैत्रक गृहसेनाच्या वलभी दानपत्रात मण्डली 'द्रंग' मधील एका गावाच्या दानाची नोंद आहे. ही आज्ञा इतरांसमवेतच द्रांगिक यालासुद्धा कळविली गेली होती. [८२] त्याचा पुत्र द्वितीय धारसेन याच्या शासनकालात हा अनुविभाग प्रचलित असावा आणि संभवत: अशा प्रकारच्या प्रादेशिक विभागाचा प्रभारी अधिकारी 'द्रांगिक' म्हणून ओळखला जात असावा. [८३] ज्या अर्थी द्रंग म्हणजे नगर असा अर्थ आहे. [८४] त्या अर्थी 'द्रांगिक' शब्द त्याचे प्रशासन सांभाळणारा अधिकारी असा अर्थ दर्शवीत असावा. थोडक्यात म्हणजे नगरामुळे प्रशासनाचा अनुविभाग बनत असावा असे दिसते.

गुप्तकाल आणि त्यापुढच्या कालातील सौराष्ट्रातील मैत्रक अभिलेखांमध्ये 'स्थली' ह्या प्रादेशिक विभागाचासुद्धा उल्लेख आहे. पण देशाच्या दुसऱ्या भागामध्ये पूर्वीच्या किंवा समकालीन लेख्यपत्रांमध्ये 'स्थली' आढळत नाही. वलभीच्या प्रथम धारसेनाच्या एका दानपत्रामध्ये दान ग्राहकांना दिलेल्या हस्तवप्र 'आहरणी' मधील महेश्वरदाशेनक आणि धारबोठ 'स्थली' मधील देवभद्रपल्लिका ह्या दोन गावांच्या दानाची नोंद आहे. [८५] त्याचप्रमाणे द्वितीय धारसेनच्या झर दानपत्रात बिल्वखाट स्थलींत असणाऱ्या दीपणक पेठ मधील वट 'ग्राम' नावाच्या गावाचा उल्लेख आहे. [८६] त्याचप्रमाणे ह्याच शासकाच्या इ.स. ५७१ च्या पलितन पट्टकांमध्ये बम्वावानक 'स्थली', निंबेकूप 'स्थली' आणि कदम्मबपद्र

(७१) कित्ता, तेहत्तीस, पृ. १६९ (७२) कित्ता, तेवीस, नं. २४, १.५ (७३) इ. दि. क्वा., एकोणीस, पृ. २४. (७४) ए.इं. तेवीस, नं. १७, १२२७. (७५) कित्ता, सतरा, १.२७.

स्थली मधील काही भूमिखंडांचे दान केल्याची नोंद आहे. (८७) इतर अनेक मैत्रक अभिलेखांमध्ये स्थलीचा उल्लेख आढळतो. (८८) सुराष्ट्र देशातील एकूण जवळ जवळ अठरा स्थलीच्या नावांची नोंद केली गेलेली आढळते. (८९)

पुरेशा आधारसामग्रीच्या अभावी समकालीन प्रशासकीय नामावलीमधील स्थली ह्या शब्दाचा नेमका अर्थ निश्चित करणे कठीण आहे. प्रथम धारसेनाच्या वर उद्‌धृत केलेल्या अभिलेखामध्ये मात्र देवभद्रपल्लिका नावाचे गाव धाराकेठ नावाच्या स्थलीमध्ये असल्याचा उल्लेख आहे. त्यावरून सूचित होते की स्थली हा ग्रामापेक्षा मोठा अनुविभाग होता. त्याशिवाय प्रथम शिलादित्याच्या वाला ताम्रपत्रामध्ये पुण्ड्रकूपिका नावाच्या गावाच्या दानाची नोंद आहे. ह्या गावाव्यतिरिक्त उच्चप्रद्र, ककिज्ज आणि इन्द्राणीपद्रक नावाच्या गावांमधील भूमीसुध्दा दान दिली गेली होती. ही चारही गावे पुष्यानक 'स्थली' मध्ये अवस्थित असल्याचे सांगितलेले आहे. (९०) ह्यावरून असे दिसून येते की 'स्थली' त अनेक गावांचा समावेश होत असे. मात्र स्थली हा मोठा विभाग असल्याचे दिसत नाही इ.स. ६१० च्या एका मैत्रक दानपत्रावरून स्पष्ट होते की त्यांमध्ये उल्लेखिलेल्या तीन स्थली एकमेकींपासून फार दूर अन्तरावर नव्हत्या. (९१) बिल्वरवाट, झरी आणि वटपल्लिका ह्यांची मुख्यालये *(एच.ओ.)* परस्परांपासून अंदाजे ४० मैल अन्तरावर होती. अशा रीतीने त्यांनी जवळ जवळ १०० चौरस मैलांचे क्षेत्र व्यापले होते. (९२) वेगळ्या शब्दांमध्ये सांगावयाचे म्हणजे 'स्थली' मध्ये 'आहार', 'विषय' व 'भुक्ति' पेक्षा तुलनेने कमी क्षेत्राचा समावेश होत होता.

वीरजींनी असे निदर्शनास आणले आहे की ज्या अर्थी स्थली म्हणजे जमिनीवर असलेले एक नैसर्गिक स्थान आहे, त्या अर्थी मुळात नैसर्गिक विभाग दर्शविण्यासाठीच त्याचा उपयोग केला जात असे. (९३) ह्या शब्दाचे मूळ कोणतेही असो, आमचे मत मात्र असे आहे की गुप्तकाल व त्यानंतरच्या कालामध्ये

---

(७६) कित्ता, तेवीस, पृ. ५३. (७७) संदर्भासाठी पाहा, ए.इं. तेवीस पृ. १५८-१५९. (७८) तुलनेसाठी पाहा दीक्षितार, उपरोक्त, पृ. २३३. अमरकोशात 'विथी' ह्या शब्दाचा उपयोग श्रेणी, पंक्ति (दोन ४.४) किंवा मार्ग (तीन - ३.८७) ह्या अर्थाने आला आहे. कालिदासानेसुध्दा राजवीथी हा शब्दप्रयोग मार्ग ह्याच अर्थाने उपयोगात आणलेला आहे. (रघु. अठरा ३९) पण अभिलेखांमध्ये 'विथी'चा जेथे उल्लेख आहे, त्या संदर्भात वरील अर्थ लागू पडत नाही. (७९) कॉ. इं. इं. तीन, नं. १८, १.४. (८०) कित्ता, नं. ४०, १.१, तुलनेसाठी पाहा - कित्ता, नं. ४१,१११ (८१) इ.अॅ., चार, पृ. १०५ (८२) कित्ता, पृ. १७५.

सौराष्ट्रातील अभिलेखांमध्ये ही संज्ञा वारंवार आढळते. त्यावरून ह्या गोष्टीची संभावना आहे की विशेषकरून मैत्रक राज्यामध्ये स्थली हा नित्याचा प्रशासनिक विभागांपैकी एक विभाग बनला.

गुप्तकालातील काही अभिलेखांमध्ये पट्ट नावाच्या प्रादेशिक विभागाचा उल्लेख आहे. गाव त्याचा एक भाग होते. परिव्राजक राजा हस्तिनची *(इ.स. ४८२-४८३)* सत्ता मध्य भारतातील प्रदेशापर्यंत पसरलेली होती. त्याच्या खोह ताम्रपत्रात उत्तरेकडील 'पट्टा' तील कोर्परिक नावाच्या अग्रहाराचा उल्लेख आहे. [९४] ह्यावरून असे सूचित होऊ शकते की काही अग्रहार किंवा उपहार म्हणून दिली गेलेली गावे मिळून संभवत: पट्ट बनत असे. मैत्रक अभिलेखांतसुध्दा ही संज्ञा आढळून येते. ह्यावरून सौराष्ट्र प्रदेशात पट्ट प्रचलित होते, हे सूचित होते. बन्तिया दानपत्रात उत्तर पट्टातील *(उत्तरेकडील विभाग)* एका गावाचा उल्लेख आहे. हे गाव कौण्डिल्यपुर 'विषया'त आहे. [९५] त्याचप्रमाणे तृतीय ध्रुवसेनाच्या *(इ. स. ६५३-५४)* च्या वलभी दानपत्रात दक्षिण - पट्टातील *(दक्षिणेकडील विभाग)* शिवभगपुर विषयातील पट्टप्रदक नावाच्या गावाचा उल्लेख आहे. [९६] ह्या उदाहरणांवरून असे दिसते की पट्ट हा विषयाचा एक उपविभाग होता. ह्याशिवाय प्रस्तुत दानपत्रांच्या संदर्भावरून असे दिसते की कमीत कमी सौराष्ट्रात तरी विषय हा उत्तर व दक्षिण भागात विभागला गेला होता. आणि प्रत्येक भागामध्ये अनेक गावांचा समावेश होता. [९७]

किट्टेलच्या [९८] मते पट्ट ह्या शब्दाचा अर्थ एकतर शहर किंवा नगर किंवा गाव आहे. ह्यावरून असे दिसेल की पट्ट आणि पेठ [९९] ह्यातून एकाच गोष्टीचा अर्थबोध होतो. 'पेठ' ह्याचा अर्थ बाजारपेठ किंवा ज्या ठिकाणी बाजार भरतो ते नगर असा आहे. मात्र ह्यांमधील साम्याला आधार म्हणून एकही स्वतंत्र प्रमाण आपल्या काळात उपलब्ध नाही. परंतु पट्ट ह्या संज्ञेचा पट्टि किंवा पट्टिका ह्यांच्याशी निकटचा संबंध असावा असे दिसते. पट्टि किंवा पट्टिका यांचा अर्थ भूमीची पट्टी असा आहे. [१००] ह्या शब्दाचा संबंध 'पाटक' ह्या शब्दाशी सुध्दा लावता येतो. 'पाटक' चा अर्थ खण्ड करणारा किंवा विभाजन करणारा असा

---

(८३) कॉ. इं. इं. तीन, नं. ३८, १२२० (८४) मोनिअर विल्यान्स, संस्कृत-इंग्लिश डिक्शनरी 'ट्रंग' ह्या शीर्षकाखाली. (८५) इं. अॅ. सहा, पृ. १२. (८६) कित्ता, पंधरा, पृ. १८७. (८७) ए. इं. अकरा, नं. ५, ११. २४-२८. (८८) इं.अॅ. पांच, पृ. २१२, सहा पृ. १२, चौदा पृ. ३३०, पंधरा, पृ. १८७, इ. (८९) वीरजी, उपरोक्त, पृ. २३९. (९०) इं. अॅ. चौदा, पृ. ३३०

साधारणत: आहे. त्यामुळे तो विषयाचा उपविभाग होता असा त्याचा अर्थ लावला जाऊ शकतो.

पेठ शब्दाचे पट्ट शब्दाशी उघडच थोडेसे ध्वनिसादृश्य आहे. गुप्तकालातील काही दानपत्रांमध्ये पेठ हा शब्द काही वेळा आढळून येतो. संक्षोभाच्या खोह पट्टकांमध्ये *(इ.स. ५२०-२९)* 'मणिनाग पेठेतील ओपाणि गावाचा अर्धा भाग' असा निदेश आहे. (१०१) महाराज सर्वनाथाच्या त्याच स्थानाच्या एका अभिलेखात *(इ.स. ५३३-३४)* व्याघ्रपल्लिका आणि काचरपल्लिका नावाची गावे मणिनाग पेठेत असल्याचे वर्णन आहे. (१०२) ह्या सर्वावरून असे दिसते की कमीत कमी तीन गावे - अर्थात ओपाणिपल्लिका, व्याघ्रपल्लिका आणि काचरपल्लिका ह्यांनी मिळून मणिनाग पेठ बनली होती. मणिनाग पेठेत संभवत: आणखी काही गावांचा समावेश असावा.

सौराष्ट्रातील केवळ एका मैत्रक दानपत्रात आतापर्यंत पेठ ही संज्ञा आढळून आलेली आहे. ह्या लेख्यपत्रात बिल्वखाट 'स्थली' मधील दीपणक पेठेतील वट ग्रामाचा उल्लेख आहे, (१०३) त्यावरून असे दिसते की पेठ हा विभाग ग्रामापेक्षा मोठा, परंतु स्थली पेक्षा लहान होता. (१०४) पण परिव्राजक राजे ज्या प्रदेशावर शासन करीत असत, त्या प्रदेशाला ही गोष्ट लागू पडत नसावी. कारण त्यांच्या लेख्यपत्रात स्थलीचा उल्लेख नाही. उलटपक्षी, सौराष्ट्रातील मैत्रक राज्यामध्ये स्थली शब्दाने ज्या प्रादेशिक विभागाचा निर्देश केला जात असे, तसाच मध्य भारतामध्ये पेठ शब्दाने तोच प्रादेशिक विभाग दर्शविला जात असे, ह्या संभावनेकडे पूर्णपणे दुर्लक्ष करता येणे शक्य नाही.

'पेठ' चे मूळ कर्नाटकीय प्रभावामध्ये शोधून काढता येईल असे सुचविले गेलेले आहे. कारण अजून सुध्दा कन्नड भाषेत पेठ चा अर्थ बाजारपेठ, विक्रीचे स्थान किंवा दुकानांची रांग असलेला नगरातील लांब रस्ता असा आहे. (१०५) अर्थात गावाला, बाजारपेठ असणाऱ्या नगराचा एक भाग म्हटले जावे ही एक आश्चर्याचीच गोष्ट आहे. दीक्षितार असे सुचवितात की स्थानीय प्रकरणांचे प्रशासन करण्यासाठी म्हणून, बाजारपेठ असणारे नगर बहूधा त्याला लागून असलेल्या आजूबाजूच्या गावांच्या समूहाचे मध्यवर्ती स्थान किंवा केंद्रबिन्दू

---

(९१) कित्ता, पंधरा पृ. १८७.(९२) वीरजी, उपरोक्त पृ. २३९. (९३) कित्ता. (९४) कॉ. इं. इ., तीन नं. २२, १.७. (९५) ए.इं., एकवीस, नं. ३० ('ए') १.१८. (९६) शिवभगपुर - विषये दक्षिणपट्ट पट्टपद्रकग्राम:, कित्ता, एक नं. १३, १.४३.

असावे.(१०६) जरी हे स्पष्टीकरण अगदी पटण्यासारखे वाटत असले तरी ते निर्णायक मानता येत नाही.

वलभीच्या मैत्रकांच्या लेख्यपत्रांमध्ये प्रादेशिक उपविभाग दर्शविणारी 'पथक' ही एक संज्ञा आढळते. द्वितीय धारसेनाच्या एका अभिलेखात खेटकाहार 'विषया'त असलेल्या बन्दरिजिद्रि 'पथका'त असणाऱ्या असिलापल्लिका नावाच्या गावाच्या दानाची नोंद द्वितीय आहे. (१०७) ध्रुवसेनाच्या एका दानपत्रात असे सांगितलेले आहे की वसन्त 'ग्राम' हे कत नावाच्या 'पथका'त होते. कालान्तराने हा सौराष्ट्र देशाचा एक भाग बनला, (१०८) नंतरच्या *(ध्रुवसेनाच्या)* अभिलेखावरून इतर प्रशासनिक विभागाच्या संबंधात 'पथका'च्या आकाराची किंवा विस्ताराची काहीच सूचना मिळत नाही. पण आधीच्या *(धारसेनाच्या)* अभिलेखावरून असे सूचित होते की गाव हे 'पथका'चा एक भाग होते आणि 'पथका'चा समावेश 'विषया'त झाला होता.

ह्याशिवाय चतुर्थ धारसेनाच्या एका राजपत्रानुसार खेटकाहारात असणाऱ्या सिंहपल्लिका पथकातील 'देसुरक्षितिज्ज' नावाचे गाव नारायण मित्र नावाच्या ब्राह्मणाला दान दिले गेले आहे. (१०९) त्याचप्रमाणे नन्तरच्या एका मैत्रक भूमिदानपत्रात खेटकाहारातील उप्पलहेत पथकामधील महिलाबलीनम नावाच्या गावाचा उल्लेख आहे.(११०) ह्या दोन लेख्यपत्रांवरून असे दिसते की अधिक नसतील तरी कमीत कमी सिंहपल्लिका आणि उप्पलहेत ह्या दोन पथकांचा समावेश खेटकाहारात झाला होता. दोन दानपत्रांमधील (१११) (बांबु) वानकाच्या दोन भिन्न संदर्भावरून असे सूचित होते की बहुधा 'स्थली' चा समावेश 'पथका'त होत असावा. कारण एका दानपत्रात त्याचा उल्लेख स्थली म्हणून केला आहे, तर दुसऱ्यामध्ये त्याचा उल्लेख कतपक 'पथका'तील केवळ एक गाव म्हणून आला आहे.(११२) ह्यावरून असे दिसून येते की पथकाचा संबंध पेठशी लावता येत नाही. कारण पेठ हा 'स्थली' पेक्षा लहान

---

(९७) 'पट्ट' हा गावांचा एक समूह होता. परमार आणि चोलुक्य (चालुक्य) ह्यांच्या शासनकालात पश्चिम भारतात ह्या ग्रामसमूहाच्या प्रमुखाला पट्टकिल म्हणून ओळखले जात असे. नंतरचे पटेल हे नाव किंवा पदवी ह्यांची व्युत्पत्ती 'पट्टकिल' पासूनच आहे. (९८) किट्टेल, कन्नड - इंग्लिश डिक्शनरी, पृ. ९२६. (९९) पुढे पाहा. (१००) वीरजी, उपरोक्त, पृ. २३९, सेलटोर, उपरोक्त, पृ. ३०९. (१०१) 'अर्धंच मगिनागपेठे ओपाणिग्राम' - कॉ. इं. इं., तीन, नं. २५, १.१४. (१०२) कित्ता, नं. ३१, ११.६-७. (१०३) धारसेन २ चे झर दानपत्र (इ.स. ५७१-७२) इ. ॲ. पंधरा पृ. १८७.

अनुविभाग होता, हे आपण वर पाहिलेच आहे.

काही मैत्रक लेखपत्रांमध्ये 'प्रावेश्य' हा शब्द आढळतो. तो आणखी एक प्रशासनिक विभाग आहे असे समजण्यात आले आहे. प्रथम ध्रुवसेनाच्या पालिदाणी दानपत्रात *(इ.स. ५२७)* हस्तवप्र 'आहरणी' मधील अक्षसरक 'प्रावेश्या'त असणाऱ्या जेष्ठानक 'ग्रामा'चा उल्लेख आहे.(११३) ह्याचा राजाच्या इ.स. ५२६-२७ च्या गणेशगड पट्टकांमध्ये एका गावातील भूमीच्या दानाचा उल्लेख आहे. हे गाव हस्तवप्र 'आहरणी' चा उपविभाग असणाऱ्या अक्षसरक 'प्राप' मध्ये आहे, असे त्याचे वर्णन केले गेले आहे. (११४) हुल्शने 'प्राप'चा अर्थ उपविभाग असा लावलेला आहे. (११५) तर स्टेन कोनोने 'प्रापिय' हे 'प्रावेश्या' चे समानार्थक मानले आहे. 'प्रावेश्य' महासुदेवाच्या खरिअर 'पट्टकांमध्ये' सुध्दा आढळते. (११६) कोनांच्या मते 'अचाटभटप्रावेश्य' ह्या नेहमीच्या वाक्यप्रयोगात 'प्रावेश्य' चा जो अर्थ आहे, त्याव्यतिरिक्त त्याचा दुसरा कोणताही अर्थ असू शकत नाही. त्यानुसार अक्षसरक प्रावेश्य ह्याचा अनुवाद कोनो ने अक्षसरकद्वारा ज्यात प्रवेश केला जातो म्हणजेच अक्षसरकावरील सीमा असा केला आहे.(११७) सुकथनकर मात्र हुल्शशी सहमत होतात. त्याने 'प्रापीय' ची व्युत्पत्ती 'प्राप' ही दिली आहे. आणि हा 'आहारा'पेक्षा लहान प्रादेशिक विभाग आहे, असा त्याचा अर्थ लावला आहे. (११८) त्याचप्रमाणे सुकथनकरांच्या मते 'प्रावेश्य' ही तत्सदृश संज्ञा 'प्रवेश' चे एक तध्दित रूप आहे, असे मानले पाहिजे. वर उल्लेखिलेल्या महासुदेवराजाच्या खरिअर पट्टकांमध्ये एका गावाचे वर्णन क्षितिमादाहारीय आणि 'नवन्नकएतत्प्रावेश्य' अशा प्रकारे आहे. सुकथनकरांनी असे निदर्शनास आणले आहे. 'आहारीय' शब्दाची व्युत्पत्ती 'आहार' ला 'ईय' हा प्रत्यय लावून दिली जाते. आणि ह्यावरूनच प्रावेश्य आणि प्रापीय ह्या संज्ञांच्या स्पष्टीकरणाचे सूत्र प्राप्त होते. 'प्र' (अ) 'विश' आणि 'प्र' (अ) प् *(कडे आणणे, पोचविणे)* ह्या धातूच्या रूपांना 'ईय' हा तध्दित प्रत्यय

---

(१०४) वीरजी, उपरोक्त पृ. २३९. (१०५) सेलटोर, उपरोक्त, पृ. ३१४, तुलनेसाठी पाहा - कित्तल, उपरोक्त, पृ. १०१५. (१०६) दीक्षितार, 'गुप्त पोलिटी' पृ. २३८. (१०७) 'खेटकाहारविषये बन्दरजिद्रिपथकान्तर्गत - असिलापल्लिकाग्राम:' इ. ॲ. सात, पृ. ७२, तुलनेसाठी पाहा, कित्ता, पंधरा पृ. १८७. (१०८) कित्ता, सहा, पृ. १५. धारसेन ३ च्या ३०४ ह्या वर्षाच्या भावनगर पट्टकामध्ये कल्पक नावाच्या पथकात असणाऱ्या दभक नावाच्या गावातील एका शेताचे दान दिल्याची नोंद आहे. (इ.इं., एकवीस नं. ३० (बी), १.३०)

लावून 'प्रावेश्य' आणि 'प्रापीय' ही रूपे तयार होतात. त्यामुळे कोनोचा युक्तिवाद सुकथनकरांनी हुल्शचा पक्ष स्वीकारून, अमान्य केला आहे. आणि 'प्राप' आणि 'प्रावेश्य' ह्या दोहोंनाही प्रादेशिक विभाग मानले आहे. (११९) पण हे मानणे संशयास्पदच आहे. ध्रुवसेनाच्या एका दानपत्रात पिप्पल्फज्खरी हे गाव आनुमनजीच्या पश्चिम सीमेवर असल्याचा उल्लेख आहे. (१२०) तर दुसऱ्या एका गुहसेनाच्या राजपत्रामध्ये (१२१) सामिपद्रवाटकांचा पिप्पल रूज्खरी 'प्रावेश्य' म्हणून उल्लेख आहे. आणि पिप्पल रूज्खरीचे वर्णन आनुमनजी 'प्रावेश्य' म्हणून आहे. ह्यावरून वीरजी ह्यांनी अगदी योग्य अनुमान काढले आहे. ते असे की प्रावेश्य ह्या संज्ञेने प्रादेशिक विभाग दर्शविला जात नाही. तर 'अन्ते' अर्थात च्या सीमेवर ह्या शब्दातून जो अर्थ सूचित होतो तो सांगितला जातो. वीरजींनी आणखी असेही सांगितले आहे की प्रापीय शब्दाचा नेहमीचा 'च्यापासून कडे पोचविणे' अर्थात च्या निकट, समीप असणे, असा सामान्य अर्थ लावला पाहिजे. कारण 'प्र विश' आणि 'प्र आप' ह्यांच्या अर्थामध्ये अगदी फार थोडासा फरक आहे. म्हणून ज्याप्रमाणे समीप आणि प्रत्यासन्न ह्यांचा अर्थ 'च्या निकट' असा होतो, (१२२) त्याप्रमाणे वरील दोन्ही शब्दांचा अर्थ 'च्या सीमेवर' असा घेतला पाहिजे. अशा प्रकारे आमच्या मते 'प्रावेश्य' किंवा 'प्राप' ह्या दोन्हीपैकी एकातूनही प्रादेशिक अनुविभाग सूचित होत नाही.

वर ज्यांची चर्चा केली गेलेली आहे, अशा राजकीय विभागांव्यतिरिक्त कधी कधी तुलनात्मक दृष्ट्या मोठ्या अशा 'देश', 'राष्ट्र', 'मण्डल', 'खण्ड' इत्यादी अनुविभागांविषयी आपल्या साधनामध्ये माहिती मिळते. 'देश' ह्या शब्दाची प्राचीनता यजुर्वेदाच्या वाजसनेयि संहितेच्या काळाइतकी जुनी आहे. परंतु प्राचीन वैदिक ग्रंथांमध्ये हा शब्द अगदी क्वचितच आढळून येतो. बौध्द ग्रंथांमध्ये हा शब्द अधिक उपयोगात आणला जातो. त्यांमध्ये कधी कधी 'जनपद' शब्दाचा समानार्थी म्हणून ह्याचा उपयोग केला जातो. अशा प्रकारे मज्झिम 'जनपद', भारताचा मध्य भाग ह्याला 'मज्झिम देश' असेसुध्दा म्हटले जाते.(१२३)अशोकाच्या अभिलेखांमधून, १४ व्या पाषार्ण आज्ञालेखातल्याप्रमाणे (१२४) तो कधी केवळ

---

(१०९) इं. अॅ. सात, पृ. ७५. (११०) कित्ता, पृ. ९५ (१११) ए. इं. अकरा, नं. ५, १.२४, ज.ए.सो.बं. सात, पृ. ९६८. (११२) वीरजी, उपरोक्त, पृ. २३५-३६. (११३) ए. इं. अठरा, नं. ७ (ए), ११.१२-१३. (११४) कित्ता, तीन, नं. ४६, १.१२. (११५) कित्ता, पृ. ११०. (११६) इं. अॅ. पाच, पृ. २०.

'देश' असा एकटा, तर कधी दुसऱ्या वेगळ्या *(द्वितीय पृथक्)* पाषाण आज्ञालेखातल्याप्रमाणे 'देशयुतिक' ह्यासारख्या शब्दप्रयोगाचा एक भाग म्हणून येतो. [१२५] मौर्योत्तर कालात जरी ही संज्ञा पल्लव लेख्यपत्रांमध्ये आढळून येत असली, तरी सातवाहनांच्या लेख्यपत्रांमध्ये तिचा उल्लेख नाही.

तथापि गुप्त साम्राज्यात मात्र 'देश' हा शब्द सर्वात मोठ्या प्रशासनिक विभागासाठी येत असावा असे दिसते. द्वितीय चन्द्रगुप्ताच्या सांची पाषाण अभिलेखात *(इ.स. ४१२-११३)* सुकुलि 'देशा'तील नस्ति ह्या नगराचा उल्लेख आहे. [१२६] ह्यांचा अर्थ असा की मध्यभारतात देश ही संज्ञा नगरापेक्षा निश्चितच मोठा अनुविभाग सूचित करीत होती. महाभव गुप्ताच्या कपालेश्वर दानपत्रात कोसल देशातील योध 'विषया'मध्ये असणाऱ्या 'दरण्ड' ह्या 'ग्रामा'च्या दानाची नोंद आहे. [१२७] ह्यावरून असे अनुमान काढता येते की देश हा केवळ नगरापेक्षाच मोठा नव्हे, तर 'विषयां'पेक्षा सुद्धा मोठा होता. 'विषया'चा अन्तर्भाव देशात होत होता. आपणांस आणखी अशीही माहिती मिळते की कोसल देशाच्या तुलुम्बखण्डामध्ये अरि कि नावाचे गाव अवस्थित होते. [१२८] ह्यावरून असे सूचित होऊ शकते की देशाचे विभाजन बहुधा खण्डामध्ये केले गेले होते. तथापि खण्डाचा उल्लेख फारच कमी, अपुरा आणि इतक्या नंतरच्या काळातील आहे की त्यामुळे इतर प्रशासनिक अनुविभागांशी त्याचा संबंध निश्चित करता येत नाही. शिवाय हा पुरावासुध्दा आधुनिक मध्य प्रदेशाच्या आग्नेय भागापुरताच मर्यादित आहे.

ह्या पूर्वीच्या काळातील अभिलेखांना 'देश' हा अनुविभाग जसा ज्ञात होता, तसा 'मण्डल' हा अनुविभाग ज्ञात नव्हता, असे दिसते. तथापि कौटिल्याच्या अर्थशास्त्रात राज्यांच्या आंतरिक संबंधाच्या संदर्भात ही संज्ञा आढळून येते. ह्या संज्ञेचा सर्वात पहिला उल्लेख गौतमीपुत्र शातकर्णीच्या नाशिक प्रशस्तिपत्रात

---

(११७) ए. इं., अकरा, पृ. ११०. देवेन्द्रवर्मनच्या एका अभिलेखात (इ.स. ८९३) सिविडि 'प्रावेश' ही संज्ञा आढळते. शिवकोल (श्रीकाकुलम) च्या उत्तरेस अंदाजे १४ मैल असणाऱ्या नरसन्नपेटच्या जवळ असणाऱ्या छिछिवलस नावाच्या लहानशा खेड्यातून हा अभिलेख मिळालेला आहे. सरकार ह्यांच्या मते सिविडि 'प्रावेश' म्हणजे एकतर 'शिविडि मार्ग द्वारा प्रवेश असणारे' किंवा शिविडिसमवेत ज्याचे भाडे आकारले गेले आहे, असा अर्थ होतो. (ज.ए.सो.ब. (पत्रे), अठरा, पृ. ७८, टि. १)तथापि दुसऱ्या स्पष्टीकरणाला कोणताही भरभक्कम आधार आहे असे दिसत नाही. (११८) इ. इं. तीन, पृ. ३१९. (११९) कित्ता, तीन, पृ. ३२३. (१२०) इं. अॅ. चार, पृ. १०५ (१२१) कित्ता, पृ. १७४.

आहे. त्या ठिकाणी त्याचे वर्णन सर्व प्रान्तांकडून (१) ज्याच्या चरणांना वंदन केले जात होते *(सर्वमण्डलाभिवादित)* असे केले गेले आहे.(१२९) ह्या ठिकाणी 'मण्डल' ह्या संज्ञेने बहुधा प्रशासनिक अनुविभाग दर्शविला जात नाही. शिवाय गौतमीपुत्र शातकर्णी ज्या वंशाचा आहे, त्या वंशाच्या अभिलेखांमध्ये ज्यांची प्रत्यक्ष नावे दिली आहेत, असे प्रादेशिक अनुविभाग आपण आधीच पाहिल्याप्रमाणे 'आहार' आहेत.

तथापि प्रादेशिक विभाग म्हणून ही संज्ञा गुप्त साम्राज्याच्या पूर्व भागांमध्ये प्रचलित होती असे दिसते. धर्मादित्याच्या फरीदपूर दानपत्रात *(इ.स. ५३१)* असे सांगितलेले आहे की धर्मादित्याच्या कृपेमुळे स्थानुदत्ताला वारक मण्डल दिले गेले. त्या मण्डलात त्या जिल्ह्याचा अधिपती या नात्याने जायव ह्याला त्या मण्डलाच्या प्रशासनाची व मार्गदर्शनाची जबाबदारी सोपविली गेली. (१३०) त्याच राजाचे, त्याच्या शासनकालाच्या अखेरीच्या वर्षामध्ये दिले गेलेले इ.स. ५६७ चे एक दानपत्र आहे. त्यातदेखील 'वारक' चा एक 'मण्डल' म्हणून उल्लेख आहे. (१३१) फरीदपूरचा *(इ.स. ५६९)* आणखी एक शिलालेख आहे. त्यात अशी नोंद आहे की नव्यवकासिका येथील व्यापारावर देखरेख करण्यासाठी वत्सपाल *(स्वामी)* ह्यांची नियुक्ती केली गेली होती. त्याने काही प्रशासनिक विषयांच्या बाबतीत जिल्हा शासनाला सूचना दिल्या. (१३२) वर उल्लेखिलेल्या लेख्यपत्रांच्या आधारावरून असे समजणे सयुक्तिक होईल की एका मण्डलात अनेक विषयांचा समावेश होत असे. (१३३) तथापि ही एक विलक्षणच गोष्ट होती की मध्य आणि पश्चिम भारतातील समकालीन अभिलेखांमध्ये 'मण्डल' नसल्याचे अगदी प्रकर्षाने लक्षात येते. मात्र त्याच प्रदेशातील नंतरच्या अभिलेखांमध्ये त्याचा वारंवार उल्लेख आहे. (१३४)

वर ज्यांची चर्चा केली गेली आहे. अशा एकाही अनुविभागाचा उल्लेख आपणास प्रस्तुत असलेल्या काळातील स्मृतिग्रंथांमध्ये आढळून येत नाही. देशाचे प्रशासनिक विभाजन तयार करण्यासाठी ते दशमान पद्धतीचा स्वीकार करण्याची शिफारस करतात. ही पद्धती कौटिल्याइतकी जुनी आहे. कौटिल्याच्या मते राज्याचे विभाजन १० *(संग्रहण)*, २०० *(खर्वटिक)*, ४०० *(द्रोणमुख)*, आणि

---

(१२२) वीरजी, उपरोक्त, पृ. २४३. (१२३) याझदानी (सं.), 'अर्ली हिस्टरी ऑफ डेक्कन', एक, पृ. ४६. (१२४) सि. इं., पृ. ४०, १.५ (१२५) कित्ता, पृ. ४७, १.१२. (१२६) कॉ. इं. इ., तीन. पृ. ४, १.४ (१२७) इं. अँ., पाच, पृ. ५५.

८०० *(स्थानीय)* गावांच्या समूहांमध्ये केले गेले पाहिजे. [१३५] मनूने सांगितलेले प्रशासनिक विभाग अर्थशास्त्रात सांगितल्या गेलेल्या विभागांपेक्षा किंचित वेगळे आहेत. त्याने लहान आणि मोठ्या ह्या दोन्ही समूहांबद्दल सांगितलेले आहे. त्याच्या मते संपूर्ण साम्राज्याचे विभाजन १,१०,२०,१००, व १००० गावांचा समूहांमध्ये केले पाहिजे. १०० व १००० गावांच्या अनुविभागांमध्ये त्याने २००, ३०० व ५०० गावांच्या समूहांची व्यवस्था सुध्दा सांगितलेली आहे. त्यांना 'गुल्म' असे म्हणतात. [१३६] त्याचप्रमाणे शान्तिपर्वात असे सांगितले आहे की जर राज्याचे विभाजन १,१०,२०,१०० आणि १००० गावांच्या समूहांमध्ये केले असेल, तर राज्याचे रक्षण चांगल्या प्रकारे होऊ शकते. [१३७] मनू आणि शान्तिपर्वाप्रमाणे १,१० व १०० गावांचा समावेश असणाऱ्या विभाजनांचा उल्लेख केला आहे. आणि शेवटी 'देश' ह्याची एक प्रशासनिक अनुविभाग म्हणून जोड दिली आहे. [१३८] ज्या अर्थी त्याने १००० गावांच्या समूहाचा वेगळा उल्लेख केलेला नाही, त्या अर्थी हा समूह 'देश' ह्या संज्ञेने दर्शविला जात असेल हे अशक्य नाही. ह्या गोष्टीचीसुध्दा तितकीच शक्यता आहे की ग्रामीण प्रशासन सोपे जावे म्हणून 'देश' नावाचा एक वेगळा समूह अस्तित्वात आणला गेला. [१३९]

जरी गुप्तकाळातील अभिलेखांमध्ये 'देश' ह्यांचा उल्लेख असला तरी स्मृतिग्रंथ आणि शान्तिपर्व ह्यांमध्ये प्रतिपादित केली गेलेली दशमान पद्धती प्रत्यक्ष व्यवहारात स्वीकारली गेली की नाही, ह्याविषयी त्यांमधून काहीच संकेत मिळत नाही. तथापि ८ व्या शतकापासून पुढच्या काळातील अभिलेखावरून दशमान आणि द्वादशमान पद्धती *(१२ किंवा १२ चा गुणाकार)* प्रचलित होती असे दिसते.[१४०] मौर्योत्तर आणि गुप्त काळातील राजांना, ह्या संबंधात स्मृतिकारांनी केलेल्या शिफारसी फारशा अनुकूल किंवा ग्राह्य वाटल्या असे दिसत नाही. पण ह्या विषयांवरील विधिवेत्त्यांच्या मताकडे दुर्लक्ष करण्यासाठी ते कोणत्या कारणांमुळे प्रवृत्त झाले, हे सांगणे मात्र कठीण आहे.

---

(१२८) कित्ता, पंधरा, पृ. ११२, कॉ. इं. इ., तीन, पृ. ३२ टि. १. (१२९) ए.इं. आठ, नं. ८ (२), १.६. (१३०) इं. अॅ. एकोणचाळीस, पृ. १९५. (१३१) कित्ता, पृ. २००. (१३२) किता, पृ. २०४ हर्न (१) आणि पार्जिटरच्या मते नव्यवकासिकाचा अर्थ एखादे असा नसेल (कित्ता, एकोणचाळीस, पृ. २१०)

प्रकरण १२ वे

राजस्व अधिकारी

यापूर्वी राज्यकोषीय अनुविभागांचा विचार करताना ही गोष्ट गृहीत धरली गेलेली आहे की ह्या अनुविभागाच्या प्रशासनासाठी खूप मोठ्या संख्येने अधिकारी असले पाहिजेत. प्राचीन भारतात 'ग्राम' प्रमुखाच्या *(ग्रामणी)* नियंत्रणाखाली होता असे दिसते. ग्रामप्रमुखाचे पद वैदिक कालाच्या अखेरीस अस्तित्वात होते असे दिसते. (१) वैदिको-त्तर कालात हे पद अधिक महत्त्वाचे ठरले. कारण बिम्बिसाराला त्याच्या साम्राज्यात ८०,००० 'ग्रामिकां' ची नियुक्ती केल्याचे श्रेय देण्यात येते. (२) हे पद मौर्यकाळातही चालू राहिले असे अर्थशास्त्रावरून कळून येते. (३) आपणास प्रस्तुत असलेल्या काळात ग्रामप्रमुख हा वेगवेगळ्या नावांनी ओळखला जातो. (४) मनूने त्याचा उल्लेख 'ग्रामिक' म्हणून केलेला आहे. पण गाथासप्तशतीत (५) 'ग्रामणी' ह्या शब्दाचा उपयोग केलेला आहे. महाभाष्यात (६) सुद्धा ही संज्ञा आढळते. मिलिन्दपन्होने (७) 'ग्रामसामिक' हा शब्द ग्रामप्रमुख ह्या अर्थाने वापरलेला आहे. जातके (८) त्याला 'ग्रामभोजक' म्हणून संबोधित करतात.

ग्रामप्रमुखाच्या पदाच्या अस्तित्वासंबंधी, आपल्या कालातील अनेक अभिलेखांमधून पुरावा मिळतो. कुषाण कालातील मथुरा विभागातील व्रतपूर्व समर्पित अभिलेखांमध्ये आपणास 'ग्रामिक' आढळून येतो. (९) आणि एका सातवाहन अभिलेखामध्ये 'ग्रामणी'चा उल्लेख आहे. (१०) तथापि चारसादा ह्या ठिकाणच्या एका अस्थिकरण्डकावरील अभिलेखात ह्यासारख्याच अर्थाने 'ग्रास्वामी' शब्द वापरला गेला आहे. पूर्व भारतात गुप्त कालामध्ये दामोदरपूर ताम्रपत्रात ग्रामप्रमुखाला 'ग्रामिक' म्हणून ओळखले जाते. (११) सौराष्ट्राच्या मेत्रकोच्या राजपत्रांमध्ये त्याचा उल्लेख 'ग्रामकूट' म्हणून केला जातो. (१२) ह्यावरून हे स्पष्ट होते की आपल्या संपूर्ण कालखंडात उत्तर व पश्चिम भारतात ग्रामप्रमुखाचे पद प्रचलित होते. मात्र निरनिराळ्या

---

(१३३) कित्ता, पृ. २११. (१३४) याझदानी, उपरोक्त, एक, पृ. ४७. (१३५) अ.शा. दोन, १. (१३६) मनु., सात, ११४-११७. (१३७) शां. प., सत्त्याऐंशी, २-३. (१३८) विष्णु, तीन, ५. (१३९) दीक्षितार, 'हिंदु ॲडमिनिस्ट्रेटिव्ह इन्स्टिटयूशन्स' पृ. ३१६.

क्षेत्रांमध्ये ते निरनिराळ्या नावांनी ओळखले जात होते.

पूर्वीच्या काळी ग्रामप्रमुखाची नियुक्ती कशी केली जात असे, हे स्पष्ट नाही. मनूच्या एका वचनावरून मात्र 'ग्रामिकाची' नियुक्ती राजाकडून केली जात होती, असे दिसते. [१३] ग्रामप्रमुखाचा राजाशी काही निश्चित संबंध होता, ह्याचा पुरावा एका जातक कथेवरून मिळतो. त्यामध्ये राजाची कृपा किंवा अवकृपा ह्या गोष्टींची विशेष

(१४०) चर्चेसाठी पाहा - याझदानी, उपरोक्त, एक, पृ. ३१-३२, प्राणनाथ, उपरोक्त, पृ. ५१-५२.

काळजी असल्याचे वर्णन आहे. [१४] कुलावक जातकात [१५] गावकऱ्यांच्या एका पूर्ण समूहावर देशद्रोहाचे खोटे आरोप केल्याबद्दल राजा त्यांना भरपूर शिक्षा देतो.

काही साधनांवरून ग्रामप्रमुखाच्या पदाचे स्वरूप आनुवंशिक असल्याचे सूचित होते. गाथासप्तशतीमध्ये एका 'ग्रामणी'चा निर्देश आहे. मृत्यूनंतरसुद्धा आपले नाव अकलंकित राहावे म्हणून आपली कर्तव्ये योग्य प्रकारे कौशल्याने पार पाडण्याचा उपदेश तो आपल्या मुलाला करीत असतो. [१६] कुषाण कालातील अभिलेखांच्या प्रमाणावरूनसुद्धा ह्या पदाच्या आनुवंशिक स्वरूपाला पुष्टी मिळते. वासुदेवाच्या काळाच्या मथुरेच्या एका व्रतपूर्व समर्पित अभिलेखात स्पष्टपणेच स्थानिक 'ग्रामिका'च्या दोन पिढ्यांचा उल्लेख आहे. [१७] तथापि उत्तर भारतातील गुप्त अभिलेखांवरून ग्रामप्रमुखाच्या आनुवंशिक स्वरूपाबद्दल प्रमाण मिळत नाही. राजा सत्याश्रय ध्रुवराज (इ. स. ६१०) ह्याच्या गोवा पट्टकांमध्ये ग्राम-प्रमुखासमवेत सर्व ग्रामाधिकाऱ्यांचे वर्णन त्या स्थानाचे स्थायी निवासी म्हणून केलेले आहे. [१८] यामुळे ग्राम-प्रमुखाच्या पदाच्या आनुवंशिक स्वरूपाला काही मर्यादेपर्यंत आधार मिळतो. पण उत्तर भारतात अस्तित्वात असलेल्या परिस्थितीवर ह्या लेखपत्रामुळे कितपत प्रकाश पडतो, ही विचार करण्यासारखी गोष्ट आहे. स्कन्दगुप्ताच्या काळातील सुपिया स्तंभ अभिलेखातून (इ. स. ४६०-६१) असे दिसते की हे पद आनुवंशिक नव्हते. त्यात असा उल्लेख आहे की श्रीदत्त, वर्ग आणि चन्दक हे हरिश्रेष्ठिन सावकाराचे तीन पुत्र होते. हरिश्रेष्ठिनचा पिता एवति श्रेष्ठिन् होता. [१९] अभिलेखात उल्लेखिल्या गेलेल्या तीनही भावांमध्ये श्रीदत्त हा संभवत: वयाने सर्वात मोठा होता. महत्त्वाची गोष्ट अशी आहे की अभिलेखात त्याचे वर्णन एक 'कुटुंबिक' किंवा शेतकरी म्हणून केले गेले आहे. [२०] आणि दुसऱ्या भावाला 'ग्रामिक' म्हणून

---

(१) शतपथ ब्राह्मणात (पाच ३.२) 'ग्रामणी' चा उल्लेख रत्निनाम् हर्विंषि या समारंभाशी संबंधित असलेल्या ११ रत्निन्‌पैकी एक म्हणून केलेला आहे. (२) महावग्ग, पाच १.३ (३) अ. शा. दोन - १० (४) मनू., सात ११६ (५) गाथासप्रप्तशती एक ३०, चार ६९, पाच १०, ४९, ६९ इ. (६) महाभाष्य, पाच २.१०, पृ. ३४०, १.८ (७) मिलिंद, पृ. १४७ (८) जातक, एक, पृ. १९९, ४८३, दोन, पृ. १५५, इ. पल्लव राजा शिवस्कन्दवर्मन्‌च्या हिरहदगल्ली पट्टकामध्येसुद्धा मामभोजक हा शब्द आढळतो. (लूडर्स लिस्ट, नं. १२००). (९) लूडर्स लिस्ट नं. ४८, ६९ (१०) कित्ता, नं. १३३३

संबोधिले गेले आहे. [२१] त्यांचे वडील हरिश्रेष्ठिन आणि आजोबा कैवत-श्रेष्ठिन् हे सावकार होते, हे उघड आहे. पण हरि-श्रेष्ठिन्च्या तीन पुत्रांपैकी पहिला शेतकरी (कुटुंबिक) होता आणि दुसरा 'ग्रामिक' होता. ह्याचा अर्थ असा आहे की 'ग्रामिका'चे पद नेहमीच आनुवंशिक होते, असे नाही.

ग्रामप्रमुखाची कर्तव्ये आणि कार्येसुद्धा काही कमी महत्त्वाची नाहीत. वैदिक साहित्यांत 'ग्रामणी' हा युद्धकाळात गावाचा नेता असल्याचे आणि शान्तताकाळात गावाच्या धार्मिक कृत्यांचा अधीक्षक असल्याचे वर्णन आहे. [२२] पण त्याच्या राजस्वासंबंधीच्या कार्याबद्दल काहीही सूचित होत नाही. कौटिल्याने त्याच्या कर्तव्यांचा उल्लेख केलेला नाही. अर्थशास्त्रात फक्त असे सांगितले आहे की संपूर्ण वस्तीशी संबंधित असलेल्या कार्याच्या निमित्ताने जेव्हा तो बाहेर जातो, त्या वेळी गावकऱ्यांनी पाळी पाळीने त्याची सोबत करावयाची असते. असे न केल्यास त्यांना एक किंवा अर्धा 'पण' पण दंड द्यावा लागेल. [२३] अर्थशास्त्रात ह्या अधिकाऱ्याचा उल्लेख इतका कमी वेळा आहे की स्थानीय प्रशासनाच्या क्षेत्रात ग्रामप्रमुख हा फारसा महत्त्वाचा नव्हता, असे त्यावरून सूचित होते.

मौर्योत्तर कालातील साधनांमधून ग्राम-प्रमुखाच्या कार्याविषयी थोडीफार माहिती गोळा करता येते. संभवत: गावातल्या शांततेला धोका निर्माण करणाऱ्या विंध्य पर्वतातील लुटारूंच्या विरोधात एका स्वारीचे नेतृत्व करणाऱ्या एका 'ग्रामणी'विषयी गाथासप्तशतीमध्ये सांगितले आहे. [२४] ग्रामप्रमुखावर गावाच्या संरक्षणाची जबाबदारी सोपविली जात होती, असे मात्र मनूने सांगितलेले नाही. त्याने असा निर्देश दिला आहे की दोन, तीन, पाच किंवा शंभर गावांवर राजाने संरक्षकांच्या दलाने युक्त गुल्म असलेला शासनाचा एक प्रशासक नेमावा. [२५] गावांच्या समूहांमध्ये अशा प्रकारची आरक्षी-सीमास्थाने स्थापित केली गेली होती, ह्यावरून असे सूचित होऊ शकते की स्थानीय शांतता आणि स्वस्थता राखण्याची जबाबदारी आता आरक्षी सीमा-स्थानांची होती, ग्रामप्रमुखाची नव्हे.

ग्रामप्रमुख राज्यकोषीय प्रशासनाशीसुद्धा संबद्ध आहे. मनूने त्याच्यावर धान्य, पेय, इन्धनादिकांच्या रूपातील राजाचे शुल्क गोळा करण्याचे कार्य सोपविले

---

(११) ए. इं., पंधरा नं. ७. =३=१.३ (१२) धारसेन २ चे वलभीचे नरुली पट्टक, इ. अॅ. दहा पृ. २८ (१३) मनु. - सात ११५ (१४) जातक, चार, पृ. ३१० (१५) कित्ता, चार, पृ. ११५ (१६) गाथासप्तशती, सात, ३२. (१७) लूडर्स लिस्ट, नं. ४८ (१८) ज. बॉ. ब्र. रॉ. ए. सो. सोळा, पृ. ३६५

आहे. [२६] मिलिन्दपन्होमध्येसुद्धा ह्या अधिकाऱ्याच्या राजस्वासंबंधी-च्या कार्याबद्दल प्रमाण मिळते. त्यात एका ग्रामप्रमुखाचा उल्लेख आहे. राजाच्यातर्फे गृहस्वामींकडून कर वसूल करण्यासाठी त्या ग्रामप्रमुखाने आपल्या दूताकरवी गावातील सर्व गृहस्वामींना आपल्या घराच्या समोर बोलाविले. [२७] जातकाच्या एका कथेच्या प्रास्ताविक उपाख्यानातील केवळ एकाच उताऱ्याचा आधार घेऊन [२८] फिकने असे मत व्यक्त केले आहे की गावातील राजस्व गोळा करण्यासाठी नियुक्त केला गेलेला एक अधिकारी म्हणजे 'ग्रामभोजक' होता. तथापि जातकांमध्ये मात्र करांची आकारणी आणि कर गोळा करणे ह्या कार्याच्या निरनिराळ्या पैलूंशी संबद्ध असणाऱ्या 'तुण्डिय', 'अकासिय', 'निग्गाहक', 'बलिसाधक', 'राजकम्मिक' आणि 'रज्जुगाहक' अशा जवळजवळ अर्धा डझन अधिकाऱ्यांचा उल्लेख आहे; 'तुण्डिय' हे नियमित कराधिकारी नव्हते. लोकांना मारून किंवा बांधून, कोणत्याही प्रकारे लोकांकडून 'बलि' वसूल करण्यासाठी करसंग्राहकांचा एक विशेष वर्ग नियुक्त केला गेला असे. [२९] अकासिय [३०] हेसुद्धा अत्याचारी करसंग्राहक होते. हे शेतकऱ्यांकडून संभवतः त्यांचे उत्पन्न हिसकावून घेत असत. जास्तीचे कर गोळा करण्यासाठी किंवा संकटकालीन परिस्थितीत राजातर्फे कर प्राप्त करण्यासाठी 'तुण्डिय' आणि 'अकासिय' हे विशेष अधिकारी होते, असे दिसते. [३१] 'बलिसाधक [३२] आणि 'निग्गाहक' [३३] मात्र ह्या दोन प्रकारच्या अधिकाऱ्यांसारखे नव्हते. टीकेमध्ये 'निग्गाहका'चा उल्लेख 'बलिसाधक' असा केला आहे. हे नेहमीच साधे करसंग्राहक असावेत असे दिसते. ते लोकांकडून सामान्यतः 'बलि' गोळा करीत असत. 'राजकाम्मिक' मात्र नियमित कर-संग्राहक होते. ते जमिनीची मोजणी करीत आणि कर वसूल करीत. [३४] जातकांवरून असे कळते की राजस्व- संग्रहण हे बऱ्याच अंशी ज्या अर्थी ह्या अधिकाऱ्यांकडून केले जात होते, त्या अर्थी अशी शक्यता आहे की 'ग्रामभोजक' हा स्वतः करसंग्राहक नव्हता. यदाकदाचित करसंग्रहणाच्या कार्यासाठी तो नियुक्त झाला असला, तरी त्याचे कार्य मुख्यत्वेकरून देखरेखीचे असावे. कोणत्याही परिस्थितीत, मनू आणि मिलिन्दपन्हो ह्यांच्या आधारावरून असे सूचित करता येईल की राजाच्या राजस्वाची वसुली करणे हे ग्रामप्रमुखाच्या कर्तव्यापैकी एक कर्तव्य होते.

गुप्तकालात जरी अभिलेखांमध्ये 'ग्रामिक'चा उल्लेख ग्रामप्रमुख ह्या अर्थाने

---

(१९) ए. इं. तेहतीस, पृ. ३०७ (२०) कित्ता, नं. ५६ (२), १.१० (२१) कित्ता, १.१५ (२२) आळतेकर, ''व्हिलेज कम्युनिटीज् इन वेस्टर्न इंडिया'' प्रस्तावना, पृ. दहा (२३) अ. शा. तीन - १० (२४) गाथासप्तशती, सात ३१

येत असला, तरी अभिलेखांच्या मदतीने आपणास त्याच्या कार्याविषयी स्पष्ट कल्पना करता येणे शक्य नाही. हस्तिनच्या [३५] भूमरा स्तंभ अभिलेखावरून असे प्रतिपादित केले आहे की ग्रामप्रमुखाच्या कर्तव्यापैकी सीमास्तंभ उभारणे हे एक होते. [३६] ह्या अभिलेखात असे सांगितलेले आहे की इन्दनाचा पौत्र आणि वसूचा पुत्र असणाऱ्या कोणी एका शिवदासाने एक सीमास्तंभ उभारला. वसू हा 'ग्रामिक' होता. हे स्पष्ट आहे की ज्या शिवदासाला जो स्तंभ उभारण्याचे श्रेय दिले गेले, तो स्वत: 'ग्रामिक' नव्हता, त्याचे वडील मात्र होते. त्यामुळे सालेतोरचे मत असमर्थनीय आहे. एका अदिनांकित अभिलेखावरून ग्रामप्रमुखाच्या ग्रामीण प्रशासनाशी असलेल्या संबंधाचे अनुमान करता येते. हा अभिलेख संभवत: बुधगुप्ताच्या शासन कालातील होता, असे ठरविता येते. ह्या अभिलेखात नाभक नावाच्या 'ग्रामिका'चा उल्लेख आहे. त्याने 'ग्रामिका' समवेत प्राधिकाऱ्यांना अर्ज केला आणि काही ब्राह्मणांना भूमिदान करण्याची परवानगी मागितली. याचा अर्थ असा आहे की या प्रदेशात होत असलेल्या जमिनीच्या देवघेवीच्या व्यवहारामध्ये 'ग्रामिका'ची भूमिका महत्त्वाची होती. गुप्तकालातील लेखपत्रावरून ग्रामप्रमुखाच्या कर्तव्यांबाबत आणखी काहीही माहिती कळत नाही. शिवाय पुरेशा आधारसामग्रीच्या अभावी असा निष्कर्ष काढणे जोखमीचे होईल. आधीच्या साधनांमध्ये जी कार्ये त्याच्यावर सोपविली होती, ती सर्व तो आतासुद्धा पार पाडत होता. गुप्तकालात ज्या अन्य नवीन अधिकाऱ्यांचा संबंध ग्रामीण प्रशासनाशी आला, त्यांची सर्व चर्चा आपण लवकरच करणार आहोत. ह्या नवीन अधिकाऱ्यांच्या अस्तित्वावरून गुप्तकालात 'ग्रामिका'ची कर्तव्ये आणि कार्य यात बराच बदल झाला होता, हे सूचित होते.

ग्रामप्रमुखाच्या जोडीला, राज्यकोषीय प्रशासनाशी संबंधित अशा आणखी काही अधिकाऱ्यांचा उल्लेख आपल्या साधनसामग्रीत आहे. अर्थशास्त्रांत 'गोप' ह्या पदाची व्यवस्था आहे, हे आपण अन्यत्र पाहिलेच. हा ५ ते १० ग्रामांचा प्रभारी अधिकारी होता. शेतांचा क्रमांक देणे, ती लागवडीखाली आलेली आहेत आणि नाहीत अशा तऱ्हेने त्यांना चिन्हित करणे, त्यांच्या सीमा निश्चित करणे, शेतांच्या

---

(२५) मनु., सात, ११४ (२६) मनु., सात, ११८ (२७) मिलिंद, पृ. १४७ (२८) जातक, एक पृ. ३५४ (२९) कित्ता, पाच, पृ. १०२-३ टीकेसहित गाथा. (३०) कित्ता, सहा, पृ. २१२ गाथा (३१) शर्मा, ''पोलिटिकल आयडियाज अँड इन्स्टिट्यूशन्स'' पृ. १३५ (३२) जातक, पाच, पृ. १०६ (३३) कित्ता, चार, पृ. ३६०

बाबतीत करांमध्ये काही सूट असल्यास त्याची नोंद करणे आणि शेतकऱ्यांच्या, गुराख्यांच्या, व्यापाऱ्यांच्या व कारागीर इत्यादिकांच्या निश्चित संख्येचा हिशेब ठेवणे ही कामे त्याला करावी लागत असत. [३९] जरी आपल्या काळातील साधनांमध्ये 'गोप'चा उल्लेख नसला तरी अभिलेखांमध्ये कधी कधी 'लेखक' नावाच्या अधिकाऱ्याचा उल्लेख येतो. संभवत: कुषाण काळातील असणाऱ्या एका व्रतपूर्व समर्पित अभिलेखामध्ये मूलगिरी नावाच्या 'लेखका'चा निर्देश आहे. [४०] मौर्यातर कालातील दोन कुडा लेणी अभिलेखांमध्ये कोण्या एका शिवभुक्तीने लेण्यांचे दान केल्याची नोंद आहे. हा शिवभुक्ती 'महाभोजक' माण्डव स्कन्दपालिताच्या सेवेमध्ये असलेला एक 'लेखक' होता. [४१] 'लेखक' ह्या शब्दाचा अर्थ लिहिणारा असा आहे. आणि आधुनिक हिशेबनीस किंवा लेखापालासारखाच जवळ जवळ हा अधिकारी असावा. गावातील नोंदवह्या ठेवण्याच्या कामाशी संभवत: त्याचा संबंध असावा आणि हे काम म्हणजे राजस्व प्रशासनाचे एक आवश्यक वैशिष्ट्य होते. आळतेकरांचेही असेच मत आहे की 'लेखक' हा ग्रामीण लेखापाल असावा. [४२] आपण ह्यात अशी भर घालू शकतो की अर्थशास्त्राच्या 'गोप' चे 'लेखक' हे प्रतिरूप असावे असे दिसते.

गुप्तकालात 'लेखका'चे फक्त दोनच उल्लेख आढळतात. कुमारगुप्त व बन्धुवर्मनच्या मन्दसोर स्तंभ अभिलेखात 'कर्तृ' *(रचना करणारा)* व 'लेखक' *(लिहिणारा)* असे शब्दप्रयोग आहेत. [४३] लेखकाचे कार्य कमीअधिक प्रमाणात कारकुनाचे होते; हे उघड आहे. पंजाबच्या कांग्रा जिल्ह्यातील समुद्रसेनाच्या सातव्या शतकाच्या एका अभिलेखातसुद्धा दानपत्राच्या प्रत्यक्ष प्रारूप लेखकाहून भिन्न, त्याच्याशी विसदृश असा 'लेखक' शब्दाचा उल्लेख, लिहिणारा ह्या अर्थाने आला आहे. [४४] मात्र ह्या लेखपत्रांच्या लेखकावर गावाच्या नोंदवह्या आणि हिशेबाची जबाबदारी होती की नाही हे स्पष्ट नाही.

गुप्तकालातील अनेक अभिलेखांमध्ये 'दिविरपति' ह्या संज्ञेचा उल्लेख आहे. हिशेब ठेवणारा एक अधिकारी असा त्याचा अर्थ लावण्यात आलेला आहे. [४५] ह्याचा सर्वात आधीचा उल्लेख उच्छकल्प राजा जयनाथाच्या इ. स. ४९६-९७ च्या खोह ताम्रपत्र अभिलेखात आढळतो. त्यामध्ये 'दिविर' सर्ववाढ ह्याला भूमीचे दान दिल्याची नोंद आहे. [४६] परंतु सौराष्ट्राच्या मैत्रकांच्या अभिलेखात ही संज्ञा बहुधा वारंवार येते. जे अधिकारी 'शासना'चे प्रारूप तयार

(३४) कित्ता, चार, पृ. १६९ (३५) कॉ. इं. इं. तीन नं. २४ (३६) ''लाइफ इन दि गुप्त एज'', पृ. २९८

करतात, त्यांच्यासाठी विशेषकरून 'दिविरपति' हा शब्द एक उपाधि म्हणून ह्या सर्व दानपत्रांमध्ये उपयोगात आला आहे. ह्यावरून असे दिसते की हा शब्द, कोणते तरी पद धारण करणारा, असा अर्थ दर्शवितो. बूल्हरने क्षेमेन्द्राच्या 'लोकप्रकाशा'तील एक वचन 'दिविर' म्हणजे कारकून किंवा लेखापाल असा अर्थ होतो, हे सिद्ध करण्यासाठी उद्धृत केले आहे. क्षेमेन्द्र नंतरच्या काळात होऊन गेला. लोकप्रकाश ह्या ग्रन्थाच्या प्रकाश तीनमध्ये लेखकाने 'दिविर' 'गंजादिविर' 'नगरदिविर' 'ग्रामदिविर' आणि 'खवारदिविर' ह्यांच्या निरनिराळ्या वर्गाविषयी सांगितले आहे आणि त्यांच्या उपयोगासाठी प्रत्येकाच्या तपशीलाप्रमाणे तो प्रत्येकाच्या लेख्यप्रमाणांचे स्पष्टीकरण देतो. (४७) ह्याच आधारावर बूल्हरने असे मत व्यक्त केले आहे की 'दिविरा'चे कार्य लिहिणे आणि हिशेब ठेवणे हे होते. (४८) शिवाय ह्या स्पष्टीकरणाला एक मध्य आशियातील खरोष्ठी अभिलेखाचा आधार मिळतो. त्यात असे सांगितलेले आहे की मोगतच्या जमिनीशी संबंधित असलेली पावती रमशोत्स ह्याने काळजीपूर्वक जपून ठेविली पाहिजे. रमशोत्स हा 'दिविर' होता. (४९) मैत्रकांच्या राजपत्रांमधील 'दिविरपति' म्हणजे लेख्यपत्र आणि हिशेब ह्यांच्या बाबतीतला 'लेखका'सारखाच असावा. अर्थात् ग्रामप्रमुखाशी त्याचा निश्चित संबंध काय होता, हे सांगता येणे शक्य नाही.

गुप्तांच्या दोन अभिलेखांवरून 'अक्षपटलाधिकृत' ह्या आणखी एका अधिकाऱ्याविषयी माहिती मिळते. ह्याचा संबंधसुद्धा राज्यकोषीय प्रशासनाशी असावा, असे दिसते. समुद्रगुप्ताच्या पाचव्या वर्षाच्या नकली नालन्द ताम्रपत्र अभिलेखात एका 'ग्रामाक्षपटलाधिकृत'चा उल्लेख आहे. (५०) शिवाय, ह्याच राजाच्या गया येथील नकली भूमिदानपत्रात सांगितले आहे, 'दुसऱ्या गावाचा 'अक्षपटलाधिकृत' असणाऱ्या 'दूत' गोपस्वामिन्च्या आज्ञेने हा विलेख लिहिला गेला आहे. (५१) ज्या अर्थी वर उद्धृत केलेल्या राजपत्रांच्या बाबतीत साधारणतः असा समज आहे की संभवतः सातव्या शतकात ही नकली राजपत्रे बनविली गेली असावीत. त्या अर्थी कोणी असा युक्तिवाद करू शकेल की सम्राट गुप्ताच्या कालात 'अक्षपटलाधिकृत' ज्ञात नव्हता; परंतु गुप्तकालात कमीत कमी दक्षिण भारतात तरी हा अधिकारी परिचित होता. चन्द्रवर्मनच्या बोबिली पटट्काचा काळ

---

(३७) कॉ. इं. इं. तीन, नं. २४, ११, ४-६ (३८) ए. इं. पंधरा, नं. ७ (३), ११. ३-४. (३९) अ. शा. दोन, ३५ (४०) लूडर्स लिस्ट नं. २०९ (४१) कित्ता, नं. १०३७, १०४५ (४२) उपरोक्त, पृ. १२-१३ (४३) कॉ. इं. इं, तीन नं. १८, १-२४

इ. स. च्या ५ व्या शतकाचा पूर्वार्ध असावा, असे अक्षरांच्या वळणावरून ठरविले जाऊ शकते. त्यावरून आपणास अशी माहिती मिळते की हे आज्ञापत्र खुद्द राजाच्या आदेशावरून 'देशाक्षपटलाधिकृत' रुद्रत्ताने लिहिले. (५२) रुदत्ताच्या पदनामावरून असे दिसते की वर उल्लेखिलेल्या अभिलेखामधील 'अक्षपटलाधिकृत' ह्या अधिकाऱ्यापेक्षा रुद्रत्ताची श्रेणी वरची होती. शिलादित्य ७ च्या इ. स. ७६६-६७ च्या अलिन ताम्रपत्र अभिलेखातसुद्धा ह्या अधिकाऱ्याचा उल्लेख आढळतो. त्यात कोण्या एका सिद्धसेनाचा उल्लेख आहे. हा 'महाक्षपटलिक' आणि राजघराण्याचा सदस्य होता, असे ह्याचे वर्णन आहे. (५३) पण आपणास प्रस्तुत असलेल्या काळात मैत्रक राजांच्या एकाही अभिलेखात ह्या अधिकाऱ्याचा उल्लेख नाही. संभवत: आपण ज्या काळाचा आढावा घेत आहोत, त्या काळात 'अक्षपटलाधिकृत' हे पद केवळ पूर्व भारत आणि दखखनच्या पूर्वेकडील काही भागातच अस्तित्वात होते.

'अक्षपटलाधिकृत' ह्या शब्दाची व्युत्पत्ती 'अक्षपटल' आहे, हे स्पष्ट आहे. मोनियर विल्यम्सच्या मते 'अक्षपटल' ह्याचा अर्थ 'न्यायालय' किंवा धर्मसभा किंवा 'कायद्याशी संबद्ध लेख्यप्रमाणांचे सुरक्षित संग्रहस्थान' असा आहे. (५४) ह्यावरून हे ओघानेच येते की बहुधा गुप्तकालात स्वत्वाधिकाराचे विलेख राजांची दानपत्रे इ. स.? संबंधित शासनाच्या लेख्यपत्रांच्या प्रती गावातील लेख्यपत्र-कार्यालयात ठेवल्या जात असत, आणि त्याचा कार्यभार 'ग्रामाक्षपटलाधिकृत' ह्या अधिकाऱ्यावर असे. 'हर्षचरिता'वरून ह्याच्या कार्याची काही कल्पना केली जाऊ शकते. त्यात असे सांगितलेले आहे की राजाच्या गावातील वास्तव्याच्या काळात आपल्या कारकुनांच्या पूर्ण लवाजम्यासह 'ग्रामाक्षपटलिक' राजासमोर उपस्थित झाला आणि 'ज्यांची आज्ञापत्रे कधीही निरर्थक नसतात अशा श्रेष्ठ सम्राटांनी आतासुद्धा आमच्यावर आजच आपले आदेश देण्याचा अनुग्रह करावा' असे म्हणत त्याने वृषभचिन्ह असलेली सुवर्णाची नवीनच बनवलेली मुद्रा राजाला अर्पण केली. (५५) असे दिसते की, 'ग्रामाक्षपटलिकाने आपल्या कर्मचारीगणासह राजा किंवा राजाच्या प्रतिनिधीला, राजकीय आज्ञांना वैधानिक रूप देण्यास, मुद्रा घेऊन भेटावे, अशी अपेक्षा असे. 'ग्रामाक्षपटलिक' ह्याचा वैधानिक लेख्यप्रमाणाशी संबंध लक्षात घेता, ह्या गोष्टीची

---

(४४) कित्ता, नं. ८०, १.१४ (४५) वीरजी, ''एन्शन्ट हिस्टरी ऑफ सौराष्ट्र'', पृ. २३३ (४६) कॉ. इं. इं. तीन, नं. २७, १.७ (४७) प्रकाश तीन, बूल्हरतर्फे उद्धृत ''ऑडिशनल वलवी ग्रॅटस्'' इं. ॲ. सहा, पृ. १० (४८) कित्ता. (४९) सि. इं. पृ. २४७, ११. १-२. तुलनेसाठी पाहा. कित्ता. पृ. २४८ टी. ३

फारच शक्यता आहे की तो लेख्यपत्रपाल होता. आणि सामान्यत: ग्रामीण स्तरावर तो कार्य करीत असे.

वरील अधिकारी लेख्यपत्रपालनाच्या कार्याशी संबद्ध असावेत असे दिसते. परंतु भूसर्वेक्षणाचे कार्य पाहण्यासाठी एक वेगळा अधिकारी होता, दाखवण्यास प्रमाण आहे. वाकाटक राजा द्वितीय प्रवरसेनांच्या इन्दोर पट्टकामध्ये 'राजुक' कोट्टदेव हा ते पट्टक लिहिणारा होता असा उल्लेख आहे. (५६) प्रस्तुत संदर्भात 'राजुक' म्हणजे अशोकाच्या 'राजुकांशी' किंवा 'लाजुका'शी मिळते जुळते रूप आहे, असे दिसते. जातक साहित्यातसुद्धा हा शब्द आढळतो. कुरुधम्म जातकात (५७) एक 'रज्जुगहकमाच्च' (५८) ज्याचा शब्दश: अर्थ 'दोर धरणारा मंत्री' असा आहे, दिसून येतो. एका काठीला बांधलेले दोराचे एक टोक धरून तो एक 'जनपदा'चे शेत मोजत आहे. (५९) बूल्हरने असे निदर्शनास आणले की जातकांमधील 'रज्जुगहक' अमाच्च किंवा 'रज्जुको' आणि अशोकाच्या (६०) आज्ञापत्रांमधील 'राजुक' हे एकच आहे. त्याने ही संज्ञा जैन कल्पसूत्रातील 'रज्जुय'शीसुद्धा समान आहे असे मानले आहे. परंतु याकोबीने त्या संज्ञेचे भाषांतर साधे कारकून किंवा हिशेबनीस *(लिपिक किंवा लेखापाल)* असे केलेले आहे. (६१) विद्वानांनी साधारणत: बुल्हरचेच मत मानले आहे. तथापि काहीजण पाली भाषेती 'रायु' म्हणजे राजा, ह्याच्याशी 'राजुक' ह्या शब्दाचा संबंध जोडतात. (६२) दृढ अशा ध्वनिशास्त्रीय आधारांवर एस.के. चटर्जी (६३) आणि घोषाल ह्यांनी बुल्हरच्याच बाजूने आणखी युक्तिवाद केले, परिणामस्वरूप हा प्रश्न कमीअधिक प्रमाणात निकालात निघाला, असे मानता येईल.

एका महत्त्वाच्या गोष्टीकडे लक्ष वेधले जाणे योग्य आहे. वस्तुस्थिती अशी आहे की 'राजुक' हा भूमीचे मोजमाप आणि सर्वेक्षण ह्याच्याशी संबंधित होता, ह्याव्यतिरिक्त जातकांमधून 'राजका'ची कार्य कर्तव्ये ह्याविषयी अधिक काही माहिती मिळत नाही. शिवाय आपल्या कालातील कोणत्याही उत्तर भारतीय अभिलेखात ह्या अधिकाऱ्याचा उल्लेख नाही. सातवाहन काळातील काही दक्षिण भारतीय अभिलेखांमध्ये 'राजुक' (६४) अशा प्रकारे निर्देश केल्या गेलेल्या व्यक्तींनी दिलेल्या देणग्यांची नोंद आहे. मात्र त्यांची श्रेणी आणि कार्य निश्चित करण्यासाठी त्यामधून काहीही

---

(५०) कित्ता, पृ. २६४, १.११ (५१) कॉ. इं. इं., तीन नं. ६०, १.१५ (५२) ए. इं. अठ्ठावीस, नं. ८, १.१९ (५३) कॉ. इं. इं., तीन, नं. ३९, १.७६ (५४) संस्कृत-इंग्लिश डिक्शनरी, 'अक्षपटल' या शीर्षकाखाली पहा.

आधारसामग्री मिळत नाही. गुप्तकालात, वर उद्धृत केलेला द्वितीय प्रवरसेनाचा इन्दोर ताम्रपत्र अभिलेख हेच केवळ असे एक लेख्यपत्र आहे की ज्यात ह्या अधिकाऱ्याचा त्या अभिलेखाचा लेखक म्हणून उल्लेख आहे. (६५) ह्याचा असा अर्थ होईल की वाकाटक राज्यात 'राजुका'च्या कर्तव्यांपैकी एक कर्तव्य म्हणजे भूमीच्या हस्तांतरणाचा विलेख लिहिणे, हे होते. ज्या अर्थी गुप्तकालातील इतर कोणत्याही अभिलेखामध्ये 'राजुक' ह्याचा उल्लेख नाही, त्या अर्थी हे असंभवनीय नाही. पूर्वीच्या काळातल्यापेक्षा हे पद कमी महत्त्वाचे होऊ लागले आणि काळाच्या ओघात जे नवीन अधिकारी अस्तित्वात आले, त्यांच्या कार्यामध्ये 'राजुका'च्या कार्याची वाटणी केली गेली.

गुप्तकालापासून पुढच्या कालखंडात 'आग्रहारिक' नावाच्या एका अधिकाऱ्याचा उल्लेख आहे. ह्यापूर्वीच्या साधनामध्ये ह्या अधिकाऱ्याची माहिती मिळत नाही. समुद्रगुप्ताच्या (६६) नकली गया ताम्रपत्र अभिलेखात ह्या संज्ञेचा निर्देश आहे, त्याचप्रमाणे स्कन्दगुप्ताच्या (६७) बिहार पाषाण स्तंभ अभिलेखातही तो आढळतो. विजयसेनाच्या मल्लसरल ताम्रपत्र अभिलेखाचा काळ इ. स. चे ५ वे शतक हा ठरविला जाऊ शकतो. त्यात भूमीच्या देवघेवीच्या व्यवहाराशी संबंधित असलेल्या अधिकाऱ्यांपैकी एक अधिकारी म्हणून 'आग्रहारिका'चा उल्लेख आहे. (६८) 'आग्रहारिक' शब्दाची व्युत्पत्ती 'अग्रहार' ह्या संज्ञेचा अर्थ, 'उपजीविकेसाठी, किंवा त्या जागेत वास्तव्य करण्यासाठी किंवा काही धार्मिक उद्देशाने ब्राह्मणाला दान केलेला भूमिखंड किंवा गाव', असा आहे. (६९) म्हणून फ्लीटने अगदी अचूक निदर्शन केले आहे की 'आग्रहारिक' ही एक पारिभाषिक सरकारी उपाधी आहे. ही उपाधी संभवतः 'अग्रहारांचा' विशेष अधिकार सांभाळणारा अधिकारी (७०) असा अर्थ दर्शविते. 'अग्रहारा'वरील त्याच्या प्रशासनिक अधिकारक्षेत्राचे अनुमान समुद्रगुप्ताच्या नकली गया पट्टकावरून करता येते. त्यात असे सांगितले आहे, 'दुसऱ्या गावांमधील कर देणारे कृषक, कारागीर इ. लोकांना *(त्या ठिकाणी वास्तव्य करण्यासाठी आणि आपले व्यवसाय चालविण्यासाठी)* अग्रहारिकाने प्रवेश देऊ नये *(कारण)* अन्यथा 'अग्रहारा' च्या विशेषाधिकारांचे निश्चितच उल्लंघन होईल. (७१) 'अग्रहारिक' दुसऱ्या

---

(५५) हर्षचरित, पृ. २०३ (५६) ए. इं., चोवीस, नं. १०, १.३४ (५७) जातक, दोन, पृ. ३६६ (५८) गाथेमध्ये ''राज्जुका'' असे संक्षिप्त रूप आहे. जातक, दोन, पृ. ३६७, गाथा (५९) झे. ड्र. मो. गे. सदुसष्ट, पृ. ४६६ (६०) पाषाण - आज्ञापत्र, तीन, स्तंभ - आज्ञापत्र, चार (६१) ए. इं., दोन, पृ. ३६९

गावांमधील कर देणाऱ्या लोकांना 'अग्रहार' असणाऱ्या गावात वास्तव्य करण्यासाठी परवानगी देऊ नये याचे उघडउघड कारण असे आहे की, त्यामुळे राज्याच्या उत्पात घट होईल. ह्यावरून असे मानणे सयुक्तिक होईल की हा बहुधा दान दिलेल्या करमुक्त गावांचा प्रभारी अधिकारी असावा आणि त्या गावातील राजस्वासंबंधी आणि प्रशासनिक विषयांचा विचार हे त्याचे प्रमुख कार्य असावे. (७२) मात्र ही गोष्ट निदर्शनास आणली पाहिजे की जरी अर्थशास्त्राने ब्राह्मणांना दिल्या जाणाऱ्या 'अग्रहार' दानाविषयी सांगितले असले तरी पूर्वीच्या लेखांमध्ये ह्या अधिकाऱ्याचा उल्लेख नाही. याच्या मुळाशी असणारी वस्तुस्थिती अशी आहे की गुप्त काळातील जितकी भूमिदानपत्रे आपणास उपलब्ध आहेत, तितकी गुप्तपूर्व काळातील होत नाहीत. गुप्तकाळात करमुक्त गावांची संख्या वाढल्याने 'अग्रहारिका'सारख्या अधिकाऱ्याच्या नवीन पदाची नियुक्ती आवश्यक ठरली असावी.

मौर्योत्तर आणि गुप्तांच्या संपूर्ण कालखंडात जरी 'अग्रहारिक' परिचित नव्हता, तरी 'शौल्किक' हा अधिकारी परिचित होता असे दिसते. अर्थशास्त्राने ह्या अधिकाऱ्याचा उल्लेख केलेला नाही. पतन्जलीचे महाभाष्य (७३) आणि दिव्यावदान (७४) ह्यांमध्ये 'शौल्किक' ही संज्ञा आढळते. मिलिन्दपन्होमध्ये (७५) 'शुल्काध्यक्ष' नावाच्या अधिकाऱ्याविषयी सांगितले आहे. हा करसंग्राहक होता असा अर्थ घेण्यात आला आहे. (७६) याज्ञवल्क्य स्वामिविहीन संपत्तीच्या संबंधात ह्याचा उल्लेख करतो, पण त्याचे कार्य मात्र याज्ञवल्क्य सांगत नाही. (७७)

गुप्त आणि त्यांच्यानंतरच्या कालातील काही अभिलेखांमध्ये ही संज्ञा आढळून येते. स्कन्दगुप्ताच्या (७८) बिहार पाषाण स्तंभ अभिलेखात 'शौल्किक' ह्या शब्दाचा उपयोग केलेला आहे. मैत्रकांच्या अनेक अभिलेखांमध्ये, ज्यांना भूमिदानाविषयी सूचना दिली जाते, अशा अधिकाऱ्यांपैकी एक म्हणून 'शौल्किका'चा (७९) उल्लेख आहे.

ह्या उल्लेखांपैकी एकासुद्धा उल्लेखातून 'शौल्किकांची निश्चित कर्तव्ये आणि कार्य ह्याविषयी माहिती मिळत नाही. पण ह्या संज्ञेची व्युत्पत्ती 'शुल्क' आहे, हे अगदी स्पष्ट आहे. 'शुल्क' हा वाणिज्य करांचा एक विषय होता. त्यामुळे फ्लीटने निदर्शनास आणले ते योग्यच आहे की 'शौल्किक' हा पथकर आणि सीमाकर

---

(६२) मुकर्जी 'कॉर्पोरेट लाइफ इन अॅन्शन्ट इंडिया' पृ. १३३-३४ (६३) इ. हि. क्वा., चार पृ. ४२४-३१, ६२८ (६४) ए. इं. दोन सांची अभिलेख नं. २३०, पृ. ३२६, लूडर्स लिस्ट, नं. ११९५ (६५) मागे पाहा. (६६) कॉ. इं. इं., तीन नं. ६०, १.१२ (६७) कित्ता, नं. १२, १.२९

ह्यांचा अधीक्षक होता. [८०]

'शौल्किक' ह्याचा ज्याप्रमाणे समकालीन अभिलेखांमधून वारंवार उल्लेख आहे, त्याप्रमाणे 'औद्रंगिक' या अधिकाऱ्याचा नाही. विजयसेनाचे [८१] मल्लसरुल ताम्रपत्र हाच केवळ असा अभिलेख आहे की ज्यात अधिकाऱ्यांच्या यादीमध्ये हा आढळतो. ह्या संज्ञेची व्युत्पत्ती 'उद्रंग' आहे, हे अगदी उघड आहे. आधीच पाहिल्याप्रमाणे 'उद्रंग' हा गुप्तकालात भूराजस्वाचा एक महत्त्वाचा विषय झाला होता. त्यामुळे 'औद्रंगिक' म्हणजे एकतर 'उद्रंग' नावाचा कर गोळा करणारा अधिकारी किंवा नाहीतर किंवा त्या कराचा अधिकार उपभोगणारी व्यक्ती असा अर्थ लक्षित होतो. सेन ह्यांनी त्याचा अर्थ नगराचा मुख्य अधिकारी असा लावला आहे, पण ह्या मताला पुष्टी देण्यासाठी ते कोणताही युक्तिवाद मांडत नाहीत. [८२]

मध्य आणि पश्चिम भारतावर शासन करणाऱ्या वंशांच्या लेख्यपत्रांवरून 'औद्रंगिक' ह्या अधिकाऱ्याची माहिती मिळत नाही. मात्र, ज्या अधिकाऱ्यांना भूमीचे किंवा गावाचे दान दिल्याचे कळविण्यात यावयास पाहिजे, अशा अधिकाऱ्यांच्या यादीत 'द्रंगिक' ह्याचा उल्लेख, सौराष्ट्राच्या मैत्रकांच्या भूमिदानपत्रांमध्ये आहे. [८३] राजतरंगिणीमध्ये [८४] 'द्रंग' ह्या शब्दाचा उपयोग प्रहरी स्थानक *(पहारा देण्याची चौकी)* ह्या अर्थाने आला आहे. ह्याचा आधारे मैती ह्यांनी असे सुचविले आहे की अभिलेखांमधील 'उद्रंग' ह्याचा अर्थ कोणत्या तरी प्रकारचा आरक्षी-कर असा असावा. [८५] जर हे मत स्वीकारले, तर 'उद्रंग' नावाच्या कराचा संग्राहक म्हणजे 'द्रंगिक' असा अर्थ होईल आणि 'औद्रिंगिक' या शब्दातून ज्या अर्थाचा संकेत होतो, तोच अर्थ यातून ध्वनित होईल. पण 'द्रंगिक' ह्या शब्दातून दुसऱ्या अर्थाचेसुद्धा ग्रहण होते. मोनियर विल्यमस्ने 'द्रंग'चे स्पष्टीकरण नगर किंवा पुर (शहर) असे दिले आहे. [८६] सरकार ह्यांनी असे निदर्शनास आणले आहे की जैन साहित्यात यासारख्याच अर्थाने हा शब्द उपयोगात आणला आहे. [८७] त्यामुळे बुल्हरने त्याचे भाषांतर 'नगराचा प्रमुख' म्हणून जे केले आहे, ते बहुधा योग्यच आहे. [८८] शिवाय वर उद्धृत केलेल्या गृहसेनाच्या एका अभिलेखात मण्डली 'द्रंग' ह्यांत अवस्थित असलेल्या तीन गावांच्या दानाची नोंद आहे. [८९]

---

(६८) ए. इं., तेवीस, नं. २४, १.४ (६९) एस. सी. मुकर्जी, 'सम आब्झर्वेशन्स ऑन दि मल्लसरुल कॉपर प्लेट', (७०) कॉ. इं. इं. तीन, पृ. ५२, दि. २ (७१) कित्ता, नं. ६०, ११. १२-१४ (७२) ''आग्रहारिक'' या शब्दाचा अर्थ 'अग्रहार'धारक असाही होईल. (७३) महाभाष्य, चार २. १०४ पृ. २९५, १.१५

ह्या ठिकाणी 'द्रंग' ह्याचा अर्थ प्रहरी-स्थानक असा म्हणून नाही, तर जे अनेक गावांचे मुख्यालय बनलेले असे नगर किंवा नगराचा विभाग असणारा प्रादेशिक अनुविभाग असा त्याचा अर्थ असण्याची शक्यता जास्त आहे. (९०) त्यामुळे 'द्रंगिक' ह्याचा अर्थ बहुधा 'द्रंग'चा प्रभारी अधिकारी असा आहे. ह्या अधिकारानुसार स्थानीय लोकांवर लावल्या गेलेल्या करांच्या वसुलीशी त्याचा संबंध असावा.

विजयसेनाच्या मल्लसरूल ताम्रपत्रात 'हिरण्य-सामुदायिक' नावाच्या एका महत्त्वाच्या राज्यकोषीय अधिकाऱ्याचा उल्लेख आहे. ह्या अधिकाऱ्याची माहिती ह्यापूर्वीच्या किंवा समकालीन कोणत्याही अभिलेखांत नाही. आपल्या संपूर्ण कालखंडात 'हिरण्य' हा राजाच्या उत्पन्नाचा एक विषय होता. त्यामुळे ह्या संज्ञेतून 'हिरण्याच्या' संग्रहणाशी संबंधित अधिकाऱ्याचा निर्देश होत असावा. 'सामुदायिक' शब्दाची व्युत्पत्ती 'समुदाय' आहे, हे स्पष्ट आहे. ह्याचा 'हिरण्य' शब्दाशी समास झाला असताना त्याचा अर्थ 'हिरण्य' आणि त्यासारख्याच स्वरूपाचे इतर कर असा व्हावयास पाहिजे. अशा प्रकारे 'हिरण्यसामुदायिक' ह्या संज्ञेचे स्पष्टीकरण, रोकड रकमेत कर गोळा करण्याचे काम ज्यांच्यावर सोपविलेले आहे, असा अधिकारी, अशा प्रकारे करता येईल. (९१)

वर चर्चिल्या गेलेल्या संज्ञेचा निर्देश ह्यापूर्वीच्या किंवा समकालीन अशा कोणत्याही अभिलेखात नाही. असे जरी असले तरी काही गुप्तपूर्व अभिलेखांमध्ये 'हेरणिक' हा शब्द आढळतो. जुन्नरच्या एका बौद्ध लेणी पुरालेखात एका 'हेरणिका'चा *(सं. हैरण्यिक)* पुत्र सुलसक्त ह्याने एका 'चैत्यांची देणगी दिल्याची नोंद आहे. (९२) त्याचप्रमाणे अमरावतीच्या बौद्ध मूर्तिशिल्पांमधील दोन अभिलेखांमध्ये 'हेरिणिक' बुद्धि (९३) आणि 'हेरणिक' सिद्धार्थ (९४) ह्याचा उल्लेख आहे. लूडर्सने 'हेरणिक' ह्या संज्ञेचा अनुवाद कोषाध्यक्ष असा केला आहे. पण त्याने असा अनुवाद का केला, हे मात्र स्पष्ट नाही. त्या कालखंडातील लिखाणामध्ये ह्या उपाधीने युक्त असलेल्या कोणत्याही अधिकाऱ्याचा उल्लेख नाही. संभवतः मौर्योत्तर कालातील 'हेरणिक' *(हैरण्यिक)* हा 'हिरण्य' या पारिभाषिक संज्ञेने ओळखल्या

---

(७४) दिव्या. - पृ. २७६ (७५) मिलिंद, पृ. ३६५ (७६) "दि क्वेश्चन्स ऑफ किंग मिलिंद" (भाषांतर - सॅ.बु.ई. छत्तीस, खंड, २) पृ. २७७ (७७) याज्ञ, दोन १७३ (७८) कॉ. इं. इं. तीन नं. १२, १.२९ (७९) इ. अे. पाच. पृ. २०७, ज.यू.बॉ.चार, पृ. ५ ए.इं. तीस, नं. ३०, १.२ (८०) कॉ. इं. इं., तीन, पृ. ५२, नोट २. (८१) ए. इं. तेवीस नं. २४, १.४ (८२) 'हिस्टॉरिकल आस्पेक्ट्स ऑफ दि इन्स्क्रिप्शन्स ऑफ बेंगॉल' पृ. ४९८

जाणाऱ्या राजाच्या शुल्काचे संग्रहण करण्यासाठी नेमण्यात आलेला एक अधिकारी असावा. गुप्तकाळातील 'हिरण्यसामुदायिकांची पूर्वकल्पना ह्यामुळे झाली असावी.

'ध्रुवाधिकरण' हा एक अधिकारीसुद्धा संभवत: राजस्व प्रशासनाशी प्रत्यक्ष संबंधित होता. मात्र ह्या अधिकाऱ्याचा उल्लेख केवळ मैत्रक राजांच्या राजपत्रांमध्येच मिळतो. ह्या मैत्रकांनी कमी अधिक प्रमाणात गुप्तांच्या समकालातच सौराष्ट्रावर राज्य केले. (९५)

'ध्रुवाधिकरण' ह्या शब्दप्रयोगाचे स्पष्टीकरण फ्लीटने 'जो ध्रुवांचे अधीक्षण करतो, (असा अधिकारी)' अशा प्रकारे केलेले आहे. (९६) 'ध्रुव' शब्दाचा अर्थ 'ठराविक', 'स्थिर', 'निश्चित' इ. आहे. त्यामुळे राज्यकोषीय प्रतिरक्षकांनी युक्त अशा भूमिदानांच्या संदर्भात, राजाच्या धान्यातील निश्चित हिश्शाचा समावेश ज्यांत आहे, असा मुख्य भूमिकर हा शब्द असा अर्थ दर्शविणारा आहे, असे समजता येईल.'ध्रुव'चा संबंध कराधानाशी आहे, ह्याला बुल्हरनेसुद्धा अनुमोदन दिले आहे. त्याने फार पूर्वीच निदर्शनास आणले आहे की ह्या संज्ञेचा उपयोग, त्याच्या वेळी काठेवाड आणि कच्छमध्ये, जे लोक कर देणाऱ्या शेतकऱ्यांकडून दिल्या जाणाऱ्या भूराजस्व संग्रहणाची देखरेख राजाच्या वतीने करीत असत, त्यांच्यासाठी केला जात असे. (९७) त्यामुळे घोषाल ह्यांनी असे मत प्रकट केले आहे की 'ध्रुव' ह्या पदाने काठेवाडातील कृषी आणि भूराजस्वाची व्यवस्था इ. स. च्या सहाव्या किंवा सातव्या शतकाइतकी प्राचीन आहे, हे दिसते. (९८) पण घोषालांचा मुद्दा बिनतोड आहे, असे दिसत नाही. आणि या गोष्टीची शक्यता अधिक आहे की 'ध्रुवाधिकरणिक' हा भूराजस्व वसूल करणाऱ्या राजाच्या करसंग्राहकांवर अधीक्षण करणारा एक अधिकारी होता, भूराजस्व देणाऱ्या अधिकाऱ्यांवर नव्हे. विष्णुसेनाच्या (९९) एका अभिलेखात 'ध्रुवाधिकरण' ही संज्ञा आहे. सरकार (१००) यांच्या मते त्याचा अर्थ 'ध्रुवांचे पद' असा आहे. ह्यातून असे सूचित होते की 'ध्रुवाधिकरणिक' हा एक असा अधिकारी होता की ज्याच्या हाताखाली संभवत: नियमित अधिकाऱ्यांचा एक विभाग (अधिकरण)

---

(८३) इं. अॅ. चार, पृ. १०५, १७५, पाच, पृ. २०५, ज. यू. बॉ. (न्यू. सी.) एक, पृ. ३०, ३४, ६८ इ. (८४) राजतरंगिणी, आठ, २०१०, तुलनेसाठी पाहा, स्टीनचे भाषांतर दोन, पृ. १.२९ (८५) मैती, उपरोक्त, पृ. ६२ (८६) उपरोक्त, ''द्रंग'' या शीर्षकाखाली पाहा. (८७) ए. इं. तीस, पृ. १६७ (८८) इं. ऑ. चार, पृ. १०६, तुलनेसाठी पाहा - कॉ. इं. इं. तीन पृ. १६९ टि. ६ (८९) इं. आ. चार, पृ. १७५ (९०) मागे पाहा.

होता.

काही मैत्रक अभिलेखांमध्ये 'ध्रुवाधिकरणिक' याच्या जागी 'ध्रुवास्थानाधिकरण' [१०१] किंवा 'ध्रुवस्थानाधिकरणिक' [१०२] असे शब्दप्रयोग आहेत. बुल्हरच्या [१०३] मते त्यांचा अर्थ प्रथम उल्लेखिलेल्या 'ध्रुवाधिकरणिक'पेक्षा वेगळा आहे. त्याचे मत असे आहे की 'ध्रुवस्थानाधिकरणिक' यात दोन भिन्न उपाधींचा समावेश आहे. ह्या समासातील 'स्थानाधिकरणिक' हे आजच्या काळातील ह्याच्याशी मिळते-जुळते आहे.काठेवाड आणि राजपुतान्यात अजूनपर्यंत आरक्षी आणि न्यायाधीश ह्या दोघांच्याही कार्याचे एकीकरण ह्या पदांमध्ये होत असे.

'अष्टकुलाधिकरण' ह्या पदाचे निर्वचन तितकेच महत्त्वाचे आणि बहुधा अधिकच विविध आहे. पूर्व भारतातील गुप्तांच्या पुरालेखांमध्ये ही संज्ञा आढळते. प्रथम कुमार गुप्ताच्या शासनकालातील इ. स. ४३२-३३ धनैदा अभिलेख आहे. त्यात असे सांगितले आहे की, विष्णु पदान्तनामक एका अधिकाऱ्याने, कुटुंबिन, लेख्यपत्रांमध्ये ज्यांच्या नावांची नोंद आहे असे अनेक ब्राह्मण, महत्तर 'अष्टकुलाधिकरणा' समवेत गावातील इतर लोक *(ग्रामाष्टकुलाधिकरण)* यांना भूमीच्या एका खंडाच्या काही तपशिलाविषयी माहिती दिली. [१०४] शिवाय बुधगुप्ताच्या काळातील दामोदरपूर ताम्रपत्रांत *(इ. स. ४८२-८३)* भूमीच्या एका खंडाची विक्री आणि दान ह्याविषयीची एक सूचना 'अष्टकुलाधिकरण' आणि पलाशवृन्दक गावातील इतर लोक ह्यांनी, चंडग्रामातील ब्राह्मण व इतर निवासीजनांना निवेदन केली. [१०५] ह्या लेख्यपत्रावरून असे दिसते की 'अष्टकुलाधिकरणाचा संबंध ग्रामीण प्रशासनाशी होता आणि भूमिप्रशासनाशी संबंधित विषय, विशेषेकरून गावातील भूमीची खरेदी आणि विक्री ह्या बाबतीत, 'महत्तर', 'ग्रामिक' आणि 'कुटुम्बिन' ह्यांच्यासमवेत 'अष्टकुलाधिकरणांशीसुद्धा सल्लामसलत केली जात असे.

'अष्टकुलाधिकरण' ह्या संज्ञेच्या निर्वचनावर फारच वादंग माजले आहे. आर.डी. बॅनर्जी ह्यांच्या मते आठ गावांवर अधिकार चालविणारा एक स्थानीय

---

(९१) सेन ह्यांनी या संज्ञेचे स्पष्टीकरण पैसे आणि माल (किंवा वस्तू) या दोन्ही प्रकारच्या करांचा एक प्रभारी अधिकारी अशा प्रकारे दिलेले आहे. (हिस्टॉरिकल आस्पेक्टस ऑफ दि इन्स्क्रिप्शन्स ऑफ बेंगाल, पृ. ४९८) तुलनेसाठी पाहा- सि. इं. पृ. ३६०, टि. ९ (९२) लूडर्स लिस्ट, नं. ११७९ (९३) कित्ता, नं. १२३९ (९४) कित्ता, नं. १२४७ (९५) ए. इं. अकरा, नं. ५, १.२२, कॉ. इं. इं. तीन, नं. ३८, १.२०, इं. ऑ. पाच, पृ. २०७, सहा पृ. १२ इ. (९६) कॉ. इं. इं. तीन, पृ. १७०, टि. १

अधिकारी असा ह्याचा अर्थ आहे. [१०६] पण हे मत समर्थनीय नाही. कारण गुप्त कालात आठ गावे मिळून एक प्रशासनिक अनुविभाग बनत असे, हे दाखविण्यास कोणताही पुरावा नाही. [१०७] किंवा 'कुल' ह्या शब्दाला गाव असा अर्थ दिला गेलेला आहे, असेही नाही. [१०८] गावातील आठ कुलांवर अधिक्षणात्मक अधिकार असणारा एक अधिकारी असा अर्थ ही संज्ञा दर्शविते, असे बसक मानतात. त्यासाठी त्यांनी दोन संभाव्य स्पष्टीकरणे दिली आहेत. मनूच्या [१०९] एका वचनावरील कुल्लूकाच्या टीकेचा आधार घेऊन त्यांनी असे निदर्शनास आणले आहे की प्रत्येकी सहा बैलांकडून दोन नांगरांनी जेवढी जमीन नांगरली जाऊ शकेल, तेवढा जमिनीचा भाग असा 'कुल' ह्याचा संभवतः अर्थ आहे. त्यांच्या मते 'कुल' ह्याचा पर्यायी अर्थ 'कुटुम्ब' *(परिवार)* असाही होईल. असे असल्यास'अष्टकुलाधिकरण' आठ कुटुंबाचा प्रभारी अधिकारी होईल. [११०] परन्तु नीरदबंधु संन्याल ह्यांनी एक नेमकी अचूक गोष्ट निदर्शनास आणली आहे, ती अशी की प्रत्येक गावात प्रत्येकी आठ कुटुंबे किंवा भूमीचे लहानसे क्षेत्र ह्यांवर ग्रामीण अधिकाऱ्यांची नियुक्ती करणे ही व्यावहारिक सूचना दिसत नाही. जरी अशा प्रकारची आवश्यकता भासली, अर्थात तसा काहीही संकेत नाही- तरी 'महत्तर' ह्यांच्याकडून त्या आवश्यकतेमागचा उद्देश चांगल्या प्रकारे पार पाडला जात असेल. [१११] शिवाय, ह्या संज्ञेतून जर भूमीच्या निरनिराळ्या खंडांवर आणि कुटुंबांवर देखरेख करण्यासाठी असणारा अधिकारी असा अर्थ सूचित होत असेल, तर अशा अधिकाऱ्यांची प्रत्येक गावातील संख्या एकापेक्षा अधिक असावयास हवी होती. पण धनैदह पट्टकांत 'अष्टकुलाधिकरण' हा शब्द नपुसकलिंग एकवचनी रूपात वापरलेला आहे.

शिवाय दासगुप्तांच्या मते 'अष्टकुलाधिकरण' ह्या शब्दप्रयोगाचे "ज्येष्ठाधिकरणकदामुखप्रमुखम् अधिकरणम्" ह्या वाक्यप्रयोगाशी साम्य आहे. हा वाक्यप्रयोग समाचारदेवाच्या गुग्रहती दानपत्रात आढळून येतो. [११२] पुढे त्यांनी ह्या संज्ञेचे 'अट्ठकुलम' या संज्ञेशीसुद्धा साम्य मानलेले आहे. संभवतः सर्व आठही जातींच्या न्यायाधीशांनी मिळून बनलेले मंडल ह्या अर्थाने बुद्धघोषाने हा शब्द

---

(९७) इं. अॅ. पाच, पृ. २०५, तुलनेसाठी पाहा - सांकलिया 'दि आर्किऑलॉजी ऑफ गुजरात' पृ. २००, टि. ५, आणि सि. इं. पृ. ४०४ टि. १ (९८) हिं. रे. सि. पृ. २२१ (९९) ए. इं. तीस, नं. ३०, ३.१ (१००) कित्ता, पृ. १६८ (१०१) इं. अॅ., पाच, पृ. २०५ (१०२) ए. इं. तीन, नं. ४६, १.११, एकोणीस, नं. ५५, १.१३ (१०३) इं. अॅ. पाच, पृ. २०५

'महापरिनिब्बान सुत्तान्त' ह्यावरील आपल्या टीकेमध्ये उपयोगात आणला आहे. [११३] ह्या सादृश्याचा आधार घेऊन दासगुप्तांनी असे सांगितलेले आहे की 'अष्टकुलाधिकरण' ह्या संज्ञेचा अर्थ 'अधिकरण' किंवा न्यायालय असा आहे. त्यांत कमी-अधिक संख्येने आठ न्यायाधीशांचा समावेश असे आणि ते आपले कार्य गावात करीत असत. [११४]

सालेतोरने दासगुप्तांच्या ह्या युक्तिवादाची आलोचना केली आहे. सालेतोरच्या मते अभिलेखांवरून असे सूचित होत नाही की 'अष्टकुलाधिकरण' न्यायिक कार्य पार पडत असे. सालेतोरला [११५] अनुसरून जरी दामोदरपूर ताम्रपत्र राजपत्रांपैकी तीन राजपत्रांमधून असे सूचित होते की 'उपरिक', 'विषयपति', 'नगरश्रेष्ठिन' 'सार्थवाह', 'प्रथमकलिक' आणि 'प्रथमकायस्थ' [११६] ह्यांनी मिळून 'अधिकरण' बनत असे, तरी 'अष्टकुलाधिकरण' हा त्याचा सदस्य असल्याचा उल्लेख कोठेही नाही. पण हा युक्तिवाद चुकीचा आहे. 'विषयां'च्या मुख्यालयांमध्ये कार्य करणाऱ्या 'अधिकरणा'मध्ये 'अष्टकुलाधिकरण' हा एक घटक असण्याचे काहीच कारण नाही. कारण 'अष्टकुलाधिकरण'चा संबंध संभवतः ग्रामीण प्रशासनाशी होता.

ह्या संज्ञेचा अर्थ लावताना बहुतेक लेखकांनी एक सामान्य चूक केलेली आहे असे दिसते. ती अशी की 'अष्टकुलाधिकरण' हा एकच व्यक्ती असणारा अधिकारी आहे, असे समजण्यात आलेले आहे. वर पाहिल्याप्रमाणे ह्या शब्दांचा प्रयोग नपुसकलिंग एकवचनात आहे. त्यामुळे त्यातून एका अधिकाऱ्याचे वर्णन केले जात नाही. एका अधिकाऱ्यासाठी पुल्लिंग एकवचनाचे रूप व्याकरणदृष्ट्या योग्य ठरले असते. धनैदाह ताम्रपत्रातील त्याचा प्रयोग जर बरोबर असेल तर, 'ग्रामाष्टकुलाधिकरण' ह्या संज्ञेतून, एक व्यक्ती असणारा अधिकारी असा अर्थ सूचित होण्यापेक्षा ज्याला काही निश्चित प्रशासनिक सत्ता देण्यात आलेली आहे, असा एक निगम निकाय, हा अर्थ सूचित होईल. बसक ह्यांच्या मते, प्रत्येक गावातील भूमीच्या लहान क्षेत्रावर किंवा आठ कुटुंबांवर देखरेख करणारा एक अधिकारी, असा अर्थ ह्या शब्दप्रयोगाने दर्शविला जातो. [११७] सरकार ह्याच्याशी सहमत नाहीत. त्यांनी ह्याचा अर्थ आठ किंवा जास्त कुटुंबांचे प्रतिनिधित्व करणारे गावातील एक मंडळ, असे स्पष्टीकरण दिले आहे. [११८] वर उपस्थित

---

(१०४) ए. इं. सतरा, नं. २३, १.६ (१०५) कित्ता, पंधरा नं. ७ (३), ११, २-३ (१०६) ज.ए.सो. बें. (न्यू. सी.) पाच, पृ. ४६० (१०७) स्मृतिग्रंथामध्येसुद्धा आठ गावांनी मिळून बनलेल्या कोणत्याही अनुविभागाचा उल्लेख नाही. (१०८) दीक्षितार, उपरोक्त, पृ. २७३ (१०९) मनु., सात, ११९ वरील कुल्लकाची टीका (११०) ए. इं. पंधरा, पृ. १३७, टि. २, तुलनेसाठी पाहा- सालेतोर, उपरोक्त - पृ. ३००

केलेल्या कारणांमुळे आधीचे मत स्वीकारार्ह नाही. पण दुसरे मात्र पटण्यासारखे आहे, असे दिसते. सहा बैलांकडून नांगरल्या गेलेल्या भूमीचे काही विशिष्ट क्षेत्र म्हणजे 'कुल' [११९] हे निर्वचनही दोन कारणांमुळे खात्री पटविण्यासारखे नाही. पहिले असे की ज्या संदर्भात ही संज्ञा वापरलेली आहे, तेथे हे निर्वचन चपखल बसते, असे दिसत नाही. दुसरे असे की अमरकोशात [१२०] 'कुल' शब्दाचा अर्थ 'कुटुंब' असा दिलेला आहे. अमरकोश गुप्तांच्या काळातील कृती आहे, असे मानले जाते. वर उल्लेखिलेल्या भूमिदानपत्रांमध्ये ज्या ठिकाणी हा शब्द आढळतो, त्या ठिकाणच्या संदर्भाशी 'कुल' म्हणजे 'कुटुंब' हा अर्थ बरोबर जुळतो. शिवाय समकालीन स्मृतिग्रंथांमध्ये 'कुल' ही संज्ञा ह्यासारख्याच अर्थाने आलेली आहे. नारदाच्या [१२१] मते श्रेणी, *(नगर नियम)*, गण *(सभा)* आणि राजाकडून नियुक्त केल्या गेलेल्या काही व्यक्ती ह्यांच्या जोडीला कुलांनाही दाव्यांचा निर्णय करण्याचा अधिकार प्रदान करण्यात आला होता. याज्ञवल्क्य [१२२] आणि कात्यायन [१२३] ह्यांची ह्याच आशयाची वचने उद्धृत करता येतील. बृहस्पतीने मात्र असा निर्देश दिला आहे की हिंसक अपराधांशी संबंधित दावे वगळून इतर दाव्यांचा निर्णय 'कुलां' नी द्यावा. [१२४]

वर उल्लेखिलेल्या स्मृतिग्रंथांमध्ये येणाऱ्या 'कुल' ह्या शब्दाचे निर्वचन नंतरच्या काळात भिन्न भिन्न मतमतान्तरांना अवसर देण्यास कारणीभूत ठरले. 'मिताक्षरा' [१२५] टीकेमध्ये त्याचे स्पष्टीकरण पितृबन्धू व मातृबन्धू ह्यांचे समूह *(वडिलांकडून आणि आईकडून नात्यात असणाऱ्या व्यक्ती)* असे दिले आहे, तर 'व्यवहार मातृका' ने त्याचा अर्थ संभवत: दाव्यांत गुंतलेल्या 'पक्षांचा परिवार [१२६] असा दिलेला आहे. तथापि, नंतरच्या कृतीपेक्षा अमरकोशावरच अधिक विश्वास ठेवणे सयुक्तिक आहे. कारण ज्या अभिलेखामध्ये हा शब्द नमूद केलेला आहे, त्यांच्याशी अमरकोश समकालीन आहे. ह्या तथ्यावरून असे सूचित होते की 'अष्टकुलाधिकरण' हा कोणत्या तरी प्रकारचा निगम निकाय होता. तो आठ कुटुंबांच्या प्रतिनिधींनी मिळून बनलेला होता आणि वर उल्लेखिलेला दासगुप्ता ह्यांचा युक्तिवादच जास्तीतजास्त प्रमाणात बरोबर आहे, असे दिसते. परंतु आपण त्यात अशीही भर घालू शकतो की 'अष्टकुलाधिकरण' केवळ दिवाणी दावेच चालवीत असे, फौजदारी नव्हे. वर उद्धृत केलेल्या बृहस्पतीच्या वचनांवरून हे

---

(१११) कित्ता, एकतीस, पृ. ६१ (११२) कित्ता, अठरा, नं. ११, ११-५-६ (११३) ज.ए.सो.बे. (न्यू.सी.) सात, पृ. ९९३-९४ (११४) इं. क. पाच, पृ. ११०-१११ (११५) उपरोक्त, पृ. २९९-३०० (११६) ए. इं. पंधरा, नं. ७ (१,२,३)

अनुमान करता येते. अभिलेखांमध्ये ज्या ज्या ठिकाणी भूमि प्रशासनांशी संबंध आहे, त्या ठिकाणी मिळालेल्या पुराव्याशी ह्या संघटनेचे न्यायिक कार्य अगदी बरोबर जुळते. भूमीच्या देवघेवीच्या व्यवहाराशी याचा संबंध आहे, हे लक्षात घेता, 'अष्टकुलाधिकरण' राजस्वासंबंधी अनियमिततेमुळे निर्माण झालेल्या दाव्यांचा निर्णय देत असे, ह्या संभावनेला डावलता येणे शक्य नाही.

तथापि 'अष्टकुलाधिकरण' ही संज्ञा आधीच्या किंवा नंतरच्याही साधनांमध्ये आढळून येत नाही. गुप्तकालातसुद्धा केवळ कुमारगुप्ताचे धनैदाह दानपत्र आणि बुधगुप्ताचा दामोदरपूर ताम्रपत्र अभिलेख ह्यांमध्येच त्या संज्ञेचा उल्लेख आहे. ह्यातून असे सूचित होईल की 'अष्टकुलाधिकरण' ह्या नावाने ओळखला जाणारा निकाय ही वैशिष्ट्यपूर्ण व अपूर्व प्रशासनिक घटना होती, आणि गुप्तकाळात बंगालच्या अगदी प्रशासनिक क्षेत्रात तिचे अस्तित्व होते.

'अष्टकुलाधिकरण' ही संज्ञा केवळ पूर्व भारतातील भूमिदानपत्रांमध्येच आढळते. 'महत्तर' ह्या शब्दाच्या बाबतीत तसे नाही. ह्या शब्दाची माहिती पूर्वीच्या उत्तर भारतीय अभिलेखांमधून मिळत नसली तरी गुप्त आणि नंतरच्या काळातील देशाच्या निरनिराळ्या भागाच्या दानपत्रांमध्ये महत्तर हा शब्द वारंवार आढळून येतो. दक्षिण भारतातील लेख्यपत्रांपैकी कमीत कमी एक सातवाहन अभिलेख असा आहे की त्यात 'महतरक' या शब्दाचा उल्लेख आहे. त्यांचा अर्थ बहुधा गुप्त व नंतरच्या काळातील 'महत्तर' सारखाच आहे.

बंगालमधील गुप्तांच्या अनेक भूविक्रय राजपत्रांमध्ये महत्तर हा शब्द आढळतो. धनैदाह ताम्रपत्र अभिलेखात असे सांगितले आहे कि ज्याच्या नावाच्या अखेरीस विष्णू आहे असे दिसते, असा कोणी एक मनुष्य गावातील गृहस्थ *(कुटुम्बिन)* 'महत्तर' आणि 'अष्टकुलाधिकरण' ह्यांच्याकडे गेला आणि लागवडीखाली असलेली एक *(कुल्यवाप)* भूमी विकत घेण्याची इच्छा त्यांच्याजवळ व्यक्त केली. (१२८) ह्याशिवाय बुधगुप्ताच्या काळाच्या दामोदरपूर ताम्रपत्र अभिलेखात महत्तर आणि इतर लोक, चण्डग्रामातील ब्राह्मण आणि निवासीजनांना भूमीच्या एका खंडाच्या विक्रीची माहिती देत असल्याचे वर्णन आहे. (१२९) ह्या पुरालेखांवरून असे अनुमान करता येणे शक्य आहे की 'महत्तरांचा' संबंध नेहमी भूमीच्या देवघेवीच्या व्यवहारांशी येत असे.

'महत्तर' हा शब्द महत् शब्दाचे तर भावातील रूप आहे. मोनियर विल्यम्सने,

---

(११७) मागे पाहा. (११८) इं. हि. क्वा, एकोणवीस, पृ. १६ (११९) मागे पाहा (१२०) अमर, तीन, ३.२०७ (१२१) नारद, एक ७ (१२२) याज्ञ. दोन ३० (१२३) कात्यायन, श्लोक ८२

'गावातील मुख्य किंवा सर्वात वयोवृद्ध मनुष्य असा 'महत्' शब्दाचा विशेष अर्थ दिला आहे. (१३०) अभिलेखामध्ये मात्र त्याच्या बहुवचनी रूपाचा उपयोग केला गेलेला आहे. धनैदाह ताम्रपत्रात कमी कमी बारा व्यक्तींचे महत्तर म्हणून वर्णन आहे. (१३१) ह्याचा अर्थ असा होईल की 'महत्तर ह्या शब्दातून गावातील वृद्धतर आणि त्यामुळेच आदरणीय निवासी असा अर्थ सूचित होईल. पार्जिटर त्यांना गावातील 'प्रतिष्ठित किंवा प्रमुख व्यक्ती मानतो, ते बरोबरच आहे. असे दिसते. (१३२) मौर्योत्तर किंवा गुप्त कालातील स्मृतिग्रंथांमध्ये 'महत्तरा'चा उल्लेख कोठेही नाही; ही एक आश्चर्याची गोष्ट आहे. एखाद्या ठिकाणच्या ज्येष्ठ रहिवाशांना, भूमीसंबंधी विवादाचा निवाडा करण्यासाठी भरपूर अधिकारांची परवानगी जरी स्मृतिग्रंथांनी दिलेली असली, तरी त्यांनी 'महत्तर' ह्या शब्दाचा उपयोग केलेला नाही. स्मृतिग्रंथांमध्ये त्या स्थानातील ज्येष्ठ व्यक्तींचा भूमीसंबंधीच्या वादातून निर्माण झालेल्या प्रकरणांचा निर्णय करण्याचा अधिकार मान्य केला गेला आहे. याचे कारण संभवत: असे असावे की त्यांना त्यांच्या क्षेत्रातील भूमीच्या सीमा, स्वत्वाधिकार इत्यादी गोष्टी चांगल्या प्रकारे माहीत असत. भूमिदानपत्रांमधील 'महत्तर'चा उल्लेखसुद्धा बहुधा त्याच कारणांमुळे असावा. त्यामुळे ही गोष्ट अगदी संभवनीय आहे की गावातील ज्येष्ठ किंवा वयोवृद्ध (वृद्ध) व्यक्ती म्हणून धर्मग्रंथांनी जो उल्लेख केला आहे, तोच अर्थ 'महत्तर' ह्या शब्दप्रयोगातून सूचित होत होता.

ह्याशिवाय एन.बी. सन्याल (१३३) ह्यांनी असे सुचविले आहे की दामोदरपूर ताम्रपत्र अभिलेखातील 'महत्तराद्यष्ट-कुलाधिकरण' हा समास असे दर्शवितो की 'महत्तर' हे 'अष्टकुलाधिकरणा'चा कमीत कमी एक घटक तरी होते. ह्या मताची सत्यता संदेहास्पद आहे असे वाटते. कारण धनैदाह दानपत्रांत 'ग्रामाष्टकुलाधिकरण' अशा वाक्प्रयोगाचा उपयोग आहे, पण 'महत्तर' हा शब्द त्याच्याशी जोडलेला नाही. शिवाय 'महत्तर' हे 'अष्टकुलाधिकरणा'चे सदस्य होते, असे दुसऱ्या कोणत्याही अभिलेखावरून दिसत नाही.

वाकाटक राजांच्या अभिलेखांमध्ये 'महत्तर' याचा उल्लेख क्वचितच आहे. (१३४) पण मैत्रक वंशाच्या वलभी दानपत्रांमध्ये, दानग्राहकांना प्रदान केल्या गेलेल्या भूमिदानाची सूचना ज्यांना दिली जाते, अशा व्यक्तींच्या यादीत त्याचा उल्लेख वारंवार केला जातो. (१३५) गुप्तांनी प्रत्यक्षपणे ज्या प्रदेशांवर प्रशासन केले, त्या

---

(१२४) बृहस्पति, एक ९२ (१२५) याज्ञ. वरील मिता, दोन ३० (१२६) उद्धृत काणे, 'कात्यायनस्मतिसारोधदार' पृ. १८२ दि.

प्रदेशातल्याप्रमाणे, सौराष्ट्रातसुद्धा महत्तरांचा संबंध भूमीच्या देवघेवीच्या व्यवहारांशी होता. तथापि त्या क्षेत्रातील राजस्व-संग्रहणाशी त्यांचा काही संबंध होता की नाही, हे दाखवता येणे शक्य नाही.

भूमिदानांची अधिसूचना ज्यांना प्राप्त होत असे, अशा अधिकाऱ्यांच्या यादीत 'आयुक्तक' आणि 'विनियुक्तक' ह्यांचासुद्धा उल्लेख गुप्तकाळातील अभिलेखांमध्ये आहे. 'महत्तर' या संज्ञेशी विसदृश अशा प्रकारे 'आयुक्तक' ही संज्ञा पाणिनीइतकी प्राचीन आहे. त्याने 'आयुक्त'चा उल्लेख केला आहे. (१३६) 'काशिका' टीकेत त्याचे स्पष्टीकरण 'व्यापृत'- कार्यमग्न, व्यग्र असे केलेले आहे. (१३७) ह्यातून असे सूचित होईल की एखाद्या विशिष्ट कामासाठी लावलेला अधिकारी असा ह्या संज्ञेचा अर्थ होतो. अर्थशास्त्रात अशा रूपात हा शब्द आढळत नाही. तथापि कौटिल्याने एका ठिकाणी असा निर्देश दिला आहे की सर्व विभागांमध्ये, कोणीही मग तो युक्त *(अधिकारी)* असो, उपयुक्त *(कारकून)* असो किंवा तत्पुरुष *(नोकर)* असो, जर त्याने एक ते चार पणापर्यंतच्या रकमेची किंवा इतर मूल्यवान वस्तूंची अफरातफर केली, तर याला क्रमशः सर्वप्रथम, अतिमध्यम आणि उच्चतम धनदंड व मृत्युदंड अशी शिक्षा दिली जाईल. (१३८) जर अर्थशास्त्राचा 'युक्त' हा पाणिनीच्या 'आयुक्तका'शी समान आहे, असे मानले तर असे दिसून येईल की राज्याचे निरनिराळे विभाग चालविण्याचे कार्य ज्या अधिकाऱ्यांवर सोपविले होते, ते म्हणजे 'आयुक्तक' होत; मौर्यात्तर साधन सामग्रीमध्ये केवळ एकुलत्या एक दक्षिण भारतीय अभिलेखात ह्या अधिकाऱ्याविषयी माहिती मिळते. त्यात असे सांगितले आहे की गावातील अधिकाऱ्यांना (ग्रामेयिक आयुक्त सर्व प्रतिरक्षांसह भूमीचा) एक खंड दान द्यावयाचा होता. (१३९) आयुक्त शब्दामागे 'ग्रामेयिक' हे विशेषण आहे, त्याचा अर्थ असा की 'आयुक्त' हा साधारणतः ग्रामीण अधिकारी होता. मात्र मौर्योत्तर कालात त्याने कोणती कर्तव्ये आणि कार्ये पार पाडली, याविषयी निश्चितपणे काहीही सांगता येत नाही.

'आयुक्ता'चा गुप्तकालातील पहिला उल्लेख समुद्रगुप्ताच्या अलाहाबाद प्रशस्तीमध्ये आहे. समुद्रगुप्ताने जिंकलेल्या निरनिराळ्या राजांची संपत्ती परत करण्यासाठी नेमलेले अधिकारी ह्या अर्थाने 'आयुक्त पुरुष' हा शब्दप्रयोग त्यात नमूद केलेला आहे. ह्या आधारावरून सरकार ह्यांनी 'आयुक्तपुरुष' ह्यातून अशोकाच्या अभिलेखांमधल्यासारखा

---

(१२७) लूडर्स लिस्ट नं. १३४० (१२८) ए. इं. सतरा, नं. २३. १.३ (१२९) कित्ता, पंधरा, ७ (३) १.२ (१३०) उपरोक्त ''महत्तर'' शीर्षकाखाली पाहा. (१३१) ए. इं. सतरा, नं. २३, ११.३.६ (१३२) इं. ॲ. एकोणचाळीस, पृ. २१३

कोषाधिकारी सूचित होतो, असा अर्थ घेतला आहे. [१४१] ज्या संदर्भात हा शब्द येतो, त्याच्याशी हे निर्वचन जुळण्यासारखे वाटत असले तरी अन्य समकालीन अभिलेखांमधून या मताला आधार मिळत नाही. कारण त्यामध्ये 'आयुक्तक' *(आयुक्त- क)* हा शब्द येतो, 'आयुक्त-पुरुष' नव्हे. प्रथम कुमारगुप्ताच्या धनैदाह ताम्रपत्रावरून (इ. स. ४३२-३३) आपणास असे कळते की कोण्या एका वराहस्वामिन्‌ला धार्मिक कारणासाठी शासकीय भूमी विकत घेण्याची इच्छा होती. तेव्हा त्या 'विषयाच्या' 'आयुक्तका' ने वराहस्वामिन्‌च्यातर्फे ह्या प्रकरणाचा सर्व तपशील 'अधिष्ठानाधिकरणा'मध्ये ठेवला. [१४२] ह्यावरून असे दिसते की शासकीय भूमीच्या खंडासाठी अर्ज करणारी व्यक्ती 'आयुक्तका'कडे जात असे. त्याला संभवत: ज्या क्षेत्राची आवश्यकता होती, त्याच्या सर्व तपशिलांची खुलासेवार माहिती असे. हा अधिकारी सर्व प्रकरण नगर-परिषदेसमोर ठेवीत असे. परिषद त्याचा विचार करीत असे आणि निर्णय घेत असे. ह्याशिवाय, भूमीचा जो विशिष्ट खंड दान द्यावयाचा आहे, तो खाद *(ट)* पार 'विषया'त असल्याचे वर्णन धनैदाह अभिलेखात आहे. लेख्यपत्राच्या प्रारंभीच 'आयुक्तका'चा उल्लेख आहे. [१४३] ह्यावरून असे ध्वनित होते की तो ह्या 'विषया'चा मुख्य अधिकारी होता. इ. स. ४७९ च्या पहारपूर अभिलेखातसुद्धा 'आयुक्तक' ही संज्ञा आढळते. [१४४]

ह्या लेख्यपत्रात असे नमूद केलेले आहे की नाथशर्मान् व त्याची पत्नी नगरश्रेष्ठन्‌च्या नेतृत्वाखाली पुण्ड्रवर्धन येथे 'आयुक्तक' व नगर-परिषदेकडे गेले आणि त्यांनी अशी विनंती केली की त्या स्थानी प्रचलित असलेल्या कार्यपद्धतीला अनुसरून चार भिन्न गावांमध्ये विभक्त असलेल्या १ १/२ 'कुल्यवाप' भूमीच्या मोबदल्यांत तीन 'दीनार' जमा करण्याची परवानगी त्यांना मिळावी. [१४५] ह्या दोन लेख्यपत्रांवरून असे दिसते की 'आयुक्तक' हा भूमिप्रशासनाशी संबंधित असा अधिकारी होता. वर उद्‌धृत केलेल्या एका दामोदरपूर दानपत्रावरूनही असे कळते की कोटिवर्ष 'विषयां'चा स्थानिक प्रशासक जयदत्त याच्या शासकत्वाखाली सण्डक हा 'आयुक्तक' होता. [१४६] पण ही पद्धती सर्वसामान्य नसू शकेल. कारण अभिलेखांमध्ये नेहमीच 'विषयपती' हा 'विषया'वर शासन करीत आल्याचा उल्लेख आहे. अभिलेखांवरून

---

(१३३) ए. इं., एकतीस, पृ. ६१ (१३४) त्याचा उल्लेख संभवत: केवळ प्रभावती गुप्ताच्या रिठपूर अभिलेखात आहे. (सि. इं. पृ. ४१७, १.१२) (१३५) इं. ॲ. चार, पृ. १०५, १०७, पाच, पृ. २०५, सात, पृ. ७२ इ. (१३६) अष्टाध्यायी, दोन ३.४० (१३७) ए. इं. पंधरा, पृ. १४० टि. १

'आयुक्तका'ची कर्तव्ये आणि कार्ये ह्याविषयी आणखी काहीही माहिती मिळत नाही. परंतु कामसूत्रातील [१४७] एका उताऱ्यात 'आयुक्तका'चा उल्लेख 'ग्रामाधिपती' ह्याच्या समवेत केलेला आहे. त्यावरून असे अनुमान करता येऊ शकते की 'आयुक्ता'चा जीवननिर्वाह गावातील लोकांच्या शेतीच्या उत्पादनातील हिश्श्यावर होत असे. संभवत: अशा प्रकारे वसूल केल्या गेलेल्या उत्पादनातील मुख्य व जास्त अंश तो राजाकडे पाठवीत असे. [१४८]

गुप्तकाळात सौराष्ट्रामध्ये 'आयुक्तका' चे पद काही कमी महत्त्वाचे नव्हते. प्रथम ध्रुवसेनाच्या एका दानपत्रात राजाने भूमिदानाची अधिसूचना 'आयुक्तक', 'महत्तर', 'द्रंगिक', 'चाट' 'भट' इत्यादिकांना पाठविली असल्याचे सांगितले आहे. [१४९] केवळ ह्या दानपत्रात नव्हे, तर इतर अनेक मैत्रक अभिलेखांमध्ये 'आयुक्तका'ला अधिकाऱ्यांच्या यादीत प्रथम स्थान प्राप्त झालेले आहे. [१५०] जर अभिलेखांमधील अधिकाऱ्यांची गणना पदाच्या महत्त्वाच्या दृष्टीने उतरत्या क्रमात असेल, तर मैत्रक राज्यात 'आयुक्तक' हा एक महत्त्वाचा अधिकारी असला पाहिजे.

गुप्तांच्या काळातील अनेक पुरालेखांमध्ये 'आयुक्तक' ह्याच्यानंतर 'विनियुक्तक' किंवा 'विनियुक्त' ही संज्ञा येते. काठियावाडचे ईश्वरदत्ताचे विखंडित दानपत्र अक्षरांच्या वळणावरून इ. स. ४ थ्या शतकातील आहे असे ठरविता येते.त्यात असे सांगितलेले आहे की प्रचकाश या गावातून विन्ध्य कूपिकाग्रामातील ब्राह्मण आणि इतर गावकरी, तसेच 'आयुक्त' 'विनियुक्त','कुमारामात्य', 'उपरिका' इ. अधिकाऱ्यांना भूमीच्या दानासंबंधीची आज्ञा पाठविली गेली.[१५१] त्याचप्रमाणे मैत्रक लेख्यपत्रांमध्येसुद्धा 'आयुक्तका'च्या नंतर 'विनियुक्तक' हा शब्द येतो. [१५२] त्यामुळे सरकार ह्यांनी असे सुचविले आहे की 'विनियुक्तक' हा बहुधा 'आयुक्त का'च्या हाताखालील दुय्यम अधिकारी असावा, [१५३] मात्र त्याच्या कामाची काहीही कल्पना करता येणे शक्य नाही. रघुवंशाच्या [१५४] एका उताऱ्यांत 'कोष्ठागारे नियुक्त:' अशा शब्दप्रयोगाचा उपयोग केलेला आहे. त्याचा अर्थ कोषाच्या कामकाजाचे प्रशासन पाहण्यासाठी नेमलेला एक अधिकारी असा आहे. सालेतोरने वरील संज्ञा अभिलेखांमधील 'विनियुक्तक' ह्याच्याशी समान मानली आहे. [१५५] तथापि हे मत समर्थनीय नाही. आमच्या मते कालिदास 'कोष्ठागारे नियुक्त:' हा निर्देश पारिभाषिक आधिकारिक

---

(१३८) अ. शा. दोन ५ (१३९) लूडर्स लिस्ट, नं. १३२७ (१४०) कॉ. इं. इं., तीन, नं. १.२६ (१४१) सि. इं. पृ. २५९ टि. २ (१४२) ए. इं., सतरा नं. २३, १.११

किंवा शासकीय पदनाम म्हणून करीत नाही, तर राजाच्या कोषाच्या कामकाजांवर लक्ष ठेवण्यासाठी नियुक्त केले गेलेले अधिकारी, ह्या अर्थाने करतो. आपणास अभिलेखांमध्ये आढळत असल्याप्रमाणे 'नियुक्तत:' ही संज्ञा ह्या ठिकाणी नाम नाही, तर ते 'नि-युज्' ह्या क्रियापदाचे कर्मणि भूतकालवाचक धातुसाधित आहे.

वाकाटक अभिलेखांमध्ये 'सर्वाध्यक्ष' म्हणून ओळखल्या जाणाऱ्या एका अधिकाऱ्याचा वारंवार उल्लेख आहे. इतर समकालीन वंशांच्या लेख्यपत्रांना ह्याच्याविषयी माहिती नाही. वाकाटक राजा द्वितीय प्रवरसेन याने प्रसारित केलेल्या भूराजपत्रांमध्ये पुढील वाक्प्रयोग नमूद केलेल आहे:-

'अस्मत्सन्तकासर्वा दूध्यक्षनियोगनियुक्त *(वतप)* आज्ञासच्चारिकुलपुत्राधिकृत: भटच्छत्राश्च' (१५६) मिराशींनी (१५७) याचे भाषांतर पुढीलप्रमाणे केले आहे, 'जे प्रधानअधीक्षकांच्या *(सर्वाध्यक्ष)* आज्ञेवरून नियुक्त केले आहेत, आणि *(आमच्या)* आदेशावरून जे आपल्या अधिकाराची अंमलबजावणी करतात असे अभिजात कुळातील *(कुलपुत्रा:)* आमचे अधिकारी *(सन्तका:)*, *(आमचे)* सैनिक आणि छत्रधारक' ह्यावरून असे दिसते की वाकाटक साम्राज्यात सर्वाध्यक्षाला उत्तम कुळातील सर्व उच्च अधिकारी नेमण्याचा अधिकार प्रदान केला गेला होता. संभवत: ह्याच आधारावर आळतेकर ह्यांनी 'सर्वाध्यक्ष' शब्दाचे भाषान्तर प्रधान मंत्री म्हणून केले आहे. (१५८)

विषय पातळीवर काम करणारा कुमारामात्यांचा दुसरा वर्ग ह्या ठिकाणी एका गोष्टीचा निर्देश करणे प्रसंगोचित होईल. मनूचे वचन आहे की राजाने प्रत्येक नगरात एक सर्वार्थचिंतक नेमावा. त्याने स्वत: इतर अधिकाऱ्यांच्या कामावर लक्ष ठेवावे. (१५९) शांतिपर्वातही असे लिहिले आहे की प्रत्येक नगरावर एक सर्वार्थचिंतक नेमला पाहिजे. (१६०) मौर्योत्तर काळात असे अधीक्षक प्रत्यक्ष नेमले जात होते किंवा नाही, याची कल्पना नाही; पण वाकाटकांच्या कागदपत्रांमधील सर्वाध्यक्ष या शब्दावरून मनू आणि शांतिपर्वातील सर्वार्थचिंतकाची आठवण येते. या अधिकाऱ्यांच्या कामांविषयी आपल्याला फक्त शिलालेखांवरून माहिती मिळते की जमिनीच्या व्यवहारांशी त्याचा संबंध येत होता. तथापि, सर्वाध्यक्ष या शब्दाच्या अर्थावरून असा अंदाज करता येतो की सरकारच्या सर्व खात्यांवर त्याची देखरेख असे आणि त्यामुळे आर्थिक प्रशासनावरही त्याचे काही नियंत्रण असले पाहिजे.

---

(१४३) कित्ता, १.७ (१४४) कित्ता, वीस, नं. ५ १.१ (१४५) कित्ता, ११, ३-६ (१४६) कित्ता, पंधरा, नं. ७ (४), १.३ (१४७) कामसूत्र, पाच ५.५ (१४८) शर्मा, उपरोक्त, पृ. २११

गुप्तकालात कुमारामात्याचे कार्यालय हे प्रशासकीय नोकरशाहीचे महत्त्वाचे अंग असले पाहिजे. तरीही सर्वाध्यक्ष सोडून, वाकाटक शिलालेखात त्याचा उल्लेख नाही. कुमारामात्य या शब्दप्रयोगाचा अर्थ फ्लीट 'राजपुत्राचा मंत्री' असा होतो. (१६१) ब्लॉश त्याचा अर्थ असा स्पष्ट करतो- 'राजा लहान असल्यापासून त्याच्या सेवेत असलेला.' (१६२) व्युत्पत्तिशास्त्रानुसार ही दोन्ही स्पष्टीकरणे बरोबर आहेत, पण त्या शब्दाचा उल्लेख असलेल्या कागदपत्रांवरून तसा अंतर्गत पुरावा मिळत नाही. कुमारामात्याचा अनुवाद मंत्री असलेले 'राजपुत्र असाही करता येतो.' (१६३) परंतु कुमारगुप्ताच्या काळातील करमदंड शिलालेख सांगतो की शिखरस्वामिन आणि त्याचा पुत्र पृथ्वीसेन हे दोघेही कुमारामात्य होते, आणि ते ब्राह्मण वर्णाचे होते. अशी नोंद आहे की शिखरस्वामिनचे आजोबा कुमारव्यभट्ट हे छांदोग्य वेदाचे शिक्षक होते आणि त्यांचे गोत्र अश्वावाजी होते. (१६४) याचा अर्थ ते राजकुलातील नव्हते. (१६५) म्हणून, कुमारामात्य ही तांत्रिक अधिकाराची पदवी मानण्यात यावी, कुमार आणि अमात्य या शब्दांच्या मूळ अर्थाच्या आधारे त्याचे स्पष्टीकरण देणे अवघड आहे.

गुप्त प्रशासकीय यंत्रणेच्या व्यवस्थेत कुमारामात्य याचे स्थान, ज्या संदर्भात ते आढळते त्यावरूनच फक्त समजू शकते. (१६६) अलाहाबाद प्रशस्ती मधे, ती लिहिणाऱ्या समुद्रगुप्त हरिषेण याचे वर्णन असे आहे : संधिविग्रहक, कुमारामात्य आणि महादंडनायक, जो सार्वभौम राजाचा सेवक होता आणि त्याच्याशी संलग्न होता (परमभट्टारक पादानुध्यात केन) (१६७) त्याचप्रमाणे शिखरस्वामिन व पृथ्वीसेन यांचा उल्लेख चंद्रगुप्त दुसरा व कुमारगुप्त यांचे अनुक्रमे मंत्री कुमारामात्य असा केलेला आहे. अशा रीतीने कुमारामात्य ही पदवी असलेले अधिकारी थेट राजाच्या हाताखाली काम करत.

विषय पातळीवर काम करणारा कुमारामात्यांचा दुसरा वर्ग दामोदरपूरच्या

---

(१४९) इं. अॅ., चार, पृ. १०५ (१५०) कित्ता, पृ. १७४, पाच, पृ. २०५, २०७, सहा, पृ. १२, ज. यू. बॉ. (न्यू. सी.), एक, पू. १७, १९, २३, ३०, ३४ इत्यादी (१५१) ए. इं. तेहतीस, नं. ५६ (१), ११.२-४. (१५२) इं. अॅ. चार, पृ. १७४, पाच, पृ. २०५, ए. इं. एकवीस, नं. ३९, १.१६ इ. मैत्रकांच्या काही थोड्या अभिलेखांमध्ये आपणास ''आयुक्तनियुक्त'' (ए. इं. सतरा, नं. ७) (ए), १.१० असे आढळून येते. 'नियुक्त', हे 'विनियुक्त' च असावे, हे सर्वथा संभवनीय आहे. (१५३) ए. इं. तेहतीस, पृ. ३०४ (१५४) रघु, पाच, २९ (१५५) उपरोक्त, पृ. २६१

ताम्रपटावरून कळून येतो. कुमारगुप्ताच्या राजवटीतील दोन शिलालेखात अशा काळाचा उल्लेख आहे, जेव्हा उपरिक महाराज किराटदत्त पुंड्रवर्धन भुक्तिचा कारभार चालवत होता आणि त्याने नियुक्त केलेल्या कुमारामात्य कोटिवर्षाचा विषय प्रशासित होता. [१६८] जवळपास त्याच काळातील आणि त्याच भागातील इतर दोन शिलालेख आपल्याला अशी माहिती देतात की कोटिवर्षाचे प्रशासन अनुक्रमे विषयपति आणि आयुक्तक यांनी चालवलेले होते. [१६९] या संदर्भावरून असा निष्कर्ष काढता येईल की उत्तर बंगालमध्ये कुमारामात्य ती कार्ये पार पाडत होता, जी नंतर विषयपतीवर सोपवण्यात आली. [१७०] गुप्तकाळातील बसराट मुद्रांचा पुरावा असे दर्शवतो की उत्तर बिहारमध्ये (तिराथुक्ति) सुद्धा उपरिक नावाच्या अधिकाऱ्याच्या हाताखाली विषयचे प्रशासन कुमारामात्यावर सोपवलेले होते. [१७१]

काही बसराट मुद्रांवरील मजकूर कुमारामात्याच्या कार्यालयावर अधिक प्रकाश टाकतो. ब्लॉशने वर्गवारी केलेल्या यादीतील क्र. ४, ५ आणि ९ मध्ये असा लेख आहे, ''युवराजपादीय कुमारामात्याधिकरणस्य'' आणि क्र. ८ वर ''श्रीपरमभट्टारकपादीयकुमारामात्याधिकरण'' [१७२] असे लिहिले आहे. ब्लॉश पहिल्याचे भाषांतर असे करतो. ''राजाधिराज, युवराज, राजपुत्राच्या मंत्र्यांचा प्रमुख'' आणि दुसऱ्याचे असे, ''राजाधिराजांची मुद्रा, विख्यात युवराज आणि भट्टारक, राजपुत्राच्या मंत्र्यांचा प्रमुख.'' या भाषांतराबाबत घोषाल योग्य रीतीने दाखवून देतात की व्याकरणाच्या रचनेचे जे नियम आहेत त्या दृष्टीने ते चुकीचे आहे आणि मान्य झालेल्या शब्दांच्या अर्थाशी ते जुळत नाही, [१७३] म्हणून ते भाषांतर स्वीकारता येत नाही. आर. डी. बॅनर्जीचे स्पष्टीकरण गोंधळात अधिकच भर टाकते. वर उल्लेख केलेल्या लेखातील पाद या शब्दाच्या चुकीच्या अर्थावर त्यांचे मत आधारलेले आहे. त्यांनी पादचा अर्थ समान आणि युवराजभट्टारक म्हणजे योग्य वारस असा घेतला आहे. राजघराण्यातील युवराज म्हणजे लहान राजपुत्र याच्यापेक्षा तो भिन्न आहे. यावरून ते निष्कर्ष काढतात की काही कुमारामात्य राजघराण्यातील राजपुत्रांच्या बरोबरीचे मानले जात होते आणि इतर राजाच्या वारसदाराच्या बरोबरीचे होते, शिवाय काही अन्य प्रत्यक्ष राजाधिराजाच्या समान होते. [१७४] अशी अजिबात शक्यता नाही की राजाच्या हाताखाली काम

---

(१५६) ए. इं. बावीस, नं. २७, ११. १३-१४ कॉ. इ. इं. तीन, नं. ५५, ११. २१-२२ (१५७) ए. इं. बावीस, पृ. १७५ (१५८) याझदानी, 'अर्ली हिस्टरी ऑफ डेक्कन', एक, पृ. १९३. (१५९) मनु, सात, पृ. १२२ (१६०) शांतिपूर्व, ८८, १०

करणाऱ्या कुमारामात्याला राजपुत्रांच्या समान दर्जा आणि अधिकार होता.

भीटामध्ये मार्शलला सापडलेल्या मुद्रेवर असे दिसते, ''महाश्वपति-महादण्डनायकविष्णुरक्षितपादानुध्यातकुमारामात्याधिकरणस्य''[१७५] फ्लीट सांगतो की पादानुध्यात ही संज्ञा प्राचीन भारतीय शिलालेखांत मांडलिकाचा नातलग किंवा हाताखालच्या राजावरील अधिकारी किंवा त्याच्या वरिष्ठाचा मुलगा किंवा लहान भाऊ, किंवा देवांचे भक्त - अशा अर्थांनी वारंवार वापरलेली आहे.[१७६] घोषाल यांच्या मते सध्याच्या संदर्भात या संज्ञेचा अर्थ वडील आणि मुलगा यांचे संबंध असा आहे, त्यामुळे त्यांच्या मते वर उल्लेख केलेल्या मुद्रेवरील लेखाचा अर्थ असा की चर्चेतील कुमारामात्य हा मुख्य घोडदळ अधिकारी व सैन्याधिकारी विष्णुरक्षिताचा मुलगा होता. त्यानुसार ते पुढे म्हणतात की युवराजपादीय कुमारामात्याधिकरण हा उल्लेख आणि तसाच बसराट मुद्रेवरील लेख कुमारामात्य हा बहुधा इतर मुलगे आणि वारस राजपुत्र आणि प्रत्यक्ष राजा याचा निर्देश करतो.[१७७] घोषालांचा प्रतिवाद हा ग्राह्य धरता येण्याजोगा नाही, कारण समुद्रगुप्ताच्या अलाहाबाद शिलालेखावरून[१७८] असे दिसते की कुमारामात्य हरिषेण हा बहुधा दीर्घकाळ राजाशी निगडित होता आणि त्याला महादंडनायक आणि महासंधिविग्रहिक या पदांपर्यंत बढती मिळाली असावी. त्याचप्रमाणे कुमारगुप्ताच्या करमदण्ड शिलालेखात[१७९] असे लिहिलेले आहे की कुमारामात्य पृथ्वीसेन याला यथावकाश महादंडनायक या पदाची बढती देण्यात आली आणि त्याचे स्थान कुमारामात्याच्या वरचे होते. त्याशिवाय, फ्लीटने उल्लेख केलेल्या उदाहरणांवरून[१८०] असे दिसत की पादानुध्यात हा शब्द शिलालेखांमध्ये भिन्न भिन्न प्रकारच्या संबंधांकरिता उपयोगात आलेला आहे. त्यामुळे ह्या गोष्टीची फारच संभावना आहे की भीटा मुद्रालेखांवरून असे सूचित होते की त्यातील विचाराधीन 'कुमारामात्य' हा विष्णुरक्षिताशी संबंधित होता. विष्णुरक्षित 'महादंडनायक' आणि 'महासेनापती' ह्या दोन्ही अधिकारपदाची संयुक्त सूत्रे सांभाळत होता. तसेच बसराट मुद्रांमधील 'पादीय'

---

(१६१) कॉ. इं.इं. तीन पृ. १६ नं. तुलनेसाठी पाहा मार्शल आ.स.रि. सन १९११-१२ पृ. ५२, सरकार सि. इं.पृ. ३६० (१६२) ए.इं.दहा, पृ. ५० नं. (१६३) तुलनेसाठी पाहा, दीक्षितार, गुप्ता पॉलिटी, पृ. १५२ (१६४) ए.इं. दहा, नं. १५, ११, पृ. ४-५ (१६५) तुलनेसाठी पाहा, मजुमदार व आळतेकर दि वाकाटक गुप्ता एज पृ. २८१-८२ (१६६) दीक्षितार, उपरोक्त, पृ. १५२ (१६७) कॉ.इं.इं. तीन नं. १,११, पृ. ३१-३३

या शब्दातून असेदेखील सूचित होईल की 'कुमारामात्य' हे राजघराण्यातील राजपुत्र वारस युवराज आणि सम्राट ह्याच्याशी संबंधित होते. या मताला स्वत: घोषाल ह्यांनीसुद्धा अनुमोदन दिले आहे. आर.डी. बॅनर्जी ह्यांच्या मताचे खंडन करण्याच्या ओघात त्यांनी एक गोष्ट अचूकपणे निदर्शनास आणली आहे. ती अशी की 'पाद' म्हणजे च्या पेक्षा किंचित कमी असा अर्थ आहे आणि च (ईय) ह्या प्रत्ययाला स्वामित्व किंवा षष्ठी विभक्तीचा अर्थ आहे. अशा प्रकारे गुप्त सम्राटांच्या अधिपत्यामध्ये 'कुमारामात्य' हा वेगवेगळ्या प्रशासनिक स्तरांवर कार्य करीत असे, आणि त्याची उच्चतर श्रेणीवर पदोन्नती झाली, तरी त्याची 'कुमारामात्य' ही उपाधी कायम राहत असे. त्यामुळे 'कुमारामात्य' ह्या शब्दातून अधिकाऱ्यांचा एक वर्ग दर्शविला जात असावा. तो एक विशेष प्रशासनिक संवर्गाचा असावा, आणि आपल्या काळातील आय.सी.एस. किंवा आय.ए.एस. अधिकाऱ्यांसारखा तो भिन्न भिन्न परिस्थितीमध्ये भिन्न भिन्न पदाधिकाऱ्यांवर कार्य करीत असावा. (१८१)

गुप्तांच्या लेख्यप्रमाणांव्यतिरिक्त, मैत्रक राजाच्या राजपत्रामध्ये 'कुमारामात्या'चे उल्लेख आहेत. तथापि त्यामधून त्याचा अर्थ इ. बाबतीतली आधारसामग्री मिळत नाही. मैत्रक वंशाच्या बहुतेक अभिलेखांमध्ये, ज्या अधिकाऱ्यांना दानपत्रांचे निवेदन केलेले आहे, त्यामध्ये 'कुमारामात्यास' सर्वात शेवटचे स्थान आहे. ह्यावरून असे सूचित होईल की सौराष्ट्रात भूमिप्रशासनाचे क्षेत्रात 'कुमारामात्या'ची भूमिका फारशी महत्त्वाची नव्हती. पूर्व भारतात मात्र तसे नव्हते. त्यामध्ये कधी कधी जिल्हा मुख्यालयाच्या शीर्षपदावरचे स्थान त्याला दिलेले असे. ह्या पदाधिकारावरून त्याला संभवत: त्याच्या अधिकारक्षेत्रात असलेल्या प्रदेशाच्या राज्यकोषीय प्रशासनावर अधिक्षणात्मक नियंत्रण लागत होते.

उच्छकल्प राजांच्या अभिलेखांमध्ये 'भोगिक' ही संज्ञा वारंवार येते. (१८२) ती वैन्य गुप्त याच्या गुनेगढ अभिलेखातसुद्धा (इ. स. ५०७) ही संज्ञा नमूद केलेली आहे. (१८३) विजयसेनाच्या मल्लसरूल पट्टकांमध्ये आपणास 'भोगपतिक' ही संज्ञा आढळते. (१८४) ती 'भोगिक' ह्याच्याशी समान आहे. पण हे संदर्भ ह्या अधिकाऱ्याची कर्तव्ये, कार्य आणि त्याचा प्रशासनिक दर्जा ह्याविषयी काही

---

(१६८) ए.इं. पंधरा, नं. ७ (१ व २) (१६९) कित्ता, नं. ७ (४ व ५) (१७०) घोषाल, न्यू लाईट ऑन दि गुप्ता ॲडमिनिस्ट्रेटिव्ह सिस्टिम, सहाव्या अ. भा. ओरि. कॉन्फ.ची प्रोसीडिंग्ज, पृ. २१२ (१७१) कित्ता, पृ. २१२-१३ (१७२) आ. स. रि. सन १९०३-४ पृ. १०७-८ (१७३) घोषाल, उपरोक्त, पृ. २१३

आधारसामग्री पुरवीत नाहीत. फ्लीटने असे सुचविले आहे की 'भोगिक' ही पारिभाषिक आधिकारिक उपाधी आहे. तिचा संबंध बहुधा 'भाग' आणि 'भुक्ति' ह्या पारिभाषिक संज्ञांशी असावा. [१८५] पण पूर्वीच दाखविल्याप्रमाणे एक प्रादेशिक अनुविभाग म्हणून 'भोग' इ.स. ५५० पर्यंत फारसा प्रचलित नव्हता. हस्तिन आणि सर्वनाथ ह्यांचा भूमरास्तंभ अभिलेखात 'भोग' नमूद केलेला आहे. पण त्यात त्याचा उपयोग एक प्रशासनिक अनुविभाग ह्या अर्थाने केला गेलेला नाही. वर उल्लेखिलेल्या बंगालच्या अभिलेखांमध्ये सुद्धा 'भोगिक' आणि 'भोगपतिक' ह्यांचा 'भोग' अनुविभागांशी काही संबंध आहे, असे दिसत नाही. अशा प्रकारे 'भोगिक' ह्याचा 'भोग' या प्रशासनिक अनुविभागाशी काही संबंध होता असे कोणत्याही गोष्टीवरून सूचित होत नाही. कारण आपण ज्या काळाचे अध्ययन करीत आहोत, त्या काळच्या किंचित नंतर 'भोग' हा प्रशासनिक अनुविभाग उत्तर भारतात अस्तित्वात आला.

सरकार ह्यांचे मत असे आहे की 'भोगिक' ह्याने राजाच्या अश्वशालांच्या प्रभारी अधिकाऱ्याचा निर्देश केला जात असावा. [१८७] त्यांनी असे मत व्यक्त केले आहे की त्याचा अर्थ 'जहागीरदार' [१८८] असासुद्धा असावा. 'भोग' म्हणजे स्वामित्व, किंवा संपत्तीचा उपभोग असा अर्थ आहे. त्यामुळे वरील स्पष्टीकरण योग्य वाटलेही. परंतु गुप्त कालातील अभिलेखांमध्ये राजाच्या राजस्वाचा एक विषय ह्या अर्थाने त्याचा उपयोग वारंवार केला आहे. [१८९] आणि अशी शक्यता आहे की 'भोगिक' ह्याचा मूलत:'भोग'च्या वसुलीशी काही संबंध असावा. [१९०]

गुप्तांपासून पुढच्या काळात 'दूतक' ह्याची नियुक्ती औपचारिक भूमिदानांच्या संबंधात केली जात असावी, असे दिसते. 'दूतक' ह्याचा शब्दश: अर्थ सन्देशवाहक असा आहे. हस्तिन्च्या खोह-ताम्रपत्र दानपत्रामध्ये *(इ. स. ४७५-७६)* 'भाग्रह' हा त्याचा 'दूतक' आहे म्हणून सांगितलेले आहे.[१९१] मध्य आणि पश्चिम भारतातील इतर पुरोलेखांमध्ये ह्या अधिकाऱ्याचा असाच उल्लेख आढळतो. [१९२] पूर्व भारतात वैन्य गुप्त ह्याच्या गुनेगढ अभिलेखात राजाचा संदेशवाहक म्हणून विजयसेनाचा उल्लेख आहे. [१९३]

यापूर्वीच्या साधनांमध्ये 'दूतक' या शब्दाचा उल्लेख नाही, पण 'दूत'

---

(१७४) बॅनर्जी आर. डी., दि एज ऑफ दि इम्पीरियल गुप्ताज, पृ. ७१-७४
(१७५) आ.स.रि. स. १९११-१२ पृ. ५२ (१७६) कॉ. इं.इं. तीन पृ. १७ नं.२
(१७७) घोषाल, उपरोक्त, पृ. २१५ (१७८) कॉ. इं.इं. नं.१/११, पृ. ३१-३३
(१७९) इ. दहा नं. १५, ११ पृ. ७-८ (१८०) कॉ. इं.इं. तीन, पृ. १७ नं. २

ह्याचा मात्र आहे. अर्थशास्त्र, मनू [१९४] याज्ञवल्क्य [१९५] हे 'दूत' हा शब्द संदेशवाहक, राजप्रतिनिधी किंवा राजदूत या अर्थानेच बहुतेक वापरतात. 'दूत' याचा सर्वप्रथम पुरालेखात्मक उल्लेख काशीपुत्र भागभद्र ह्याचा बेसनगर वैष्णव स्तंभलेखात आढळतो. त्यामध्ये अन्तिआल्किडास ह्याने एक यवन 'दूत' *(राजदूत)* काशीपुत्र भागभद्राकडे पाठविल्याचा उल्लेख आहे. [१९६] 'दूता'च्या किंवा दूतकाच्या राजदूतात्मक कार्याची प्रसंगोचितता भूमिसंबद्ध राजपत्रांशी आहे, असे दिसून येत नाही.

तथापि कौटिल्याने 'दूतां'च्या एका वर्गाचा उल्लेख केलेला आहे. राजाची आज्ञापत्रे घेऊन जाणे हे त्यांचे काम होते. याज्ञवल्क्यावरील मिताक्षरेत *(एक. ३२८)* तीन प्रकारच्या दूतांची गणना केलेली आहे. त्यापैकी एका प्रकारामध्ये राजाच्या आज्ञापत्रांच्या वाहकांचा अन्तर्भाव होता. ज्या अभिलेखांमध्ये 'दूतका'चा उल्लेख आहे, त्यामध्ये 'दूता'चे हे आज्ञापत्रवाहक कार्य अभिप्रेत आहे असे दिसून येते.

'दूतक' ह्या संज्ञेची व्युत्पत्ती 'दूत' आहे, हे अगदी स्पष्ट आहे. 'दूतकाचा सर्वप्रथम उल्लेख बृहस्पतीच्या एका वचनात आढळतो. त्याने या अधिकाऱ्याचा निर्देश एक साक्षीदार म्हणून केलेला आहे. दोन्ही पक्षांकडून नियुक्त केलेली व सन्माननीय समजली जाणारी एक आदरणीय व्यक्ती अशी 'दूतका' ची लक्षणे बृहस्पतीने सांगितलेली आहेत. [१९७] कात्यायनानेसुद्धा 'दूतका'चा उल्लेख निक्षेपाशी संबंधित प्रकरणांच्या बाबतीत अगदी योग्य प्रकारचा साक्षीदार म्हणून केलेला आहे. [१९८]

विवादाशी संबंधित दोन्ही पक्षांचा ज्यावर विश्वास होता असा मनुष्य 'दूतक' असू शकत होता, असे दिसते. अशा प्रकारे भूमिदानाच्या प्रकरणाच्या बाबतीत असे सांगता येईल की 'दूतक' हा कोणी एक व्यक्ती किंवा राजाचा अधिकारी असू शकत होता. तो राजाचा, ज्या अधिकाऱ्यांना आज्ञांची अंमलबजावणी करावयाची होती त्याचा, आणि दानग्राहकांचा एक विश्वासपात्र मनुष्य असे.

तथापि ह्या सर्व गोष्टींचा अर्थ ज्या ठिकाणाची भूमी दान केली गेली, त्या ठिकाणचे अधिकाऱ्यांकडे दूत राजपत्र घेऊन जात असे, असा केला जाऊ नये. काही बाबतीत, पाषाणावरील अभिलेखांवर 'दूतक' हा शब्द आढळतो. [१९९] आणि ह्यातून असे सूचित होईल की हा अधिकारी दानग्राहकांकडे राजपत्र नेत

(१८१) दीक्षितार, उपरोक्त, पृ. २५१, मुजुमदार आणि आळतेकर, उपरोक्त, पृ. २८२ (१८२) कॉ. इं. इं., तीन नं. २१, १.२१, नं. २२, १.२९, नं. २३, १.१९, नं. २६, १.२३ इत्यादी (१८३) सि. इं. पृ. ३३४, १.१७ (१८४) ए. इं., तेवीस, नं. २४, १.४

नसे, तर केवळ राजाची मंजुरी किंवा अनुमती पोचवीत असे, आणि स्थानीय अधिकाऱ्यांकडे राजाची आज्ञा पोचवीत असे. त्या राजपत्राचे प्रारूप तयार करून भूमिदान प्राप्त करणाऱ्या व्यक्तींना देणे हे काम अधिकाऱ्यांचे होते. (२००)

'दूतकाचे' काम फारच महत्त्वाचे मानले जात होते, हे अनुमान अभिलेखांवरून करता येणे शक्य आहे. वर उद्‌धृत केलेल्या गुनेगढ अभिलेखात असे सांगितले आहे की त्या दानपत्राचा दूतक विजयसेन हा 'महाप्रतिहार' *(राजाचा खासगी कारभारी)*, 'महापीलुपति' *(गजदलाचा प्रभारी अधिकारी)*, 'पंचाधिकरणोपारिक' आणि 'पुरपालोपरिक' (२०१) यांच्यासारख्या महत्त्वाच्या अधिकारपदांवरसुद्धा होता. त्याचप्रमाणे इ.स. ५९२ च्या मध्यभारतातील एका पुरोलेखात असे सांगितले आहे की त्या लेख्याप्रमाणाचा दूतक भड्डक होता. तो युद्ध व शान्तिविभागाचा प्रभारी अधिकारी *(सान्धिविग्रहाधिकरणाधिकृत)* होता. (२०२) वरील उल्लेखावरून असे अनुमान करता येईल की भूमिदानाशी संबंधित, राजाच्या अनुमतीचे वाहकाचे काम बहुतेक वेळा उच्च श्रेणीचे अधिकारी करीत असत. ते प्राय: राजाचे विश्वासपात्र मानले जात असत.

गुप्तकालीन साधनांमधून 'उपरिक' या आणखी एका शासकीय अधिकारिक उपाधीची माहिती मिळते. स्कन्दगुप्ताच्या (२०३) बिहार पाषाण अभिलेखात त्याचा उल्लेख आहे, परंतु अभिलेखाच्या विखंडित रूपामुळे या संज्ञेचे निश्चित अर्थाने अनुमान करता येत नाही. दामोदरपूरच्या पाच पट्टकांमध्ये धार्मिक कारणास्तव भूमीची विक्री केल्याचे नमूद केले आहे. त्यावरून उपरिक ह्याच्या दर्जावर काही प्रकाश पडतो. लेख्यपत्रांच्या समूहातील पहिले दोन पट्टक प्रथम कुमारगुप्ताच्या शासनकालातील आहेत. त्यात असे सांगितले आहे की 'उपरिक' चिरादत्त हा पुण्ड्रवर्धन भुक्तीचा प्रभारी अधिकारी होता. आणि त्याने 'कुमारामात्य' वेत्रवर्मन ह्याला कोटिवर्ष विषयाचे प्रशासन पाहाण्यासाठी नियुक्त केले. (२०४) परंतु बुध

---

(१८५) कॉ. इं. इं. तीन, पृ. १००, टि. २. (१८६) ? (१८७) सिं. इं. पृ. ३३४, टि. १., तुलनेसाठी पाहा-मोनियर विल्यम्स, उपरोक्त, "भौगिक" शीर्षकाखाली पाहा. (१८८) ए. इं., तेहतीस, पृ. १७०, सि. इं. पृ. ३६०, टि. ९ (१८९) मागे पाहा. (१९०) तुलनेसाठी पाहा, सेन, उपरोक्त, पृ. ५५६ (१९१) कॉ. इं. इं. तीन, नं. २१, १.२२ (१९२) कित्ता, नं. ३०, १.१४; ए. इं. अकरा, नं. १७, १.३४, बारा, नं. ७, ११.३२-३३; सतरा, नं. ७ (ए), १.२३; एकोणवीस, नं. ५५, १.२७ इत्यादी.

गुप्ताच्या काळातील दामोदरपूर पट्टक क्र. ३ आणि ४ मध्ये, पुण्ड्रवर्धन 'भुक्ती' मध्ये सम्राटाचे प्रशासकीय प्रतिनिधी म्हणून 'उपरिक महाराज' ब्रम्हदत्त आणि जयदत्त यांचा उल्लेख आहे. (२०५)

दामोदरपूर समूहातील शेवटच्या इ.स. ५४३ च्या पट्टकात त्याच भुक्तीचा शासक म्हणून उपरिक महाराज राजपुत्र देवभट्टारक ह्याचा उल्लेख आहे. ह्या लेख्यपत्रांमधील महत्त्वाच्या साम्याचा मुद्दा म्हणजे 'तदपादगृहीत' *(तत्पादगृहीत)* ह्या वाक्यांशाची पुनरावृत्ती त्यामध्ये आहे. ह्याचा अर्थ असा होईल की 'भुक्ती' च्या कामकाजावर देखरेख ठेवणारा उपरिक हा प्रत्यक्ष सम्राटाचाच उत्तरदायी आणि विश्वसनीय होता आणि संभवत: सम्राटाकडूनच नियुक्त केला जात होता. ह्या अभिलेखावरून ज्ञात होणारा आणखी एक महत्त्वाचा मुद्दा असा की, 'भुक्ती' चा प्रभारी अधिकारी असणाऱ्या उपरिक ह्याच्या हाताखाली 'कुमारामात्य' वेत्रवर्मन् (२०७) 'आयुक्तक' सण्डक, (२०८) आणि 'विषयपति', स्वयंभूदेव (२०९) हे अधिकारी होते. त्याशिवाय दामोदरपूर अभिलेखांमधून उपरिकाचा दर्जा आणि ह्यांमध्ये हळूहळू वृद्धी होऊ लागली होती, असे प्रकट होते. कुमारगुप्ताच्या पट्टकांमध्ये भुक्तीचा प्रभारी अधिकारी केवळ उपरिक म्हणून ओळखला जात होता. परंतु बुधगुप्त आणि एका अनामिक गुप्त राजाच्या अभिलेखांमध्ये त्याला महाराज ही उपाधी जोडलेली आहे. ह्यातून असे सूचित होते की कालाच्या ओघात उपरिक हे अधिकारपद अधिकाधिक महत्त्वाचे होऊ लागले होते. दामोदरपूरच्या पाचव्या पट्टकावरून ह्याला अधिक दुजोरा मिळतो. त्यामध्ये राजपुत्र देवभट्टारक पुण्ड्रवर्धन भुक्तीचा उपरिक महाराज असल्याचा उल्लेख आहे. राजपुत्र या संज्ञेवरून असे सूचित होते की देवभट्टारक हा एकतर सम्राटाचा पुत्र असावा किंवा राजघराण्यातील एखादा सदस्य असावा. भुक्तीचा उपरिक म्हणून एखाद्या राजाची नियुक्ती होणे यातून असे सिद्ध होते की काळाच्या ओघात हळूहळू या पदाला अतिशय महत्त्व दिले जाऊ लागले. याशिवाय दामोदरपूर अभिलेखांमध्ये चार उपरिकांचा नावाने उल्लेख आहे. ह्यांनी संभवत: क्रमाने प्रथम कुमारगुप्त, बुधगुप्त आणि एक अनामिक गुप्त राजा ह्यांच्या काळात पुण्ड्रवर्धन भुक्तीचे प्रशासन पाहिले. त्यातले पहिले तीन चिरादत्त, ब्रह्मदत्त आणि जयदत्त आहेत

---

(१९३) इं. हि. क्वा; सहा, पृ. ५५. (१९४) मनू. सात, ६३-६५ (१९५) याज्ञ. एक ३२८ (१९६) लूडर्स लिस्ट, नं. ६६९ (१९७) बृहस्पती, पाच ११ (१९८) कात्यायन, श्लोक ३५३

आणि चौथा राजपुत्र देवभट्टारक आहे. पहिल्या तिघांच्या नावाचा शेवट दत्त या शब्दाने होतो. आणि अशा प्रकारे ते एकाच कुटुंबातील होते, असं मानण्यास हरकत नाही. तेव्हा प्रभाव असणारे स्थानीय परिवार प्रशासकीय सत्तेवर एकाधिकार प्राप्त करीत. परिणामत: सम्राटसत्तेच्या हितसंबंधाला अपाय होत असे. हे संभवनीय आहे. ब्रम्हदत्त आणि जयदत्त त्यांचे 'उपरिक' या शासकीय पदनामाला 'महाराज' ही उपाधी जोडत होते, या घटनेवरूनही वरील गोष्टीचे आकलन होते. राजघराण्यातील राजपुत्र देवभट्टारक ह्याच्या गुप्त राजांच्या काळातील प्रतिनियुक्तीचा उल्लेख दामोदरपट्टक क्र. ५ मध्ये आहे. त्यामुळे साम्राज्य सत्तेच्या प्रभुत्वाला ज्या कुटुंबापासून किंवा व्यक्तीपासून संभावित गुप्त धोका आहे असे मानले जात असे, अशा लोकांविरुद्ध स्वत:चे वर्चस्व प्रस्थापित करण्याचा सम्राटाकडून बुद्ध्याच प्रयत्न केला हे अशा प्रकारच्या प्रतिनियुक्तीमधून सूचित होईल.

वैशाली येथील मुद्रांवरून 'उपरिक' हा 'भुक्ति'च्या प्रशासनाशी संबद्ध होता, हे प्रमाणित होते. त्यांपैकी दोन मुद्रांवरील उत्कीर्ण लेख असा आहे, 'तीरभुक्तिउपारिकाधिकरणस्य'. [२१०] ह्या शब्दप्रयोगातून असे सूचित होते की तीर 'भुक्ति'च्या *(आधुनिक उत्तर बिहार)* 'उपरिका'च्या त्या मुद्रा होत्या. 'उपरिका' चे नाव मुद्रेवर नाही. तीर 'भुक्तिचा' कार्यकारी प्रमुख होता [२११] अशा प्रकारे पूर्व भारतातील काही भागांमध्ये भुक्ति नावाच्या प्रादेशिक विभागाचे प्रशासन उपरिक पाहत असे.

तथापि उपरिक हा 'भुक्ति' वर शासन करीत असल्याचा उल्लेख नेहमीच येत नाही. उच्छकल्प वंशाच्या जयनाथाच्या दोन दानपत्रांमध्ये असे सांगितलेले आहे की उपरिक सर्वदत्त हा त्यांचा दूतक होता.[२१२] या दोन लेख्यपत्रांच्या आधाराने फोरालने दूतक आणि उपरिक ह्या दोन अधिकारपदांमध्ये काही संबंध असल्याचे सुचविलेले आहे. [२१३] परंतु हा संबंध असण्याचे कारण असे असावे की या दोन अधिकारपदांच्या कार्याचा समन्वय एकाच अधिकाऱ्याच्या ठिकाणी झाला होता. गुप्त प्रशासनिक पद्धतीचा हा एक विशेष पैलू होता.

छाबडा ह्यांनी एक गोष्ट निदर्शनास आणली आहे ती अशी की याज्ञवल्क्यावरच्या टीकेमध्ये विश्वरूपाचार्यांनी बृहस्पतीचा एक श्लोक उद्धृत

---

(१९९) इं. ॲ. नऊ, पृ. १६३, १६८, १७० इत्यादी. (२००) कॉ. इं. इं. पृ. १००, टि. ३ (२०१) इं. हि. क्वा; सहा, पृ. ५५. (२०२) ए. इं. तीस, नं. ३०, १.३० (२०३) कॉ. इं. इं. नं. १२, १.२७ (२०४) ए. इं. पंधरा, नं. ७ (आणि २)

केला आहे. त्याला अनुसरून दृढनिश्चयी, शहाणा, उत्साही, आनंदी, उदार, सावधान आणि वैधानिक विवादांमध्ये न्यायदान करण्यास समर्थ असणाऱ्या व्यक्तीची नि:पक्षपातीपणा आणि नीतिमत्ता हयांचे रक्षण करण्यासाठी उपरिक म्हणून नियुक्ती करावी. [२१४] ह्यावरून छाबडा यांनी असे अनुमान केले आहे की 'उपरिका'ला न्यायिक, त्याचप्रमाणे प्रशासनिक अधिकारसुद्धा प्रदान केले जात असत. त्यामुळे त्याचे पद दण्डाधिकाऱ्याच्या (magistrate) पदाशी मिळतेजुळते असेल. [२१५] आमचे मत असे आहे की दण्डाधिकारी या शब्दाचा उपयोग म्हणजे आधुनिक विचाराची पूर्वकल्पना प्राचीन काळावर लादण्यासारखे आहे. जो अधिकारी १५०० वर्षांपेक्षाही अधिक अशा प्राचीन काळात अस्तित्वात होता, त्याला आधुनिक दण्डाधिकाऱ्याचे सुपरिलक्षित अधिकार आणि कार्ये लागू पडणार नाहीत.

सालेतोरचे मत असे आहे की 'उपरिक' ह्या अधिकारपदाचे मूळ 'उपरिकर' ह्या राज्यकोषीय संज्ञेत आहे. उपरिकर ह्याच्या संग्रहणासाठी हा अधिकारी जबाबदार समजला जात असावा. [२१६] जरी 'उपरिक' व 'उपरिकर' ह्यांमध्ये उघडउघड ध्वनिसाम्य असले तरी निश्चितपणे असे विधान करता येणे शक्य नाही की एकाचा उगम दुसऱ्यामध्ये आहे. शिवाय उपरिक आणि उपरिकराची वसुली ह्यांमध्ये कोणत्याही प्रकारचा संबंध प्रस्थापित होण्यासाठी अभिलेखांमध्ये काहीसुद्धा नाही.

तथापि 'उपरिक' या शब्दाची व्युत्पत्ती 'उपरि' किंवा 'उर्प्रि' म्हणजे वरही असण्याची शक्यता आहे. 'उपरिकर' ह्याचे मूळसुद्धा हेच असावे. ह्या दृष्टिकोणातून, आपल्या हाताखालील अधिकाऱ्यांवर जो देखरेख ठेवीत असे असा अधिकारी, हा अर्थ उपरिक ह्यातून सूचित होईल. आणि ह्यातून असे लक्षित होईल की वाकाटक लेख्यपत्रांमधील सर्वाध्यक्षांच्या कार्यासारखीच ह्याची कार्ये होती. शिवाय उपरिक याचा अर्थ जर अनेक विभाग आणि त्यांचे अधिकारी ह्यांवर निरीक्षणात्मक नियंत्रण असणारा ज्येष्ठ अधिकारी असा घेतला तर वर उद्धृत केलेले बृहस्पतीचे वचन अभिलेखांच्या संदर्भात अगदी चपखलपणे बसते.

गुप्तकालापासून पुढे 'विषयपति' हासुद्धा उपरिक याच्यासारखाच महत्त्वाचा अधिकारी होता. मात्र ह्या पूर्वीच्या काळातसुद्धा विषय हे अनुविभाग अस्तित्वात असू शकतील. वर उल्लेखिलेल्या प्रथम कुमारगुप्ताच्या दामोदरपूर पट्टकामध्ये

---

(२०५) कित्ता. नं. ७ (४), १.२ (२०६) ? (२०७) ए. इं. नं, ७, पट्टक १ व २ (२०८) कित्ता, पट्टक ४ (२०९) कित्ता, पट्टक ५

(इ.स. ४४८-४९) असे सांगितलेले आहे की उपरिक चिरादत्ताने 'कुमारामात्य' वेत्रवर्तनची नियुक्ती 'विषयपति' म्हणून केली. [२१७] बुधगुप्ताच्या काळातील दामोदरपूरच्या दुसऱ्या एका अभिलेखामधून आपणास अशी माहिती मिळते की पुण्ड्रवर्धन 'भुक्ति' वर शासन करणाऱ्या उपरिक महाराज जयदत्ताने कौटीवर्ष 'विषया'चा प्रभारी अधिकारी म्हणून कोण्या एका सण्डकाची नियुक्ती केली. [२१८] परंतु इ.स. ४४८-४९ च्या बेग्राम ताम्रपत्रात असा वाक्य प्रयोग आहे : पंचनगयया भट्टारकपादानुध्यात: ह्या शब्दांचा अगदी क्रमश: अर्थ परम भट्टारकांच्या चरणांपाशी ध्यान करणारा असा आहे. त्यामुळे ह्या पूर्ण वाक्याचा अर्थ असा होईल की पंचनगरी येथे स्थित असलेल्या आपल्या प्रदेशाच्या *(जिल्ह्याच्या ?)* कार्यालयातून शासन करणाऱ्या 'विषयपति' कुलवृद्धि याने सम्राटाला आपली प्रणामांजली अर्पण केली. सम्राटालाच प्रत्यक्षपणे थेट प्रणामांजली अर्पण (कुमारामात्यकुलवृद्धिरेतद् विषयाधिकरणम् [२१९] भट्टारकप्रादानुध्यात:) करणे म्हणजे येथे उल्लेखिलेल्या विषयपतीची नियुक्ती सम्राटाकडून केली गेली होती, असेही सूचित होऊ शकेल. तथापि आपणास दामोदरपूर लेख्यपत्रावरून जे काही आकलन होते, त्याचे वरील गोष्टीमुळे खण्डन होते. त्याला अनुसरून भुक्तिचा प्रभारी अधिकारी असणारा 'उपरिक' हा 'विषयपती' च्या नियुक्तीला कारणीभूत असे, सम्राट नव्हे. एकाच काळात आणि जवळ जवळ त्याच प्रदेशात विषयाच्या प्रभारी अधिकाऱ्याच्या नियुक्तीसाठी दोन वेगवेगळ्या पद्धती उपयोगात आणल्या जात असाव्यात, ही गोष्ट समजणे कठीण आहे. परंतु आपण असे गृहित धरले की भुक्ति च्या शासकाकडून प्रत्यक्षपणे त्या अधिकाऱ्याची निवड केली जात असे, मात्र स्वत: सम्राटाकडून त्या नियुक्तीला नियमानुसारी आणि औपचारिक स्वरूप प्राप्त होत असे. तर मग वरवर दिसणाऱ्या ह्या विरोधकाचा उलगडा होईल. [२२०] भूमिदानपत्रांमध्ये विषयपतीचा उल्लेख भूमीच्या विक्रीच्या संबंधात वारंवार येतो. दामोदरपूर अभिलेखांच्या क्र. १ व २ च्या पट्टकांमध्ये असे सांगितलेले आहे की कोटिवर्षाचा विषयपती कुमारामात्य वेत्रवर्मन् ह्याच्याकडे दोन खाजगी व्यक्ती आल्या. धार्मिक कारणासाठी भूमी विकत घेण्याची त्यांची इच्छा होती. पक्र.

---

(२१०) आ. स. रि., १९०३-४, नं. २० (२११) दीक्षितार, उपरोक्त, पृ. १६२ (२१२) कॉ. इं. इं. तीन, नं. २६, ११.२३-२४, नं. २७, ११.२३-२४. (२१३) 'दि ॲंटिक्विटीज ऑफ चंबा स्टेट', पृ. १२३

५ च्या पट्टकातसुध्दा असे सांगितलेले आहे की एक कुल्यवाप भूमीला तीन दीनार ह्या दराने काही भूमी विकत घेण्याची परवानगी देण्यासाठी अयोध्येच्या कोण्या अमृतदेवाने विषयपती स्वयंभूदेवाला विनंती केली. ह्या उदाहरणांवरून असे दिसते की, संभवत: राजस्वामधील हानीच्या विचारामुळे, राज्याच्या मालकीची कोणतीही भूमी 'विषयपती'च्या संमतीशिवाय विकली जाऊ शकत नसे. ह्याशिवाय 'विषयपती' हा विषयामध्ये कार्य करणाऱ्या इतर राजस्व अधिकाऱ्यांवर आपली सत्ता संभवत: चालवीत असे. अशा प्रकारे एका बाजूला सम्राट किंवा 'भुक्ति' चा शासक आणि दुसऱ्या बाजूला खालच्या श्रेणीचे अधिकारी ह्या दोहोंमधील दुव्याचे कार्य तो करीत असे.

अनेक अभिलेखांवरून असे प्रमाणित होते की 'विषयपती' ह्या अधिकारपदाचे अस्तित्व बंगालच्या पलीकडेसुध्दा होते. तरी त्याचा दर्जा सर्वत्र एकसारखाच होता असे दिसून येत नाही. मैत्रक प्रथम धारसेनाच्या एका दानपत्रात 'विषयपती'ला ध्रुवाधिकरणांच्या लगेच 'नन्तरचे आणि राजस्थातीय' (२२१) याच्या आधीचे स्थान देण्यात आले आहे. आपण पाहिलेच आहे की 'ध्रुवाधिकरणा'चा संबंध गावांच्या राजस्व प्रशासनाशी होता त्यामुळे त्याने 'विषयपती' पेक्षा उच्चतर प्रशासनिक दर्जा उपभोगला नसावा. अशा प्रकारे मध्य आणि पश्चिम भारतामध्ये 'विषयपती' ची प्रशासनिक श्रेणी कोणती असावी, हे निश्चित ठरविता येणे शक्य नाही. पूर्व भारताच्या बाबतीत मात्र वर उल्लेखिलेल्या दामोदरपूर ताम्रपत्रावरून 'विषयपती' च्या विषयावरील प्रशासनासंबंधी काही तपशील एकत्रित करता येऊ शकतात. प्रथम कुमारगुप्ताच्या काळातील पट्टकांमध्ये असे सांगितलेले आहे की कोटिवर्षाचा 'विषयपती' असणाऱ्या कुमारामात्य वेत्रवर्मन याने त्या ठिकाणच्या राज्याचे प्रशासन, 'नगरश्रेष्ठी' 'धृतिपाल', 'सार्थवाह', 'बन्धुमित्र', 'प्रथमकुलिक' धृतिमित्र आणि 'प्रथमकायस्थ' साम्बपाल ह्यांना बरोबरीस घेऊन केले. (२२२) बुधगुप्ताच्या काळातील दामोदरपूरच्या दुसऱ्या एका पट्टकात, ६ अ 'नगरश्रेष्ठी' 'रिभुपाल', 'सार्थवाह' वसुमित्र, 'प्रथमकुलिक' वरदत्त आणि प्रथमकायस्थ विप्रपाल ह्यांना बरोबरीस आयुक्तक सण्डक कोटिवर्ष विषयाचे शासन करीत असल्याचे वर्णन आहे. (२२३) इ.स. ५४३ च्या आणखी एका दामोदरपूर पट्टकामध्ये ह्यासारखेच विधान आढळून येते. (२२४) वर निर्दिष्ट केलेल्या तथ्यांवरून असे

(२१४) बृहस्पति, पृ. ४८४ (२१५) डी. आर. भांडारकर कॉ. व्हॉल्यूम, पॅं. २३१-३३ (२१६) उपरोक्त, पृ. २६०

अनुमान करता येणे शक्य आहे की, सल्लागाराच्या एका मंडळाशी सल्लामसलत करून विषयाचे प्रशासन चालवीत असे. त्यामध्ये वर नावे दिलेल्या लोकांचा समावेश असे. ते संभवत: हितसंबंध आणि प्रभाव ह्यांच्या निरनिराळ्या वर्गाचे प्रतिनिधित्व करीत असत. 'नगरश्रेष्ठी' नगरातील किंवा समृद्ध नागरी वस्तीमधील सावकारांची निरनिराळी मंडळे किंवा नगरनिगमांचे प्रतिनिधित्व करीत असे. 'सार्थवाह' हा 'विषयाधिकरणा'चा सदस्य होता. 'प्रथमकुलिक' या संज्ञेचा ध्वनितार्थ किंवा भावार्थ ह्याबद्दल आम्ही खात्री देऊ शकत नाही. अमरकोशामध्ये 'कुलिक' हा शब्द 'कुलक' याचा पर्यायी पाठभेद म्हणून दाखविलेला आहे. [(२२५)] कारागिरांच्या मंडळाचा प्रमुख म्हणजे 'कुलक' अशा प्रकारे त्या शब्दाचे स्पष्टीकरण केले गेले आहे. प्रस्तुत संदर्भात 'प्रथमकुलिक' ह्याचा अर्थ कारागिरांच्या वेगवेगळ्या वर्गाचे प्रतिनिधित्व करणारा प्रमुख कारागीर असा होईल. 'प्रथमकायस्थ' ह्या शब्दातून प्रमुख लेखनिक असा अर्थ सूचित होत असावा. हा प्रशासनिक मंडळाचा मुख्य सचिव म्हणून कार्य करीत असावा. [(२२६)] व्यापारी आणि औद्योगिक वर्गाचे बहुतेक प्रतिनिधी मिळून विषयाचे प्रशासनिक मंडळ तयार होत असे, हे अगदी उघड आहे. ह्या प्रतिनिधींची कार्ये सल्ला देण्यापेक्षा अधिक काही नसू शकतील तरी विषयाच्या प्रशासनात त्यांचा सल्ला घेतला जात असे. ह्यावरून त्यांचे महत्त्व सुचविले जाते.

भूमीच्या देवघेवीच्या व्यवहारांच्या बाबतीत 'विषयपती' व त्याचे 'अधिकरण' ह्यांना 'पुस्तपाल' ह्याच्याकडून मदत केली जात असे. [(२२७)] मेदिनीकोशाला अनुसरून 'पुस्त' शब्दाचे अर्थ 'लेप्यादिकर्म' *(लेप देणे, मूर्तींना रंग देणे इ.)* आणि पुस्तके असे दोन्ही आहेत. [(२२८)] भूधारणाच्या सीमा, स्वत्वाधिकार इत्यादी गोष्टींचा समावेश ज्यांमध्ये आहे अशा लेख्यपत्र पुस्तकांचा प्रभारी अधिकारी अशा अर्थाने पुस्तपाल हा अधिकारी आहे, असे समजण्यात यावे. त्यामुळे ह्या संज्ञेचे पार्जिटरने केलेले लेख्यपत्रपाल हे भाषान्तर अगदी योग्य आहे. [(२२९)] दामोदरपूर अभिलेखांमध्ये असे सांगण्यात आलेले आहे की शासकीय भूमीच्या खरेदीसाठी परवानगी घेण्यास 'विषयपती' कडे केलेला अर्ज पुस्तपालांकडे आवश्यक चौकशीकरिता पाठविण्यात आला. त्यामुळे आपण असा विचार करण्यास प्रवृत्त होतो की हस्तान्तरणासाठी प्रस्तावित भूमीचा स्वत्वाधिकार पुस्तपालांनी निश्चित केल्यानंतरच शासन त्या

---

(२१७) ए. इं. पंधरा, नं. (२) १.३ (२१८) कित्ता, नं. ७ (४), १.३ (२१९) कित्ता, एकवीस नं. १३, १.१ (२२०) दीक्षितार, उपरोक्त, पृ. २५६

भूमीच्या विक्रीला मंजुरी देत असे.

वरील विवेचनावरून हे स्पष्ट होते की गुप्तकालात राजस्व प्रशासनाच्या यंत्रणेचा परिणाम संभवत: चांगलाच झाला होता. मौर्योत्तर कालात तसे नव्हते. जरी ह्या अधिकाऱ्यांची कर्तव्ये आणि कार्ये ह्यांच्याविषयी निश्चितपणे काही सांगता येत नाही, तरी आपली एकूण अशी कल्पना होते की त्यांच्यापैकी बहुतेक अधिकारी राज्यकोषीय आणि भूमिप्रशासनाशी संबद्ध होते. त्यांच्यापेक्षी काही अधिकाऱ्यांवर सामान्य अधीक्षणाचे कार्य सोपविले गेले होते. शिवाय आणखी असेही गृहीत धरता येईल की राजस्वसंग्रहणाचे काम अधिक तत्परतेने केले जात असावे. गुप्त कालापासून पुढे शासनाच्या उत्पन्नाला ओहोटी लागल्याच्या संदर्भात ही गोष्ट खरोखरच महत्त्वाची आहे.

आपणास प्रस्तुत असलेल्या काळात प्रशासनिक यंत्रणेत हळूहळू विभागीय आणि जिल्ह्याच्या अधिकाऱ्यांची भरती वंशपरम्परेने केली जाऊ लागली. जरी कौटिल्याने असा निर्देश दिला आहे की अधिकारी, अमात्य आणि सैनिक हे वंशपरंपरेने आलेले असावेत, तरी ह्याला आधार देण्यासाठी आपल्याजवळ कोणताही समकालीन पुरालेखांमधील पुरावा नाही. [२३०] प्रशासकीय अधिकारपदांच्या आनुवंशिक स्वरूपाचे प्रथम अभिलेखीय प्रमाण मौर्योत्तर कालातील आहे. त्यांमध्ये आपणास 'ग्रामिका'च्या दोन पिढ्यांविषयी माहिती मिळते. [२३१] गुप्तकाळात ही प्रवृत्ती आणखीच बळावलेली दिसते. प्रथम कुमारसेनाच्या काळातील करमदक्ष पाषाण अभिलेखात पृथ्वीसेन हा मंत्री, शिखरसेन नावाच्या मंत्र्याचाच पुत्र असल्याचा उल्लेख आहे. [२३२] त्याचप्रमाणे वैशालीच्या एका मुद्रेवर 'अमात्य' भद्रिक याचा उल्लेख आहे. [२३३] मध्य भारतातील हस्तिनच्या खोह आणि मझंवन ताम्रपत्र अभिलेखांमध्ये अधिकारपद धारक असणाऱ्या एकाच वंशातील *(कुटुंबातील)* पाच पिढ्यांचा उल्लेख आहे. त्यांच्यामधील पहिला अमात्य, दुसरा आणि तिसरा 'भोगिक' व चौथा आणि पाचवा 'महासन्धिविग्रहक' होते. [२३४] जयनाथाच्या दोन अभिलेखांमधून 'भोगिका' च्या दोन आणि तीन पिढ्यांची उदाहरणे मिळतात. [२३५] शिवाय, हे आधीच दाखविले गेले आहे की पुण्ड्रवर्धन 'भुक्ति'च्या 'उपरिक' या प्रभारी अधिकाऱ्याचे दत्त हे उपनाम, ते एकाच कुटुंबाचे (वंशाचे) असल्याचे

---

(२२१) इं. ॲ. सहा, पृ. १२ (२२२) ए.इं. पंधरा, नं. ७ (१), ११.४.६, नं. ७ (२) ११.३-५ (२२३) कित्ता; पट्टक ४, ११.३-५

द्योतक आहे. जरी तत्त्वत: अधिकाऱ्यांना बडतर्फ करण्याचा अधिकार सम्राटाचा होता, तरी प्रत्यक्ष व्यवहारात ते अधिकारी आणि त्यांचे वंशज आपल्या स्थानीय सामर्थ्यामुळे अधिकार पदावर येणे चालूच राहिले. (२३६)

एकाच व्यक्तीच्या ठिकाणी अनेक अधिकारपदांना समन्वित करण्याच्या प्रवृत्तीमुळे अधिकाऱ्यांनी अधिक सत्ता आणि प्रभाव प्राप्त केला असावा. समुद्रगुप्ताच्या प्रयाग अभिलेखात असे सांगितलेले आहे. की हरिष्ण हा 'कुमारामात्य' असून शिवाय 'सन्धिविग्रहक' आणि 'महादण्डनायक' ह्या अधिकारपदांवरसुद्धा होता. (२३७) हस्तिनच्या खोह ताम्रपत्रात नरदत्ताचा उल्लेख आहे. तो 'अमात्य' ही होता आणि 'भोगिक' होता. (२३८) मध्यभारतातील आणखी एका दानपत्रात त्याचा 'दूतक' म्हणून 'महाबलाधिकृत' नागसिंहाचा उल्लेख आहे. बंगालच्या गुनैगढ अभिलेखावरून आपणास अशी माहिती मिळते की 'दूतक' विजयसेन हा 'महाप्रतिहार' *(राजाचा खाजगी कारभारी)*, महापीलुपति *(गजदलाधिपति)*, पुरपालोपरिक इ. पदांवरसुध्दा होता. (२३९) एकाच व्यक्तीच्या ठिकाणी अनेक अधिकारपदांच्या समन्वयामुळे गुप्त अधिकाऱ्यांच्या सामर्थ्यांमध्ये संभवत: भर पडली. आणि अशा प्रकारे प्राप्त झालेल्या सत्तेच्या साह्याने त्यांना राजाच्या राज्यकोषाच्या हितापेक्षा, आपल्या स्वार्थासाठी वारंवार लोकांवर अत्याचार करणे बरे वाटले.

अधिकाऱ्यांच्या पारिश्रमिकाचा विचार करीत असताना जर आपण कौटिल्याचे प्रमाण विश्वासार्ह मानले तर असे दिसून येते की मौर्यकालात राज्यातील सर्वात उच्च अधिकाऱ्यापासून सर्वात लहान अधिकाऱ्यांना रोख पगार दिला जात असे. संभवत: प्रतिमास जास्तीतजास्त पगार ४८,००० पण असून कमीत कमी ६० पण असे.(२४०) पण नवीन वसाहतीच्या स्थापनेच्या संबंधात कौटिल्यानेसुद्धा असे

---

(२२४) कित्ता; पट्टक ५, ११.४-६ (२२५) अमर., दोन, १०.५ (२२६) धर्मादित्याच्या काळातील फरिदपूर पट्टक बी आणि सी (इं. ॲ. एकोणचाळीस पृ. १९९, २०४) यांमध्ये "ज्येष्ठ कायस्थ" याचा उल्लेख आहे. पार्जिटरने त्याचे "सर्वात मोठा (वयाने) कायस्थ" असे चुकीचे भाषांतर केलेले आहे. (कित्ता, पृ. २११) परंतु "प्रथमकायस्थ" आणि "ज्येष्ठ कायस्थ" याचा अर्थ एकच (समान) आहे, असे दिसते. या शब्दांच्या निर्वचनासाठी मी बसक यांनी दिलेल्या अर्थाचा अवलंब केलेला आहे. (ए. इं. पंधरा, पृ. १३१ आणि टिपणे.) (२२७) ए. इं. पंधरा, नं. ७ (१), १.१०, नं. ७ (२), १.७, नं. (३), १.६, नं. ७ (४), १.९, नं. ७ (५), १.१०.

निर्धारित केलेले आहे की निरनिराळ्या विभागाचे अधीक्षक, लेखापाल, गोप आणि 'स्थानिक' नावाचे अधिकारी, सैन्यातील अधिकारी, चिकित्सक, अश्व-शिक्षक ह्यांना त्यांचे उत्पन्न किंवा आय म्हणून भूमी देण्यात यावी. पण ती भूमी विकण्याचा किंवा गहाण ठेवण्याचा अधिकार त्यांना नाही. [२४१] अशा प्रकारे शासकीय अधिकाऱ्यांना रोकड पैशांमध्ये किंवा भूमीच्या अभिहस्तांकनाद्वारे (सोपवून), अशा प्रकारे वेतन देण्याच्या सिध्दान्तांना कौटिल्याने मान्यता दिली आहे. मात्र रोकड पैशामध्ये पारिश्रमिक देण्याचा विषय विस्ताराने हाताळला गेला असल्यामुळे, रोकड वेतन देणे हे संभवत: तुलनेने प्रत्यक्ष व्यवहारात अधिक रूढ होते, असे दिसते.

जातकांमधील प्रमाणांवरूनसुद्धा असे दिसून येते की, प्रशासनिक सेवेबद्दल अधिकाऱ्यांना सामान्यपणे रोकड पैसे दिले जात असत. जातकांमध्ये 'भ-त-वेतन' या संज्ञेचा उपयोग साधारणपणे 'पारिश्रमिक' या अर्थाने केला जातो. संवर जातकात हा शब्द आढळतो. त्या ठिकाणी 'भ-त-वेतन' याचे भाषांतर अन्न *(खाद्य)* धन असे केले गेलेले आहे. [२४२] परंतु विनय - पिटकातील 'रत्रो भ-तवेतनाहारो'' याचा अनुवाद 'हॉर्नरने, राजाकडून प्राप्त वेतन आणि अन्नधान्य यावर निर्वाह करणे', असा केला आहे. [२४३] संभवत: हा नंतरचाच अर्थ बरोबर आहे. वरवर पाहता 'वेतन' या संज्ञेचा शब्दश: अर्थ रोकड पैसे देणे, असा घेता येणे शक्य नाही. परंतु वर उद्धृत केलेल्या उदाहरणावरून अगदी नि:शंकपणे अशी कल्पना करता येते की, जर अधिकाऱ्यांना आधीच खाद्यपुरवठा केला गेला असला, तरी मग त्यांना पुन: वस्तूंच्या रूपात पगार देण्याची आवश्यकता नव्हती. [२४४] त्यामुळे शर्मा यांनी अगदी अचूक गोष्ट निदर्शनास आणलेली आहे. ती अशी की ''वेतन'' शब्दाचा समास ''भ-त'' या शब्दाशी केला गेला, तर त्याचा अर्थ रोकड पैशांमध्ये पगार देणे, असा समजला जावा. [२४५] याशिवाय जातकांमधील एकत्रित पुरावासुद्धा रोख पगार देण्याच्या पद्धतीला आधारभूत आणि अनुकूल आहे. 'विधुरपंडित' जातकामध्ये राजाने त्यांच्या माहुताच्या किंवा त्याच्या जीवितरक्षकाच्या, त्याच्या रथ सैनिकाच्या किंवा त्याच्या पायदळातील सैनिकाच्या 'वेतना'ची वृद्धी केल्याचा उल्लेख आहे. [२४६] यातून असे सूचित होईल की, या प्रकरणामध्ये पगार पैशांमध्ये दिले गेले.

---

(२२८) कित्ता. पृ. १३२, टि. ३. बसक यांनी अचूक एक गोष्ट निदर्शनास आणली आहे की, बंगाल अभिलेखांमधील ''पुस्तपाल'' हे इतर अभिलेखांमधील ''अक्षपटलिक'' यांच्यासारखेच असावेत. (२२९) इं. ॲ. एकोणचाळीस, पृ. २१३ (२३०) शर्मा, उपरोक्त, पृ. २१०-११ (२३१) मागे पाहा.

'मखादेव जातका'मध्ये १,००० धनमुद्रा उत्पन्न असलेले एक गाव एका नापिताला दान दिल्याचा उल्लेख आहे. [२४७] 'पदकुसलमानव-जातकात' पदचिन्हांवरून माग काढण्यात कुशल असलेला एक तरुण, प्रतिदिन १,००० धनमुद्रांवर, राजाच्या सेवेमध्ये कसा प्रवेश मिळवितो, याविषयी सांगितलेले आहे. [२४८] त्याचप्रमाणे 'सरभंग जातकात प्रतिदिन १,००० धनमुद्रांच्या पारिश्रमिकावर राजाकडून नोकरीला लावून घेतलेल्या एका धनुर्धराची माहिती आपणास कळते.[२४९] हे अगदी स्पष्टच आहे की गावाचे उत्पन्न असो अथवा पदचिन्हांनी मागोवा घेण्यास कुशल तरुण, किंवा धनुर्धर, ह्यांना दिलेला पगार असो, प्रत्येक ठिकाणी सांगितली गेलेली रक्कम १००० धनमुद्रा आहे. लोकसाहित्यातील काही गोष्टी अपरिहार्य असतात, त्याला अनुसरून हा आकडा जरी सांकेतिक असला तरीही वर दिलेल्या उदाहरणांवरून राजाच्या नोकरांना व अधिकाऱ्यांना रोकड पैशांमध्ये पगार दिला जात असण्याची शक्यता दिसते.

तथापि, जातकांमधील [२५०] 'भोगगाम' या संज्ञेचे निर्वचन असे केलेले आहे की, एखाद्या मंत्र्याला त्याच्या अधिकारपदाबद्दल पारिश्रमिक म्हणून उपभोगण्यासाठी देण्यात आलेले गाव असा त्याचा अर्थ आहे. [२५१] परंतु मंत्र्यांना त्यांच्या प्रशासनिक कार्याबद्दल गाव दान दिले जात होते, असे दाखविणारा जातकातील एकही उतारा उद्धृत करता येणे शक्य नाही. वास्तविक पाहता, ज्याच्यावर राजा प्रसन्न होत असे, अशा कोणालाही प्रदान केले गेलेले कृपा-प्रसादाचे चिन्ह म्हणजे 'भोगग्राम' होते. त्यामुळे एखाद्या नापितालासुद्धा हे प्रदान केले जाऊ शकत असे. [२५२] शर्मा यांच्या मते, राजाने आपल्या कृपापात्र प्रिय व्यक्तींना उपभोगासाठी दिलेले गाव, असा या संज्ञेचा अर्थ आहे आणि राजासाठी प्रशासनिक किंवा इतर सेवा केल्याबद्दल अधिकाऱ्यांना ''भोगग्राम'' दिले जात असत, असे दाखविणारी एकही गोष्ट नाही. [२५३] अशा प्रकारे प्रशासकीय अधिकाऱ्यांना वस्तूच्या रूपामध्ये पगार न देता रोकड पैशांमध्ये देण्याच्या पद्धतीला जातकांनी मोठ्या प्रमाणात दुजोरा दिलेला आहे. ही गोष्ट मौर्योत्तर कालाशी

---

(२३२) ए. इं. दहा, नं. १५, ११.६.७ (२३३) दीक्षितार, उपरोक्त, पृ. १५०, आ. स. रि. १९१३; १४ पृ. नं. २१० (२३४) कॉ. इं. इं. तीन, नं. २२, ११. २८-३०, नं. २३.११.१८-२० (२३५) कित्ता; नं. २७, ११.२१-२२, नं. २६, ११.२२-२३ (२३६) शर्मा, उपरोक्त, पृ. २११ (२३७) कॉ. इं. इं. तीन, नं. १, १.३२ (२३८) कित्ता, तीन नं. २३ १.९. (१) (२३९) इं. हि. क्वा., सहा, पृ. ५५

अगदी व्यवस्थित जुळते. कारण पाश्चात्त्य देशांशी त्या काळात चालत असलेल्या भरभराटीच्या व्यापारामुळे चलनी अर्थव्यवस्थेला संभवत: उत्तेजन मिळाले.

मौर्योत्तर काळामध्ये, मनूने असा सल्ला दिलेला आहे की, अधिकाऱ्यांना वस्तूंच्या रूपात आणि भूमी देऊन पगार देण्यात यावा. या संबंधात त्याने काही रोचक नियम घालून दिलेले आहेत. मनूला अनुसरून ज्या वस्तू म्हणजे अन्न, पेय, इंधन व तत्सम - गावकऱ्यांनी राजाला रोज पुरवावयाच्या असतात, त्या वस्तू ग्रामप्रमुखाला, संभवत: त्याचे उत्पन्न म्हणून प्राप्त झाल्या पाहिजेत. [२५४] दहा गावांवरच्या अधिकाऱ्याने एका 'कुला'चा उपभोग घ्यावा, वीस गावांवरच्याने पाच कुलांचा; शंभर गावांवरील अधीक्षकाने एका गावाचे राजस्व; आणि हजार गावांवरील उच्च अधिकाऱ्याने एका नगराचे राजस्व यांचा उपभोग घ्यावा. शान्तिपर्वात [२५५] अगदी क्षुल्लक फरकाने, याच वक्तव्याची पुनरावृत्ती झालेली आहे. त्यात असे सांगितलेले आहे की, प्रत्येक ग्रामप्रमुखाने दहा गावांवरील अधिपतीच्या प्रतिपालनासाठी आपला काही हिस्सा द्यावा. दहा गावांवरील अधिपतीने हीच गोष्ट वीस गावांच्या अधिपतीला साह्य देण्यासाठी करावी. [२५६] शान्तिपर्वाने यात आणखी एक अशी भर घातली आहे की, शंभर गावांच्या अधिपतीला त्याच्या निर्वाहासाठी एक मोठे गाव असावे, आणि हजार गावांच्या अधिपतीला, स्वत:च्या प्रतिपालनासाठी एक लहानसे नगर असावे. [२५७] हा नियम स्थानिक प्रशासनाशी संबंधित अधिकाऱ्यांना लागू पडत होता. केंद्रीय शासनाशी संबंधित अधिकाऱ्यांना नव्हे. यातून असे सूचित होईल की, उच्च श्रेणीच्या अधिकाऱ्यांना पैशांच्या रूपाने पगार देण्याची पद्धत सुरूच राहिली. काहीही असले, तरी मौर्योत्तर काळात रोकड रकमेत पगार देण्याच्या प्रथेच्या बरोबरीनेच वस्तू देऊन आणि भूमीचे अभिहस्तांकन करून पगार देण्याची प्रथासुद्धा बहुधा जोर धरू लागली होती. मनूने सांगितलेला नियम बृहस्पतीच्या स्मृतिग्रंथातसुद्धा आहे. यातून असे सूचित होईल की, गुप्तकाळातसुद्धा तो नियम अधिकाधिक प्रमाण मानला जात होता.

चिनी वृत्तान्ताचासुद्धा या संदर्भात विचार करावयास पाहिजे. मात्र, या मुद्याच्या बाबतीत तो फारसा स्पष्ट नाही. फा-हिथॉनच्या एका वाक्यांशाचे लेगने केलेले भाषांतर असे आहे, 'राजाचे अंगरक्षक आणि परिचारक, सर्वांना नियमित

---

(२४०) अ. शा. पाच ३ (२४१) कित्ता, दोन १. (२४२) जातक, चार, पृ. १३१, भाषांतर, चार, पृ. ८४ (२४३) "दि बुक ऑफ डिसिप्लीन," दोन, पृ. ६७ (२४४) शर्मा, उपरोक्त, पृ. १४०

पगार आहे.' [२५८] पण बीलने या वाक्यांशाचे भाषांतर असे केलेले आहे- 'राजाच्या प्रमुख अधिकाऱ्यांना सर्व निर्धारित राजस्व मिळते.' [२५९] आणि एका चिनी विद्वानाने नुकतेच केलेले भाषांतर असे आहे 'राजाचे परिचारक, रक्षक, आश्रित, सेवक या सर्वांना उत्पन्न व निवृत्ती वेतन मिळते.' [२६०] जर सर्वात शेवटचे भाषांतर स्वीकारले, तर उत्पन्न या संज्ञेला अधिक विस्तृत संदर्भ असल्याने त्यात दानांचासुद्धा समावेश झाला असेल. [२६१] परंतु जरी आपण या संदिग्ध पण महत्त्वाच्या असणाऱ्या या वाक्यांशाचे निर्वाचन मान्य केले नाही, तरी यू एन त्सांगच्या वृत्तान्तावरून हे स्पष्ट होते की, हर्षवर्धनाच्या काळामध्ये उच्च अधिकाऱ्यांना त्यांनी केलेल्या राज्याच्या सेवेबद्दल रोकड पैशांमध्ये पगार मिळत नसे. तर थोर लोकसेवकांना देण्यासाठी राजाच्या राजस्वामधील एकचतुर्थांश भाग वेगळा काढून ठेवण्यात येत असे. [२६२] यातून असे सूचित होईल की, अधिकाऱ्यांना राजस्व देण्याच्या प्रथेचा प्रारंभ यापूर्वीच्या काळापासूनच आणि कमीत कमी गुप्त कालात तरी झाला असावा.

गुप्त काळातील अनेक पुरालेखात्म संज्ञांवरूनसुद्धा अशी कल्पना होते की, अधिकाऱ्यांना वस्तूच्या रूपाने पगार दिला जात असे. उच्छकल्प राजांच्या काही अभिलेखांमध्ये 'भोगिक' याचा 'अमात्य' म्हणून उल्लेख आहे. [२६३] अशा प्रकरणामध्ये 'भोगिका'चे अधिकारपद हे पदधारकाला त्याच्या इतर अधिकारपदांशी संबंधित

---

(२४५) कित्ता. (२४६) जातक., चार, पृ. २९५ (२४७) कित्ता; एक पृ. १३८ (२४८) कित्ता, सात, पृ. ५०५ (२४९) कित्ता, पाच, पृ. १२८ (२५०) कित्ता., तीन, पृ. ३०५, चार, पृ. ४५३, ४८४, सहा, पृ. ४६३ (२५१) बोस, ''सोशल अँड रूरल इकॉनॉमी,'' एक, पृ. ७२ (२५२) जातक, १.१३८

कार्यांबद्दल पारिश्रमिक मिळवून देण्यासाठी असे, [२६४] यात काहीच आश्चर्य नाही. 'भुक्ति' या शब्दाचा अर्थ उपभोगासाठी योजिलेली कोणती तरी गोष्ट असा आहे. त्यामुळे ज्या 'उपरिका' वर 'भुक्ति' नावाचा अनुविभाग सोपविला गेला होता, तो त्याच्याच उपभोगासाठी होता हे असंभवनीय नाही. शर्मा यांनी दामोदरपूर पट्टक दानपत्रांमधील एका वाक्प्रयोगाच्या निर्वचनातून असे सूचित होत असल्याचे सांगितलेले आहे की, 'विषय' हा अनुविभागसुद्धा प्रदेशाधिकाऱ्यांच्या उपभोगासाठी होता. [२६५] अशा प्रकारे गुप्त कालात अधिकाऱ्यांना वस्तूंच्या रूपात पगार देण्याची पद्धती बऱ्याच मोठ्या प्रमाणावर होती, असे दिसते. मात्र, एखाद्या अधिकाऱ्याला त्याच्या प्रशासनिक कार्याबद्दल भूमीचे दान दिल्याचे प्रत्यक्ष उल्लेख करणारे एकही पुरालेखात्म लेख्यपत्र उपलब्ध नाही.

✤

प्रकरण १३ वे

उपसंहार आणि निष्कर्ष

स्मृतिग्रंथामध्ये सिद्धान्तरूपाने, कर हे राजाने लोकांना दिलेल्या संरक्षणाबद्दलचे वेतन होत, अशा प्रकारचे विचार करांच्या बाबतीत वारंवार व्यक्त केले गेलेले आहेत, तरी व्यवहारात मात्र राजा हा आपल्या प्रजेचा केवळ सेवक होता ही कल्पना प्रत्यक्षात शक्य झालेली दिसत नाही. तथापि, गुप्तांच्या कालातील साहित्यिक कृतींमध्ये राजाचे वर्णन पृथ्वीचा उपभोक्ता म्हणून केलेले आहे. त्यामुळे स्पष्टपणे त्याला करग्रहणाचा अधिकार प्राप्त झाला. नंतर कात्यायनाने या अधिकाराला वैधानिक मान्यता दिली. या सिद्धान्ताचा धोक्याचा ध्वनितार्थ टाळण्यासाठी आपल्या काळातील स्मृतिग्रंथांनी या गोष्टीवर जोर दिला आहे की, लोकांच्या कर देण्याच्या

---

(२५३) अधिक चर्चेसाठी पाहा - शर्मा, उपरोक्त, पृ. १३८-३९ (२५४) मनु., सात ११८ (२५५) कित्ता., ११९ (२५६) शां, प. सत्त्याऐंशी ६ (२५७) कित्ता, (७-८)

सामर्थ्याचा विचार करून करांची आकारणी केली गेली पाहिजे. कर हे अत्याचारी स्वरूपाचे आणि निरंकुश नकोत. कराधानाचे हे प्रशंसनीय नियम ग्रीकादिकांच्या अभिजात पुरातन-कालीन साहित्यातील नियमांपेक्षा फारच प्रगत आणि सतराव्या व अठराव्या शतकाच्या दरम्यान युरोपात सूत्रबद्ध केल्या गेलेल्या कराधानाच्या आधुनिक सिद्धान्ताच्या अगदी निकट येऊन पोचलेले आहेत. [१] परंतु पूर्वी दाखविल्याप्रमाणे कराधानाचे प्राचीन हिंदू सिद्धान्त आणि आधुनिक कालातील सिद्धान्त या दोहोंमध्ये साम्य केवळ वरवरचे आहे आणि त्यांचे उद्देश आणि प्रयोजन याबाबतीत त्या दोहोंमध्ये फारच मोठी तफावत आहे.

आपल्या कालातील स्मृतिकारांनी मांडलेले सिद्धान्त एका सु-विकसित-राजस्व-पद्धतीचे सूचक आहेत. परंतु राजाकडून लोकांवर राजस्वासंबंधी अत्याचार होण्यासाठी त्यांनी भरपूर वाव ठेवलेला आहे. वास्तविक पाहता या बहुप्रशंसित हिंदू करसिद्धान्ताचा समन्वय राजाच्या ठिकाणी असलेल्या दैवी अंशाशी करता येणे शक्य नाही. कारण देवत्वामुळे राजा अप्रमादशील आहे, अशी श्रद्धा निर्माण होते. राजाच्या ठिकाणी देवत्व मानण्याच्या या कल्पनेचा फायदा घेऊन राजाच्या जर मनात आले, तर तो कराधानाच्या त्याच्या अधिकारांवर स्मृतींनी घातलेल्या मर्यादांची पायमल्ली करू शकत असे.

आपल्या साधनांनी सांगितलेल्या आपत्कालीन आर्थिक *(वित्तीय)* उपायांच्या आपण केलेल्या विश्लेषणातून असे सूचित होते की, संकटाच्या काळात निधी उभारण्यासाठी राजा अगदी परिसीमा गाठू शकत असे. असामान्य परिस्थितीमध्ये धन एकत्रित करण्यासाठी जबर दरांनी लोकांकडून 'प्रणय' वसूल करणे, देवळांचा कोश जप्त करणे, नवीन धर्मपंथांची स्थापना करणे, आणि लोकांसमोर अनपेक्षित अद्‌भुत चमत्कार करणे यासारख्या काही अत्यंत अत्याचारी उपाययोजनांचा

---

(२५८) लेग, 'ए रेकॉर्ड ऑफ बुद्धिस्टिक किंगडम्स' भाषांतर, पृ. ४५ (२५९) बील, 'ट्रॅव्हल्स ऑफ फाऱ्हा एन अँड सुंग युन', पृ. ५५ (२६०) हो चँग-चुन 'फाऱ्हाएन्स पिलाग्रिमेज टु बुद्धिस्ट कन्टस्ट' (२६१) शर्मा, उपरोक्त, पृ. २७ (२६२) वॉटर्स, 'ऑन युआन च्वाँगज्‌ ट्रॅव्हल्स इन इंडिया', एक, पृ. १७६ (२६३) कॉ. इं. इं., तीन नं. २३, ११.१८-२०, ११.२२-२३ (२६४) शर्मा, उपरोक्त, पृ. २०७

सल्ला कौटिल्याने अर्थशास्त्रात दिलेला आहे. 'प्रणयांच्या करारोपणाबद्दल फारच थोड्या अभिलेखांमधून माहिती मिळते. त्यामुळे मौर्योत्तर आणि गुप्तकाळात तुलनात्मकदृष्ट्या हा उपाय आधारहीन अवस्थेप्रत येऊन ठेपला असे दिसून येते. इकडे कौटिल्याने निर्दिष्ट केलेल्या इतर उपायांचा उल्लेख आपणास प्रस्तुत असलेल्या काळात नाही. शान्तिपर्वात राजाला संन्यासी आणि ब्राह्मण सोडून सर्वांची संपत्ती हस्तगत करण्याचा बिनशर्त अधिकार दिलेला आहे, ही एक

---

(२६५) कित्ता., पृ. २०९

उल्लेखनीय गोष्ट आहे. आपल्या काळातील कोणत्याही स्मृतिकाराने ही गोष्ट केलेली नाही. स्मृतिग्रंथांनी करांच्या दरांमध्ये केवळ वृद्धी सांगितलेली आहे; पण परिणामी राजा जितके अधिक शक्य असेल, तितके धन लोकांकडून पिळून काढू शकत असे. या उपायांपैकी कोणते उपाय प्रत्यक्ष व्यवहारात पसंतीस उतरले, हे आपल्याला ज्ञात नाही, पण आपण अध्ययन करीत असलेल्या काळात हिंदू राजाला आपल्या प्रजेपासून कष्टदायक दु:सह कर वसूल करण्याच्या असाधारण अधिकाराची सत्ता दिली गेली होती, यात शंका नाही. स्तुतिस्तोत्रांचे स्वरूपच असे असते की, राजा हा छळणारा किंवा लोकांची संपत्ती जबरदस्तीने हिसकावून घेणारा अत्याचारी पुरुष आहे, असा ते विचारच करू शकत नाहीत. परंतु अतिशयित कराधानाचा अनुभव प्राचीन भारतीयांना सर्वस्वी अपरिचित नव्हता, असे समजण्यास आपल्याला भरपूर जागा आहे.

राज्याच्या राजस्वाचे प्रधान साधन भूमिकर असावे, असे दिसते. त्यामध्ये संभवत: उत्पादनातील राजाच्या $\frac{१}{६}$ हिश्शाचा अंतर्भाव होता. मात्र, मौर्यकालात त्याचा महत्तम दर $\frac{१}{४}$ आहे. मौर्योत्तर आणि गुप्तांच्या काळातील साधनसामग्रीतून भू-राजस्वाचे विषय म्हणून 'बलि', 'भाग' आणि 'कर' यांचा वारंवार उल्लेख येतो. 'बलि' ही निरनिराळ्या कृतींमध्ये भिन्न-भिन्न संदर्भामध्ये उपयोगात आणलेली सर्वांत जुनी भू-राजस्व संज्ञा आहे. स्मृतींमध्ये तिचा उल्लेख मूलभूत भूमि-कर या अर्थाने आला आहे. 'भाग' ही दुसरी एक संज्ञा सर्वप्रथम अर्थशास्त्रात आढळून येते. गुप्तांच्या दानपत्रांमध्ये याच अर्थाने ती नमूद केली गेलेली आहे. ज्यामध्ये 'भाग' आणि 'बलि' यांच्यात भेद केलेला आहे, असे एकुलते एक पुरालेखात्मक लेख्यपत्र म्हणजे रुद्रदामन्‌चा जुनागढ अभिलेख होय. आपल्या कालातील इतर सर्व अभिलेखांमध्ये 'भाग'चा उपयोग जवळजवळ निरपवादपणे मूलभूत भूमिकर या अर्थाने केला आहे. परंतु पुरालेखात्मक साधने सोडून अन्य साधनांमध्ये मात्र 'बलि' या संज्ञेने मूलभूत-भूमिकर दर्शविला जातो. आपणास असलेल्या माहितीच्या वर्तमान अवस्थेमध्ये 'कर' याचे अभिज्ञान करता येणे शक्य नाही. तथापि, टीकाकारांच्या मते त्याचा भू-राजस्वाशी काही संबंध असू शकेल. 'हिरण्य' नावाचा कर हा बहुधा रोख वसूल केला जात असे. मौर्यकालापासून पुढे तो चांगलाच विस्तृतपणे प्रचलित होता.

---

(१) हिं. रे. सि. पृ. २७३, ७४ (२) हिं. रे. सि. पृ. २९१.

गुप्तांच्या काळापासून अभिलेखामध्ये 'उद्रंग' व 'उपरिकर' या दोन नवीन भू-राजस्व संज्ञांचा निर्देश वारंवार केला जातो. त्याचा अर्थ क्रमशः स्थायी आणि अस्थायी निवासीजनांवरील कर आहे, असे घोषाल यांनी त्याचे निर्वचन केलेले आहे. पण आमच्या मते राजाच्या नेहमीच्या धान्यातील हिश्श्यापेक्षा अतिरिक्त असणारा एक कोणत्या तरी प्रकारचा जास्तीचा कर यापेक्षा जास्त या संज्ञांमधून काहीही सुचविले जात नाही. आणि त्यांचे निश्चित स्वरूप ठरविता येणे शक्य नाही. यापूर्वीच्या साधनांमध्ये ज्यांचा उल्लेख नाही, अशा प्रकारच्या अनेक भू-राजस्व संज्ञा आपणास गुप्तांच्या राजपत्रांमध्ये आढळतात. अशा प्रकारे गुप्तांच्या काळापासून पुढे 'मेय', 'दित्य' आणि 'धान्य' यांचा उल्लेख अभिलेखांमध्ये वारंवार येतो. जरी या संज्ञांचा निश्चित अर्थ ठरविणे कठीण असले, तरी भूमीपासून मिळणाऱ्या सर्व राजस्वाचा समावेश त्यात होऊ शकेल, इतका व्यापक त्याचा ध्वनितार्थ आहे असे दिसते. उच्छकल्प राजा सर्वनाथ याच्या दोन भूमिदानपत्रांमध्ये आणखी एक 'हलिकाकर' ही नवीन भू-राजस्व संज्ञा नमूद केलेली आहे. त्याचा अर्थ अनिश्चित आहे. अशा प्रकारे गुप्तांच्या काळात अनेक नवीन कर लावले गेले. उलटपक्षी मौर्यकालातील जल-करासारखे *(उदकभाग)* काही जुने कर आपल्या काळात हळूहळू नाहीसे झाले. कारण सिंचन हा वैयक्तिक किंवा स्थानीय विषय होऊ लागला होता. यामुळे शेतकऱ्यांना स्वाभाविकपणेच थोडासा आराम मिळाला असेल.

यापूर्वीच्या लिखाणांपेक्षा स्मृतींमध्ये अधिक स्पष्टपणे बहुतेक नियमित करांच्या रूपामध्ये दैनिक उपयोगाच्या वस्तूंच्या पुरवठ्याचा उल्लेख केलेला आहे. परंतु वाकाटकांच्या अभिलेखांमध्ये, दौऱ्यावर असलेल्या अधिकाऱ्यांना गावकऱ्यांनी खाद्यवस्तूंच्या विविध देणग्या म्हणून त्याचा उल्लेख आहे. उत्तर भारतातील समकालीन पुरोलेखात्मक लेख्यपत्रांमध्ये 'भोग' या राज्यकोषीय संज्ञेचा उल्लेख आहे. या पूर्वीच्या स्रोतांमधूनही 'भोग'विषयी माहिती मिळते. वाकाटक भूमिराजपत्रांमध्ये नमूद केलेल्या खाद्य-वस्तूंचा पुरवठा म्हणजेच बहुधा 'भोग' होय. अधिकाऱ्यांना खाद्य-वस्तूंचा पुरवठा करण्यामुळे सामान्य लोकांवर पराकाष्ठेचा आर्थिक भार लादला गेला असावा. कारण जितक्या वेळा राजा किंवा त्याचे अधिकारी एखाद्या विशिष्ट क्षेत्राचा दौरा करीत, तितक्या वेळा ते वसूल केले जाऊ शकत. बिगारीच्या *(विष्टि)* करारोपणामुळे लोकांची अवस्था आणखीच बिघडली असेल. 'विष्टि' हा राजाच्या उत्पन्नाचा एक महत्त्वाचा विषय होता. मौर्याकालात बिगारीबद्दल *(विष्टि)* पगार दिला जात असे, हे अनुमान अर्थशास्त्रावरून करता येते. तथापि, आपल्या काळात बिगारीबद्दल पगार दिला जात असे, हे

सुचविणारा एकही पुरावा नाही. मौर्योत्तरकालीन स्मृतिग्रंथात सांगितल्याप्रमाणे शूद्र, कारागीर व शिल्पी यांनी कर भरण्याच्या ऐवजी राजाची विनावेतन फुकट सेवा करावी अशी अपेक्षा असे. परंतु गुप्तांच्या स्त्रोतसामग्रीतून असा पुरावा गोळा करता येतो की, काळाच्या ओघात स्वतंत्र शेतकरी वर्गसुद्धा बिगारी करण्यास योग्य ठरविला गेला. दुसऱ्या शब्दांमध्ये, बिगारी ही अत्याचारी स्वरूपाची होऊ लागली. गुप्तकालापासून पुढे जेव्हा राजाचा 'विष्टि'बद्दलचा अधिकार भूमिदानग्राहकांकडे संक्रमित केला गेला, तेव्हा तर बिगारी अधिकच अत्याचारी स्वरूपाची झाली.

राजाच्या राजस्वाच्या उत्पन्नाच्या बऱ्याचशा भागांमध्ये वाणिज्य करांचा अंतर्भाव होत असे. या शीर्षकाखालील प्रधान विषय 'शुल्क' होता. यापूर्वीच्या स्त्रोतांना हा विदित होता. गुप्तकाळापासून पुढे काठेवाड प्रदेशातील अनेक अभिलेखांमध्ये 'भूतवातप्रत्याय' याचा उल्लेख आहे. भूत आणि वायू *(वारे)* यांच्यापासून प्राप्त झालेले राजस्व अशा प्रकारे घोषाल (२) यांनी या शब्दाचे चुकीचे निर्वचन केलेले आहे. पण 'शुल्क' या संज्ञेतून जो अर्थ ध्वनित होतो, तोच याचाही अर्थ आहे, असे आमचे मत आहे. आपण ज्या काळाचा आढावा घेत आहोत त्या काळातही पूर्वीच्या काळातील नौकानयनशुल्क घेणे चालूच राहिले. तथापि, 'क्लृप्त' व 'उपक्लृप्त' हे सर्वात पहिल्यांदा गुप्तांच्या पुरालेखामध्ये दृष्टीस पडतात. जरी घोषाल यांनी असे मत व्यक्त केले आहे की, मौर्यांच्या शासनात राजाच्या राजकोषांचे एक महत्त्वाचे साधन असणारा मद्यावरील कर हा गुप्तांच्या राज्यात नाहीसा झाला, तरी मद्यनिषेधाच्या नीतीचा अवलंब केला जात होता, असे दाखविणारा एकही पुरावा नाही.

आपण राजस्वाच्या काही किरकोळ साधनांचासुद्धा उल्लेख करू शकतो. उदाहरणार्थ, अर्थदंड, वारसहीन संपत्तीचे पुनर्ग्रहण, निखात-निधी युद्धातील लूट आणि पराजित राजांपासून मिळालेली खंडणी. एकीकडे राजा आपल्या एकूण उत्पन्नाचा काही अंश या साधनाकरवी प्राप्त करीत असे, तर तिकडे आपणास अध्ययन करीत असलेल्या काळातील वारंवार होणाऱ्या युद्धांमुळे युद्धातील लूट आणि खंडणी अधिकाधिक महत्त्वाच्या झाल्या. याशिवाय राजाच्या मालकीच्या जमिनी, वने, खाणी आणि यासारख्याच राजाचा एकाधिकार असणाऱ्या इतर गोष्टींमुळे राजासाठी भरपूर उत्पन्नाची सोय झाली.

वर ज्यांची गणना केलेली आहे, असे सर्वच कर एकाच व्यक्तीला भरावे लागले नसतील. परंतु करदात्यांच्या सर्व वर्गामध्ये या करांचा भार न्याय्य आणि योग्य प्रकारे विभागला गेला, असे दाखविणारी एकही गोष्ट नाही. ब्राह्मणांना वारंवार दिल्या जाणाऱ्या भूमिदानांवरून सूचित होते की, या दानग्राहकांना कर भरण्यापासून मुक्ती होती, दान-ग्राहक नसलेल्या विद्वान ब्राह्मणांनीसुद्धा या

विशेषाधिकाराचा उपभोग घेतला असावा. पाचव्या शतकापासूनच्या पुरालेखांमधून या घटनेला प्रमाण मिळते की, आपला खाणींवरील अधिकार राजा देणगीचा उपभोग घेणाऱ्याकडे हस्तांतरित करीत असे. यामुळे राजाच्या राजनैतिक सत्तेला तर सुरुंग लागलाच, आणि त्याच्या राजस्वाच्या एकूण प्राप्तीवर विपरीत परिणाम झाला. राजाच्या उत्पन्नातील हानीची क्षतिपूर्ती अब्राह्मणांवर कराधानाचा जास्तीत जास्त भार टाकून केली गेली असावी. त्यांना कराधानापासून कोणत्याही मुक्तीचा उपभोग घेता आला असे दिसत नाही. उलटपक्षी, राज्याने राजस्वामध्ये जे गमावले, ते पुरोहितांनी कमावले. पुरोहितांच्या सुधारलेल्या आर्थिक स्थितीमुळे त्यांना सामान्य गावकऱ्यांपेक्षा तुलनेने उच्चतर स्थान मिळाले. पुरोहित वर्ग आणि खालच्या जाती यांमधील अंतर वाढण्यास सौराष्ट्रामध्ये आणखीच गति मिळाली असावी. तेथे ब्राह्मणांना साह्य करण्यासाठी म्हणून अब्राम्हणांना 'ब्राह्मणविंशति' नावाचा एक अल्पांश कर भरावा लागत असे.

आपल्या काळातील राज्यकोषीय घटकांमध्ये आपण काही बदल झालेले पाहतो. प्रशासनाचा सर्वात लहान घटक 'ग्राम' हाच राहिला. अशोकाच्या पुरालेखांमध्ये 'आहार' हा सर्वप्रथम दृष्टीस पडतो. सातवाहन अधिसत्तेमध्ये तो एक बहुप्रचलित राज्यकोषीय अनुविभाग होता. गुप्तकाळात तो त्याच क्षेत्रांपुरता मर्यादित राहिला. 'विषय' हा अनुविभाग अशोकाच्या काळाइतका पुरातन आहे. मौर्योत्तर काळातही तो प्रचलित राहिला, हे उघड आहे. कारण गुप्त काळात आपणास त्याचे अनेक उल्लेख मिळतात. गुप्त अभिलेखांच्या स्त्रोतातील विषयांच्या उल्लेखावरून असे सूचित होते की, बंगाल, गुजरात आणि मध्य भारतात राज्यकोषीय प्रशासनाचा तो एक महत्त्वाचा अनुविभाग होता. परंतु त्याने व्यापलेल्या प्रदेशाचा प्रत्यक्ष विस्तार किती होता, हे निश्चित करता येणे कठीण आहे.

तथापि, गुप्तकालीन साधनांमध्ये अनेक नवीन प्रशासनिक अनुविभागांचा उल्लेख आहे. त्यांनी राज्यकोषीय प्रशासनाचे उद्देशही संभवत: सिद्धीस नेले. हे अनुविभाग 'भुक्ति, वीथी, पुर, स्थली, पट्ट, पेठ, पद्रक, देश, मंडल' इत्यादी आहेत. परंतु देशाच्या सर्वच भागांमध्ये हे प्रचलित नव्हते किंवा प्रत्येक प्रदेशातील त्यांचा आकारसुद्धा एकसारखा असू शकत नव्हता. या अनुविभागांचा बहुतेक निर्देश अभिलेखांमध्येच आहे. तथापि, स्मृतींमध्ये दशमान पद्धतीवर आधारित अनुविभागांमध्ये राज्याचे विभाजन करावे असे सांगितलेले आहे. सातव्या किंवा आठव्या शतकांपासूनच्या पुराव्यांनी ह्याला दुजोरा मिळाला.

जरी कौटिल्याने उल्लेखिलेले राजस्व अधिकारी आपल्या साधनांमध्ये साधारणपणे येत नाहीत, तरी त्यांच्यापैकी काही अधिकारी आपल्या काळात

अस्तित्वात होते. अर्थशास्त्रातील ''ग्रामिका''चा उल्लेख नंतरच्या स्त्रोतांमध्येसुद्धा आढळतो. अर्थशास्त्रातील दोन अधिकाऱ्यांना, गुप्त लेख्यपत्रांमध्ये आढळलेल्या त्यांच्या प्रतिरूपांशी समान मानता येते. 'शुल्काध्यक्ष' 'शौल्किकांशी' तर 'आयुक्त' 'आयुक्तका'शी समान आहे. कौटिल्याला जरी 'अक्षपटल' लेख्यपत्र कार्यालय या अर्थाने ज्ञात आहे, तरी त्याचा प्रभारी अधिकारी मात्र केवळ गुप्त काळापासून पुढच्या अभिलेखामध्ये दृष्टीस पडतो. त्याचप्रमाणे राजस्वाचा एक विषय म्हणून 'हिरण्य' हे अर्थशास्त्रात दिसून येते. परंतु त्याचे संग्रहण करणारा अधिकारी प्रथम गुप्त अभिलेखांमध्ये दृग्गोचर होतो. गुप्तांच्या भूमिदान पत्रांमधील 'दूतक' हा अर्थशास्त्रातील 'दूत' वा स्मृत्यवशिष्ट सूचक आहे. वर उल्लेखिलेल्या अधिकाऱ्यांच्या जोडीला आपल्या साधनांमध्ये अनेक अधिकाऱ्यांचा उल्लेख आहे. उदा. - 'लेखक, दिविरपति, आग्रहारिक, औद्रंगिक किंवा द्रंगिक, ध्रुवाधिकरणिक, निनियुक्तक, सर्वाध्यक्ष, कुमारामात्य, भोगिक, उपरिक आणि विषयपति'. परंतु त्यांची कार्ये आणि कर्तव्ये यांचे अगदी निश्चित रूपात वर्णन करता येणे शक्य नाही. गुप्तांच्या काळातील राजस्व प्रशासनाशी प्रत्यक्ष किंवा दुरून संबंधित अधिकाऱ्यांची संख्या मौर्योत्तर कालापेक्षा फारच जास्त होती. शिवाय, यांमधील बहुतेक अधिकारी वंशपरंपरेने येऊ लागले आणि एकाच व्यक्तीच्या ठिकाणी अनेक कार्ये समन्वित केली गेली.

✤

संदर्भ - ग्रंथ-सूची

(अ) प्रमुख साधने

मूळ ग्रंथ आणि भाषांतर

अभिज्ञानशाकुन्तलम् कालिदास - निर्णय सागर प्रेस, मुंबई - १९४७

आपस्तम्बधर्म सूत्र - सं., जी. बूल्हर, मुंबई - १९३२ आपस्तम्ब, गौतम, वसिष्ठ आणि बौधायन - भाषांतर - जी. बूल्हर से. बु. ई. भाग दोन व चौदा ऑक्सफर्ड - १८७९-८२

ऐतरेय ब्राह्मण - सं. थं. आफ्रेश्ट, बॉन / १८७९

अर्थशास्त्र कौटिल्य - सं. आर. शामशास्त्री, आवृत्ती ३ री म्हैसूर, १९२४, भाषांतर, आर. शामशास्त्री, आवृत्ती ७ म्हैसूर १९६१ टीकेसह संपादित (टी.) गणपति शास्त्री, तीन भाग, त्रिवेन्द्रम - १९२४-२५

१. अर्थशास्त्रावरील टीका - जयमंगला टीका अर्थशास्त्राच्या भाग (१) च्या अखेरीपर्यंत मधून मधून खंड पडलेला आहे. सं. - जी. हरिहर शास्त्री ज. ओ. री. म. वीस - तेवीस

२. प्रतिपद - पंचिका - ले. भट्टस्वामिन् (भाग २, विभाग ८ पासून) सं. के. पी. जायस्वाल अी. ए. बॅनर्जी शास्त्री ज. बि. ओ. री. सो. अकरा-बारा

३. नय चंद्रिका-ले. माधव यज्व (भाग ७ ते १२ वर) सं. - उदयवीर शास्त्री, लाहोर १९२४

अथर्व वेद संहिता - सं. सी. आर. लॅनमन, भाषां - डब्ल्यू. डी. व्हिटनी, हा. ओ. सी. सात व आठ हार्वर्ड युनिव्हर्सिटी १९०५

अट्ठशालिनी - सं. - ई. मुल्लर पा. टे. सो. लंदन १८७९ इंग्रजी भाषां, (दि. एक्सपोझिटर) ले. मॉग टिन, लंडन १९२०-२१

अवदानशतकम् - सं. जे. स्पेयर सं. - पी. एल. वैद्य, दरभंगा - १९५८

बौधायन गृह्यसूत्र - सं. - आर. शर्मा शास्त्री, म्हैसूर १९२७

बृहज्जातक वराहमिहिर - इंग्रजी भाषा व टिपणे - ले. सुब्रह्मण्यम् शास्त्री, म्हैसूर १९२७. भट्टत्पल ह्याच्या

टीकेसहित - सं. सीताराम झा. बनारस १९३४

बृहस्पति - स्मृति पुनर्रचित ले. के. व्ही. आर. अय्यंगार गा. ओ. सी. बसे बडोदा, १९४१, इंग्रजी भाषां - जॉली, से. बु. ई. ऑक्सफर्ड १८८९

बृहत्संहिता वराहमिहिर - सं. एच. कर्न, बिब्लिओथिका इंडिका कलकत्ता, १८६५ इंग्रजी भाषां, एच्. कर्न. ज. रॉ. ए. सो.

१८७०-१८७५ खंड - १-५ लंडन १८७०-७३ सं. इंग्रजी भाषा व टिपणासहित व्ही. सुब्रह्मण्यम शास्त्री व रामकृष्ण भट, २ भाग, बंगलोर १९४७

बुद्धचरित - सं. व. भाषां- ई. एच्. जॉन्स्टन, (पंजाब

अश्वघोष - युनिव्हर्सिटी ओरिएन्टल पब्लिकेशन नं. ३१ लाहोर - १९३५

चरक संहिता - सं. जे. विद्यासागर, दुसरी आवृत्ती कलकत्ता - १८९६

धम्मपद टीका - सं. - एच. सी. नॉर्मन, पाच भाग, पा. टे. सो. लंडन, १९०६-१५ इंग्रजी भाषां (बुद्धिस्ट लिजेन्डस) ई. डब्ल्यू. बर्लिगेम - ३ भाग हा. ओ. सी. केम्ब्रिज, मॅसॅच्युसेटस १९२१

दीघ-निकाय - सं. टी. डब्ल्यू - ऱ्हाईस डेव्हिस व जे. ई. कार्पेन्टर ३ भाग, पा. टे. सो. लंडन १८९०-१९११, इंग्रजी भाषा (डायलॉग्ज ऑफ दि बुद्ध) टी. डब्ल्यू. ऱ्हाईस डेव्हिस ३ भाग, लंडन - १८९९-१९२१

दिव्या दान - सं. ई. डब्ल्यू. कावेल व आर. ए. नील केंब्रिज - १८८६

गाथासप्तशती हाल - सं. व. भाषां - एन्. चतुर्वेदी, बनारस - १९६१

गौतम धर्मसूत्र - सं. ए. एसस्टेन्झलर, लंडन १८७६ - मस्कारिनच्या टीकेसहित, सं. एल. श्रीनिवासाचार्य म्हैसूर, १९१७

हर्षचरित-बाण - सं. - के. पी. परब व वासुदेव लक्ष्मणशास्त्री पणशीकर, निर्णय सागर प्रेस, बॉम्बे १९३७

जातकमाला आर्यसूर - सं. एच. कर्न. बोस्टन, १८७१ इंग्रजी भाषां जे. स्पेयर लंडन १८९५

कामन्दकीय नीतिसार - सं. व हिंदी भाषां, ज्वालाप्रसाद मिश्र वेंकटेश्वर प्रेस, शके १८२६ इंग्रजी भाषा - एम. एन.

दत्ता, कलकत्ता १८९६

कामसूत्र - वात्स्यायन - निर्णयसागर प्रेस, मुंबई १९०१- इंग्रजी भाषां के. आर. अय्यंगार, लाहोर १९२१

कथासरित्सागर - इंग्रजी भाषां (दि. ओशन आफ स्टोरी)

सोमदेव - सी. एच. टॉनी व सं. एन्. एम्. पॅन्झर १० भाग, लंडन १९२४

कात्यायन स्मृति - कात्यायन स्मृति ऑन व्यवहार लॉ ॲण्ड

सारोद्धार - प्रोसीजर, पुनर्गठित पाठ, भाषां टि. व प्रस्तावना - पी. व्ही. काणे, मुंबई - १९३३

कुमारसंभव - निर्णयसागर प्रेस, मुंबई

कालिदास

ललितविस्तार - सं. - एस्‌लेफमन, हॉल, १९०२-८

महाभारत - शांतिपर्व सटीक, आवृत्ती- एस्. जे. बेलवलकर, पूना, १९४९-५४ इतर अध्यायांसाठी संदर्भ इंग्रजी भाषां- के. एम्. गांगुली, प्रकाशक पी. सी. रॉय, कलकत्ता १९८४-९६

महाभाष्य पतन्जलि - सं. एफ. कीलहॉर्न, तीन भाग, मुंबई १८९२-१९०९

महावंश - सं. डब्ल्यू. गीगर, पा. टे. से. लंडन १९०८ इंग्रजी भाषां - (दि. ग्रेट क्रॉनिकल्स ऑफ सिलोन) लंडन १९१२

महावस्तु - सं. ई. सेनार्ट, ३ भाग पॅरिस १८८२-९७

मालविकाग्निमित्र - निर्णय सागर प्रेस, मुंबई १९५०

कालिदास

मानव धर्मशास्त्र (किंवा मनुस्मृति) - सं. जे. जोली, लंडन १८८७ इंग्रजी भाषां, जी. बुल्हर, से. बु. ई. ऑक्सफर्ड १८८६ इंग्रजी भाषां, जी. झा. ५ भाग, कलकत्ता १९२२-२९

मिलिंदपन्हो - सं. व्ही. टेन्कन्नर, लंडन १८८० इंग्रजी भाषां टी. डब्ल्यू. व्हाईस डेव्हिडस से. बुं. ई. ऑक्सफर्ड -

१८९०-९४

मृच्छकटिक - बॉम्बे संस्कृत सीरीज, भाग १

शूद्रक - मुंबई १८९६

मुद्राराक्षस - सं., के. टी. तेलंग, संशोधित आवृत्ती

विशाखदत्त - व्ही. एस. घाटे, ५ वी. आवृत्ती, निर्णयसागर प्रेस, मुंबई - १९४५ इंग्रजी भाषां, आर. एस. पंडित, (दि. सिग्नेट रिंग) मुंबई १९४४

नामलिंगानुशासनम् (अमरकोश) - क्षीरस्वामीच्या टीकेसहित सं. एच्. डी. शर्मा व एन. जी. सरदेसाई, पूना - १९४१ अमरसिंह

नारदस्मृति - सं. जे. जॉली, कलकत्ता १८८५ इंग्रजी भाषां - जे. जोली, से. बु. ई. तेहतीस ऑस्कफर्ड १८८९

पंचतंत्र - सं. - एच्. एजर्टन, पूना १९३० पाणिनिसूत्र, पाठ व परिशिष्ट शब्दसूचिसहित संक्षिप्त, एस्. पाठक व एस्. चित्राव, पूना १९३५

रघुवंश कालिदास - निर्णय सागर प्रेस, मुंबई १९५२

राजनितिप्रकाश

ऋतुसंहार कालिदास - निर्णय सागर प्रेस, मुंबई - १९५२

संयुक्त निकाय - सं. लिऑन फ्रीयर पा. टे. सो. लंडन १८८४-९८ इंग्रजी भाषा (बुक ऑफ दि किण्डेड सेइंग्ज) श्रीमती ऱ्हाईस डेव्हिडस व एफ. एल. वूडवर्ड पा. टे. सो. लंडन, १९१७-३०

शतपथ ब्राह्मण - सं. ए. वेबर, लंडन - १८५५

सौन्दरानन्दकाव्य - सं. ई. एच्. जान्स्टन, लंडन, १९२८

अश्वघोष - इंग्रजी भाषा ई. एच्. जॉन्स्टन (नन्द दि फेवर) २ भाग, लंडन, १९३२

सुमंगलविलासिनी - सं. टी. डब्ल्यू. व्हाईस डेव्हिडस् व इतर ३ भाग, पा. टे. सो. लंडन १८८६-१९३२

सुश्रुत संहिता	- सं., जे. विद्यासागर, ३ री आवृत्ती, कलकत्ता - १८८९
वैष्णव धर्मशास्त्र	- सं. जे. जोली, कलकत्ता, १८८१
(विष्णु स्मृति)	- इंग्रजी भाषां, - से. बु. ई. सात ऑक्सफर्ड १८८०
वसिष्ठ धर्मशास्त्र	- सं. ए. ए. यूरर, मुंबई - १९१६
विचित्र कर्णिवदेनोद् धृत	संव. भाषा - हॅन्स जर्गिन्सेन, लंडन, - १९३१
विक्रमोर्वशीयम् कालिदास	- निर्णय सागर प्रेस, मुंबई - १९४२
विनय पिटक	- सं. एच. ओल्डे-नर्ग, ५ भाग, लंडन १८७०-१८८३ दि बुक आफ डिसिप्लीन भाषां, आय. बी. हॉर्नर, ५ खंड लंडन, १९३८-५२
विष्णुधर्मोत्तर पुराण	- वेंकटेश्वर प्रेस, मुंबई, १९१२
विष्णुपुराण	- हिंदी भाषासहित समुनिलाल गुप्त, गीता प्रेस, गोरखपूर, सि. स. १९९०
याज्ञवल्क्य स्मृति	- वीरमित्रोदय आणि मिताक्षरासहित चौखंबा संस्कृती सीरीज, बनारस - १९३०
युगपुराण	- सॅ. डी. आर. मांकड, वल्लभविद्यानगर, १९५१

(२) नाणी आणि अभिलेख

ॲलन जे	- कॅटलॉग ऑफ दि कॉइन्स ऑफ दि गुप्त डायनेस्टीज ॲड ऑफ शशांक, किंग ऑफ गौड, लंडन १९१४
एपिग्राफिआ कर्नाटिका	
एपिग्राफिआ इंडिका	- फ्लीट, जे. एफ. इन्स्क्रिप्शन्स आफ दि अर्ली गुप्त किंग्ज कॉ. ई. इं. तीन, लंडन - १८८८
नोली, आर	- नेपालीज इन्स्क्रिप्शन्स इन गुप्त कॅरेक्टर खंड एक पाठ, रोम - १९५६
कोनो, एस्.	- खरोष्ठी इन्स्क्रिप्शन्स, कॉ. इं. इं. खंड १९२९ लूडर्स लिस्ट ऑफ ब्राम्ही इन्स्क्रिप्शन्स (एपिग्राफिआ इण्डिकाची पुरवणी, भाग - १०)

मिराशी व्ही. व्ही. इन्स्क्रिप्शन्स, ऑफ दि कंल्चुरी चेदी एरा, कॉ. इं. इ. चार (दोन खंडामध्ये) ऊटकमंड १९५५

सरकार, डी. सी. - सिलेक्ट इन्स्क्रिप्शन्श बेअरिंग ऑन इंडियन हिस्टरी अँड सिव्हिलिझेशन, एक, कलकत्ता १९४२

(३) भारतीय साधनसामग्री

बील, एस. - सि. यु. कि. बुद्धिस्ट रेकॉर्डस ऑफ दि वेस्टर्न वर्ल्ड, भाषां - चाइनीज ऑफ ह्यू एन. त्संग मधून, २ भाग, लंडन - १९०६

गाइल्स एच. ए. - दि ट्रॅव्हल्स ऑफ फाहियान किंवा रेकॉर्ड ऑफ बुद्धिस्टिक किंग्डम्स् केंब्रिज १९२३

लेग, जे. एच. - रेकॉर्ड ऑफ दि बुद्धिस्टिक किंग्डम्स् चिनी भिक्षु फाहियानचे प्रवासवृत्त, ऑक्सफर्ड, १८८६

मॅकक्रिन्डल जे. डब्ल्यू - अेन्शन्ट इंडिया अॅज डिस्क्राइब्ड इन क्लासिकल लिटरेचर, वेस्टमिन्स्टर, १९०१ अेन्शन्ट इंडिया अॅज डिस्क्राइब्ड बाय मेगॅस्थेनीस अँड एरिअन, कलकत्ता - १९२६

शॉफ, डब्ल्यू. एच. - दि पेरिप्लस ऑफ दि एरिथिअन सी. लंडन, १९१२

वॅटर्स. टी. - ऑन युआन च्वांग्ज ट्रॅव्हल्स इन इंडिया सं. टी. डब्ल्यू. ऱ्हीस डेव्हिडस् व एस्. डब्ल्यू. बुशेल, २ भाग, लंडन, १९०४, १९०५

(ब) अर्वाचीन ग्रंथ

अढ्या, जी. एल. - अर्ली इंडियन इकॉनॉमिक्स, मुंबई - १९६६

अग्रवाल व्ही. एस. - हर्षचरित - एक सांस्कृतिक अध्ययन (हिंदी भाषेत) पटना, १९५३

इंडिया अज चोन टू पाणिनि, लखनौ, १९५३

आळतेकर ए. एस. - ए हिस्टरी ऑफ व्हिलेज कम्युनिटीज इन वेस्टर्न इंडिया, मद्रास, १९२७

दि राष्ट्रकूटाज अॅड देअर टाइम्स, पूना, १९३४

स्टेट गव्हर्मेंट इन अेन्शन्ट इंडिया बनारस, १९४९

अय्यंगार के. व्ही. आर. - आस्पेक्ट आफ इंडियन इकॉनॉमिक थॉट (मणिन्द्रचंद्र लेक्चर्स १९२७, बनारस हिंदु युनिव्हर्सिटी) बनारस, १९३४
अय्यंगार के. व्ही. आर. - इंडियन कॅमेरॅलिझम, मद्रास - १९४९ राजधर्म, मद्रास, १९४१
अय्यंगार एस. के. - स्टडीज इन गुप्त हिस्टरी, मद्रास - १९२८ इव्होल्यूशन ऑफ हिंदु ॲडमिनिस्ट्रेटिव इन्स्टिट्यूशन्स इन साऊथ इंडिया, मद्रास १९३१
बेडन पावेल बी. एस. - दि लँड सिस्टिम्स ऑफ ब्रिटिश इंडिया, एक १८९२
बन्दोपाध्याय, एन. सी. - कौटिल्य, कलकत्ता, १९२७
बन्दोपाध्याय, एन. सी. - डेव्हलपमेंट ऑफ हिंदु पॉलिटी ॲन्ड पोलिटिकल थिअरीज, २ भाग, कलकत्ता १९२७-३८
बॅनर्जी पी. एन. - पब्लिक ॲडमिनिस्ट्रेशन इन अेन्शन्ट इंडिया, लंडन, १९१६
बॅनर्जी, आर. डी. - दि एज ऑफ दि इम्पीरियल गुप्ताज, बनारस १९३३
बेनी प्रसाद - दि स्टेट इन एन्शन्ट इंडिया, अलाहाबाद १९२८
बसक, आर. जी. - हिस्टरी आफ नॉर्थ-ईस्टर्न इंडिया, कलकत्ता १९३४
बाशम ए. एल. - दि वंडर ऑ दॅट वॉज इंडिया, लंडन, १९५४
बास्टेबल - पब्लिक फायनान्स, लंडन, १००३
भांडारकर डी. आर. - कारमायकल लेक्चर्स, १९१८. सम आस्पेक्टस ऑफ अेन्शन्ट हिंदु पॉलिटी, बनारस, १९२९
ब्लॉश, मार्क - फ्यूडल, सोसायटी, लंडन, १९६१
कॅपबेल - मॉडर्न इंडिया, लंडन, १८५२
सापो, व्हिक्टर - दि रोमन वर्ल्ड, (फ्रेंचमधून भाषांतरित, ई. ए. पार्कर) लंडन - १९२८
मोर्ल्सवर्थ एम. पी. - दि रोमन एम्पायर, ऑक्सफर्ड युनिव्हर्सिटी प्रेस, १९५१
कुमारस्वामी, ए. के. - स्पिरिच्युअल ऑथॉरिटी ॲड टेम्पोरल पॉवर इन ॲड इंडियन थिअरी ऑफ गव्हर्नमेंट (अमेरिकन

ओरिएंटल सोसायटी सीरीज, भाग - २२) न्यू हॅवन, १९४२
कूलबॉर्न आर. (सं.) - फ्यूडॅलिझम इन हिस्टरी, प्रिन्स्टन युनिव्हर्सिटी प्रेस, १९५६
दांडेकर आर. एन. - हिस्टरी ऑफ दि गुप्ताज, पूना, १९४१
दास एस. के. - दि इकॉनॉमिक हिस्टरी ऑफ अेन्शस्ट इंडिया, कलकत्ता, १९२९.
दत्ता बी. एन - स्टडीज इन इंडियन सोशल पॉलिटी, प्रथम आवृत्ती, कलकत्ता, १९४४ डायलेक्टिक्स ऑफ लँड इकॉनॉमिक्स इन इंडिया, कलकत्ता, १९५२
दीक्षितार, व्ही. आर. आर. - हिंदु अॅडमिनिस्ट्रेटिव्ह इन्स्टिट्यूशन्स, मद्रास, १९२९; मौर्यन पॉलिटी, मद्रास, १९३२; गुप्त पालिटी, मद्रास, १९५२
फिक, आर. दि सोशल ऑर्गनायझेशन इन नॉर्थ-ईस्ट इंडिया इन बुद्धाज आ टाईम, कलकत्ता, १९२०
घोषाल, यू. एन. - ए हिस्टरी ऑफ हिंदु पोलिटिकल थिअरीज, कलकत्ता, १९२३; दि अग्रेरियन सिस्टिम इन अेन्शन्ट इंडिया, कलकत्ता, १०३०; दि बिगिनिंग्ज ऑफ हिंदु हिस्टोरिओग्राफी अँड अदर एसेज, कलकत्ता, १९४४; कॉन्ट्रिब्यूशन्स टू दि हिस्टरी ऑफ हिंदु रेव्हेन्यू सिस्टिम, कलकत्ता, १९२९
गोपाल, एल. - इकॉनॉमिक लाइफ ऑफ नॉर्दर्न इंडिया, (सी. ए. बी. ७००-७२०) बनारस, १९६५
गुप्त के. एम. - लँड सिस्टिम इन साऊथ इंडिया, लाहोर, १९३३
हीस्टरमन, जे. सी. - दि अेन्शन्ट इंडियन रॉयल कॉन्सेक्रेशन दि हेग, १९५७
हैशेल्हाईम, एफ. एम. - ॲन अेन्शन्ट इकॉनॉमिक हिस्टरी, २ भाग, (इंग्रजी भाषां-श्रीमती नॉइस स्टीव्हन्स) लंडन, १९५८-६४
जैन जे. सी. लाइफ इन अेन्शन्ट इंडिया ॲज डेपिक्टेड इन दि जैन कॅनन्स, बॉम्बे, १९४७

जायसवाल, के. पी. हिंदु पॉलिटी, तिसरी आवृत्ती बंगलोर, १९५५
झा. जी. एन. नोट्स ऑन मनुस्मृति, ३ भाग, कलकत्ता, १९२४-१९२९
जोली, जे. - रेश्ट उंड सित्ते स्टासबर्ग, १८९६ (इंग्रजी भाषां - बी. के. घोष, हिंदु लॉ अॅड कस्टम, कलकत्ता, १९२८
जोव्हो डूब्राय जी - अेन्शन्ट हिस्टरी ऑफ दि डेक्कन (फ्रेंचमधून भाषान्तरित - व्ही. एस. स्वामिनाथन दीक्षितार) पाँडिचेरी, १९२०
कनकसभइ पिल्लै व्ही. - तमिल्स एटीन हण्ड्रेड इअर्स अॅगो, मद्रास, १९०४
काणे, पी. व्ही. - हिस्टरी ऑफ धर्मशास्त्र, ३ भाग पूना, १९३०-४६
कोसम्बी, डी. डी. - अॅन इन्ट्रोडक्शन टू दि स्टडी ऑफ इंडियन हिस्टरी, मुंबई, १९५६; दि कल्चर अॅड सिव्हिलिझेशन ऑफ अेन्शन्ट इंडिया इन हिस्टॉरिकल आऊटलाइन, लंडन, १९६५
लॉ. बी. सी. - हिस्टरी ऑफ पाली लिटरेचर, २ भाग, लंडन, १९३३; इंडिया अॅज डिस्क्राइब्ड इन अर्ली टेक्स्टस् ऑफ बुद्धिझम अँड जैनिझम, लंडन, १९४१
मॅकडोनेल. ए. ए. व कीथ, ए. बी. - वेदिक इन्डेक्स ऑफ नेम्स अॅड सब्जेक्टस, २ भाग, लंडन, १९१२
मेन, एच्. एस. - व्हिलेज कम्युनिटीज इन ईस्ट अॅड वेस्ट, लंडन, १८९०
मैजी, एस. के. - इकॉनॉमिक लाइफ ऑफ नॉर्दर्न इंडिया इन दि गुप्त पीरिअड, कलकत्ता, १९५७
मजुमदार, आर. सी. - कॉर्पोरेट लाईफ इन अेन्शन्ट इंडिया, दुसरी आवृत्ती, कलकत्ता, १९२२
आळतेकर ए. एस. - दि वाकाटक गुप्त एज, बनारस, १९५४
मेहता, आर. एन. - दि बुद्धिस्ट इंडिया, बॉम्बे, १९३९
मुखर्जी आर. के. - ए हिस्टरी ऑफ इंडिया शिपिंग अॅड मॅरिटाइम

अक्टिव्हिटी, लंडन, १९१२; लोकल गव्हर्नमेंट इन अेन्शन्ट इंडिया, ऑक्सफर्ड, १९१९; दि गुप्त एम्पायर, मुंबई, १९४८

मोतिचंद्र - सार्थवाह (हिंदी भाषेत) पटना, १९५३

म्यूजग्रेव्ह - दि थिअरी ऑफ पब्लिक फायनान्स मॅकग्रा हिल प्रेस, १९६१

नाथ प्राण - ए स्टडी ऑफ दि इकॉनॉमिक कंडिशन ऑफ अेन्शन्ट इंडिया, लंडन, १९२९

नियोगी, पुष्प - कॉन्ट्रिब्यूशन टू दि इकॉनॉमिक हिक्टरी ऑफ नॉर्दर्न इंडिया (१० ते १२० या शतकापर्यंत) कलकत्ता, १९६२

ओमस्टेड ए. टी. - हिस्टरी ऑफ असीरिया, लंडन, १९२३

पॉल पी. एल. - दि अर्ली हिस्टरी ऑफ बेंगॉल, २ भाग, कलकत्ता, १९३९.

पायर्स ई. - दि मौखरीज, मद्रास, १९३४

प्रसाद बी. - थियरी ऑफ गव्हर्नमेंट इन अेन्शन्ट इंडिया, अलाहाबाद, १९२७; दि स्टेट इन अेन्शन्ट इंडिया, अलाहाबाद, १९२८

पुरी, बी. एन. - इंडिया इन दि टाइम आफ पतन्जलि, मुंबई, १९५७

रॅप्सन ई. जे. - दि केंब्रिज हिस्टरी ऑफ इंडिया, एक केंब्रिज, १९२२

रॉलिन्सन, एच. जी. - इन्टरकोर्स बिटवीन इंडिया ॲंड दि वेस्टर्न वर्ल्ड, केम्ब्रिज, १९२६

रायचौधरी एच. सी. - पोलिटिकल हिस्टरी ऑफ अेन्शन्ट इंडिया, ६ वी, आवृत्ती, कलकत्ता, १९५३

ऱ्हाईस डेव्हिड, टी. डब्ल्यू- बुध्दिस्ट इंडिया, लंडन, १९०५

रोस्टोव्हझॉफ, एम. - दि सोशल ॲंड इकॉनॉमिक हिस्टरी आफ दि हेलेनिस्टिक वर्ल्ड, ३ भाग, आक्सफोर्ड, १९४१.

सालेसोर, आर. एन. - लाईफ इन दि गुप्त एज, बाम्बे, १९४३.

सम्मदार, जे. एन. - इकॉनॉमिक कंडिशन ऑफ अेन्शन्ट इंडिया, कलकत्ता, १९२२.

सांकलिया, एच. डी. - दि आर्किआलॉजी ऑफ गुजरात, बाँबे, १९४१. स्टडीज इन हिस्टॉरिकल अँड कल्चरल जॉग्रफी एँड एथनॉग्राफी ऑफ गुजरात, पूना, १९४९.

सरकार, बी.के. - पोलिटिकल इन्स्टिट्यूशन्स अँड थिअरिज ऑफ दि हिन्दूज, कलकत्ता, १९३९.

सरकार, यू. सी. - इपॉक्स इन हिन्दु लीगल हिस्टरी, होशियारपुर, १९५८.

सेन, बी.सी. - सम हिस्टॉरिकल आस्पेक्टस ऑफ दि इनस्क्रिप्शन्स ऑफ बेंगाल, कलकत्ता १९४२

शर्मा, आर. एस. - सम इकॉनॉमिक आस्पेक्टस ऑफ दि कास्ट सिस्टम इन एन्शन्ट इंडिया, पटना, १९५२ शूद्राज इन अेन्शन्ट इंडिया, दिल्ली १९५८ आस्पेक्टस ऑफ पोलिटिकल आयडियाज अँड इन्स्टिट्यूशन्स इन एन्शन्ट इंडिया, दिल्ली १९५९; इंडियन फ्यूडॅलिझम ३००-१२००, कलकत्ता १९६५; लाईट ऑन अर्ली इंडियन सोसायटी अँड इकॉनॉमी, बॉम्बे १९६६

सरकार, डी. सी. - दि सक्सेसर्स ऑफ सातवाहनाज् इन दि लोअर डेक्कन, कलकत्ता १९३९

स्मिथ, अॅडम, - दि वेल्थ ऑफ नेशन्स, ई. कॅनन, न्यूयॉर्क, १९०४

स्मिथ, व्ही. ए., - अर्ली हिस्टरी ऑफ इंडिया, चौथी आवृत्ती ऑक्सफर्ड, १९२४.

सुभाराव, एन. एस. - इकॉनॉमिक अँड पोलिटिकल कंडिशन्स इन अेन्शन्ट इंडिया, म्हैसूर, १९११.

सुब्रह्मण्यम, के. व्ही. - हिस्टॉरिकल स्केचेस ऑफ डेक्कन, मद्रास १९१७.

थापर, आर. - अशोक अँड दि डिक्लाइन ऑफ दि मौर्याज, ऑक्सफर्ड युनिव्हर्सिटी प्रेस. १९६१.- हिस्टरी ऑफ इंडिया, भाग १, पेलिकन, १९६६

उपाध्याय, बी.एस. - इंडिया इन कालिदास, अलाहाबाद, १९४७.

व्हान लोहायझन द लीथू, जे.ई. - दि सीथियन, पीरिअड, लंडन, १९४९.

व्हिनोग्राडोफ, पी. - आउटलाईन्स ऑफ हिस्टॉरिकल ज्यूरिस्प्रूडन्स २ भाग, ऑक्सफोर्ड, १९२०.

वीरजी, के.जी. - अेन्शन्ट हिस्टरी ऑफ सौराष्ट्र, बॉम्बे, १९५५.

फोरोल जे. एफ. - ऑटिक्विटीन ऑफ चंबा स्टेट, कलकत्ता, १९११.

वॉर्मिग्टन, ई.एच. - दि कॉमर्स बिटवीन दि रोमन एम्यायर अँड इंडिया, केंब्रिज, १९२८.

विल्सन, एच. एच. - ग्लोसरी ऑफ इंडियन टर्म्स.

विंटरनिट्झ, एम. - हिस्टरी ऑफ इंडियन लिटरेचर - इंग्रजी भाषां - श्रीमती एस. केतकर - भाग एक व दोन, कलकत्ता, १९२७-३३.

याझदानी, जी. (सं.) - दि अर्ली हिस्टरी ऑफ डेक्कन, २ भाग, ऑक्सफर्ड, १९६०.

= क = - पत्रिका, स्मारक ग्रंथ आणि इतिवृत्त, वृत्तांत - (अॅन्युअलरिपोर्टस) ऑफ दि आर्किआलॉजिकल

सर्व्हे ऑफ इंडिया. आर्किआलॉजिकल सर्व्हे ऑफ वेस्टर्न इंडिया अॅन्युअल रिपोर्ट. आर्किव्ह ओरिएन्तालनी, प्रेस. आशुतोष मुकर्जी, सिल्व्हर ज्युबिली व्हॉल्यूम्स ४ खण्डात ३ ग्रंथ, कलकत्ता, १९२२-२८.

बी.सी.लॉ. व्हॉल्यूम, २ खण्ड, कलकत्ता, १९४५-४६.

बुलेटिन ऑफ दि स्कूल ऑफ ओरिएन्टल अँड आफ्रिकन स्टडीज, लंडन.

चायनीज लिटरेचर, पेकिंग.

डी. आर. भांडारकर व्हॉल्यूम, कलकत्ता, १९४०.

एनक्वायरी, दिल्ली.

इंडियन कल्चर, कलकत्ता. जे. एन. बॅनर्जी व्हाल्यूम, कलकत्ता १९६०.

इंडियन हिस्टॉरिकल क्वार्टर्ली, कलकत्ता.

जर्नल ऑफ दि अमेरिकन ओरिएण्टल सोसायटी बाल्टिमोर, मेरीलँड,

यू.एस.ए. - जर्नेल एशियाटिक, पॅरिस.

जर्नेल ऑफ दि एशियाटिक सोसायटी बेंगाल, कलकत्ता.

जर्नल ऑफ दि बाँबे ब्रँच ऑफ रॉयल एशियाटिक सोसायटी, बाँबे. जर्नल ऑफ बिहार अँड ओरिसा रिसर्च सोसायटी, पटना.

जर्नल ऑफ बिहार रिसर्च सोसायटी, पटना. जर्नल ऑफ दि इकॉनॉमिक अँड सोशल हिस्टरी ऑफ दि ओरिएण्ट लंडन.

जर्नल ऑफ दि न्यूमिस्मॉटिक सोसायटी ऑफ इंडिया, बनारस.

जर्नल ऑफ ओरिएण्टल रिसर्च, मद्रास.

जर्नल ऑफ पाली टेक्स्ट सोसायटी, लंडन.

जर्नल ऑफ दि रॉयल एशियाटिक सोसायटी ऑफ ग्रेट ब्रिटन ऑफ आयर्लंड, लंडन.

जर्नल ऑफ दि युनिव्हर्सिटी ऑफ बाम्बे, बाम्बे.

के. व्ही. रंगास्वामी अय्यंगार कॉमेमोरेशन व्हॉल्यूम, मद्रास, १९४०.

प्रोसीडिग्ज ऑफ दि इंडियन हिस्टरी कॉंग्रेस.

प्रोसीडिग्ज ऑफ दि ऑल इंडिया ओरिएण्टल कॉन्फरन्स.

एस. के. अय्यंगार, कॉमेमोरेशन व्हॉल्यूम, मद्रास १९३६.

सुखटणकर मेमोरियल एडिशन, २ भाग, बाम्बे, १९४५.

सुखटणकर मेमोरियल एडिशन, २ भाग - झाडटशिफ्ट डेर डारूशेन मोर्गेनलांडिशेंन गेसेलशाफ्ट धर्मकोश, एक (तीन खंडात), लक्ष्मणशास्त्री जोशी, वाई, जि. सातारा १९३७-४१.

कन्नड इंग्लिश डिक्शनरी

व्हाईस डेव्हिड्स टी. डब्ल्यू. अँड स्टीड, डब्ल्यू. पा. टे. सो. लंडन. १९२१.

शब्दकल्पद्रुम - राधाकान्त देव, शक संवत १७४३.

संस्कृत वोर्टेरबुख

७ भाग बॉथलिंक, ओ. अँड रॉथ, आर सेंट पीटर्सबर्ग, १८५५-७५.

- वाचस्पत्यम् - तारानाथ तर्कवाचस्पति, कलकत्ता, १८७३.

ABBREVIATIONS

Ait. Br.	Aitareya Brahmana.
Amar.	Namalinganushasanam of Amarasimha.
Ao	Archiv Orientalni.
Apastamba.	Apastamba Dharmasutra
AS.	Arthashastra
ASR	Annual Reports of the Archaeological Survey of Iindia
ASWI	Annual Reports of the Archaeological Survey of Western India.
Brahaspati.	Brahaspati-smriti.
BSOS	Bulletin of the School of Oriental and African Studies.
Baudhayana.	Baudhayana Grahyasutra.
CII	Corpus Inscriptionum Indicarum.
Div	Divyavadana.
Ed.	Edited by
El	Epigraphia Indica.
GOS	Gaekwad Oriental Series.
Hist. Dharm.	P.V.Kane, History of Dharmasastra.
HOS	Harvard Oriental Series.
HRS	U. N. Ghoshal, Contributions to the History of Hindu Revenue System.
IA	Indian Antiquary.
IC	Indian Culture.
IHQ	Indian Historical Quarterly.
Indian Historiography.	U. N. Ghoshal, The Beginning of Indian Historiography and Other Essays.
JA	Journale Asiatique.
JASB	Journal of the Asiatic Society Bengal.

Xiv

Jat.	Jataka.
JBBRAS	Journal of the Bombay Branch of the Royal Asiastic society.
JBORS	Journal of the Bihar & Orissa Research Society.
JBRS	Journal of the Bihar Research Society.
JESHO	Journal of the Economic & Social History of the Orient.
JNSI	Journal of the Numismatic Society of India.
JORM	Journal of Oriental Research, Madras.
JPTS	Journal of Pali Text Society.
JRAS	Journal of the Royal Asiatic Society of Great Britain and lreland.
JUB	Journal of the University of Bomaby.
Kamandaka.	Kamandakiyanitisara.
Katyayana.	Katyayanasmritisaroddhara.
Kumara.	Kumarasambhava.
Liiders'List	Liiders' List of Brahmi lnscriptions.
Mbh.	Mahabharata.
Malavika.	Malavikagnimitra.
Manu.	Manava Dharmashastra (Manusmriti).
Milinda.	Milindapanho.
Narada.	Naradasmriti.
NS	New Series.
Pt.	Part
PTS	Pali Text Society.
Raghu.	Raghuvamsa.
Rutu.	Rutusamhara.
Sak.	Abhijnanasakuntalam.
Sat.Br.	Satapatha Brahmana.
SBE	Sacred Books of the East.

Sel. Ins.	D.C. Sircar, Select Inscriptions bearing on Indian History and Civilisation.
XV	
SP	Santi Parva.
Tr., trans.	Translated by, translation
Vasistha.	Vasistha Dharmashastra.
Visnu.	Vaisnava Dharmashastra. (Visnusmriti)
Yaj.	Yajnavalkyasmriti.
ZDMG	Zeitschrift der Deutschen Morgenlandischen Gesellschaft.

✤

www.ingramcontent.com/pod-product-compliance
Lightning Source LLC
LaVergne TN
LVHW060438051026
849518LV00002B/507
* 9 7 8 8 1 8 9 7 2 4 0 8 5 *